लेडीज कूपे

लेखक
अनिता नायर

अनुवाद
अपर्णा वेलणकर

मेहता पब्लिशिंग हाऊस

✆ +91 020-24476924 / 24460313 / Mob. No. 9545000513

Email : production@mehtapublishinghouse.com

Website : www.mehtapublishinghouse.com

LADIES COUPÉ by ANITA NAIR

© Anita Nair

Originally Publish by Penguin Books India Pvt.,Ltd., New Delhi.

Translated into Marathi Language by Aparna Velankar

लेडीज कूपे / अनुवादित कादंबरी

अनुवाद : अपर्णा वेलणकर

Email : author@mehtapublishinghouse.com

मराठी अनुवादाचे व प्रकाशनाचे हक्क : मेहता पब्लिशिंग हाऊस प्रा. लि., पुणे.

संस्थापक : सुनील अनिल मेहता

प्रकाशक : मेहता पब्लिशिंग हाऊस प्रा. लि.,
१९४१, सदाशिव पेठ, माडीवाले कॉलनी, पुणे - ४११०३०.

मुद्रक : ट्रिनिटी ॲकॅडमी फॉर कॉर्पोरेट ट्रेनिंग लिमिटेड

मुखपृष्ठ : चंद्रमोहन कुलकर्णी

प्रकाशनकाल : सप्टेंबर, २००५ / जानेवारी, २०१२ / पुनर्मुद्रण : जुलै, २०२५

किंमत : ₹ ६००

P Book ISBN 9788177666038

E Book ISBN 9789387319424

E Books available on : amazonkindle Apple Books Google Play Books

---

सौमिनी,

माझ्या आईला अर्पण..
जगण्याचे सर्व धडे तिने
माझ्याकडून गिरवून घेतले.
आणि मग माझं मला जगू
दिलं....
अनिता

कृतज्ञता

माझा प्रवास सुरू झाला विजयदुर्ग (ता. देवगड) या कोकणातल्या छोट्याशा पण सुंदर गावातून.

या गावात केवळ मनोबलाच्या आधारावर स्वत:चा संसार उभा करणारी माझी आई आणि बाबा- प्रमिला आणि वासुदेव वेलणकर.

अगदी लहान वयात मला 'स्वतंत्र ओळख' देणारी माझी शाळा.

आणि संभ्रमातल्या विद्यार्थ्याला नकळत हात द्यावा, तसं एका शुभंकर क्षणी मला गुरुचरणांशी नेऊन घालणारे कोल्हापुरातले स्नेही मोहन हवालदार

ही एक कृतज्ञ नोंद.

माझे गुरू दत्ता सराफ,
ज्यांनी मला दुसरा जन्मच दिला...

आणि शोभा डे,
ज्यांनी मला दुसरं जग दाखवलं...
हे ऋण व्यक्त करते.

अनीलभाई, सुनील मेहता आणि मेहता पब्लिशिंग हाऊस हा तर माझा परिवारच आहे.

सर्वांचे आभार.

अपर्णा वेलणकर,
८ डिसेंबर २००४.

एक नोंद

१९९८ सालच्या सुरुवातीपर्यंत बंगलोर कॅन्टोन्मेंट रेल्वे स्टेशनवर स्त्रिया, ज्येष्ठ नागरिक आणि अपंगांसाठी स्वतंत्र तिकीट खिडक्यांची व्यवस्था होती. त्याकाळी रात्रभराचा प्रवास करणाऱ्या रेल्वे गाड्यांमध्ये स्त्रियांसाठी स्वतंत्र 'लेडीज कूपे' असत.

त्यानंतर मात्र रेल्वे प्रशासनाने ही स्वतंत्र व्यवस्था रद्दबातल ठरवली. आता भारतभरात बहुतेक रेल्वेमार्गांवर वेगळ्या बांधणीच्या रेल्वे-बोगीज् धावतात. त्यात 'लेडीज कूपे' सारखी स्वतंत्र व्यवस्था नसते, अशी माझी माहिती आहे.

लेखिका

'द बेटर मॅन' ही अनिता नायर यांची पहिली साहित्यकृती. त्या बंगलोर येथे राहतात.

१

रात्रीच्या गारव्याची साय दाटून आलेली. दिवसभराच्या दगदगीने थकला-भागला-मरगळलेला रेल्वेचा प्लॅटफॉर्म... मधूनच धडधडत येणारी एखादी उशिराची ट्रेन.. 'अप किंवा डाऊन' दिशेने जाणाऱ्या किंवा येणाऱ्या उतारूंच्या झोपाळू लोंढ्यातून सरपटत धावणारी गर्दी.. हे सगळं नुसतं नजरेसमोर आलं; तरी भोवतीचं काटेरी कुंपण तोडून कुठल्यातरी अनामिक दिशेने उडून गेल्यासारखं अखिलाला वाटे.

रेल्वेच्या प्लॅटफॉर्मवरचा तो आंबूस, घामट दर्प म्हणजे सुटका!

कोण जाणे कशापासून?

कुठून.. कुठे?

स्टेशनवरच्या जुनाट दिव्यांच्या अशक्त प्रकाशात सुस्त पसरलेला थंडगार सिमेंटचा लांबलचक कॉरिडॉर.. वाट बघून कंटाळलेल्या प्रवाशांच्या उत्सुक नजरांना दिलासा देत धावणारे भल्यामोठ्या घड्याळाचे काटे.. छताला टांगलेल्या लोखंडी चौकटीतून अंतराअंतरावर लोंबणारी; चोवीस तास गळत राहणारी टी.व्ही.ची खोकी.. सामानाचे ढिगारे पाठीवर लादून कुरकुरत, कचकचत धावणाऱ्या लोखंडी ट्रॉल्या.. कुठल्यातरी अदृश्य कोपऱ्यातून अचानक कानावर आदळणारी 'अरायव्हल.... डिपार्चर'ची चिरकी फुसफुस.

कलकलाट...

धावपळ...

आणि कंटाळा.

विस्कटलेल्या वेणीत माळलेले जाई-जुईचे गजरे.. चपचपलेल्या केसांतून

नाकात घुसणारा खोबरेल तेलाचा भपकारा.. घामट मानेवर चोपडलेल्या पावडरचे थर.. थंडगार, शिळ्या अन्नाचा तेलकट, आंबट वास.. जुनाट, सडलेल्या गोणपाटात शिगोशिग भरलेल्या कसल्याशा पोत्यांचे ढीग आणि हिरवट बांबूची कच्ची घाण मारणाऱ्या रिकाम्या टोपल्यांची रास.

हे सगळे वास खोल श्वासाबरोबर नाकात ओढून घेतले की, अखिलाला उगीचच तरतरी येई.

घाणेरड्या, घामट वर्तमानाला मागेच ठेवून स्वच्छ, सुंदर, अनोळखी भविष्याकडे घाईने निघाल्यासारख्या धावणाऱ्या उतारूंकडे ती असोशीने बघत राही.

कुठे जातात ही माणसं?

कोण जाणे!

आपल्याला कसं कळणार?

पण अखिलाला नेहमी वाटे,

आपणही एक दिवस हिय्या करावा. धावत-पळत, रेटारेटी करीत, रेल्वेच्या डब्यात घुसणाऱ्या लोंढ्याबरोबर आपणही घुसावं.. मुठीत घट्ट पकडलेल्या तिकिटाकडे नजर टाकत आपला बर्थ शोधावा. स्टेशनातून गाडी सुटता सुटता हलत-डुलत सामान जागच्या जागी लावावं.. आपल्या गावाकडे.. जगाकडेच.. पाठ करून देणाऱ्या हक्काच्या सीटवर बसून नजर समोर, भविष्याकडे लावावी...

...आणि धावत्या गाडीच्या गतीने सुसाट धावावं!

निघून जावं.

पळून जावं.

पण कुठलं काय?

दूर कुठेतरी जाणाऱ्या एक्सप्रेस ट्रेनचं तिकिट कसं असतं ते अखिलाने कधी पाहिलंसुद्धा नव्हतं. जन्माला आल्यापासून एकदाही कधी रात्रभराचा प्रवास केला नव्हता. माहीत नसलेल्या, अनोळखी शहरात ती चुकूनसुद्धा कधी गेली नव्हती.

अखिला आहेच तशी.

ठरवून दिलेल्या मार्गाने, सरळ नाकासमोर चालणारी. ठरवून दिलं तसंच आणि फक्त तेवढंच वागणारी, जगणारी.

...आणि बाकी सगळं मनाआड करत, स्वप्नांचे ढीग आतल्या आत कोंडून ठेवणारी.

म्हणून तर परक्या मुलीने वापरलेल्या तिकिटांचे गठ्ठे हौशीहौशीने जमवावेत; तशा अधीर उत्सुकतेने तीही जमवते चुकार आशांचे, अधुऱ्या स्वप्नांचे तुकडे!

जमवावेत तुकडे... तुकडे आणि जपावेत जीवापाड.

नाहीतरी दुसरं असतंच काय आयुष्यात?

निळंभोर आकाश.. वाऱ्याच्या झोताबरोबर हेलकावत धावणारे भुरकट ढगांचे

गोबरे पुंजके.. हे सगळं दूरस्थ स्वप्नच होतं अखिलासाठी.. लहानपणी जत्रेत विकत घेतलेल्या प्लॅस्टिकच्या लाल चष्म्यातून पाहिलेलं!

तो जादूई चष्मा हरवला, त्याला किती वर्षं उलटली!

निबर, प्रौढ नजरेवर जाड भिंगांची, घट्टमुट्ट काळ्या काड्यांची चाळिशी कधी चढली, ते अखिलाला समजलंही नाही. आता तिच्या चष्म्याच्या काचा कुठल्या रंगीत असायला? आणि त्यातून कुठलं आकाश दिसायला?

आता ती उन्हात गेली की, तिच्या चष्म्याच्या काचा काळसर करपट होतात... सावलीत आली की, पुन्हा स्वच्छ, स्तब्ध. साधा झळझळीत सूर्यप्रकाशसुद्धा शिरत नाही तिच्या चष्म्यात, तर स्वप्नांना कुठली वाट?

तर, ही अशी अखिला.

वय वर्ष पंचेचाळीस.

लहानपणी अधीरतेने डोळ्यांवर चढवलेला स्वप्नांचा चष्मा हरवलेला.

नवरा नाही.

मुलंबाळं नाहीत.

स्वत:चं घरदार नाही. वेगळं कुटुंब नाही.

स्वत:खेरीज स्वत:चं असं दुसरं काहीच नाही.

फक्त एक मन.

सुटकेसाठी अखंड तडफडणारं.

आसुसून जगायला धडपडणारं.

नव्या जगाची, नव्या अनुभवांची, नव्या स्वच्छ-मुक्त श्वासांची तहान लागलेलं. अतृप्त.

***

अखिलाच्या मनात स्वप्नांची रेलगाडी अखंड धावते.. चटक-फटक, चटक-फटक करत, धडधडत, धुसफुसत गाडी धावते आहे. भणाणत्या वाऱ्याचे झोत अंगावर घेत अखिला खिडकीशी रेलून बसली आहे. खिडकीबाहेर सगळं स्तब्ध.. स्थिर.. चित्रात रंगवल्यासारखं दिसतं. दूर, उंच आकाशात लटकणारं चंद्रबिंब जणू तिच्या खांद्यावर बसून प्रवासाला निघालेलं.. खिडकीच्या चौकटीत बसवलेली अनेक देखणी चित्रं रात्रीच्या धुरकट अंधारात तिच्या नजरेसमोर उलगडत चालली आहेत.

दर सेकंदाला वेगळं चित्र.

केंबळ्याच्या झोपडीत भगभगणारा दिवा.

शेकोटीभोवती कोंडाळं करून निवांत शेकत बसलेली मुलं-माणसं.

दूर कुठेतरी वसलेलं इटुकलं, मिणमिणतं गाव.

रात्रीच्या अंधारात स्थिरावलेलं नदीचं काळपट, तेलकट पाणी.

शेजारून वळत वळत धावणारा रस्ता.

आणि रेल्वेच्या बंद फाटकासमोर वैतागून थांबलेला स्कूटरवाला. चष्म्यात लखलखणाऱ्या रस्त्यावरच्या दिव्याआड ओथंबलेली त्याची कंटाळवाणी नजर. स्कूटरच्या मुठी उगीचच वळणारे अधीर हात.. दोन्ही बाजूने जमिनीवर टेकलेली पावलं.. आणि करकोच्यासारखी उंचावलेली मान!... कधी जाणार ट्रेन? कधी उघडणार फाटक?

ट्रेन धावत राहते.

अखिलाच्या धावत्या स्वप्नात मध्येच स्टेशनं लागतात.

तेवढ्यापुरती चित्रांची लडी थबकते.

आणि समोर दृश्यं उलगडत राहतात.

खूप वर्षांनी भेटल्याची गळामिठी.

निरोपासाठी हलणारे हात.

पुन्हा भेटण्याच्या सुखाने,

कदाचित कायमचं दुरावल्याच्या दुःखाने पाझरणारे डोळे.

मध्येच एखादं झुळझुळीत हसू.

राग.

वैताग.

चिडचिड.

उत्सुक अधीरता.

साचलेला कंटाळा.

–अखिलाला हे सगळं दिसत असतं.

तेवढ्यात गाडी हलते.

अखिलाला वाटतं,

आपणही असावं तिथे.

माणसांच्या गर्दीत.

तिच्या स्वप्नात ती असतेच प्लॅटफॉर्मवरच्या हलत्या डुलत्या समुद्रात. धावत्या गाडीच्या खिडकीत.

पण नसते.

खरंतर नसतेच.

तिला फक्त वाटतं तसं.

स्वप्नातच सरकणाऱ्या आठवणींच्या अदृश्य माळेत आणखी एक मणी

ओवला जातो.

एवढंच.

***

अखिला स्वभावाने तशी धांदरट नाही.

कधीच नव्हती.

उलट विचार करकरून डोकं फुटेस्तो निर्णयच घ्यायचा नाही, हा तिचा स्वभाव.

ती जीव जाईस्तोवर विचार करील, उलटसुलट बाजू तपासून पाहील, 'पण' आणि 'परंतु'चा कीस काढील, दिवसच्या दिवस सगळा विषय लोंबकळत ठेवील आणि अखेरीस डोक्यावरून पाणी जायची वेळ आली की, अपरिहार्यपणे काय ते ठरवील. दुसरा पर्यायच नाही, म्हणून अखेरीस निर्णय घेईल.

साधी गोष्ट,

रोज नेसायची साडी.

पण तीही कपाटातून काढली आणि पटकन गुंडाळली असं नाही. एकतर अखिला फक्त कॉटनच्याच साड्या नेसते.

म्हणजे धुवा... स्टार्च करा... कंबर तुटेस्तो इस्त्री करा... हे सगळं आलंच. हे सगळं गणित रोजच्या रोज नीट जुळवणं म्हणजे कर्मकठीण.

पॉलिस्टर किंवा शिफॉन नेसणाऱ्या बायकांची मजा असते.

दांडीवरून धुतलेली साडी ओढली की नेसली.

रोज सकाळी चलबिचल.

'ही' नेसू की 'ती' नेसू?

किमान सात-आठ साड्या बाद केल्यावर मग कुठलीतरी एक ठरणार. एकूण सगळा गबाळग्रंथी कारभार. पण साड्या पॉलिस्टर किंवा शिफॉनच्याच, धकून जातं.

अखिलाचं तसं नाही.

आठवडाभराच्या साड्यांचं प्लॅनिंग तिला आधीच करावं लागतं आणि ते ती करतेच.

रोज स्टार्च केलेली सुती साडी नेसणं हे केवळ शिस्तशीर बायकांनाच जमू शकतं. आणि आपण ते करू शकतो, याचा बारीकसा अभिमान नाही म्हटलं तरी आहेच अखिलाच्या मनात.

.. पण त्या दिवशी सकाळी अखिला उठली, तर भलतीच भुणभुण चालू! चिकट, घाणेरड्या पंखांची एक काळीबेंद्री माशी कोण जाणे कुठून आली भुणभुणत; ती अखिलाची पाठ सोडता सोडीना. झालं होतं काय तिचं? अख्ख्या घरात

जोरजोराने घिरट्या घालीत ती माशी हरवल्यासारखी अखंड भिरभिरत होती. इकडून तिकडून येई की, परत अखिलाच्या कानाशी घुणघुण सुरू!

मानेभोवती घोटाळ. नाकावर बस. त्या माशीने अखिलाला वैताग आणला. तिच्या मनातलं रात्रीचं स्वप्न अजून पुरतं पुसलंसुद्धा नव्हतं गेलं; तोवर ही माशी! अखिला वैतागली.

मध्येच ती माशी आली आणि पटकन् अखिलाच्या भुवईवरच बसली. किती वेळ? जेमतेम अर्धा-पाव सेकंद. पण तेवढ्यात तिने पंख झाडले, अंग चोळलं. मध्यमवयीन, म्हाताऱ्या माशा हे असं करून कुठल्या कुठल्या रोगांचे जंतू आणि घाण नेहमीच माणसांच्या शरीरावर आणून टाकतात; पण अखिलाच्या भुवईवर बसलेली माशी तरुण. नुकतीच वयात आलेली. तिच्याही पाया-पंखांवर जंतू होतेच; पण त्यांची वळवळ होती ती अस्वस्थ, बेचैनीची! वैतागलेल्या अखिलाने भुवईवर बसलेल्या माशीला हाकलून लावलं खरं, पण तोवर तिच्या कपाळावर सांडलेल्या अस्वस्थ, बेचैन जंतूंनी आत घुसून तिच्या रक्तात थैमान मांडलंसुद्धा!

आतल्या आत नुसती हुळहुळ सुरू झाली. अखिलाला कळेना, हे काय असं?

अचानक तिच्या मनात आलं, आत्ताच्या आत्ता एका ट्रेनमध्ये बसावं आणि जावं निघून इथून!

ताबडतोब निघावं.

पण कुठे?

– कुठेही!

अगदी पृथ्वीच्या अंतापर्यंत. जिथे पायांखालची जमीनच संपून जाईल... पुढे कुठली वाटच उरणार नाही... दिशाही समजणार नाही...

कन्याकुमारी?

–कन्याकुमारी!

कन्याकुमारीला तीन समुद्रांचा संगम आहे.

हिंदी महासागर, बंगालचा उपसागर आणि अरबी समुद्र.

नुकत्या वयात आलेल्या तरुण पोरींसारख्या दोन चुळबुळ्या, नाचऱ्या समुद्रांना आपल्यात सामावून घेणाऱ्या शांत, धीरगंभीर महासागराच्या स्तिमित करणाऱ्या पुरुषार्थाचा मीलन बिंदू!

कन्याकुमारीलाच पूर्वी 'केप कोमोरीन' म्हणत, हे अखिलाला ठाऊक होतं. जीवनाचा अर्थ शोधण्याच्या तळमळीने अस्वस्थ झालेल्या स्वामी विवेकानंदांनी तिन्ही महासागर पोहून जाऊन मधल्या विशाल खडकावर समाधी लावली आणि त्याच अवस्थेत त्यांना अलौकिक आत्मज्ञानाचा साक्षात्कार झाला, हेही अखिलाने

ऐकलं होतं.

आणि कन्याकुमारी.

कधीही न येणाऱ्या नवरदेवाची वाट पाहात हातात वरमाला घेऊन तशीच ताटकळत उभी राहिलेली.

म्हणजे अखिलाच जणू!

कन्याकुमारीच्या न झालेल्या विवाहासाठी रांधलेली मिष्टान्नं अखेर तशीच राहिली.. वाळून, सुकून गेली. म्हणून तर तिथली वाळू अजून इतकी रंगीबेरंगी दिसते, असंही कुठेतरी वाचल्याचं अखिलाला आठवत होतं.

उशीला टेकून पलंगावर रेलून बसलेली अखिला खूप वेळ खिडकीतून बाहेर बघत राहिली.

जायचं का?

जायचं!

–आजच रात्री!

मनाशी पक्कं ठरवून अखिला उठली.

पद्माला धक्काच बसेल.

तिला मुळीच आवडणार नाही.

अलीकडे आपली बहीण जाता-येता आपल्यावर नजर रोखून असते, सारखी संशयाने पाहते हे अखिलाच्या लक्षात आलंच होतं. तिने वैतागून तोंड वेंगाडलं. आडव्या तीव्र रेषेने फाकलेले ओठ अखिलाने असे आतल्या आत दाताखाली चावले की, पद्मा नेहमी म्हणे,

"अक्का, सारखं तोंड नको वेंगाडू. लग्नाशिवाय कोऱ्या राहिलेल्या वठलेल्या बाईसारखं दिसतं ते!"

अखिला उठली, भिंतीवर टांगलेल्या कॅलेंडरशी जाऊन उभी राहिली.

एकोणीस डिसेंबर एकोणीसशे सत्याण्णव.

म्हणजे आलंच की संपत वर्ष.

अखिला उगीचच दचकली.

सहज म्हणून तिने कॅलेंडरची पानं उलटीसुलटी करून पाहिली, तर दोरा घालून कुठल्यातरी पानाला टाचून ठेवलेली तिची हातशिलाईची सुई कुठे दिसेना.

अचानक हुक तुटला... ब्लाऊजची शिलाई उसवली, तर हातासरशी पट्कन दोन टाके घालता यावेत म्हणून पांढरा दोरा ओवून एवढ्या आठवणीने ठेवलेली सुई; गेली कुठे?

–अखिला वैतागली.

नक्की पोरींनी घेतली असणार.

गरज पडली की, न विचारता या पोरी आपली सुई घेतात. हज्जारदा बजावलं असेल, काम झालं की पुन्हा जिथून घेतली तिथे ठेवा. पण ऐकतील तर शपथ!

इतक्यांदा सांगून पुन्हा गायब झालेला, कॅलेंडरला टाचलेली सुई आणि आधीच धुरकट झालेल्या वॉशबेसिनच्या आरशावर चिकटवलेल्या टिकल्या.

अखिलाचं मस्तक भडकलं.

या असल्या घरात आपण जन्मभर अशाच कोंडून राहिलो, तर वेड लागेल एके दिवशी– स्वत:वरच करवादत अखिला मनातल्या मनात खदखदत होती.

निर्णय पक्का झाला.

जायचं.

आज रात्रीच!

काय वाट्टेल ते होवो!

खाड्कन कपाट उघडून हँगरवर टांगलेली लाल-काळ्या रंगाची देखणी मदुराई साडी अखिलाने नेसायला काढली. साडी साधी कॉटनचीच, स्टार्च केलेली. पण काठावरची झळझळीत जरीची किनार पद्माच्या डोळ्यांत खुपलीच.

आज अखिलाच्या अंगावर ही अशी साडी?

जरीकाठाच्या, रंगीत साड्या नेसणं अखिलानं कधीच सोडून दिलंय. मळखाऊ रंगाची सुती पातळं नेसते रोज, आणि आज चक्क लाल-काळी मदुराई? सकाळी-सकाळीच झालंय काय हिला? अशी काय बागडतेय आज? लाकडाच्या ठोंब्याला फडकं गुंडाळल्यासारखी रोज निघते घरातून; आज हे काय भलतंच? पद्मा काही बोलली नसली, तरी तिच्या विस्फारलेल्या नजरेतले संशयाचे खडे अखिलाला टोचत होतेच.

जाऊ दे. आजचा दिवस रोजच्यासारखा नव्हता, हे पद्माला कळेलच पुढे. संशय आला तर बरंच आहे उलट. 'मला काही सांगितलं नाहीस' म्हणून उद्या कटकट नको उगीच! पद्माच्या भुवयांना आक्रसून आलेला बाक बघताना अखिलाला मनातून बरंच वाटत होतं.

***

"याआधी कधी गेली नाहीस बाहेरगावी! आज हे काय मध्येच?.. ऑफिसचं काम?"

–नाश्ता संपवता संपवता अखिलाने आपला प्रवासाचा बेत जाहीर केला, तेव्हा मात्र पद्माला राहवलं नाही. तिने फट्कन विचारलंच,

"अशी कशी एकदम चाललीस?"

पद्मा खवळणार, वाद घालणार, भांडण उकरून काढणार, टोचून बोलणार हे

सगळं अखिलाला ठाऊक होतं. पद्माने असं बोचकारल्यावर आपल्या घशाखाली घास उतरणार नाही, हेही सवयीने अंगवळणी पडलेलं. उगीच भूक कशाला मारा? म्हणून अखिलाने मन लावून नाश्ता केला.

तीन इडल्या, वाटीभर सांबार. शेवटी गरमागरम कॉफी.

–आणि मगच जाहीर केलं,

"मी जाते आहे!"

पद्माने नजर रोखली. संशयाने ढग भराभर धावून आले. भुवया आक्रसल्या, निखारे फुलले.

"हे काय मध्येच?... ऑफिसचं काम?"

अखिला शांतपणे कॉफी संपवत राहिली. ती काही उत्तर देत नाही म्हटल्यावर पद्माचा पारा चढायला लागला.

"हे असं एकाएकी? आधी बोलली नाहीस ते?"

क्षणभर अखिलाला वाटलं, थाप ठोकून न्यावी वेळ मारून! ऑफिसच्या कामाला जातेय तर आधी कसं सांगणार? कालच तर कळलं मला!

पण का म्हणून?

का म्हणून बोलावं खोटं?

मी काय करावं, कुठे जावं, कधी जावं याचे जाब विचारणारी पद्मा कोण?

"आहे खरं तसंच. एकदमच ठरवलं. अचानकच!" अखिलाने खांदे उडवले.

"किती दिवस चाललीयस?" बॅग भरणाऱ्या अखिलाच्या पाठीमागून संतापाने थरथरणारा, संशयाने लडबडलेला प्रश्न आलाच.

पद्माच्या मनातल्या पालीची चुकचुक अखिलाला बरोबर ऐकू येत होती.

'इतक्या लांब प्रवासाला चाललीय. एकटीच असेल की बरोबर आणखी कुणी? पुरुष? त्याच्याबरोबर हॉटेलात? एकटी? न सांगता सवरता?'

कसले तरी अनैतिक वास आल्याच्या संशयाने पद्माच्या नाकपुड्या चांगल्याच फेंदारल्या होत्या.

"जातेय खरी बघूया. येईन थोड्या दिवसांनी."

अखिला म्हणाली.

पहिल्यांदाच हे असं मोघमात बोलताना अखिलाच्या मनात उकळी फुटत होती. एक अनोखा आनंद नव्याने गवसत होता.

***

कुठल्याही रेल्वे स्टेशनवर जा...

तीच घाण, तोच आंबूस, घामट वास.

अखिला तयारीतच होती.

दोन मिनिटं स्टेशनवरच्या हवेत श्वास घेतला की होते सवय. नवखे लोक नाकं मुरडतात. घर ते ऑफिस आणि ऑफिस ते घर असा रोजचा प्रवास लोकलने करण्यात अखिलाच्या आयुष्यातली वीस वर्षं गेली होती. रेल्वेतल्या घाणीला, स्टेशनवरच्या वासांना नाक मुरडण्याची चैन तिला परवडली नसती.

इतक्या वर्षांची सवय; तरी स्टेशनवरल्या मासळीची घाण मात्र तिच्याने सहन होत नसे. थबथब गळणाऱ्या माशांच्या टोपल्या आल्या की तिचं डोकं उठे.

आजही स्टेशनात पाऊल ठेवल्या ठेवल्या समोरून मासळीवाल्यांचा कलकलाट.

ती थांबलीच. मासळीच्या टोपल्या लादून हातगाड्या ढकलणारे हमाल पार अगदी प्लॅटफॉर्मच्या दुसऱ्या टोकाला जाईस्तोवर ती नाकाला रुमाल लावून जागीच उभी राहिली.

मग पुन्हा श्वास घेत आत शिरली.

प्लॅटफॉर्मच्या कडेशी आली. नजरेसमोर लांबलचक पसरलेले चमकते रूळ. एकात एक गुंतून पुन्हा सुटे होत आपापल्या गावांना सुसाट धावणारे. खरंतर आत्ता या प्लॅटफॉर्मवर यायची काही गरज नव्हती; पण अखिलाच्या नकळत तिच्या पायांनी तिला ओढून आणलं. दिवसाउजेडी एकदा बघून तरी घेऊ. ट्रेन कुठून सुटते ते! प्लॅटफॉर्मवर फारशी वर्दळ नव्हती, धावपळ नव्हती तरी अचानक अखिलाच्या पोटात खड्डा पडला.. कोणत्याही क्षणी आपली ट्रेन स्टेशनात येईल, तिच्यात बसून जायचं.

जायचं?

एकटीनं?

–अनामिक भीतीची एक कळ तिच्या मनात सरसरून उभी राहिली आणि पुढच्याच क्षणी तिचं तिलाच हसू आलं.

स्वत:ला सावरून अखिला घाईघाईने रिझर्व्हेशन काउंटरच्या दिशेने निघाली.

निलोफर आपली वाट बघत असेल.

अखिलाला पुन्हा एकदा उभारी आली.

तिकिटाच्या खिडकीबाहेर अपेक्षेप्रमाणेच लांबलचक रांगा लागल्या होत्या. प्रत्येक रांगेत जवळपास सगळ्या बायकाच. त्या बायकांचे नवरे, भाऊ क्वचित म्हातारे वडील इकडे-तिकडे थव्यांनी भटकत ताटकळत स्टेशनभर घोंघावणारे! लायनीत उभ्या मात्र बायका.. केसांच्या बटा मागे सारत, कमेरला खोचलेल्या पदराशी उगीचच चाळा करत. या पायावरचं शरीराचं वजन मधूनच त्या पायावर घेत उभ्या!

बायकांनी लाईन लावलेल्या खिडकीवर टांगलेल्या एका फलकाकडे सहजच अखिलाची नजर गेली.

'फक्त स्त्रिया, ज्येष्ठ नागरिक आणि अपंग व्यक्तींसाठी''

फलकावर लिहून दम भरला होता,

'बाकी कुणी या खिडकीत तिकीट घ्यायला याल तर खबरदार!'

आता याबद्दल रेल्वेचे आभार मानावेत की स्त्री म्हणून स्वत:चाच अपमान मानावा?– अखिलाला ठरवता येईना.

बायकांना (पुरुषी) गर्दीत उभं रहावं लागू नये, धक्के खावे लागू नयेत. घामट हातांनी इथे-तिथे मुद्दाम केलेल्या घाणेरड्या स्पर्शापासून त्यांचा बचाव व्हावा म्हणून रेल्वे प्रशासनाने अत्यंत विचारपूर्वक केलेली इतकी चांगली व्यवस्था! त्याबद्दल खरं तर आभारच हवेत मानायला पण ही बायकांची गठडी ज्येष्ठ नागरिक आणि अपंगांबरोबर का म्हणून वळावी?

अखिलाने एक श्वास सोडला

निलोफर कशी नाही दिसत अजून? गेली कुठे?

मागच्या कुठल्या तरी जन्मात ही पठ्ठी मधमाशीच असणार बहुतेक; बघावं तेव्हा कसलं ना कसलं काम अंगावर घेऊन अखंड भिरभिरत असते. मध्यंतरी चायनीज कुकिंगचा ध्यास घेतला होता... नंतर मग गोंड्यागोंड्याचं कसलंतरी भरतकाम शिकत होती. मागच्याच आठवड्यात भेटली, तर म्हणाली, अँकरचं स्टिच किट भरतेय सध्या! सारखं काहीतरी नवीन काम हातात आणि त्याबद्दल सतत उत्साहाने ओसंडणारी बडबड. एकदा निलोफरची चक्की सुरू झाली की समोरच्याने फक्त श्रवणभक्ती करावी. बोलणार निलोफरच.

पण अखिलाला आवडणाऱ्या मोजक्या माणसांमध्ये निलोफरला फारच वरचं स्थान होतं. बडबडी असली तरी निलोफर वाह्यात नव्हती. उगीच कुणाच्या व्यक्तिगत जीवनात नाक खुपसणं, तिखटमीठ लावून याचं त्याला सांगणं असल्या फाजील चौकशा निलोफरला अज्जिबात आवडत नसत. आपण बरं की आपलं काम बरं! खूप कष्ट करावेत. मजा करावी. बास! निलोफर कॅथरीनसारखी नव्हती. म्हणूनच अखिलाला ती आवडे.

प्रवासाचं पक्कं ठरताच अखिला सरळ इन्कम टॅक्स ऑफिसात जाऊन धडकली. निलोफरला गाठून म्हणाली,

''तू मला एक कन्याकुमारीच्या ट्रेनचं तिकीट मिळवून देशील? आज रात्रीच्याच ट्रेनचं हवंय. प्लीज, निलोफर''

''का ग बाई? कन्याकुमारीला काय झालं एकदम?''

काजळाने रेखलेले आपले डोळे विस्फारून निलोफरने विचारलं. रोज ऑफिसला जातानाही निलोफरचा थाट नुसता बघत राहावा. व्यवस्थित मेकअप, हेअर स्टाईल, अंगावरच्या महागड्या दागिन्यांना शोभेशा देखण्या साड्या.

"का? समजा मला जायचं असेल कन्याकुमारीला, तर तिथे काय भूकंप व्हायला हवा? सहज, मजेत नाही का मी जाऊ शकत?"- अखिला एकदम चिडलीच.

"अग बाई, सध्या गर्दी असणार ट्रेनमध्ये. आजच्या आज कसं मिळेल तुला रिझर्व्हेशन. सुट्या नाहीत का ख्रिसमसच्या? जो-तो केरळात जायला धडपडणार. शिवाय सबरीमलाला जाणारी माणसं असणारच हजारोंनी."- टेबलावरच्या कागदांचा ढीग उलटापालटा करीत निलोफर अखिलाची समजूत घालत राहिली,

"हे बघ, पण तुला जायचंय ना मनापासून? मग आपण करूया प्रयत्न. रिझर्व्हेशन काउंटरवर माझी एक मैत्रीण काम करते. तुला हवंय तिकीट म्हटलं, तर ती नक्की मदत करील"- निलोफर पट्कन उठली आणि शेजारच्या टेबलावरून मैत्रिणीला फोन करायला गेलीसुद्धा.

पाच मिनिटांत परतली ती हसतच.

"बघ अखिला, मी म्हणाले नव्हते? तुझं काम झालंच समज. दुपारी लंच अवरच्या आधीच मी जाईन स्टेशनवर. तू ये तासाभराने."

-त्याप्रमाणे अखिला रिझर्व्हेशन काउंटरपाशी पोचली आणि निलोफर?

-ती चक्क काउंटरच्या आतच दिसली. तिच्या त्या रेल्वेतल्या मैत्रिणीशी गप्पा मारत उभी होती. खिडकीबाहेर रांगेत ताटकळलेली माणसं आपल्याकडे चिडून बघतायत, याची खबरच नव्हती दोघींना. शेवटी एकदाचं बाहेरच्या गर्दीकडे निलोफरचं लक्ष गेलं. नजरानजर होताच अखिलाने हळूच हात हलवला. तासन्तास वाट बघता बघता पायाचे तुकडे पडायला आलेल्या माणसांच्या डोळ्यांवर आलं तर?- अखिला खरंतर घाबरलीच होती मनातून पण काम फत्ते झाल्याच्या आनंदात निलोफरला कुणाचीच पर्वा नव्हती. हातातलं रिझर्व्हेशन फडकावीतच ती अखिलाच्या दिशेने धावली.

"घे. तुझं तिकीट. हे बघ, रात्रीची ट्रेन फुल्ल आहे. सेकंड ए. सी. चा एकही बर्थ रिकामा नव्हता. आम्ही फर्स्टक्लास बघितला, तर तेही तिकीट मिळालं नाही. शेवटी माझ्या मैत्रिणीने सेकंड क्लासच्या डब्यात कसाबसा एक बर्थ केला पैदा तुझ्यासाठी. पण ती सीट चक्क लेडीज कूपेमधली आहे. चालेल ना तुला? अख्ख्या प्रवासात पाच बायकांच्या संसारकथा स्टार्ट टु एण्ड ऐकून घ्याव्या लागतील. बघ बाई!"

-निलोफरची बडबड सुरू होती.

पाच बायका?

एकत्र?... एकेकट्या?

-अखिलाला एकदम उत्साहच वाटला.

पर्समधून पैसे काढता काढता ती हसून म्हणाली, "गप्पाच मारतील ना... त्यासाठीच तर पडतेय घराबाहेर!"

***

रात्री साडेआठच्या सुमारास अखिला कॅन्टोन्मेन्ट रेल्वे-स्टेशनवर पोचली. तिच्या घरापासून स्टेशन खरं तर पाच-दहा मिनिटांवर! पण तिला धीर धरवेना. कधी एकदा बॅग घेऊन घराबाहेर पडतोय, असं तिला झालं होतं. घरात एक क्षणभरही थांबू नये. जावं एकदाचं निघून!

"इतक्या रात्रीची एकटी कशी जाणार स्टेशनवर?"- संध्याकाळी घरात पाय ठेवताच पद्माने शंका काढलीच.

"पण प्रवासाला मी एकटीच जातेय ना?"

"पण रात्री घरातून निघशील, तेव्हा उशीर नाही का होणार? केवढा अंधार पडेल. मग?"

"तू नको काळजी करूस,"- अखिलाने शेवटी बहिणीला फटकारलंच. "मी जाईन एकटी. एवढ्या रिक्षा असतात आजकाल. जाईन रिक्षाने. स्टेशन तरी कुठे लांब आहे? जेमतेम दहा मिनिटं लागतील."

पण सहजासहजी हार मानील तर ती पद्मा कसली?

बॅग घेऊन घराबाहेर पडता पडता अखिलाला थांबवून तिने शेवटी सुनावलंच, "एकटीच निघालीस. तीही अशी अचानक. नारायण अण्णा आणि नरसी अण्णांनी उद्या नावं ठेवली तर मला नको सांगूस!"

-पण तोवर अखिलाचे कान जवळपास बंदच झाले होते. ऐकल्या न ऐकल्यासारखं करत ती बाहेर पडली.

"कॅन्टोन्मेन्ट रेल्वे-स्टेशन."

-रिक्षावाल्याला सांगताना तिच्या आवाजात गाण्याच्या लकेरी उठणंच तेवढं बाकी उरलं होतं.

दहा मिनिटांत ती स्टेशनच्या फाटकाशी उभी होती. आतल्या गर्दीत पाऊल ठेवताना तिला पिसासारखं हलकं वाटत होतं.

कोंडून ठेवलेल्या पक्षाने मोकळ्या आकाशात भरारी घ्यायला उडावं, तसं अखिलाचं मन नव्या स्वप्नांच्या नव्या पंखांनी तरंगत होतं. आतल्या आत दाताखाली चावल्यासारखे एरवी घट्ट मिटलेले आपले ओठ मुक्त हसू शकतात, हे तिला पहिल्यांदाच जाणवलं, तशी ती थरारलीच.

आज रातोरात हे शहर सोडून उडून जाणाऱ्या थव्याबरोबर आपणही जाणार!

नव्या, अपरिचित दिशेने भरारी घेणार! तिला खरंच वाटेना.

***

हातातली बॅग सावरत अखिलाने स्टेशन मास्तरचं ऑफिस शोधून काढलं. बाहेरच्या भिंतीवर प्रवाशांच्या नावांच्या याद्या चिकटवल्या होत्या. त्या बारीक, गिचमिड मजकुरात आपलं नाव दिसताच तिला हायसं वाटलं.

तिच्या नावाखाली आणखी पाच नावं होती–

शीला वासुदेवन्, प्रभादेवी, जानकी प्रभाकर, मार्गरिट पौलराज आणि मारीकोलान्थू.

...लेडीज कूपेमधल्या आपल्या सोबतीणी.

कोण असतील? कुठे जात असतील? कशा असतील?- अखिलाच्या मनात उत्सुकता दाटून आली.

आपली बोगी कुठे लागणार?

-अखिला डब्यांची 'पोझिशन' सांगणाऱ्या चार्टकडे वळली. ए-७ इंजिनपासून अकरावी बोगी.

अवघडलेल्या हातातून दुसऱ्या हातात बॅग घेत ती प्लॅटफॉर्मवर चालत निघाली.

एके ठिकाणी छोटा बोर्ड टांगला होता.

अकरावी बोगी.

थांबावं का इथेच? तिने हातातली बॅग प्लॅटफॉर्मवर टेकवली. आजूबाजूला पाहिलं, तर सगळी बाकडी भरलेली आणि खांबाखालच्या चौथऱ्यांवरही गर्दी. पिण्याच्या पाण्याच्या गळक्या नळाशेजारी उभं राहण्यावाचून पर्याय नव्हता. इथेच लागते का S-7 बोगी?

खात्री करून घ्यायला हवी.

शेजारीच एक म्हातारंसं जोडपं उभं होतं.

अखिलाने विचारलं, "कन्याकुमारी एक्सप्रेसची S-7 बोगी इथेच लागेल ना?"

"बहुतेक"– जोडप्यातल्या आजोबांनी हसून तिला दिलासा दिला. "S-7 का? आमचं रिझर्व्हेशन पण त्याच बोगीत आहे."

खूप वेळ झाला तरी त्या S-7 वाल्या जोडप्यावरून अखिलाची नजर हटेना.

दोघं शांत उभे होते. आजूबाजूच्या गर्दीत एवढी घाई, एवढी अस्वस्थता आणि चिडचिड; पण ही दोघं काही वेगळीच दिसत होती. कसलीही तक्रार न करता शांत पण अलिप्त सौजन्यानं ते वृद्ध जोडपं उभं होतं. ठरल्या वेळी ट्रेन येईल.. आपण आपल्या बोगीत शिरू आणि जाऊच आपल्या दिशेने.. त्यात एवढं अस्वस्थ काय

व्हायचं? माना उंचावून उंचावून अंधारात बघत चरफडण्याने, उसासे टाकण्याने काय होणार? अशा समजुतदार, शांत, स्वस्थतेने उभ्या असलेल्या त्या जोडप्याचं अखिलाला फार कुतूहल वाटत होतं.

कोण असतील?

कुठे चालले असतील दोघं?

ओल्या-सुक्या लघवीचा भणभणता भपकारा घेऊन मध्येच एखादी गार झुळूक येत होती. लाल शर्टाच्या बाहीवर चमकते, पितळी बिल्ले अडकवलेले हमाल सामानाच्या ढिगाऱ्याशी बसून होते. मळक्या, कळकट चिंध्या पांघरलेला पांगळा भिकारी त्याचं पत्र्याचं भांडं खडखडवीत भोवती घोंघाळणाऱ्या माश्या मारण्याचा क्षीण प्रयत्न करताना दिसत होता. प्लॅटफॉर्मवरचा एक भटका कुत्रा आणि बहुतेक बेवारस असलेलं काळंमिचकुट मूल अशा जोडीची स्टेशनच्या या टोकापासून त्या टोकापर्यंत उगीचच पळापळ चालू होती. दिवसभर खुर्चीला बूड टेकवून कातावलेला पोलिस टी.व्ही.च्या चमकत्या खोक्यात डोळे खुपसून बसला होता. आजूबाजूला बघता-बघता अखिलाची कोरी नजर दमून गेली.

कधीची वेळ होऊन गेली, तरी 'उद्यान एक्सप्रेस'चा अजून पत्ता नव्हता. प्लॅटफॉर्मवर ही गर्दी उसळलेली. अखिलाच्या शेजारीच आई-बाबा, काका-काकू, मामा-मावश्या, आजी-आजोबा आणि मित्रमंडळींच्या प्रचंड गोतावळ्याचं एक अख्खं कुटुंब कधीपासून कलकलत उभं होतं. त्यांच्या बोलण्याकडे अधूनमधून अखिलाचा कान जाई. तिला एवढंच समजलं, या इतक्या कुटुंबकबिल्यातून प्रवासाला जाणारा एकटाच तरुण मुलगा आहे. बाकीचे सगळे त्याला स्टेशनवर 'सोडायला', 'अच्छा करायला' आलेले. तो तरुण मुलगा मुंबईला निघाला होता आणि तिथून त्याला मध्य-पूर्वेतल्या एका देशात जाणारं विमान पकडायचं होतं.

अखिलाला वाटलं, पुढे काय होईल या मुलाचं? तो दूर कुठल्या तरी देशात नोकरी धरील.. मग मध्येच येऊन, लग्न करून बायको इथेच ठेवून परत जाईल. केव्हातरी दोन-चार वर्षांनी घरी येईल. तेव्हा त्या बिचाऱ्या बायकोचं काय? इतक्या सगळ्या कुटुंबकबिल्याच्या तावडीतून तिच्या वाट्याला एक रात्रभरासाठी तरी येईल का तो?

अखिला त्या भांबावलेल्या, उत्सुक नजरेच्या तरुण मुलाकडे पाहातच राहिली.

बिचारा!

कित्ती लोकांच्या स्वप्नांची ओझी स्वतःच्या कोवळ्या, अननुभवी खांद्यावर घेऊन परदेशी निघाला होता.

हे ओझं वाहताना काय हाल होतात, ते अखिलाखेरीज आणखी कोण समजू

शकणार?

हळूहळू त्या तरुण मुलाच्या चेहेऱ्यावर तिला स्वत:चाच चेहरा दिसू लागला, तशी तिने नजर फिरवली.

ते समजुतदार, शांत स्वभावाचं वृद्ध जोडपं अजूनही पहिल्याइतक्याच प्रसन्नतेनं अखिलाशेजारी उभं होतं. आजी दिसायला देखण्या होत्या. जरीकाठाची फिकी गुलाबी साडी, गळ्यात नाजूक सोनसाखळी, डोळ्यांवर चकाकत्या काड्यांचा चष्मा आणि पातळ झालेल्या पांढऱ्या केसांचा मानेवर कललेला सुबक अंबाडा. डाव्या मनगटावर सोन्याच्या ब्रेसलेटमध्ये बसवलेलं घड्याळही होतं. एका हातात पाण्याची बाटली, दुसऱ्या हातात छोटी पर्स.

अजून काही वर्षांनी मीही या आजींसारखी दिसायला लागेन. अखिला स्वत:च्या मनाशी म्हणाली.

सगळं या आजींसारखंच

फक्त एवढंच की, आजीबरोबर त्यांचा नवरा आहे.

आपल्याबरोबर नसेल.

आपण एकट्याच!

आजोबाही आजींइतकेच देखणे होते. रुबाबदार, टापटीप कपडे, देखणा चष्मा आणि याही वयात स्वत:चा घाट टिकवून धरलेलं प्रमाणबद्ध शरीर. आपल्या पत्नीशेजारी शांत, प्रसन्न, रुबाबात उभे होते.

दोघं फार गोड दिसत होते.

त्यांचं सहजीवन फार सुखाचं गेलं असणार. एरवी या वयात एवढं प्रेम, एवढा ओलावा कुठला टिकून राहायला?

—अखिला विचार करत होती.

स्त्री-पुरुषांना इतकं अगदी एकमेकात विरघळून टाकणारी अशी कोणती जादू असेल लग्नव्यवस्थेत? आपापली व्यक्तिमत्त्वं सोडून, कडा-कंगोरे घासून दोन स्वतंत्र व्यक्ती इतक्या कशा 'एकमेकांच्या' होऊ शकतात?

तिच्या आईवडिलांचंही असंच गूळपीठ होतं.

इतकं की, पुढे-पुढे तर दोघं एकमेकांसारखेच दिसायला लागले. तशीच रुंद कपाळं, नाकांना एकसारखाच बाक आणि दोन्ही हनुवट्यांवर नेमक्या त्याच जागी खळ्या. दोघांनाही आपापल्या कॉफीत बरोबर दीड-दीडच चमचा साखर लागे आणि दह्याची चवसुद्धा अगदी सारखीच– अधमुरी. त्याहून जास्त गोड नाही की, जास्त आंबट नाही.

तिच्या आईच्या मनात एखादा विचार यायचा अवकाश, पुढच्याच क्षणी तिचे वडील नेमकं तेच बोलून दाखवत. मग परातीएवढ्या प्रसन्न चेहेऱ्याने आई म्हणे,

“मी अगदी हेच म्हणणार होते.”

वडील खूष होत. आपल्या पत्नीकडे अभिमानाने पाहात आणि एकांतात कुजबुजल्यासारख्या आवाजात म्हणत, “बघ आहोत की नाही आपण एकमेकांना अनुरूप? एकाला झाकून दुसऱ्याला काढावं. दोन शरीरं असली, तरी आपला आत्मा एकच आहे राणी!”

–मग आईही लाजून हसे.

इतरांच्या नजरा चुकवत दोघं एकमेकांकडे पाहात बसत.

***

चौदा-पंधरा वर्षांची असताना अखिलाने एक कादंबरी वाचली होती. लग्नाला पुष्कळ वर्षे उलटून गेल्यानंतरही एकमेकांच्या प्रेमात अगदी गळ्यापर्यंत बुडालेल्या जोडप्याची कहाणी होती ती. त्या वयात फारसं काही कळलं नाही तिला. पुढे तर कथानक आणि कादंबरीचं नावही तिच्या स्मरणातून पुसलं गेलं. पण त्या कादंबरीतली एक ओळ मात्र पुढे आयुष्यभर पक्की लक्षात राहिली.

‘वेड्या प्रेमिकांच्या पोटी जन्मलेली मुलं आई-बापाच्या जिवंतपणीच अनाथ होतात.’

लहान वयात अखिलाच्या काही लक्षात नाही आलं फारसं. अम्मा आणि अप्पा सारखे आपल्याआपल्यात असत खरे; पण अखिलाही होतीच त्यांच्यात! मोठी होता होता अखिला आपोआपच अलग पडत गेली. अम्मा-अप्पांचं हसणं-खिदळणं, सदैव नजरेत नजर गुंतवून गप्पा मारत बसणं, एकमेकांसाठी जीव टाकणं.. अखिलाला वाटे, असे कसे हे दोघे? ती काहीशी ‘एकटी’ होत गेली. स्वत:तच रमू लागली. पुढे समज आल्यावर मात्र तिला अम्मा-अप्पांचं प्रेम हा पाचकळपणाच वाटायला लागला. पुढे-पुढे तर तिला लाजच येऊ लागली. पण अम्मा आणि अप्पा ढिम्म होते. वाढत्या वयातल्या आपल्या मुलीला आपल्या वागण्यातलं बरंच काही खटकतंय, हे त्या प्रेमी युगुलाच्या लक्षातसुद्धा येणं शक्य नव्हतं.

लग्नाला बावीस वर्षं पूर्ण झाल्यावर या प्रेमकहाणीचा रंगलेला डाव अर्ध्यावर उधळला. अखिलाचे अप्पा गेले. हा धक्का सोसणं अम्माला कधी जमलंच नाही. अप्पा गेल्यानंतरच्या त्यांच्या लग्नाच्या प्रत्येक वाढदिवशी अम्मा सकाळपासून हुंदके द्यायला सुरुवात करी. तिला रडू आवरता आवरत नसे.

“आमच्या लग्नाच्या पंचविसाव्या वाढदिवसाला माझ्याकरता हिऱ्याची चमकी घेणार होते. नेहमी मला म्हणत, ‘माझ्या राणीला बघ कशी हिऱ्यांनी मढवतो.’ इतकं प्रेम केलं माझ्यावर, आणि असं अर्ध्यावर साथ सोडून..”

–दरवर्षी हेच.

रडत बसणं. आठवणी काढून काढून अश्रू ढाळणं.

काळ हे दु:खावरचं औषध असतं म्हणतात.

अखिलाच्या अम्माच्याबाबतीत सगळं विचित्रच होतं. नवऱ्याच्या मृत्यूनंतर उलटणाऱ्या दर वर्षागणिक तिचं दु:ख वाढत वाढतच चाललं होतं.

लग्नाच्या नवऱ्याखेरीज आणखी एक नातं अम्माने गमावलं होतं.

मित्र.. बालमित्र!

ती जन्माला आली त्या क्षणापासून अप्पांच्या अंगाखांद्यावरच वाढली. पुढे नवरा झालेला हा पुरुष मुळात तिचा सख्खा काका. काकाच्याच कडेवर बसून तिने चांदोबा पाहिला. कावळ्यांना घास भरवले आणि काकाचा हात धरूनच ही परकरी पोर पुढे फुलपाखरांमागे धावली. वयात येतानाच्या अवघड वळणावर तीच सोबत आणि अर्धीकच्ची गुपितं वाटून घ्यायलाही तोच जोडीदार!

पुढे पंधराव्या वर्षी या मुलीचं त्याच जोडीदाराशी लग्न लागलं आणि नातं बदललं. लग्नात अखिलाची अम्मा पंधरा वर्षांची आणि अप्पा चोवीस वर्षांचे. पुढे दोन वर्षं आठ महिन्यांनी त्यांना मुलगी झाली– अखिला.

"पण अम्मा, स्वत:च्याच काकाशी लग्न करायला तू कशी तयार झालीस?" एकदा सहजच अखिलानं विचारलं होतं, "किती विचित्र आहे हे!"

"विचित्र काय त्यात?" अम्मा उसळून म्हणाली. "आपल्या जातीत पूर्वीपासूनच होतात अशी लग्नं आणि तू ग कोण चोंबडे, असले भलते प्रश्न विचारणारी?"

अखिला जेमतेम चौदा वर्षांची होती. अम्माला उलटा प्रश्न करण्याची तिची हिंमत नाही झाली, पण आपल्या नशिबात नवरा व्हायला उतावळा झालेला असला कुणी काका नाही, या विचाराने तिने सुटकेचा प्रौढ श्वास सोडला.

अम्मा चिडली होती. वाळत घातलेलं धुणं आणायला अखिलाला घराबाहेर पिटाळत ती करवादली, "नीट आण सगळे कपडे. काम ना धाम. रिकामी बसून असतेस ना, म्हणून हा भलता भोचकपणा सुचतो तुला कार्टे!"

अम्मा संतापाने नुसती थरथरत होती.

वाळलेले कपडे घेऊन अखिला घरात आली, तरीही आग विझली नव्हती.

"आणलेस कपडे? आता इस्त्री करून टाक पटकन आणि घड्या नीट घाल. अप्पांचा शर्ट तेवढा राहू दे. माझ्याखेरीज दुसऱ्या कुणाची इस्त्री नाही आवडत त्यांना. रागावतील."

अखिला वैतागली.

शर्टाला इस्त्री कुणी केली वगैरे अप्पांना काहीसुद्धा ओळखता येत नाही, हे तिला चांगलं ठाऊक होतं. उगीच अम्माचे नखरे! तिलाच पतीसेवेची भारी हौस!!

शेजारपाजारच्या बायकांचे नवरे बुळे. बाईलवेडे. बायकोभोवती घोटाळणारे

आणि आपलाच तेवढा कसा पुरुषसिंह, असा एक समज अम्माने कुरवाळून कुरवाळून वाढवला होता. शेजारपाजारच्या सगळ्या बायका पतिसेवेत काचकूच करतात. विशेषत: कारपागमची आई!- मीच तेवढी कशी पतिव्रता, म्हणून अम्माचा अभिमान कायम फुललेला असे.

कारपागमची आई घरीच नृत्याचे वर्ग घेई. संध्याकाळी चार ते सहा या वेळेत शेजारपाजारच्या मुली तिच्याकडे शिकायला येत. वर्षभर रोज दोन तासांची तालीम घेतली की, शाळेच्या स्नेहसंमेलनात हमखास बक्षीस मिळवण्याइतपत मुलींना नाचता येई. महिन्याची फी फक्त पस्तीस रुपये. त्यामुळे बऱ्याच मुली येत. कारपागमच्या आईला पैसे चांगले मिळत, स्वत:च्या वरकमाईतून ती कसल्या कसल्या वस्तूंची खरेदी करी. म्हणूनच अखिलाच्या अम्माचा तिच्यावर विशेष राग होता. आपल्याला न जमणारी एखादी गोष्ट सहज करू शकणाऱ्या बायका तिला अजिबात आवडत नसत.

अखिला आठ-नऊ वर्षांची असतानाची गोष्ट. कारपागमशी तिची घट्ट मैत्री होती. एके दिवशी सकाळी सकाळी कारपागमने आपल्या दप्तरातली नवी कोरी पेन्सिल अखिलाला दाखवली. पेन्सिल चक्क फूटभर लांब होती आणि गंमत म्हणजे तिच्या मागच्या टोकाला प्लॅस्टिकचा एक छोटा हात बसवला होता. अखिलाला ती पेन्सील फारच आवडली.

"ए, सांग ना! कुठून आणली?" तिनं उत्सुकतेनं विचारलं.

आपल्या नव्या पेन्सिलीने पाठसुद्धा कशी खाजवता येते, हे दाखवता दाखवता कारपागम म्हणाली,

"अम्माने आणली माझ्यासाठी."

"ए, किती पैशाला मिळते ग?"

"सहा रुपये. पण अम्मा मूर मार्केटमध्ये गेली होती ना; तिथल्या एका दुकानदाराशी घासाघीस करून अम्माने ही पेन्सील तीनच रुपयाला आणलीय."

–कारपागमने आपली पेन्सिल अखिलाला देऊ केली. म्हणाली, "बघ ना तुझी पण पाठ खाजवून!"

अखिलाने पाठीमागून पेन्सिलीचा हात फ्रॉकच्या आत घातला.

"एऽऽ खूप छान वाटतं नं?" कारपागमने विचारलं.

"मस्तच ग! आजच्या दिवस तुझी पेन्सिल मला घरी नेऊ देशील? मी माझ्या अम्माला दाखवीन. मग ती पण माझ्यासाठी विकत आणील." अखिलाने विचारलं. पेन्सिलच्या टोकावर लावलेल्या प्लॅस्टिकच्या हाताची तिला गंमत वाटत होती. हा हात हातात धरता येईल?

काय करावं ते कारपागमला कळेना.

“आज नको.. मी आधी माझ्या अम्माला विचारीन, की देऊ का म्हणून.”

“ए, दे ना ग ऽऽ मी नीट जपून ठेवीन तुझी पेन्सिल आणि उद्या शाळेत आल्या आल्या लगेच परत देईन. माझ्या अम्माने मला पण घेऊन दिली ना की, आपण दोघी मिळून पाठ खाजवू, चालेल?”

कारपागम हसली.

तिने मोठ्या मनाने आपली प्लॅस्टिकचा हातवाली नवी कोरी पेन्सिल अखिलाला दिली. दोघीदोघींनी पाठ खाजवायच्या कल्पनेची खरं तर तिला गंमतच वाटली होती.

पेन्सिल बघून अखिलाची अम्मा भडकलीच.

“हे बघ, कारपागमच्या अम्माचं मला नको सांगूस. ती स्वत: पैसा कमावते. तिला कोण अडवणार चैन करायला? आपल्याकडे या असल्या फालतू गोष्टींवर उडवायला पैसा नाही. कळलं तुला? तुझे अप्पा दिवसरात्र मरमर कष्ट करतात. तेव्हा कुठे दोन घास सुखाने खातो आपण. नसते हट्ट करशील तर मार खाशील अखिला! आणि दुसऱ्या कुणाच्या वस्तू पुन्हा घरी घेऊन आलीस, तर याद राख! ही पेन्सिल मोडली किंवा हरवली तर मी कुठून आणू पैसे?”

दुसऱ्या दिवशी हिरमुसलेल्या अखिलाने कारपागमची पेन्सिल परत देऊन टाकली.

“काय झालं? तुझी अम्मा कधी आणणारेय तुला?” कारपागम उत्सुकतेने विचारत होती.

““नाही आणणार. अम्मा म्हणाली, तिच्याकडे पैसेच नाहीयेत पेन्सिल आणायला.” अखिलाने खरं ते सांगून टाकलं.

त्या दिवशी आणि नंतर रात्रीही विचार करकरून अखिला दमून गेली. ‘अम्मा नोकरी करत असती, पैसे मिळवत असती तर तिच्यावर कशाला अशी वेळ आली असती? मग अप्पांना अजिबात त्रास न देतासुद्धा आपण दोघी जाऊन मूर मार्केटमधून कारपागमसारखी पेन्सिल आणू शकलो असतो. पण अम्माला कसे मिळणार पैसे? कुठून मिळणार?’

दुसऱ्या दिवशी सकाळी अखिला उठली, तर घरकाम उरकता उरकता अम्मा सहज गाणं गुणगुणत होती. त्या दिवशी सुटी होती. अम्माचं गाणं ऐकून अचानक अखिलाच्या मनात काहीतरी चमकलं. पण अम्माला सांगणार कसं?- मग दिवसभर ती संधी शोधत राहिली.

दुपारची झोप झाल्यावर अम्मा वेणी घालत होती. केस विंचरता विंचरता सकाळसारखंच गुणगुणत होती.

“अम्मा, तू गाण्याचे क्लास का नाही सुरू करत?” अखिला पटकन बोलून

मोकळी झाली.

"गाण्याचा क्लास?"

अम्माला काही कळेना.

"हे बघ, तू इतकं छान गातेस. अप्पा पण नेहमी तुझ्या आवाजाचं कौतुक करत असतात. कारपागमची आई कशी मुलींना नाच शिकवून पैसे मिळवते. तू गाणं शिकव ना! खूप मुली येतील शिकायला. त्यातून तुला पैसे मिळतील, मग त्या पैशातून आपण.."

–अखिलाने जीभ चावली.

आपण जरा जास्तच बोललो का?– तिला कळेना.

"हे बघ अखिला, जादा शहाणपणा करू नकोस!" अम्मा वैतागून म्हणाली. "कारपागमच्या आईसारखं या घरात मला दुकान नाही उघडायचं, कळलं? कसले कसले लोक येणार.. ब्राह्मण, इतर जातीचे. तुला काय वाटतं, ही असली शिवाशिव घरात झाली तर तुझे अप्पा खपवून घेतील? किती कडक आहे त्यांचा स्वभाव, ठाऊक आहे ना? मी क्लास उघडला इथे, तर अप्पा हाकलून लावतील मला घरातून. त्यांना नोकरीधंदा करणारी बायको नकोच होती पहिल्यापासून. आमचं लग्न झालं तेव्हाच मला म्हणाले, 'घरातल्या बाईने घर पाहावं. तिने माझी आणि माझ्या मुलांची नीट काळजी घ्यावी. चार रुपड्यांची मिजास नको. घरदार वाऱ्यावर सोडून माझ्या बायकोने दिवस दिवस दुसऱ्याची ताबेदारी अजिबात करता कामा नये. मी घरी येईन, तेव्हा ती मला नजरेसमोर दिसली पाहिजे.' तशीच वागले मी आयुष्यभर. कळलं? 'पतिव्रता' आहे मी. मला नाही पैसे कमवायचं वेड!"

नवऱ्याच्या सेवेला आयुष्य वाहून घेतलेल्या पतिव्रतेने काय करावं आणि काय करू नये, याबद्दल अम्माच्या काही ठाम कल्पना होत्या.

एक म्हणजे लग्न होऊन नवऱ्याघरी आलेल्या बाईनं मागचं आयुष्य पुसून टाकावं. दोन दोन घरांशी निष्ठा ठेवते ती पतिव्रताच नव्हे. तिने नवऱ्याच्या चरणी आपल्या संपूर्ण सेवा वाहाव्यात. नवरा जे सांगेल, ते आणि तेवढंच ऐकावं.

"लग्नात बरोबरी वगैरे काही नसते. समानताबिमानता या मूर्ख कल्पना आहेत." अम्मा नेहमी म्हणे, "आपल्यापेक्षा आपला नवरा श्रेष्ठच आहे. त्याला आपल्यापेक्षा जास्तच कळतं हे प्रत्येक पतिव्रता स्त्रीनं लक्षात ठेवावं. एकदा हे मान्य केलं की, मग ऊठसूट वादावादी होत नाही. आपणच श्रेष्ठ म्हटलं, आपलाच मुद्दा पटवायला गेलं की, भांड्याला भांडं लागणारच. त्यापेक्षा आपण आपलं पडतं घ्यावं, हे सगळ्यांत सोपं! बाईनं बाईसारखं राहावं. आपल्या मर्यादेत वागावं. उगीच

बुवा व्हायच्या फंदात पडू नये. ती 'बुवा' सारखी वागू शकली असती, तर देवानं कशाला तिला बाईच्या जन्माला घातलं असतं? लग्न हे लग्न. ते तसंच निभवावं. समानता, स्वातंत्र्य वगैरे सगळं झूठ!''

अम्मा आपले सगळे निर्णय अप्पांवर सोपवून निर्धास्त असे. ''त्यांना सगळं कळतं. मला मेलीला कुठली अक्कल?'' ती म्हणे, ''त्यांनी घेतलेला एकही निर्णय कध्धी चुकायचा नाही. सगळं कसं नीट करतील.''

लग्नानंतर अम्माला माहेरच्या वाटणीतून जमिनीचा एक तुकडा मिळाला, तेव्हा अप्पा म्हणाले, ''खेडेगावातली जमीन करायची काय आपल्याला? टाकू विकून?''

आणि विकली.

पाहिलंत? आत्ता महिन्यापूर्वीची गोष्ट. 'त्याच जमिनीला चक्क दहापट किंमत आली म्हणतात'. चुलतभावाचं पत्र वाचून अलीकडेच अम्मा हळहळली, ''ठेवली असती ती गावाकडची जमीन, तर आज ती विकून आपलं स्वत:चं घर बांधण्याइतके पैसे मिळाले असते.''

–अखिलाला वाटलं, खरंच! चुकलंच अप्पांचं! जमिनीच्या व्यवहारात त्यांनी उगीचच इतकी घाई केली.

अम्मा लगेच म्हणाली, ''अप्पांना नको नावं ठेवू! मेहुपालयमसारख्या खेड्यातल्या जमिनीची किंमत एवढी दहापट वाढेल याचं का त्यांना स्वप्न पडलं होतं? तेव्हा त्यांनी जे केलं, ते बरोबरच होतं.''

अम्माचं माहेर तसं तालेवार, पण अम्मा अकरा वर्षांची असतानाच तिची आई वारली. बाळंतपणात अडली आणि दगावलीच. पोटातला मुलगाही हाती लागला नाही. पुढे अम्माच्या वडिलांनी वर्षभरातच दुसरं लग्न केलं. ती बाई भलतीच जहांबाज निघाली. दर अठरा महिन्यांनी घरात पाळणा हलू लागला. दर खेपेला हटकून मुलगाच होई. इतक्या मुलांच्या कोडकौतुकात रंगलेल्या, गरोदरपण आणि बाळंतपणात अडकलेल्या घराला मोठ्या मुलीकडे लक्ष द्यायला कितीसा वेळ असणार?

अखिलाची अम्मा वयात आल्यावर तिच्या वडिलांनी तिचं लग्न लावून दिलं- सख्ख्या काकाशीच! सगळं ठरलेलंच होतं. फक्त विधी झाला, एवढंच!

लग्नात अम्माची फारशी हौसमौज झाली नाही. दागदागिने, कापडचोपड नव्हतंच फारसं. एक जमिनीचा तुकडा तेवढा वडिलांनी तिच्या नावे करून दिला. बाकी सगळी संपत्ती, पैसाअडका मुलग्यांसाठी ठेवला.

ज्या माहेराने इतकी वाईट वागणूक दिली, त्याच्याशी लग्नानंतर आपल्या बायकोने काही संबंधच ठेवू नयेत, असा अप्पांचा हट्टच होता.

''आता यापुढे जे काय असेल ते या घरात. मीच तुझं सर्वस्व.'' त्यांनी अम्माला बजावलं.

ती खूषच झाली.

...इतकं प्रेम?

आई वारल्यानंतर त्या पोरक्या पोरीच्या नशिबी साधा मायेचा ओलावासुद्धा आला नव्हता. नवरा इतका जीव टाकतो म्हटल्यावर ती हरखूनच गेली.

खूप वर्षांनी कधीतरी कॅथरीनशी बोलता बोलता अखिला सहजच म्हणून गेली, ''माझी आई ही नात्याने माझ्या वडिलांची पुतणीच!''

कॅथरीनला धक्काच बसला.

''काय सांगतेस? सख्ख्या काकाशी लग्न? शी :!''

''सख्ख्या नात्यात शरीरसंबंध. विचित्रच आहे खरं; पण म्हणूनच कदाचित त्यांचं इतकं गूळपीठ असणार,'' अखिला म्हणाली.

''खरं सांगू? तुमच्या धर्मातली ही भानगड मला तरी नाही समजत. साधं अंडं खाल्लं तरी तुम्ही पाप मानता, आणि सख्ख्या नात्यात लग्न केलं तर तुम्हांला चालतं?'

–कॅथरीनला काहीच झेपत नव्हतं.

अखिलाला खरं तर कॅथरीनचं पटत होतं, पण आपल्या आईवडिलांची बाजू आपण नाही लावून धरायची, तर कुणी? म्हणून कॅथरीनची समजूत घालत ती म्हणाली, ''अग, पण ते खूष होते एकमेकांबरोबर! कध्धी त्यांचा मतभेद नाही झाला. दोघांनी सुखच दिलं फक्त एकमेकांना. लहानपणापासूनची ओळख होती. मैत्री होती. म्हणून तर टिकलं ना त्यांचं लग्न? अम्माच्या जन्मापासून अप्पा तिला ओळखत होते. दोघं बरोबर वाढले. एकत्र खेळले. अप्पांना मिशी कधी फुटली, ते सुद्धा बघितलं असेल अम्माने आणि अप्पांनी तर तिला पाठुंगळी उचलून खेळवलंसुद्धा असेल त्यांच्या लहानपणी!''

''ते कळलं अखिला; पण संसार टिकावा आणि प्रेम वाढावं म्हणून जगातल्या मुली काही त्यांच्या काकाशी नाही लग्न करत! तसं असेल तर मग काकाच कशाला, भावाशीच करावं लग्न!'' कॅथरीन वैतागून म्हणाली.

''समजून घे, कॅथरीन! कुणावर कशी वेळ येईल सांगता येतं का?'' चेष्टेच्या सुरात अखिला म्हणाली, ''काही वर्षांपूर्वीपर्यंत लग्न करण्याची इच्छा होती माझ्या मनात. मला तर कुणीही चालला असता. अगदी सख्खा काकासुद्धा!'' हसता हसता अखिलाचे डोळे भरून आले.

***

अखिला वाट पाहून पाहून वैतागली होती. दर अर्ध्या मिनिटाला मनगटावरल्या घड्याळाकडे लक्ष जात होतं. काय उपयोग? 'उद्यान एक्सप्रेस' आल्यावर एकदम धडधडून उसळलेला प्लॅटफॉर्म ती गेल्यावर पुन्हा सुस्त, कंटाळवाणा झाला होता. आता कन्याकुमारी एक्सप्रेससाठीची गर्दी वाढत होती. अखिलाने सहज मागे पाहिलं. आजी-आजोबांचं ते प्रेमळ जोडपं तिच्यापासून जरा लांब जाऊन उभं होतं.

आता मात्र आजोबा कंटाळले असावेत. एक जांभई देत त्यांनी आजींना काहीतरी विचारलं, त्या म्हणाल्या, ''चालेल.''

हातातली छोटी बॅग खाली ठेवत आजोबा स्टेशनच्या दुसऱ्या टोकावरल्या एका दुकानाच्या दिशेने गेले.

पाच-सात मिनिटांतच घाईघाईने परतले. तेव्हा त्यांच्या हातात आजींसाठी कोल्ड्रिंक होतं. त्यांनी बाटली उघडून आजींपुढे धरली. एक घोट घेऊन आजी म्हणाल्या,

''घ्या ना तुम्ही पण!''

पण आजोबांना नको होतं कोल्ड्रिंक.

सारखं-सारखं त्या जोडप्याकडेच का जातं आपलं लक्ष? अखिला विचारात पडली. घरीदारी येता-जाता जे ऐकवलं जातं आपल्याला, त्याचा जिवंत पुरावा समोर दिसतोय म्हणून तर नव्हे? या जगात बाई एकटी जगू शकत नाही! तिला सोबत लागते. आधार लागतोच!

–अखिलाच्या डोक्यात पुन्हा तोच किडा वळवळू लागतो न लागतो, तोच कन्याकुमारी एक्सप्रेसची अनाउन्समेंट झाली. सुस्त, कंटाळलेल्या प्लॅटफॉर्मवरच्या पेंगुळलेल्या गर्दीत एकदम चैतन्य संचारलं. अखिलाच्या पोटात पुन्हा एक खड्डा पडला.

'आता?

या गर्दीतून कशा चढणार आपण?

कसा लागणार आपला निभाव?'

स्टेशनात शिरणाऱ्या कन्याकुमारी एक्सप्रेसकडे सुटकेसचं हँडल घट्ट धरून अखिला धडधडत्या नजरेने पाहात राहिली.

ट्रेनची गती कमी होत होत ती आपल्या जागी थांबायच्या आतच प्रवाशांच्या टोळक्यांनी भुळभुळत्या घाईने हल्ला चढवला.

एवढी सगळी गर्दी कशी शिरणार आपापल्या डब्यात?

–पण आता विचार करायला वेळ नव्हता.

आजूबाजूच्यांना कोपराने ढोसत अखिलाने स्वत:करता जागा केली आणि तिलाही कळायच्या आत ती पटकन् S-7 मध्ये चढलीसुद्धा!

आपली सीट शोधून श्वास टाकत बसल्यावर अचानक अखिलाचं लक्ष समोर गेलं. ती चमकलीच. तिच्या समोरच्याच सीटवर मघाच्या त्या आजी! सोबत आजोबाही होतेच. त्यांनी आजींची बॅग नीट सीटखाली सरकवून दिली. हातातल्या पिशवीतून उशीची घडी काढली. चेहरा लालबुंद होईस्तोवर फुंकून फुंकून हवेची उशी फुगवली. हाताने चांगली झटकून आजींच्या शेजारी ठेवली. मग पुढे झुकून खिडकी उघडून दिली. खिडकीची झडप आजींच्या हातावर पडू नये म्हणून चारचारदा दोन्ही खिट्ट्या तपासल्या. पुन:पुन्हा हलवून पाहिल्या.

मग अखिलाकडे वळून ते म्हणाले, ''तुमची खिडकी देऊ का उघडून?''

ती हसून 'नको' म्हणाली.

''मग? बसशील ना आता नीट? काही अडचण? काही हवंय का आणखी?'' ते हलक्या आवाजात आजींना विचारत होते. ''हे बघ, झोपायच्या आधी खिडकीची ती लाकडी झडप आहे ना, ती आठवणीने खाली ओढून घे. त्या झडपेतून वारा येईल छान. शिवाय उगीच कुणी खिडकीतून हात घालून तुझ्या गळ्यातली साखळी खेचण्याची भीती नाही. हे बघ, झोपायच्या आधी औषध घ्यायचं लक्षात ठेव. नाहीतर विसरशील. मी याच कम्पार्टमेन्टमध्ये आहे. पलीकडेच असेन. काही लागलं तर हाक मार. तसा मी अधूनमधून मारीनच चक्कर! पण तू काळजी घे. जाऊ आता मी?''

–आजोबा गेले.

आजी अखिलाकडे पाहून कसनुशा हसल्या.

'''दोन दिवसांपूर्वीच केलं ना रिझर्व्हेशन. घाईच झाली सगळी. काय करणार? मिळाली ती तिकिटं घ्यावी लागली. त्यांना तर बर्थसुद्धा नाहीये मिळालेला. रात्रीचा प्रवास. कसा झेपणार, कोण जाणे!''

''आपल्या कूपेमधला एक बर्थ बहुतेक रिकामा आहे.'' अखिला आजींना धीर देत म्हणाली, ''टी.सी. येईल तेव्हा त्याला विचारून बघू आपण. तो करील मदत. लेडीज कूपेमध्ये आजोबांना करतील बहुतेक अलाऊ.''

''कुठला रिकामा बर्थ? आम्ही केली चौकशी. झालंय त्याचंही रिझर्व्हेशन. पुढच्या कुठल्यातरी स्टेशनवर बसणारेय म्हणे कुणी!'' आजी त्राग्याने म्हणाल्या.

तोवर गाडी हलली.

अखिलाने सहज सभोवार पाहिलं.

त्यांच्या कूपेमध्ये तिच्याखेरीज चौघी होत्या.

आजी. अखिलाच्याच वयाची आणखी एक बाई आणि दोन तरुण मुली.

अखिलाला एकदम निलोफरची आठवण आली. ती म्हणाली होती, ''बघ, लेडीज कूपेतून जातेयस. पाच बायका पटरपटर करून वैताग आणतील तुला.''

"कुठे जाणार?" शेजारीच बसलेल्या बाईंनी अखिलाला विचारलं.

'ती' दिसायला देखणी होती. सुंदर, सडसडीत बांधा, अंगावर किमती कपडे, श्रीमंतही असणार घरची.

'ही बया सेकण्ड क्लासच्या डब्यात कशी?'-अखिलाला तेवढ्यात प्रश्न पडलाच.

"मी ना? कन्याकुमारीला चाललेय. तुम्ही?" तिनं उत्तर दिलं. पण प्रश्नही विचारला.

"कोट्टायम्. जवळच्या कुटुंबात लग्न आहे म्हणून चाललेय. खरं तर आम्ही दोघे, मी आणि माझा नवरा. कार घेऊनच जाणार होतो, पण अचानक ऑफिसच्या कामाकरता त्याला मुंबईला जावं लागलं. आता तो तिकडून विमानानेच येईल कोचीपर्यंत."

तिने उगीचच खांदे उडवले.

'कुठून मी येऊन पडले या घाणेरड्या सेकण्ड क्लासात' असाच तिचा एकूण तोरा होता.

"तुम्ही? कुठे जाणार?"

अखिलाच्या समोर बसलेल्या आजींनी शेजारच्या फटाकडीला विचारलं. चवळीची शेंगच होती. खांद्यावर झुलणारा गुबगुबीत बॉबकट आणि खड्यासारखे लखलखते हिरवे डोळे.

"आय विल बी गेटिंग ऑफ अॅट कोईम्बतूर".. ती जरा कुर्र्यातच फणकारली.

तिचा आवाज बरा गोड होता, पण तिच्या नजरेतली ती विचित्र गुरगुर अखिलाला उगीचच अस्वस्थ करून गेली.

"आणि तुम्ही?"

"एर्नाकुलम्"- दूरवर कोपऱ्यात बसलेल्या त्या मुटकुळ्याला एकदाचा आवाज फुटला.

गाडी सुरू झाल्यापासून कूपेच्या दरवाजाकडे तोंड फिरवून एक बाई एकदम निपचित बसली होती. इतरांपासून दूर. अंग चोरून. म्हणाली, "एर्नाकुलमला चालले."

एकदम सगळ्यांचं लक्ष गेलं.

तिचा चेहरा कोरा होता. सगळं सोसून, भोगून पिकलेला. एखादी रेषही इकडून तिकडे हलत नव्हती.

'ही आपल्यातली नाही. आपल्यासारखी, आपल्यापैकी नाही.' हे पटकन बाकीच्यांच्या लक्षात आलं.

ती दिसायला जेमतेम होती. गरिबीचा जुनाट वास मारणारे कपडे, रापलेली कातडी.. पण आणखीही काहीतरी तिरसटसं तिच्यात होतं.

तिची नजर.

थंड.

सारं माहीत असल्यासारखी. सुखाच्या एका धाग्यासाठी दुःखाच्या शंभर धाग्यांनी मान कशी पिळवटते, हे ठाऊक असल्यासारखी.

बाकीच्या बायकांपेक्षा वयाने लहानच होती ती. पण चेहरा पार म्हातारा. सुरकुतलेला. भूतकाळाच्या जखमा आणि व्रणांनी बुजबुजलेला.

'तिला' इंग्रजी येत नाही हे लक्षात आल्यावर बाकीच्यांनी मनातल्या मनात सुस्कारे सोडले.

आणि 'तिला' आपल्यातून वगळून टाकलं.

***

थोडा वेळ गेला.

गाडीने वेग पकडल्यावर कूपेतलं वातावरण काहीसं सैलावलं.

अखिलाच्या शेजारी बसलेल्या बाईंनी जवळची छोटी बास्केट उघडून एक संत्रं तिच्यापुढे धरलं.

"घरी इतकी संत्री पडली होती. म्हटलं खराब होतील उगीचच. म्हणून बरोबरच घेतली शेवटी. मी प्रभादेवी. तुम्ही?"

प्रभादेवी.

आजींचं नाव होतं जानकीदेवी.

सगळ्यांत सुंदर, देखणी ती मार्गारेट.

आणि अखिला.

अखिलनंदेश्वरी.

दरवाजाशी मुटकुळं करून बसलेली ती त्रासिक, कोरड्या चेहऱ्याची गरीब, जेमतेम बाई. टी.सी. साठी ताटकळली होती. ते काम एकदाचं पार पडल्यावर ती सरळ उठून वरच्या बर्थवर चढली आणि पथारी पसरून झोपलीसुद्धा!

कूपेतल्या सगळ्यांनीच सुटकेचा निःश्वास सोडल्याचं अखिलाला जाणवलं. 'ती' स्वतःहून काही म्हणाली आणि आपल्याला बोलणं भाग पडलं तर? या शंकेची चुकचुकती पाल सरपटत वरच्या बर्थवर पसार झाली...

आता सगळ्या जणी मनसोक्त गप्पा मारायला मोकळ्या झाल्या होत्या. 'तिला' आपल्यात घ्यावं लागण्याचं संकट परस्परच टळलं होतं.

प्रभादेवींच्या बास्केटमधल्या संत्र्यांचा ताजा, उत्तेजक वास अख्ख्या कूपेमध्ये

दरवळला. अनोळखी औपचारिकपणाचा अडथळा त्या दरवळात विरून जाताना प्रत्येकीलाच जाणवत होता. सरसावून बसलेल्या प्रभादेवीने मार्गारिटशी गप्पा सुरू केल्या.

अखिला एव्हाना सैलावली होती. पायातले सॅण्डल्स काढून सीटखालच्या हॅण्डबॅगेत कडेला खोचल्यावर तिला आणखी बरं वाटलं. दुखणारे पाय थोडे लांबवून तिने बसल्या जागी चक्क मांडी घातली. खिडकीशी रेलून बसल्यावर गार वाऱ्याच्या झुळुकांनी ती सुखावली. धावत्या ट्रेनच्या वेगाने बाहेर आकाशातला चंद्रही धावताना दिसत होता.

"मी निघाले तेव्हा माझ्या नातवाने ही कॅडबरी दिलीय. म्हणाला, 'आजी, रात्री ट्रेनमध्ये खा..'–" जानकीदेवींनी कौतुकभरल्या चेहऱ्याने प्रसन्न हसत प्रत्येकीपुढे कॅडबरी धरली, "घ्या ना एक तुकडा."

चांदीच्या कागदात गुंडाळलेल्या किटकॅटचा एक तुकडा अखिलाने तोडून घेतला.

"पूर्वी कित्ती खायची मी चॉकलेट. आता नाहीच वाटत खावंसं"– मार्गारिटला किटकॅट नको होतं.

"मी पण नाही कधी खात," प्रभादेवी नकार देत म्हणाल्या. "पण माझा मुलगा? विचारू नका! सतरा वर्षांचा आहे, पण कॅडबरीचं नुसतं नाव काढलं तरी तीन वर्षांच्या मुलासारख्या उड्या मारतो अजून. प्रचंड आवडतं त्याला!"

एक स्वत:ला, एक अखिलाला असे दोन तुकडे तोडून उरलेलं किटकॅट चकचकत्या कागदात नीट गुंडाळून जानकीदेवींनी पर्समध्ये टाकलं.

अखिलाच्या नजरेसमोर मात्र प्रभादेवींचा मुलगा उभा राहिला.

सतरा वर्षांचा. तरुण, आकर्षक, पिळदार शरीराचा, बळकट बाहू आणि रुंद छातीचा!

अचानक ती चमकली. एकाएकी फुटलेली रक्तातली गरम उकळी निवून परत साय पसरावी, तशी ती पुन्हा थंड, शिळी होत गेली.

पंचेचाळीस वर्षांच्या आहोत आपण.

पंचेचाळीस.

'वेळेवारी सगळं झालं असतं, तर एव्हाना सतरा वर्षांचा मुलगा असता आपल्याला!'

"माझा नवरा त्याच्या कामासाठी इतक्यांदा परदेशात जातो ना. दरवेळी ही– एवढी चॉकलेटं आणतो." प्रभादेवींची टकळी एव्हाना सुरू झाली होती. "माझी मुलगी पण पूर्वी वेड्यासारखी चॉकलेटं खायची. पण चॉकलेट खाऊन चेहेऱ्यावर जास्ती मुरुमं उठतात हे लक्षात आल्यावर आता हातसुद्धा लावीत नाही. सारखी

आरशासमोर असते. गालावर एक तिळाएवढी पुळी दिसली तरी कोण थयथयाट! विचारू नये! आता ती बापाकडे हट्ट धरते, पण चॉकलेटचा नाही, मेकअपचा. बॉडीशॉप का कसल्याशा नावाच्या महागड्या दुकानातून तिला त्या परदेशी मेकअपच्या बाटल्या नि ट्युबा हव्या असतात आजकाल.''

''काय करतो तुमचा नवरा?'' जानकीआजींनी मध्येच मुद्द्याचा प्रश्न काढला.

''आमचा ज्वेलरीचा बिझनेस आहे,'' प्रभादेवी अचानक सावरून म्हणाली. ''आमचा म्हणजे त्याचा. माझ्या नवऱ्याचा. मी घरीच असते. हाऊसवाईफ!''

''मग त्यात काय बिघडलं? मी पण घरीच असते. हाऊसवाईफच!'' ठसक्याने खुलासा करत जानकीआजी मार्गारिटकडे वळल्या, ''आणि तुम्ही?''

''माझा नवरा एका शाळेचा मुख्याध्यापक आहे,'' मार्गारिट म्हणाली, ''मीही त्याच शाळेत केमिस्ट्री शिकवते.''

''दोघं एकाच ठिकाणी, एकाच शाळेत नोकरी करता, त्रास नाही होत?'' स्वत:च्याही नकळत अखिलाला प्रश्न पडला.

एकच पुरुष.

त्याच्याच बरोबर झोपायचं. रोज रात्री त्याच्याशीच शृंगार करायचा. कामही त्याच्याच बरोबर करायचं. रात्री नवराही तोच, दिवसा बॉसही तोच. प्रत्येक मिनिटाला, प्रत्येक सेकंदाला डोक्याशी डोकं. क्षणाची सुटका नाही. यातून काय होत असेल? प्रेम वाढत असेल? की वैतागानं डोकं उठत असेल? अखिलाला कोडं पडलं.

''भांडणं होतात का ग तुमच्यात?'' अचानक एकेरीवर आलेल्या प्रभादेवींच्या तोंडून प्रश्न सुटून गेल्यावर स्वत:चा भोचकपणा सावरून घेणं तिला भाग होतं. ''नाही म्हणजे, घरी, बाहेर कायम बरोबर असता तुम्ही दोघं, म्हणून विचारलं!''

''पहिल्यांदा व्हायची भांडणं. भांडणंच व्हायची फक्त. पण हळूहळू आम्ही शिकत गेलो. शहाणे झालो. आता वादाचा मुद्दा आला की, आधीच समजतं. मग दोघंही शांत राहतो. शाळेतलं टेन्शन घरी आणायचं नाही आणि घरच्या कटकटी शाळेत न्यायच्या नाहीत, असं ठरवल्यावर मग सोपं झालं बरंच आणि एक गंमत माहित्येय? आमची मुलगी पण आमच्याच शाळेत शिकते.'' मार्गारिट हसून सांगत होती.

''तुझा नवरा काय करतो?'' जानकीआजी आता अखिलाकडे वळल्या.

''नवरा? लग्न नाही झालेलं माझं?''

अखिलाच्या कोरड्या उत्तराने आजी एकदम चपापल्याच. हा प्रश्न आणि उत्तरानंतरचं हे असं चपापणं अखिलाला नवं नव्हतं.

''मी पंचेचाळीस वर्षांची आहे. लग्न झालेलं नाही. घरीच.. एकत्र कुटुंबातच राहते.'' पुढच्याही संभाव्य प्रश्नांची ठरलेली उत्तरं अखिलाने सरावाने देऊन टाकली.

काय बोलावं हे जानकीआजींना सुचेना.

तेवढ्यात मार्गारिटकडूनच उत्सुक प्रश्न आला.

"नोकरी करतेस?"

"हो. इन्कम टॅक्स डिपार्टमेंटमध्ये," अखिला म्हणाली.

"राग येणार नसेल तर एक विचारू? लग्न का नाही केलंस तू?" आता प्रभादेवींची भोचक उबळ चाळवली होती. "नाही म्हणजे, लग्न झालं नाही? की तुलाच नव्हतं करायचं?"

आता काय सांगावं?

खरं की खोटं?

अखिला जरा चाचरली.

पण अचानक तिला जाणवलं, काय हरकत आहे? खरं बोललं तर काय असं बिघडेल? या बायका ना नात्याच्या, ना ओळखी-पाळखीच्या! पुन्हा जन्मात कधी गाठभेट होणार नाही. यांना खरं ते सांगण्यात धोका शून्य! अविवाहित प्रौढ बायकांना स्वत:च्या घुसमटीबद्दल खरं सांगण्याची अशी संधी एरवी कुठे मिळते?

"लग्न करायचं नाही, असं काही मी ठरवलं नव्हतं." अखिला स्वच्छ, खरं बोलत म्हणाली, "पण माझे वडील लवकर वारले. मी मोठी मुलगी. शिवाय मिळवती. घरादाराची, आईच्या अर्ध्या संसाराची जबाबदारी घ्यावीच लागली. भावंडं मिळवती होऊन मार्गाला लागेतो माझं वय वाढलं. आता माझ्यासारख्या जून बाईशी लग्न?"

"असं काय बोलतेस? एवढं काही वय नाही उलटलं तुझं." जानकी आजींनी तेवढ्यात अखिलाची समजूत घातली, "तुला अजूनही भेटेलच की कुणीतरी! पेपरात 'वधू पाहिजे' म्हणून इतक्या जाहिराती देतात. त्यातले कित्येक पुरुष तिशी उलटलेले, चाळिशीचे सुद्धा असतात."

"खरं सांगू आजी? 'उर्वरित आयुष्यात साथ देणारी जीवनसाथी हवी,' अशी जाहिरात देतात ना, त्या पुरुषांना स्वयंपाकपाणी, धुणी-भांडी करायला एक हक्काची बाई हवी असते. ते कसलं लग्न? त्यापेक्षा अखिला आहे अशीच सुखात असेल, तर कुठे बिघडलं?" मार्गारिटने स्पष्टच विचारलं. पाच मिनिटं कुणीच काही बोललं नाही.

"बाकीचं जाऊ दे, पण तू सुखी आहेस ना?" प्रभादेवीने विचारलं.

"सुखी? तुम्ही कुणी आहात का सुखी?" अखिलाने फट्कन प्रश्न केला.

"तसं सांगणं अवघड, पण सुख शेवटी मानण्यावर तर असतं," वाऱ्यावर सुटलेल्या बटा कानामागे खोचत प्रौढ समजुतीच्या स्वरात प्रभादेवी म्हणाली, "सुख मानलं तर असतं, न मानलं तर कधीच नसतं. सुखाची ज्याची त्याची

व्याख्या पुन्हा निराळीच!''

"खरं सांगू का?'' अखिलाला आता मनापासून बोलावंसं वाटत होतं, "माझ्या दृष्टीनं लग्न झालं नाही म्हणून फारसं काही बिघडत नाही. लग्नापेक्षा संवाद, मैत्री महत्त्वाची! पुरुषाचा सहवास महत्त्वाचा! मलाही तो मिळाला तर हवा आहे. हवाच आहे.''

"पण खरा प्रॉब्लेम तो नाही. मी एकटी राहते याचा बाकीच्या लोकांना जो त्रास होतो तोच खरा प्रॉब्लेम आहे. जरा संधी मिळाली की, जो तो मला सुनावत असतो. 'एकट्या बाईचं जगणं मुश्कील! कसं निभावणार तुझं?' खरंच इतकं अवघड आहे का बाईचं एकटीनं जगणं? तुम्हाला काय वाटतं?''

"पण बाईनं मुळात एकटीने जगावंच का? पुरुषाशिवाय बाईला पूर्णत्व नाही. शिवाय प्रत्येक बाईच्या मागे चार तरी पुरुष कायम घोटाळत असतातच!'' चष्म्याच्या काचा पदराने पुसत जानकीआजी मुद्द्याचं बोलल्या.

"तुला नाही का भेटला एखादा पुरुष? ज्याच्याबरोबर लग्न करण्याची, आयुष्य घालवण्याची इच्छा व्हावी, असा कुणीच नाही आला वाट्याला?''

"भेटला होता एक.'' अखिलाच्या चेहेऱ्यावर एकाएकी बाहेरच्या धावत्या ढगांचा झाकोळ दाटून आला, "पण सगळं अर्ध्यावरच संपलं!''

"का?'' प्रभादेवीला आता स्वस्थ बसवेना, "का नाही केलंस त्याच्याशी लग्न?''

"जमण्यासारखं नव्हतंच ते. उगीच पाऊल पुढे टाकण्यात अर्थ नव्हता काही,'' अखिला म्हणाली, "आणि खरं सांगू? लग्नाचा विचार मी आता काढूनच टाकलाय मनातून. कोणी काही म्हटलं, तरी या जगात पुरुषाच्या आधाराशिवाय एकटी बाई जगू शकते, हे स्वत:च स्वत:ला पटवत असते मी हल्ली.''

"हे बघ अखिला, स्वत:वरचा विश्वास महत्त्वाचा!'', मार्गारिटच्या शब्दांतली मऊ माया सगळ्यांनाच जाणवली, "आपली उत्तरं, आपले मार्ग शेवटी आपल्यालाच शोधावे लागतात. कुणी कुणाला मदत करू शकत नाही. आधार देऊ शकत नाही.''

खूप वेळ गप्प बसणं, स्वत:ला रोखणं आता शक्य नाही हे लक्षात आल्यासारखी अखिला बोलत राहिली.

"आधी मी ठरवलं होतं, घरातल्या लोकांसमोर उसना आत्मविश्वास टिकवून धरू. सांगू त्यांना की, खूप बायका राहतात एकट्या. मी भेटलेय त्यांना. काही प्रॉब्लेम येत नाही. त्या जगू शकतात... एकट्या... पुरुषाच्या आधाराशिवाय; तर मला का नाही जमणार? जमेलच! मी राहीन एकटी! तसं सांगतही असे मी सर्वांना. अजून सांगते. पण मध्येच एका रात्री दचकून जागी झाले. भीतीने जीव जायची वेळ

आली होती. वाटलं, आपण मारे एकटीनं जगण्याची, हिमतीची डिंग मारतो. प्रत्यक्षात वेळ येईल तेव्हा कसं जमणार हे आपल्याला? एक दिवस कधी घराबाहेर राहिलो नाही. एखादी रात्रही एकटीने जगून पाहिली नाही. अख्खं आयुष्य एकटीने काढण्याची खात्री कशाच्या भरवशावर देतो आपण? पैसे कमावता येतात, पण एकटीचं घर एकटीनं चालवणं कसं जमणार? आजारी पडलो तर? कसं निभावणार? कुणाकडे मदत मागणार? आयुष्याला तोंड कसं देतात, ते कधी शिकणार मी? कशी शिकणार? हे सगळं कसं जमणार? मग वाटलं, एकट्या राहाणाऱ्या काही बायका मला खरंच भेटल्या तर त्यांना विचारता येईल. त्यांच्याकडून काही शिकता येईल. मग निर्णय करू. एकटं राहायचं की लग्न करणं भाग आहे हे वेळेवारी मान्य करायचं?''

प्रभादेवी आणि मार्गरिट एकमेकींकडे बघून सूचक हसल्या, ''अच्छा, म्हणजे हे सगळं तू आता आम्हाला विचारणार?''

''चेष्टा नका करू तिची''– जानकीदेवींनी दोघींना दटावलं, तशी त्या गप्प बसल्या. गंभीर झाल्या. जानकीदेवी अखिलाच्या आईच्या वयाच्या. मार्गरिट आणि प्रभादेवीही त्यांना मुलींसारख्याच. 'लेडीज कूपे' मधून प्रवास करणाऱ्या त्या चार अनोळखी स्त्रियांमध्ये अचानक एका नात्याचा जन्म झाला.

एक वृद्ध आई.

आणि तिच्या तीन मुली.

दोघी मिळून एकीला एकटी पाडू पाहताहेत हे लक्षात आल्यावर जानकीदेवींनी दोघींना दटावलं,

''ती काहीतरी महत्त्वाचं सांगतेय, कळत नाही तुम्हाला? हसता कसल्या?''

अखिला थोडी अडखळली.

म्हणाली, ''तुम्ही मला मदत करू शकाल की नाही, मलाही नाही सांगता येणार. पण तुम्हाला मनातून, खरं खरं काय वाटतं हे सांगाल तर बरं! बाई राहू शकते का एकटी? पुरुषाच्या आधाराशिवाय जगू शकते का?''

''तुला सल्ला हवाय का?''

''सल्ला नको. एवढंच फक्त सांगा की, तुम्हाला काय वाटतं? बाई राहू शकते एकटी?''

जानकीआजी कधीच्या अखिलाकडे एकटक पाहात होत्या. तिच्या कोऱ्या नजरेत काही सापडतं का, ते शोधत होत्या.

''हे बघ अखिला,'' उरलेल्या दोघींकडे बोट करत शेवटी त्या म्हणाल्या, ''तुझा प्रश्न आहे ना, तो तू या दोघींना विचार. दोघी तुझ्याच वयाच्या आहेत. त्यांना काय वाटतं, ते तुझ्या उपयोगाला येईल कदाचित. मी म्हातारी.

मी काय सांगणार? माझ्या लग्नाला आता चाळीस वर्षं उलटून गेली. सगळं आयुष्य पुरुषाच्या आधारानं गेलं. एकट्या बाईचे भोग काय असतात, ते मी कसं सांगणार?''

क्षणात शांतता पसरली.

कुणीच काही बोलेना.

अखिलाला अचानक एक अनोळखी ऊब जाणवली. आईच्या पोटातले गर्भ एकमेकांशेजारी असावेत, तसे धावत्या गाडीच्या पोटातल्या एका कोपऱ्यात हिंदकळणारे चार जीव. एका नाळेने जोडले गेलेले. बाहेरच्या जगात पाऊल टाकलं की, मागचं सगळं विसरलं जाणार. पुसलं जाणार. नष्ट होणार. उघड्या पडलेल्या मनातल्या गुपितांचे ओघळ दिसणार नाहीत कुणाला.

''हे बघ अखिला, मी चार भिंतींच्या आत जगणारी बाई. अक्कल म्हणशील तर उंबरठ्याच्या आतल्या संसारापुरती. तुला सल्ला देण्याइतकं शहाणपण माझ्याजवळ नाही. पण मी तुला माझी गोष्ट सांगू शकेन. मी... माझं लग्न.. त्या लग्नाचा मला उमगलेला अर्थ..'' जानकीआजी अचानक भूतकाळाच्या जंगलात शिरल्या. एकेक शब्द शोधत, मोजत, मापत बोलत राहिल्या.

''मी बाईच्या जन्माला आले. पण एकटीने, पुरुषाशिवाय जगतात ते कसं, हे मला ठाऊक नाही. प्रत्येक पावलावर माझ्या आधाराला पुरुष होतेच– पण वेगवेगळे. आधी माझे वडील, मग माझे भाऊ आणि पुढे निम्म्याहून अधिक आयुष्य माझा नवरा. नवरा माझ्या आधी मेला तर मला सांभाळणारा माझा मुलगा आहेच पुढे रांगेत. माझ्यासारख्या बायका नाजूक वेलींसारख्या जगायला शिकतात. जगतात. भक्कम झाड असतंच संगतीला. त्याच्या आधाराने, त्याला कवळून जगायचं. म्हणून स्वतःच झाडासारख्या वाढणाऱ्या बायका आम्हाला आवडत नाहीत. आम्ही त्यांच्याकडे कुत्सितपणाने पाहतो. त्यांच्या सरळसोट एकटेपणाची टिंगल करतो. कळतं ना, मी काय म्हणतेय ते?''

''कदाचित माझ्यावर जे संस्कार झाले, मी ज्या वातावरणात वाढले, त्यामुळे असेल. पण 'लग्न करणं' हीच बाईच्या आयुष्याची इतिकर्तव्यता असं मी मानलं. 'चांगली पत्नी' आणि 'उत्तम आई' होणं, हेच माझ्या आयुष्याचं एकमेव ध्येय आहे असं ठरवलं. बाईचं साम्राज्य उंबरठ्याच्या आतच असतं, यावर माझा विश्वास होता. मी जिवापाड झटून माझं साम्राज्य उभं केलं. कष्ट करकरून वाढवलं आणि डोळ्यांत तेल घालून ते राखलं आणि अचानक एक दिवस माझ्या तोंडाची चवच गेली. माझ्याच साम्राज्यात माझाच जीव घुसमटायला लागला. मला कशात रसच वाटेना. आयुष्यभर जे ध्येय मी उराशी बाळगलं, जी मूल्यं जपली, ते सगळंच निरर्थक आहे असं वाटायला लागलं. कसा कोण जाणे, पण संसार सुटला, आधार

संपला, तरी आपण एकटीने सहज जगू शकू, असा एक विचित्र विश्वास वाटायला लागला. मी एकटी पडले, एकटी उरले तरी माझं काही बिघडणार नाही... अडणार नाही... असा विश्वास वाटत होता अगदी परवापरवापर्यंत!''

'विश्वास वाटत होता?'

'होता म्हणजे?'

अखिला चमकली.

''एकटीने जगण्याचा विश्वास वाटत होता म्हणता. पण मग आज नाही तसं वाटत?'' तिनं उत्सुकतेनं विचारलं.

झोपायच्या तयारीत गढलेल्या जानकीआजींनी हवेने भरलेली उशी हलकीशी झटकली. त्या उशीवरचा ओळखीचा, सवयीचा स्पर्श एकाएकी जाणवल्यासारख्या त्या म्हणाल्या,

''खरं सांगू अखिला? आज ठरवलं तर मी एकटीच्या बळावर, कुणाच्याही आधाराशिवाय जगू शकते, हे खरं! पण गेली इतकी वर्षं माझा नवरा नसता माझ्याबरोबर, तर हे बळ मी कुठून कमावलं असतं?''

❀❀❀

२

मानेच्या उभारावर हलका स्पर्श करणारी मऊ पिसं.. गुबगुबीत गादी... उघड्या दंडाशी हुळहुळणारा रेशमी चादरीचा सुगंधी स्पर्श!

प्रत्येक रात्री पलंगावर ठरलेल्या बाजूला, ठरलेल्या तऱ्हेने मानेखाली कोपर घेऊन झोपणारी जानकी त्याच त्या सुखाच्या क्षणांच्या, त्याच त्या आठवणी चघळीत स्वस्थ पडून राही. बाथरूमच्या बंद दाराआडून येणारे झोपण्यापूर्वीचे आवाज– तेच– तसेच. त्याच क्रमाने गेली चाळीस वर्षं. जवळ जवळ रोज रात्री हेच सगळं, याच क्रमाने, असंच घडत आलेलं!

फ्लश केल्यावर बाथरूममधल्या पाण्याच्या टाकीचा धडधड आवाज. मग शॉवरमधनं धो धो पडणारं पाणी. तेवढंच कोमट. बरोबर बावन्न मग. तो होताच तसा. अति काटेकोर.

मग त्याचं ते ठराविक पद्धतीने अंगभर साबण चोपडणं. ल ल ला, ड ड डा, करीत काहीतरी गुणगुणणं. फेसाचे गोळे अंगभर थबाथबा थापून स्वत:ला घास-घास घासणं. तिच्या शरीरावर तुटून पडण्यापूर्वी स्वत:च्या शरीराचं मन:पूर्वक, साग्रसंगीत कोडकौतुक करणं..

असे खूप क्षण. खूप रात्री.

मग चिनीमातीच्या पांढऱ्या कपातल्या त्याच्या दातांच्या कवळ्या. कवळ्यांसकट उरलेसुरले खरे दात मन:पूर्वक घासणारा तो. त्याचं ते खळखळून चुळा भरणं, गुळण्या करणं, ल ल ला..., ड ड डा...

हे सगळे आवाज ऐकू येतायत.

खरंच 'तो' आहे आत बाथरुममध्ये की, आपले सवयीने होणारे भासच नुसते?

'त्या' रात्री जानकी स्वत:लाच विचारत होती.

तीस वर्षं झाली.. आपण त्याच्या खोलीत, त्याच्याबरोबर झोपतो आहोत.

तीस वर्षं?

***

जानकीचं प्रभाकरशी लग्न झालं, तेव्हा ती होती जेमतेम अठरा वर्षांची, आणि प्रभाकर सत्तावीसचा!

ठरवून, बघून-सवरून रीतसर लग्न झालं. पत्रिका बघितल्या गेल्या. त्या जुळल्यावर दोन्ही कुटुंबांनी एकमेकांविषयी बारीक चौकशा केल्या. शेवटी 'जानकी आणि प्रभाकर' जणू एकमेकांसाठीच जन्माला आले आहेत, असा निष्कर्ष परस्पर सहमतीने काढण्यात आला आणि काय चाललंय त्याचा जानकीला नीट उलगडा होण्याआधी लग्न झालंसुद्धा!

लग्नातून नक्की काय मिळतं हे जानकीला फारसं माहिती नव्हतंच. पण 'लग्न' हीच इतिकर्तव्यता यावर विश्वास बसावा असे संस्कार तिच्यावर झाले होतेच.

आपल्या मुलीला 'लग्नायोग्य' बनवण्यात जानकीच्या आईने, आत्यांनी कसली म्हणून कसूर ठेवली नव्हती. स्वयंपाकपाणी, निवडणं-टिपणं, कलाकुसर, शिवण, भरतकाम-विणकाम, उन्हाळ्याचे पापड, बेगमीची लोणची.. सारं सारं त्यांनी जानकीकडून घटवून घेतलं होतं. मुलगी सासरी गेली की काऽऽही अडायला नको.

याखेरीज लग्नात जे असतं, ते बायकांना आपोआप समजतंच. आपल्याला समजलं तसं समजेल तिचं तिला म्हणून आई, आत्या निर्धास्त होत्या. लग्न म्हणजे घर-गृहस्थी, स्वयंपाकपाणी. जानकीला बाकी काही ठाऊकच नव्हतं.

लग्नाच्या पहिल्या रात्री जानकीला जवळ ओढून प्रभाकरने आपले ओठ तिच्या ओठांत खुपसले. तेव्हा ती एकदम शहारलीच. हे काय भलतंच? लाज नव्हती वाटत.. पण जानकीला शिसारीच आली.

एका अनोळखी पुरुषाबरोबर दार बंद असलेल्या खोलीत एकटीने झोपण्याची कल्पनासुद्धा जानकीच्या मनाला कधी शिवली नव्हती. लग्नाआधी आपल्या न्हात्या-धुत्या लेकीवर तरुण पुरुषांची नुसती सावली पडली, तरी भुवया आक्रसून संशयाने पेटणाऱ्या घरातल्या बायका! आता मात्र म्हणतात, "जा 'त्याच्या' खोलीत. तो तुझ्या अंगाला हात लावील. तुझे कपडे काढील. त्याला करू दे काय करायचं ते. चालतं आता."

चालतं?

का ?

फक्त लग्न झालं म्हणून?

जानकीचा पुरता गोंधळ उडाला होता.

उदबत्तीचा उग्र धूर कोंडलेल्या 'त्या' खोलीत जाईजुईच्या फुलांनी सजवलेल्या पलंगावर तिला बसवीत तिच्या आत्या, काकवा म्हणाल्या,

"हे बघ, तो तुझा नवरा आहे. त्याला जे हवं ते द्यायचं. तो तुझ्या अंगाशी झटेल. घाबरू नको. त्याचा हक्कच आहे तो."

तो आला. तिच्या शेजारी झोपला.

तिचे दोन्ही हात उचलून आपल्या उघड्या छातीवर ठेवत म्हणाला, "एऽऽ ये ना कुशीतऽऽ"

-जानकीने डोळेच मिटले.

शी:! त्याच्या छातीवरचे केस किती राठ... घामट आहेत!- तिला ओकारीच आली.

पण तो वाट पाहायला तयार नव्हता. तिला आपल्याखाली ओढत त्याने दाढीचे खुंट वाढलेली आपली बोचरी हनुवटी तिच्या गळ्यावर रुतवली. तिला पुन्हा मळमळून आलं. शी:!! काय हे? हा काय म्हणून झोपतो माझ्यावर?

तो तिला जिकडे तिकडे स्पर्श करीत सुटला. त्याने तिला कवटाळली. कुरवाळली. बळजबरीने तिचे ओठ आपल्या ओठांनी कुस्करले.

-पण तिचं शरीर उमललं नाही ते नाहीच.

कड्याकुलपं घातल्यासारखी जानकी घट्ट मिटून गेली. तिच्यात शिरण्याची त्याची धडपड लुळीपांगळी होत, तडफडत थांबली. भुकावल्या जनावरासारखा तो निश्चेष्ट पडून राहिला.

दोन महिने उलटून गेले.

रोज रात्री हेच. एवढंच.

पुढे काहीच घडेना. चाळवलेली भूक शांत होईना.

तिला फुलवण्यासाठी, जिंकण्यासाठी प्रभाकर धडपडत राहिला. शेवटी शेवटी तर विनवण्या करून रडलासुद्धा. खुशामत करून, लाडीगोडी लावून थकला. पण जानकीचं शरीर पाघळलं नाही ते नाहीच. तीही एव्हाना व्याकुळली होती. तिला वाटे, एकदा काय ते घडावं. पण दरवेळी ऐन बिंदूशी पोचण्याआधीच तिच्या चेहेऱ्यावर वेदनांचा जाळ उठे. ती अशी कळवळली की, स्वत:चा अनावर वेग आवरून तो पटकन तिच्यावरून बाजूला होई. अपराधी भावनेने झुरणाऱ्या जानकीला शरीरापेक्षा मनाच्या वेदना असह्य होत. तिला वाटे, हा कशाला आपल्या दुखण्याकडे लक्ष देतो? बळजबरी करून घुसत का नाही आत?

ती घाबरली होती मनातून.

हे असंच होत राहिलं तर त्याला जे हवं ते सुख शोधायला तो घराबाहेर उकिरडे फुंकायला जाईल. मग आपलं काय? या लग्नाचं, संसाराचं काय?

शेवटी तिनं ठरवलं.

निर्धारच केला पक्का.

घशातली ओकारी रोखली... त्याच्या उघड्या, घामट शरीराच्या वासाची मळमळ गिळली. त्याचं कुरवाळणं, चुरणं, कुस्करणं सोसलं.. त्याच्या चुंबनांना ओझरता ओला प्रतिसाद दिला.. हात पसरून मिठी खोलली आणि पाय फाकवून त्याला आपल्या आत घेतला. वेदना उसळल्या, त्या क्षणी ओठांत दात घट्ट रोवले.

त्या रात्री तो सुखाने वेडा झाला. तिला मिठीत घेऊन कवटाळत, कुस्करत सुटला. ''तू माझी झालीस. माझी झालीस तू.'' म्हणून कितीतरी वेळ खुळावल्यासारखा तिचे मुकेच घेत राहिला.

जानकीनं हुश्श केलं.

सुख-सुख म्हणतात, ते शेवटी तिनं तिच्या नवऱ्याला दिलं होतं.

तिच्यादृष्टीने एकच गोष्ट महत्त्वाची होती, त्याची 'बायको' म्हणून असलेलं कर्तव्य पार पाडणं.

ते तिला जमलं होतं.

***

'त्या' रात्री ते दोघे एक झाले.

नंतरची प्रत्येक रात्र रंगत गेली.

हळूहळू जानकीलाही त्या खेळातली गंमत समजू लागली. शरीराचं सुख जाणवू लागलं. भूकही लागू लागली.

प्रभाकरचे ढगळे शर्ट घालून आतल्या उघड्या, धपापत्या शरीराने त्याच्याजवळ झोपणं, त्याच्या कपातला उष्टा चहा पिणं, त्याच्या जीभेची चव चोखणं, धावत्या पाण्याखाली प्रभाकरबरोबर नग्न आंघोळ करणं, इथेतिथे रुतणारे त्याच्या फाजील बोटांचे दुखरे स्पर्श भोगणं..

जानकी प्रभाकरमध्ये झिरपत, सामावत गेली.

एकाच गुबगुबीत टॉवेलमध्ये गुंडाळलेल्या दोन नग्न शरीरांची ओलीचिंब जादू त्यांच्या त्या बेडरूमने कित्येकदा अनुभवली.

त्याला वर्षं उलटली.

आपण प्रभाकरबरोबर शेवटची अंघोळ कधी केली? तो आपल्या हाताला धरून बाथरूममध्ये ओढून नेत असे. त्याचा तो धसमुसळा रांगडेपणा कधी थंडावला?

आपल्या पहिल्या बाळंतपणाधीच की, त्यानंतर?

लग्नाला इतकी वर्षं उलटल्यावर अंघोळ ही एक रोजची कटकटच होऊन बसते खरं तर. इलाज नाही म्हणून उरकायची. ओल्या शरीरातली ती गंमत कधी वाळून, करपून जाते कळतच नाही.

पायावरची गोधडी छातीशी ओढत थकलेली जानकी कूस बदलून पडून राहिली. खूप वेळ झोप आली नाही ती नाहीच.

***

अशा किती रात्री.

जागून काढलेल्या.

कधीतरी उशिराने प्रभाकर झोपायला येई. त्याच्या ठरल्या जागेवर त्यानं अंग टाकलं की, पलंगाची कुरकुर आणि धुवट चादरीचा खसपसाट जानकीच्या सवयीचा झाला होता. दोघांच्या मध्ये सीमारेषा आखल्यासारखी पलंगाच्या मधोमध स्वत:च्या मर्यादेत तो स्वत:ला बरोबर बसवी... हे सगळं आवरून-सावरून संथ लयीत त्याचा श्वासोच्छ्श्वास सुरू झाला की, मग कधीतरी सवयीने जानकीच्या डोळ्यांवर पेंग येई. पहिल्यांदा दोघे एका ब्लँकेटमध्ये गुरगुटून झोपत; पण अंगाखालची चादर चुरलेली आणि ब्लँकेटचा पायाशी गोळा झालेला जानकीला आवडत नाही हे लक्षात आल्यावर प्रभाकरने स्वत:पुरतं वेगळं ब्लँकेट वापरायला सुरुवात केली होती. रात्री तो जरा चुळबुळे. कुशी बदलून पाही. जानकी स्वस्थ झोपलेली असे. सकाळी उठले की, दोघे आपापले. जणू पुन्हा दोघांची रात्र वेगवेगळ्या खोल्यांमध्ये सरली. वेगवेगळ्या पलंगांवर!

काही वेळा झोपण्याआधी गप्पा होत. विषय जो येईल तो. सापडेल तो. मुलाच्या खोड्या. शेजारपाजारच्या लोकांच्या तक्रारी. एखाद्या रात्री चुकूनमाकून बघितलेला एखादा सिनेमा किंवा मग भूतकाळात घडून गेलेल्या, मनाला लागून राहिलेल्या घटनाप्रसंगांच्या बोचऱ्या आठवणी. या आठवणी बहुतेकदा जानकीलाच येत. प्रभाकरला त्यातलं काही आठवतसुद्धा नसे. पण ते 'आठवणं' महत्त्वाचं नव्हतंच. दोघांमधल्या संवादाला एक 'निमित्त' फक्त, ते मिळे.

एखाद्या रात्री प्रभाकरचं शरीर जागं होई. त्याला भूक लागली की, प्रभाकरला राहवत नसे. मग तो कुशीवर वळून जानकीला स्वत:जवळ ओढून घेई. ओळखीच्या शरीरावरल्या सवयीच्या वाटा शोधत, धुंडाळत राही. क्वचित तिलाही बहर आला, तर जानकी त्याच्या स्पर्शाला प्रतिसाद देई. त्याला स्वत:मध्ये ओढून, सामावून घेत तृप्त होई. पण बहुतेकदा तिला नकोच वाटे. मग जे होईल ते घडू द्यायचं. ओठ मिटून सोसत राहायचं. झालं की, काहीच न झाल्यासारखे दोघे पुन्हा वेगवेगळे

होत. आपापल्या उशांवर वेगवेगळे झोपून जात.

चाळीस वर्षांनंतर आता सगळ्याच वाटा रुळलेल्या, मळलेल्या झाल्या होत्या. अनोळखीपणाची अधीर गंमत कुठली उरायला? एकमेकांबरोबर राहून राहून 'सवय' मात्र झाली होती. मैत्रीचे धागे होते. प्रेमही होतं अधूनमधून. जगणं कसं सरळसोट..

एका रेषेत आखल्यासारखं!

विमा कंपन्यांच्या जाहिरातीतलं म्हातारं जोडपं.

विम्याची अमकीतमकी पॉलिसी घ्या आणि निवृत्तीची वर्षं सुखात घालवा. कुत्र्याला घेऊन संध्याकाळी फिरायला जा. नातवंडांबरोबर वाळूचे किल्ले बांधा. हिरव्यागार शहाळ्यात स्ट्रॉ खुपसून एकमेकांबरोबर मजेत घुटके घ्या.

बास्!

जाहिरातीचा सगळा ऐवज एवढाच!

बाकी काही नाही.

भरधाव धावणाऱ्या बाइकवरून वेगात निघालेल्या जोडप्याचा जोश नाही... डोंगरउतारावरून खाली घसरत येण्याचा थरार नाही.

गपगुमान आपापलं हॉर्लिक्स प्या आणि योग्य वयात, योग्य कंपनीकडून विम्याची योग्य पॉलिसी उतरवल्याचे सगळे फायदे सुखाने भोगा.

या विमा कंपन्या प्रत्येकाच्या म्हातारपणाची ही अशी वेटिंगरूम का करून टाकतात? मरण येत नाही तोवर सुखाने जगणं, म्हणजेच फक्त म्हातारपण? जानकीला नेहमी राग येई. कुठल्याही विमा कंपनीची जाहिरात आली रे आली की ती वैतागून टी.व्ही.चे चॅनलच बदलून टाकी.

पण त्या दोघांच्या जगण्यात तरी दुसरं काय उरलं होतं? टी. व्ही. च्या जाहिरातींमधून आयडिया ढापल्यासारखीच जगत ती दोघं. एखादा विनोद- मग दोघांनी खळखळून हसणं. जुन्या फोटोंचे अल्बम काढून तासन्तास चाळत बसणं. सवयीनं रुळलेलं, मुरलेलं. 'मैत्री' म्हणावी इतकं पिकलेलं प्रेम करणं. तेच तर होतं सगळं. क्षितिजावर टेकलेल्या ढगांच्या म्हाताऱ्या पुंजक्यात मध्येच इंद्रधनुष्याची कमान दिसावी तसं..

***

पलंगाशेजारच्या टेबलावरून जानकीने पाण्याचा ग्लास घेतला. किती वाजले असतील?

गेली दहा वर्षं रोज रात्री प्रभाकर तिच्यासाठी एक ट्रायकाची गोळी काढून ठेवी आणि शेजारी पाण्याचा ग्लास. त्याने दिलेली गोळी निमूट गिळताना, आपल्याला गोळी घेतल्याखेरीज झोप येत नाही याचं जानकीला फारसं वाईट वाटत नसे.

तपासून झाल्यावर हॉस्पिटलच्या हिरव्या चादरीने जानकीच्या उघड्या मांड्या झाकत डॉक्टर म्हणाले होते, ''काही झालेलं नाही तुम्हांला. अजिबात काळजी करू नका. यू आर ॲब्सलूटली ऑलराईट..'' पुढे लगेच खांदे उडवत ते म्हणाले, ''झोपेचं ना? या वयात होतोच तो त्रास. वय झाल्यावर झोप कमीच होते नाहीतरी..''

वय झाल्यावर?

तिचं झालंच होतं वय!

पण प्रभाकर?

तो तर वय झाल्यावरसुद्धा रोज रात्री ढाराढूर झोपत होताच की! अगदी शोन्या-मोन्या, बबलू-टबलू बाळासारखा!

जानकी आणि प्रभाकरचं लग्न जेमतेम सात-आठ महिन्यांचं नवंकोरं असताना प्रेम करायच्या वेगवेगळ्या पद्धती शोधण्याचा दोघांना भारी उत्साह होता. लाडात आले की, दोघं एकमेकांशी बोबडं बोबडं, बालिश बोलत.

गु गु.. जु जु मानी... त्याच्या कुशीत डोकं घुसळत तिने अशी किलबिल केली की, मग तोही तिच्या कानाच्या पाळीचा हलका चावा घेत तसाच प्रतिसाद देई. म्हटलं तर निरर्थक बडबड.. पण त्यातला अर्थ फक्त त्या दोघांनाच उमजे.

जानकीला दिवस गेले.

ते कळलं तेव्हा तिच्या शरीरात काहीतरी चित्रविचित्र घडत होतं. तिला अचानक तंबाखूची चव आवडायला लागली. प्रभाकरने अर्धवट विझवून ॲश ट्रे मध्ये टाकलेल्या सिगरेटस्च्या थोटकांचे चोरून झुरके घेतानाची नशाही अजबच होती. त्या उग्र झटक्याने जानकी वेडावली.

पण प्रभाकरचा स्पर्श मात्र तिला नकोसा झाला. रात्री जवळ येत त्याने अंगावर हात टाकला की, कसल्यातरी शिसारीने जानकी त्याला झटकून टाकू लागली. आपल्या या वागण्याचा अर्थ तिला स्वत:लाच कळेना. डॉक्टर हसत म्हणाले, ''गरोदरपणात होतं असं. हार्मोन्सच्या लेव्हल्सचा दोष आहे तो. तुमचा नाही.''

हळूहळू पोटातलं बाळ आतून ढुशा द्यायला लागलं आणि तिची शिसारी पळून गेली. जानकी पुन्हा प्रभाकरच्या प्रेमात आली. त्याचे केस विस्कटत त्याच्याशी जास्तच लाडंलाडं बोलायला लागली. येणाऱ्या बाळासाठी अंगडी, टोपडी, दुपटी शिवायला लागली... आणि जगभरातल्या सगळ्याच होऊ घातलेल्या बापांसारखाच प्रभाकरही जानकीच्या टपोरलेल्या पोटाला कान लावून आतले आवाज ऐकण्यासाठी धडपडू लागला.

दोघांच्या संसारात तिसरं माणूस- त्यांचं बाळ आल्यावर तर दोघांची धांदलच उडाली. वेडेवाकडे चेहरे करून, तऱ्हेतऱ्हेचे आवाज काढून, किल्ली दिल्यावर

गळ्यात अडकवलेला ढोल वाजवणाऱ्या प्लॅस्टिकच्या माकडाचे खेळ करून बाळाला हसवण्यासाठी दोघं धडपडू लागले. त्यांच्या घरात छोट्या-मोठ्या खेळण्यांचा खच पडला.

जानकी आणि प्रभाकरचं आयुष्यच बदललं.

बिछान्यातलं दोघांचं खाजगी बोलणंही पूर्वीसारखं उरलं नाही.

'बाळाने शू केलीय.. नॅपी बदलली का? आवाज कसला?- बाळ रडलं का? पांघरूण बघ नीट आहे नं?...'

पूर्वी प्रभाकर आणि जानकी दोघे मिळून लोकप्रिय मासिकांमधल्या प्रश्नावल्या हौसेने सोडवीत.

-तुम्ही तुमच्या जोडीदाराला किती समजून घेता?

-इज युवर मॅरेज स्टिल रोमॅन्टिक?

दहा प्रश्नांचे पर्याय निवडले की उत्तर तयार!

-पण आता असल्या प्रश्नांमध्ये जानकी आणि प्रभाकरला रस उरला नाही. त्याऐवजी बाळाची शारीरिक आणि बौद्धिक वाढ जोखून देणाऱ्या प्रश्नावल्यांमध्ये ते डोकं घालून बसू लागले.

-तुम्ही आदर्श पालक आहात का?

-तुमचं बाळ उत्साही, आनंदी आणि निरोगी आहे का?

असल्या प्रश्नांची उत्तर देणाऱ्या चौकटी त्यांच्या बुद्धीला खाद्य पुरवू लागल्या.

दोघांचा एकांत पार व्यापून टाकणाऱ्या बाळाबद्दल त्यांची नाराजी नव्हतीच, उलट आपला जास्तीत-जास्त वेळ बाळाला देता यावा म्हणून त्यांची धडपड सुरू झाली. त्या वाढत्या मुलामध्ये दोघे आपापली प्रतिमा पाहू लागले. स्वत:च्या वैवाहिक आयुष्याची सार्थकता त्यांना जाणवू लागली. शाळेतल्या टेनिस मॅचमध्ये प्रतिस्पर्ध्याला हरवून त्यांच्या बाळाने पहिला चांदीचा कप घरी आणला, तेव्हा तर प्रभाकर आणि जानकीला आकाश ठेंगणं झालं. एकमेकांना न्याहाळणाऱ्या दोघांच्या नजरांमधून ओतप्रोत अभिमान ओसंडत होता.

कॉर्नफ्लेक्स आणि दूध, ब्रेड आणि बटर, उकडलेली अंडी आणि मल्टीव्हिटॅमिन्सच्या खुराकावर वाढवलेला त्यांचा मुलगा झरझर मोठा होत होता. रिपोर्ट कार्ड, बॅण्डएडच्या पट्ट्या, उन्हाळ्याच्या सुटीतला धिंगाणा, वाढदिवसाच्या पार्ट्या... प्रभाकर आणि जानकीचं आयुष्य नुसतं गजबजून गेलं. समाधानी.. तृप्त झालं.

शहरातल्या हरेक पार्टीमध्ये प्रभाकर आणि जानकी हे अगदी 'आदर्श जोडपं' होतं. गप्पाटप्पा, खाण्यापिण्यातून लक्ष उडून जानकी कंटाळली, तिच्या मनात निघण्याचा विचार आला की, तत्क्षणी प्रभाकर उठून उभा राही आणि अख्खी संध्याकाळभर हातात रेंगाळलेला व्हिस्की किंवा रमचा ग्लास टेबलावर ठेवून

मित्रांचे निरोप घ्यायला लागे. जानकीचं टाटा-बाय-बाय चालू असताना तोही आपल्या मित्रांशी निरोपाचे हात मिळवायला लागला की, पार्टीतले सगळे पुरुष एकमेकांशी डोळे मिचकावून सूचक हसत.

रस्त्यातली वाहनं आणि झिंगलेले दारूडे चुकवत जानकी आणि प्रभाकर घरी येत, तेव्हा घड्याळाचा काटा साडेदहाच्या आतच असे. प्रभाकर स्कूटर लावेपर्यंत जानकी पर्समधल्या किल्ल्या काढून दार उघडून घरातला दिवा लावी. घरात पाऊल टाकताक्षणी दोघे पहिल्यांदा धाव घेत ते मुलाच्या खोलीत. त्याला उठवून गरम दुधाचा ग्लास त्याच्या ओठाला लावीतो जानकीला चैन पडत नसे.

पेंगुळलेली जानकी बिछान्याला पाठ लावितो पूर्ण गळून जाई, तरी शेजारी झोपलेल्या प्रभाकरचा हात आपल्या कमरेभोवती वेढलेला तिला हवासा वाटे. दिवसभराच्या दगदगीने ओढलेला पण संथ सुस्कारा टाकून त्याही अवस्थेत न विसरता रोजची प्रार्थना मन:पूर्वक म्हटल्याशिवाय जानकी झोपत नसे. ती एव्हाना प्रभाकरच्या संसारात पूर्ण विरघळून गेली होती. आरशात बघणंही विसरली होती. मानेखालच्या सैलावल्या त्वचेला पडलेली सुरकुती, पार गळून गेलेला छातीचा उभार, बेढब वळ्यांनी सुरकुतलेलं सैल पोट.. सगळं 'दिसत' होतं तिला. दिवसाउजेडी जाणवतही होतं, पण प्रभाकरच्या कुशीत या सगळ्याचा विसर पाडणारी एक बेदरकार निश्चिंतता होती.

अजून वय झालं नव्हतं ना तिचं!

***

वाढत्या वयाची उतरती सावली जानकीच्या आयुष्यात सरपटत आली ती कधी? कमरेभोवती वेढलेला प्रभाकरचा हात पहिल्यांदा नकोसा वाटला, त्या दिवशी? की, एरवी सवय झालेल्या प्रभाकरच्या गडगडाटी हसण्याची पहिल्यांदा तिडीक गेली, त्या दिवशी?

की, सहा फूट ताडमाड वाढलेल्या, रुंद खांद्याच्या सिद्धार्थला– त्याच्या मुलाला प्रभाकरने लगाम घालण्याचा प्रयत्न चालवला होता, त्या संध्याकाळी?

सिद्धार्थला बूट घेण्यासाठी म्हणून त्या संध्याकाळी तिघे बाहेर पडले होते. प्रभाकरचं एकच टुमणं होतं– चांगल्या मऊ चामड्याचे; पायांना नीट बसणारे साधे बूट घे. तो सिद्धार्थच्या मागेच लागला होता. प्रभाकरने निवडलेल्या बुटाच्या प्रत्येक 'म्हाताऱ्या' जोडीबरोबर खट्टू होणारा सिद्धार्थचा चेहरा जानकी पाहात होती. सिद्धार्थ शेवटी वैतागून म्हणाला, "मला नको हे बूट.. असले नको... नाही आवडले."

प्रभाकरचा पारा एकदम चढला. रागावून हात उडवत तो फणकारला, "हे नको तर मग कुठले हवेत? चार दुकानं फिरून झाली तरी तुला बुटाची एक जोडी

निवडता येत नाही म्हणजे काय? हे कसले फालतू नखरे? स्वत:च्या आवडीची एक वस्तू निवडण्याची अक्कल नाही तुला?''

जानकीची शीर सणकली.

संयम संपला.

''तुम्ही कशाला फणकारला त्याच्यावर? त्याला घेऊ दे ना त्याच्या पसंतीची वस्तू. मुळात आपण यायलाच नको होतं त्याच्याबरोबर बाजारात. आता लहान का आहे सिद्धार्थ?'

-ती उसळली.

तिच्या या अपरिचित उसळण्याने प्रभाकर चमकलाच.

''अग, पण मी मदत करतोय त्याला.''

''याला मदत म्हणतात? ही मदत नव्हे, तुम्हाला आपल्या ताब्यात ठेवायचंय सिद्धार्थला. प्रत्येकाने तुमच्या म्हणण्याप्रमाणेच वागावं असा हट्टच असतो तुमचा. मला का ठाऊक नाही? सिद्धार्थ तरुण आहे. तो कशाला ऐकेल?'' दुकानातल्या गर्दीची पर्वा न करता जानकीनं नवऱ्याला फटकारलं.

''जानूऽऽ काय झालं?'' प्रभाकरने चमकून विचारलं, ''तब्येत ठीकेय ना तुझी?''

''जाऊ दे! किती सांगितलं तरी काय उपयोग?'' प्रभाकरकडे लक्षही न देता जानकी थेट दुकानाबाहेरच पडली.

त्या संध्याकाळी वाटलं का पहिल्यांदा की, वय झालं?

की आधी काही न सांगता, न विचारता सिद्धार्थ आपल्या सहा मित्रांना जेवायला घेऊन आला, त्या दुपारी?

एवढ्या जणांना आता काय वाढायचं या विचाराने मनातल्या मनात धास्तावलेली जानकी, वरवर हसून मुलाच्या मित्रांचं स्वागत करायला दारात अवघडून उभी होती. जेमतेम चौघांना पुरेल एवढाच स्वयंपाक घरात तयार होता. दहा-पंधरा मिनिटांत काय काय शिजवता येईल याचा विचार करीत जानकी घाईघाईने स्वयंपाकघरात घुसली, तर गॅसच पेटेना.

सिलेंडर संपला.

गॅसवाल्याला फोन करून दुसरा सिलेंडर वेळेत आणून घ्यायलासुद्धा आपण विसरलो आहोत, हे लक्षात आल्यावर जानकीच्या पोटात गोळाच उठला. शेवटी जानकीने जुनापाना स्टोव्ह पुढे ओढला. भसाभस पंप मारायला सुरुवात केली. पण काही केल्या स्टोव्ह पेटेना. भिजवलेले तांदूळ आणि चिरलेल्या भाज्यांकडे हतबलतेने बघणाऱ्या जानकीला शेवटी सारं असह्य होऊन रडू फुटलं. आता काय करायचं? सिद्धार्थचे मित्र काय म्हणतील?

बऱ्याच उशिराने प्रभाकर जेवायला घरी आला. स्वयंपाकघरात धुसफुसत काम करणारी जानकी आणि जणू काहीच झालं नाही, काहीच चुकलं नाही अशा थाटात डायनिंग टेबलाभोवती बसून चकाट्या पिटणारं सिद्धार्थच्या मित्रांचं टोळकं. स्वयंपाकघरातली धुसफूस हॉलमध्ये ठेवलेल्या टी. व्ही. तल्या एखाद्या सिरियलमधूनच गळत असावी अशा त्रयस्थपणे कानाआड करत मुलांची मज्जा सुरू होती.

वय झाल्याची, सारा खेळ संपत आल्याची जाणीव.

लाडक्या लेकाच्या नजरेतलं प्रेम मावळून तिथे फुललेला संताप, त्रागा पहिल्यांदा दिसला, तेव्हा जानकीला जाणवलं का वय झाल्याचं?

की पाळी आल्याची तारीख लक्षात राहावी म्हणून कॅलेंडरवर खूण करून ठेवण्याची जरूर उरली नाही त्या दिवशी?

दर महिन्याला तिला लागणाऱ्या तीस गोळ्यांचं पाकीट आणायला डॉक्टरांची चिठ्ठी घेऊन प्रभाकर नेमाने दुकानात जायला लागला, तेव्हा तर उठलीच कळ.

आता झालं आपलं वय!

सप्टेंबर. एप्रिल. जून आणि नोव्हेंबर.

महिन्याचे तीस दिवस.

"आणि उरलेल्या महिन्यांचं कसं करायचं?" - जानकीनं काळजीनं विचारलं. पण प्रभाकर तसा पहिल्यापासून नेटकाच.

कुठल्या महिन्यात एकतीस दिवस, कुठल्यात अठ्ठावीस आणि कधी एकोणतीस याचा हिशेब त्याच्या पक्का आठवणीत असे. दर महिन्याला आवश्यक तेवढ्या गोळ्यांची चिठ्ठी तो डॉक्टरांकडून आणी.

जानकीचं वय झालं.

पण मग प्रभाकरचं काय?

या इतक्या वर्षांत त्याचं काय झालं?

***

पुरुषांचं कुठं काय होतं?

त्यांच्यात फार काही बदलत नाही. प्रत्येक स्त्रीला वाटतंच, पुरुष जसा असतो तसाच राहतो.

कुणाकुणाला टक्कल पडतं, डोळ्यांतली चमक थोडी मंदावते; पण बाहेर जाताना बायकोने दाराला लावलेलं कुलूप एकदा ओढून खात्री करून बघण्याची सवय नाही म्हणजे नाहीच जात.

प्रभाकरही काही फार वेगळा नव्हता.

आयुष्यभर नीट चाललेल्या हृदयाने थोडी कुरकुर करायला सुरुवात केल्यावर

तो जरा मंदावला; पण नवरा, बाप आणि घर चालवणाऱ्या कर्त्या पुरुषाची भूमिका (आणि अधिकार) त्याने कधीही, जराही नजरेआड केली नाही.

वाढत्या वयाने जानकीची चिडचिड वाढवली होती, पण प्रभाकरचं आपल्यावरचं प्रेम उणावलं आहे असं तिला चुकूनसुद्धा कधी जाणवलं नाही. तो कायम तिला समजून घेत राहिला. सतत समजून घेणाऱ्या माणसाला त्रास होतोच...

प्रभाकरला फारसा त्रास झाला नाही, कारण पातिव्रत्य निभावण्यासाठी जानकीही आपल्या परीने धडपडत होतीच. पत्नी आणि आई म्हणून आपली जबाबदारी आयुष्यभर पार पाडणारी जानकी - वय वाढल्यावर थोडी हळवी झाली होती, इतकंच!

"आपल्याइतकं भाग्यवान जोडपं दुसरं कुठलं असेल का, सांग बरं! सिद्धार्थ नीट रांगेला लागलाय. आपल्या दोघांच्या तब्येती ठणठणीत आहेत. गाठीला पुरेसा पैसा आहे. डोक्यावर स्वत:च्या मालकीचं छप्पर आहे. लग्नाला चाळीस वर्षं झाल्यावर याहून आणखी काय हवं?" प्रभाकर कधीकधी तृप्त मनाने जानकीला बोलून दाखवी.

एवढं सगळं होतंच त्यांच्याजवळ! शिवाय जानकीला 'तो' शब्द अजिबात पसंत नसला, तरी आठ-पंधरा दिवसांनी दोघं सेक्ससुद्धा करतच.

लग्न करून जीवन व्यर्थच गेल्याचा काटा टोचणारं एक 'बायकी मन' जानकीच्याही मनात होतंच. ते फारच टोचायला लागलं की, जानकी स्वत:शीच म्हणे,

"कशाला उगीच कुरकुर? काय कमी आहे तुला? या वयात आपल्या आई-बाबांचं जगणंच संपलं होतं. दोघं खात-पित-झोपत एवढंच! बाकी काय अर्थ उरला होता त्यांच्या आयुष्याला? त्यांच्यापेक्षा मी आणि प्रभाकर निश्चितच सुखी आहोत."

- तिने असा एक टप्पू हाणला की, विवाहसंस्थेची चिरफाड करायला सोकावलेलं जानकीचं मन मुकाट गप्प बसे.

इतक्या वर्षांच्या संसारानंतर जानकी आणि प्रभाकरमध्ये एक चिवट, घट्टमुट्ट बंध तयार झाला होता. त्या बंधाचं रसायन नेमकं काय? हे जानकीला शोधून सापडत नसे. काय म्हणायचं त्याला? -प्रेम? स्नेह? माया? मैत्री? का इतकी वर्षं एकाच बिछान्यावर झोपणाऱ्या, एक मूल आणि एक अख्खं आयुष्य 'शेअर' करणाऱ्या दोघांना झालेली परस्परांची सवय?

नेमकं काय? ते जानकीला उमगत नसे. पण आपल्या दोघांमध्ये जे काही आहे; ते आपल्या मुला-सुनेत नाही, याची मात्र तिला पक्की खात्री होती.

जानकीला आपल्या सुनेची दया येई. तिला वाटे, लहानपणी आपण सिद्धार्थची

समजूत घालायचो तसं त्याला जवळ घेऊन विचारावं, 'बाबा रे, का असा विचित्र वागतोस तिच्याशी? तू असाच अलिप्त, निर्विकार राहिलास तर एक दिवस ती निघून जाईल. सतत का तुझा चेहेरा आंबट? का तुझ्या कपाळाला इतक्या आठ्या? तुझे वडील कधी असे वागलेले पाहिलेस का माझ्याशी? सांग बरं? कुणाकडून शिकलास रे हे असं विचित्र, आडमुठं वागणं?'

- एके दिवशी अचानक जानकी चमकली.

सिद्धार्थच्या डोक्यावर आपणच तर नाही ना हात ठेवला?

त्याच्या स्वभावात स्वार्थी संकुचितपणाचा, अलिप्त, आडमुठ्या वागण्याचा रंग कालवणारे, आईचेच जीन्स! नक्की!!

दुसऱ्या कुणाला दोष देणार?

घरी मित्रमंडळी जेवायला असली, पाहुणे आले की जानकी स्वयंपाकघरात बुडून जाई आणि तिच्या मागे मागे सावलीसारखा प्रभाकर. त्याला स्वयंपाकात मदत करायची असे. जानकी एकटी पडलेली क्षणभरसुद्धा आवडत नसे. मग आपल्या रमच्या ग्लासात सोडा आणि बर्फ टाकत तो स्वयंपाकघरातच रेंगाळत राही. जानकी म्हणे, 'तुम्ही व्हा नं पुढे! एवढं आवरून मी आलेच गप्पा मारायला.''

पण प्रभाकर तसाच, तिथेच, तिच्याभोवती घोटाळत राही. कधी अगदीच जवळचे मित्र किंवा जानकीचा लाडका भाचा जेवायला असले की, जानकी मन लावून स्वयंपाक करताना दिसे.

मग पाहुण्यांची नजर चुकवून तिच्या खांद्यावरून कानाशी झुकत प्रभाकर कुजबुजून विचारी,

''खूष?''

- तिला खरंच खूप छान वाटे.

तृप्त वाटे.

जानकीने रोज रात्रीची गोळी जिभेवर ठेवली आणि सवयीने मोठ्ठा पाण्याचा घोट घेतला. पलंगाशेजारचा दिवा बंद करून देवाचं नाव घेत पाठ टेकली.

या नव्या खोलीत तिला विचित्रच वाटत होतं.

अनोळखी, परकं आणि अस्वस्थ.

सकाळीच जानकी आणि प्रभाकर मद्रासहून सिद्धार्थच्या घरी पोचले होते. आठवडाभर त्याच्याकडे मुक्काम होता.

आठवडाभर?

या असल्या खोलीत?

- जानकीला वाटलं, कठीणच आहे एकूण!

चकचकीत मासिकांमधल्या रंगीबेरंगी जाहिरातींत असतो तसला भपकेबाज पलंग, चोहोबाजूंनी झालर लावलेली गुबगुबीत गादी, फुलाफुलांची नटवी बेडशीट, भडक गुलाबी रंगाच्या उशा...अगदी सॅटीनच्या कव्हरमधल्या दुलईलासुद्धा गुलाबी रंगाची कडा शिवली होती. पलंगाशेजारच्या टेबलावरचा दिवा म्हणजे मातीच्या मडक्यावर झुकलेलं भडक गुलाबाचं फूलच होतं.

जानकीला कसंसंच झालं. श्वासच कोंडला.

या खोलीत जानकीची बॅग ठेवताना सकाळी तिची सून - जया लाडेलाडे म्हणाली होती, ''आम्ही ना या रूमला आमची 'पिंक रूम' म्हणतो. सुचीची रूम आहे ना, म्हणून इथलं सगळं फर्निचर, कलर, चादरी-उशा सगळं मुद्दाम गुलाबी केलंय. तुम्ही येणार म्हणून कालच मी ही रूम आवरली. सुचीचा सगळा पसारा, तिची खेळणी सगळं आवरून ठेवलंय. आता नाही ना वाटत मुलांची खोली?''

जयाचा हा बालिश, अवखळ उत्साह पाहिला की, जानकीची शीर सणकत असे. तिला आपली सून कधीच मनापासून आवडली नाही. पण जानकीनं पक्कं ठरवलंच होतं, गप्प राहायचं. आपला तोल जाता कामा नये.

खरं तर वय वाढलं की, हे शहाणपण येतंच आपोआप.

आपण आपलं शांत राहावं. प्रसन्न राहावं. तरुण पोरापोरींना कित्ती रागालोभाच्या उकळ्या फुटल्या तरी फुटू द्याव्या. आपला संयम सुटता कामा नये. तोल जाता कामा नये. सिद्धार्थचं लग्न झालं, त्याच्याही कितीतरी आधी जानकीने निश्चयच केला होता स्वत:च्या मनाशी!

जानकीला एकदम तिच्या सोशीक आईची आठवण आली. अखेरच्या दिवसांतला तिचा शांत, प्रसन्नपणा कुणी समजूनच घेतला नाही. उलट सगळी भावंडं कायम तिची टिंगल करत. आई सतत दुखावलेली असे. कधी कधी एकटीच रडताना दिसे. शेवटी शेवटी तर तिची पारच रया गेली होती. आईसारखी आपली अवस्था कधीही होता कामा नये, आपण अजिबात शांत बसायचं नाही, मुकाट सोसत राहायचं नाही असा जानकीने तेव्हाच निश्चय केला होता.

- पण वय वाढलं की, फारसे पर्याय उरतातच कुठे हातात?

लग्नानंतर हनीमूनला जाऊन आलेले सिद्धार्थ आणि जया काही दिवस घरी राहिले होते. जया सारखी आपल्यावर आणि प्रभाकरवर नजर लावून असते हे जानकीला जाणवल्यावाचून राहिलं नाही. वर्षानुवर्षांच्या सरावाने परिपक्व झालेल्या एखाद्या देखण्या बॅले नृत्यासारखा त्या दोघांचा दिनक्रम ठरलेला होता. ठरल्या क्रमाने, ठराविक तालात दोघे एकमेकांभोवती-भोवती वावरत राहात. प्रभाकरने

भाजी चिरली की, जानकी फोडणीला टाकणार. तिने सकाळी धुणं वाळत टाकलं की, वाळलेले कपडे घरात आणून संध्याकाळी तो त्यांच्या घड्या घालणार. त्याने भांडी धुतली की, ती ताटं-वाट्या पुसून जागच्या जागी लावणार. तिने बिछान्यावरची चादर बदलली की, तो पाठ टेकता टेकता दिवा विझवणार...

सिद्धार्थ आणि जया आल्यानंतर दोन-तीन दिवसांनी एका सकाळी जानकी नाश्त्याकरता डोसे तव्यावर टाकत होती. प्रभाकर सांबारची तयारी करत होता. नुकतीच उठून आरामात चहा पीत बसलेली जया म्हणाली, "मम्मी, यू आर सो लकी; तुम्हांला अंकलसारखा नवरा मिळाला. आल्यापासून मी पाहतेय, ते प्रत्येक गोष्टीत तुम्हांला मदत करतात, नाही का?"

प्रभाकर खूष झाल्याचं जानकीला जाणवलं. त्याच्या मदतीशिवाय आपल्याला इकडची काडी तिकडं करणं शक्य नाही, हे तिलाही ठाऊक होतं.

"तुमच्याकडे बघताना मला सारखी माझ्या ममाची आठवण येते;" जया म्हणाली, "पपा गेल्यापासून सगळीच जबाबदारी तिच्यावर पडली. एकटीच्या हिमतीवर तिने अख्खं घर चालवलं. ती म्हणते, एकटी पडले म्हणूनच इतकी खंबीर बनू शकले मी!"

- जानकीचा श्वासच अडला.

म्हणजे काय?

हिच्या त्या खंबीर, कर्तृत्ववान आईपुढे मी अशक्त? दुबळी?

- जयाला चांगलं काहीतरी सुनावून द्यावं अशी खुमखुमी येऊनही सवयीने ती गप्प बसली. पण कांदा चिरता चिरता मध्येच थांबून प्रभाकर म्हणाला,

"हे बघ जया, मिक्सरच्या भांड्याचं झाकण उघडायला किंवा कांदा चिरायला तिला माझी मदत लागते, म्हणून आपली मम्मी दुबळी आहे असं नको समजूस तू. तुला माहीत नाही ती किती धीराची आहे ती!"

"आमचं लग्न झालं तेव्हा हैद्राबाद जवळच्या एका छोट्या खेड्यात राहायचो आम्ही. आमच्या शेजारी मिसेस भट म्हणून राहात. आठ महिन्यांची गरोदर होती ती बाई. एका संध्याकाळी अचानक तिच्या पोटात दुखायला लागलं. घरात दुसरं कुणी नाही. हाक मारावी तर आसपासही कुणी नाही. तेव्हा फोन नव्हता. आजच्यासारख्या गल्लीबोळात रिक्षा, टॅक्सी नसत आणि सगळ्यांत जवळचा दवाखाना पाच किलोमीटरवर. तुझी मम्मी एकटी होती. पण 'आता काय करू?' म्हणून हातपाय गाळून नाही बसली. तिनं काय केलं ठाऊकाय? तीरासारखी धावत रस्त्यावर गेली. हिंमत करून एक ट्रक थांबवला आणि त्या ट्रक ड्रायव्हरच्या मदतीने मिसेस भटना हॉस्पिटलमध्ये पोचवलं. आपल्या मम्मीने हे सगळं केलं नसतं, तर मिसेस भट गेल्याच असत्या त्या दिवशी!"

"मम्मी तुला दिसत असेल नाजूक, पण प्रत्यक्षात ती फार खंबीर मनाची, कर्तृत्ववान स्त्री आहे. तिनं मनात आणलं तर ती एकटीच्या बळावर वाट्टेल ते करू शकते. कळलं?"

- आजवर प्रभाकरने ही गोष्ट हजार वेळा हजार जणांना सांगितली होती. दरवेळी तो आपल्या नाजूक बायकोचं भक्कम कर्तृत्व असं काही रंगवून सांगायचा की, ते ऐकून ऐकून जानकीचे कान किटले होते. ती दातांखाली ओठ चावून दरवेळी तो प्रसंग सोसायची. आत्ताही प्रभाकर अशा आवेशात बोलत होता की, जानकीने त्या दिवशी जे केलं तेच तिच्या अख्ख्या आयुष्यातलं एकमेव मोठ्ठं काम! जानकीच्या मनात पुन्हा तोच जुना राग उफाळला. तिला वाटलं, हातातलं लाकडी उलथणं घेऊन प्रभाकरला चांगलं बडवून काढावं, डोशाच्या ओल्या पिठाचं पातेलं त्याच्यावर फेकून मारावं आणि त्याच्या नजरेतला तो अतिरेकी अभिमान पार धुऊन जाईतो त्याला चांगला तिंबून काढावा..

'अरे भल्या माणसा, मला 'मम्मी' काय म्हणतोस?' संतापाने पेटलेली जानकी आतल्या आत किंचाळत होती, 'मी बायको आहे ना तुझी? पूर्वी तूच मला जानू म्हणायचास, स्वीटहार्ट, डार्लिंग काय काय म्हणायचास.. ही मध्येच 'मम्मी' कुठून आली? मला जानू नसेल म्हणवत तर नको म्हणू. 'बाई' तरी म्हणशील का नाही?'

- जानकीला स्वत:चाच राग पेलवत नव्हता.

ती पटकन सुनेसमोरून निघून गेली. आपल्या नजरेतले निखारे या तरुण पोरीपासून लपवलेले बरे, याचं तिचं भान सुटलं नव्हतं.

वाढत्या वयात एवढं शहाणपण येतंच.

जानकीने झोपायची तयारी करून दिवा मालवला. पंधरा-वीस मिनिटं झाली तरी बाथरूममध्ये गेलेला प्रभाकर अजून बाहेर आला नव्हता. चुळा भरण्याचे, वॉश घेण्याचे त्याचे ते नेहमीचे आवाजही येत नव्हते. गेला कुठे हा? चक्कर येऊन बाथरूममध्ये पडला तर नसेल? अजून पाच-सात मिनिटं वाट पाहून मग वाजवायलाच हवं दार. जानकीने स्वत:शीच ठरवलं. उगीच घाबरून घाई केलेली प्रभाकरला आवडली नसती.

जयाचे वडील गेले त्या क्षणी तिच्या आईला काय वाटलं असेल? प्रभाकर जाईल तेव्हा आपलं काय होईल?

- अचानक मनात आलेलं भलत्या संशयाचं किटाळ जानकीनं झटकून लावलं.

तसा हा विचार तिला नवा नव्हता. सिद्धार्थ अधूनमधून विषय काढायला लागलाच होता.

"मम्मी, डॅडींच्या माघारी या एवढ्या मोठ्या घरात एकटी कशी राहशील तू?"

"त्या नंतर आमच्या बरोबरच राहायचंय तुला."

"माझा एक मित्र रिअल इस्टेटमध्ये डील करतो. वेळ येईल तेव्हा त्याच्याशी बोलून ठेवेनच मी.."

- सिद्धार्थने या विषयाला हात घातला की, त्याच्याकडे फार लक्ष न देता जानकी पटकन विषय बदलून टाकत आली होती.

- पण स्वत:च्या मनापासून तोंड कसं चुकवणार? या परक्या खोलीत कशाचा आधार आहे आपल्याला?

- एक उष्ण अश्रू केसांच्या कडेने ओघळलेला जानकीला जाणवला. तिने उशीवरच मान थोडी कलती केली.

'प्रभाकरच आधी जाईल कशावरून? तूच जाशील कदाचित.' - एक मन म्हणालं.

'तसं नाही होणार. मीच मागे राहीन.' जानकीनं स्वत:लाच समजावलं.

'प्रभाकर शिवाय?

त्याच्या बिछान्यात एकटीनं निजायचं... एकाकी खोलीत सकाळी एकटीनेच जागं व्हायचं. दिवस-रात्र एकट्याच असू आपण! कसं होईल?'

विचार करून करून जानकीला थकवा आला. तिने डोळे मिटून प्रार्थना केली.

'देवा, डोळा लागू दे बाबा माझा. नको हे भलते विचार...'

जयाला सिझेरियनसाठी हॉस्पिटलमध्ये ॲडमिट करायची वेळ आली, तेव्हा सिद्धार्थने घरी फोन केला.

"प्लीज माँ, तुम्ही दोघे निघाल का लगेचच? जयाची आई आहे तिच्याबरोबर, ती एकटी सांभाळेलच सगळं. पण तुम्ही दोघं असलात म्हणजे मला नाही काळजी वाटणार. याल का? प्लीजऽऽऽ"

"जायचंय तुला?" प्रभाकरनं विचारलं.

'म्हणजे काय? सुनेचं बाळंतपण आहे, जायला नको?" - जानकीने कपाट उघडून साडी काढायला सुरुवातही केली होती. "मुलगा आहे तो आपला. त्याच्या वेळेला नाही चुकता कामा आपण."

धावपळ करून दोघं सिद्धार्थच्या घरी पोहोचले आणि तिसऱ्या दिवशी भांडणाला तोंड फुटलं.

लग्न झाल्यापासून सिद्धार्थ आईशी तिरसटल्यासारखाच वागत होता. जानकीची एकही गोष्ट त्याला पटत नसे. दोघे समोरासमोर आले तरी त्याच्या कपाळावर

त्रासिक, चिडचिडी आठी पडे. आपल्या आईचा स्वभाव, कर्तृत्व मोजायला त्याला आता एक नवी मोजपट्टी मिळाली होती - त्याची सासू! तिच्या तुलनेत जानकी नेहमीच थिटी पडे.

जानकीचा गोंधळ उडाला होता. 'आपला मुलगा म्हणवणारा हा इसम कोण? असा प्रश्न पडावा, इतका तिला सिद्धार्थ अनोळखी झाला होता. तो येता-जाता एवढा का रागावतो आपल्यावर? वसवसून का आपल्या अंगावर येतो? आपण काय असा त्याचा अपराध केलाय? काय चुकलं आपलं?'

- जानकी सारखी प्रभाकरला तेच तेच विचारत होती.

"माझं काय चुकलं? सिद्धार्थ असा का वागतो?"

दोघांच्या धुमसत्या भांडणात प्रभाकरची गोची झाली होती. कुणा एकाची बाजू घेणं त्याला योग्य वाटत नव्हतं.

अखेर एके दिवशी हद्द झाली.

दुपारच्या वेळी प्रभाकर गेस्ट रूममध्ये जरा पडला होता. आराम करता करता अचानक सिद्धार्थचा चढलेला आवाज त्याच्या कानावर आला.

"तू फार हट्टी आहेस मम्मी. ज्याने-त्याने तुला नको इतकं लाडावून ठेवलंय. आधी तुझ्या माहेरचे लोक आणि मग आयुष्यभर डॅडी. सगळ्यांनी तुला इतकं तळहातावर झेललंय ना की, स्वत:च्या मनाविरुद्ध एक गोष्ट तुला चालत नाही. सतत स्वत:चा विचार. तुला जसं आवडतं तसंच प्रत्येकानं वागायचं. जरा कुणी स्वत:ला हवं तसं करायला गेलं की, लगेच गेलाच तुझा मूड. मग रागवायचं. रुसून बसायचं आणि शेवटी सगळं स्वत:ला हवं तसं करून घ्यायचं. फार सोसलं मी. फार सोसलं. आता बास! जयाची आई बघ! ती सतत दुसऱ्यांच्या आनंदाचा विचार करते. मुलांच्या सुखासाठी झटत असते बिचारी. नाहीतर तू. आयुष्यात कधी दुसऱ्यांच्या सुखाचा विचार तरी केलास?"

- सिद्धार्थच्या भडिमाराने भेलकांडलेली जानकी स्वत:ला सावरेपर्यंत तीरासारखा झेपावलेला प्रभाकर स्वयंपाकघरात पोचला होता.

"जानकी, तुझी बॅग भर." त्याने थंड निखाऱ्यासारख्या आवाजात आपला निर्णय जाहीर केला.

"या नालायकाचे शिव्याशाप ऐकायला आपण इथे आलेलो नाही. आत्ताच्या आत्ता आपण या घराबाहेर पडतोय. झाला एवढा तमाशा पुरे."

"डॅडी, उगीच नाटकं करू नका." सिद्धार्थने प्रभाकरलाही फटकारलं, "तुम्ही दरवेळी मम्मीचीच बाजू घेता, म्हणूनच ती शेफारलीय. मलाही काही बाजू असेलच की नाही? आज तुम्हाला ऐकावंच लागेल माझं म्हणणं."

- त्रासिकपणे खांदे उडवणाऱ्या सिद्धार्थचा तोरा बघून प्रभाकरच्या मस्तकात

तिडीक गेली.

"तू गप्प बस, हरामखोर!" तो सिद्धार्थच्या अंगावर धावून गेला, "एक शब्द पुढे बोलशील तर याद राख. तुझ्या आईची बाजू मी नाही तर कोण घेणार? माफी माग, माफी माग तिची. नाक घास तिच्यापुढे..."

जानकीला रडू फुटलं.

काहीसा भांबावलेला सिद्धार्थ तिची माफी मागत राहिला. "रडू नको, प्लीज" म्हणून विनवत राहिला.

रागाने धगधगणारा प्रभाकर सारं असह्य होऊन धुमसत उभा होता.

रात्री उशिरा प्रभाकर म्हणाला, "जानकी, एक-दोन दिवसांत निघू आपण. सतत ही धुसफुस चालू राहणार असेल तर इथे राहण्यात काय अर्थ आहे? हा आपला एकुलता एक लेक, आज माझ्या हयातीत, माझ्या देखत तुझा अपमान करतो; उद्या मी गेल्यावर तो काय अवस्था करील तुझी?"

- प्रभाकरची नजर ओलावलेली बघून जानकी एका ओढीने पुढे झाली. त्याच्या खांद्यावर हात ठेवत म्हणाली,

"वाईट नका वाटून घेऊ. तो इतका वाईट नाही. त्याचं बाळ जरा अशक्त आहे ना, म्हणून ताण आलाय त्याच्या मनावर. ऑफिसात हल्ली कामही फार असतं म्हणे त्याला. थकत असेल बिचारा. गेला एखादा वेडावाकडा शब्द त्याच्या तोंडून तर एवढं काय मनाला लावून घ्यायचं? आपणच नको का त्याला समजून घ्यायला? सध्या जसा वागतो ना, तसा नाहीये तो. मी त्याला ओळखत नाही का? सांगा बरं!"

खूप वेळाने प्रभाकर बाथरूममधून बाहेर आला. जानकीने सुटकेचा श्वास सोडत कुशीवर वळल्या वळल्या त्याच्याकडे समाधानाने पाहिलं.

थकलेला प्रभाकर सावकाश येऊन तिच्याशेजारी पलंगावर बसला.

"आणखी एक ब्लँकेट घेऊ का मागून?" - त्यानं विचारलं, "इथे एकच दिसतंय पायाशी."

"ब्लँकेट कशाला? काही नको"- एकाच ब्लँकटमध्ये दोघांनी झोपायच्या कल्पनेने तिच्याही नकळत मोहरलेली जानकी हळूच म्हणाली, "तुम्ही पटकन शिरा बरं पांघरुणात. तुम्हांला तिथे असं पाहून मलाच थंडी वाजतेय आता."

- जानकीच्या थकल्या मनात नवंच काहीतरी रुमझुमायला लागलं होतं. तिला स्वत:चंच आश्चर्य वाटलं. कित्येक वर्षांनी प्रभाकरचा निकट स्पर्श तिला मनापासून हवाहवासा झाला होता.

दोघांमध्ये चांगलं हातभर अंतर ठेवून प्रभाकर सवयीने आपल्या उशीवर

कलंडला.

"आपण उद्या घरी जायचं का?"

"काय?"-प्रभाकरला नीट ऐकू आलं नाही.

"मी म्हणते, आपण घरी जाऊया का उद्या!"- जानकीनं पुन्हा विचारलं. सारखा प्रवास करून करून मला कंटाळा आलाय आता. कधी एकदा घरी जाईनसं झालंय."

"अगं, पण सिद्धार्थने चोवीस तारखेची तिकीटं काढलीत. त्याआधी फर्स्ट क्लासचं रिझर्व्हेशन शिल्लक नाही म्हणत नव्हता का तो?"

"आपण सेकण्ड क्लासने जाऊ. मला चालेल."

"कसं चालेल? अगं, सेकण्ड क्लासचा डबा किती अस्वच्छ असतो ठाऊकेय ना? तिथल्या गोंगाटाने घरी पोचेपर्यंत कंटाळशील तू."- प्रभाकर कुशीवरून पाठीवर झोपत म्हणाला.

"मला चालेल."

"सिद्धार्थला चालेल का पण? तो पुन्हा नवं भांडण उकरून काढील."

"काढू दे. मला आपल्या घरी जायचंय. उद्याच निघू आपण."- जानकी निर्धाराने म्हणाली.

नंतर प्रभाकरकडे वळत हलकेच कुजबुजत तिने आयुष्यात पहिल्यांदाच मनातले शब्द उच्चारले, "खरं सांगू, आपल्या घरात आपण दोघांनीच असावं असं फार वाटतंय. इतक्या लोकांबरोबर तुम्हाला वाटून घेता घेता थकलेय मी. मला माझा नवरा हवाय... माझा एकटीचा!"

–"स्वत:च्याही नकळत जानकी हलकेच प्रभाकरच्या कुशीत शिरली. त्याच्या श्वासात अचानक भरलेला नि:शब्द आनंद तिच्यापासून लपून राहिला नाही.

त्याच्या टूथपेस्टचा, साबणाचा ताजा वास स्वत:मध्ये ओढून घेत जानकी प्रभाकरला बिलगली. प्रभाकरनेही हलकेच तिला आपल्या मिठीत छातीशी ओढून घेतलं.

एकाच ब्लँकेटच्या उबेत गुरगुटलेल्या दोन शरीरांना किती दिवसांनी हुंकार फुटला.

तो तिच्यात सामावत, विरघळत राहिला.

तिने तृप्त सुखाने डोळे मिटले.

❀❀❀

३

मनाचा ठाव सुटला की, भीतीच्या ज्वाळा सरपटत येतातच. धास्तावलेलं, अस्वस्थ मन जीव नकोसा करतं. पंख चुरगळलेली स्वप्नं मनाशी मोडून पडतात. काहीच घडत नाही. उलट असलेलं सगळंच नासतं, बिघडत जातं.

अखिलाचं मन अस्वस्थतेच्या भयप्रद ज्वाळांनी बघता बघता घेरलं गेलं आणि अचानक प्रश्न आला.

'कशापासून पळून चाललीयस तू? कुठे चाललीयस?'

'को वादिस?'

अखेरचा श्वास घेण्याआधी जेमतेम आठवडाभर तिच्या अप्पांनी मोठ्या हौसेने विकत आणलेल्या महागड्या बाटा सॅण्डल्स तिला आठवल्या. त्या सॅण्डल्सच्या पट्ट्यावर लिहिलं होतं,

'को वादिस?'

"तुला माहित्येय याचा अर्थ?"- अप्पांनी अखिलाला विचारलं होतं. "को वादिस?- म्हणजे कुठे जाणार?" असा प्रश्न विचारण्याचं धाडस दाखवणाऱ्या सॅण्डल्स मला आवडल्या म्हणून आलो घेऊन. मी स्वत:सुद्धा स्वत:ला कधी विचारू धजलो नाही– कुठे जायचंय?"

–नेहमीच्या चपलांच्या दुकानात खरेदी करण्याऐवजी दुप्पट पैसे खर्चून बाटाच्या श्रीमंती शोरूममधून सॅण्डल्स खरीदण्याचा खुलासा केल्यासारखं अप्पा सांगत राहिले.

को वादिस?

अखिलानं स्वत:लाच विचारलं.

'संस्कृतात काय म्हणायचं?'

-किम गच्छामी?

आणि तामिळमध्ये?

-नी येंगा सेलगिराय?

आणखी भाषा येत नव्हत्या अखिलाला, पण असंख्य ओळखीच्या, अनोळखी भाषांमधून तोच प्रश्न पुन्हा पुन्हा अखिलाच्या मनाला चावत, कुरतडत राहिला.

को वादिस?

वर्षानुवर्षे स्वत:भोवतीच विळखा घालून जमिनीखाली गाडून घेतलेल्या एखाद्या मख्ख, निर्बुद्ध प्राण्यासारखं स्वत:चं आयुष्य चिकट, गलिच्छ वाटत होतं.

हजारो पाकळ्यांनी मढलेल्या, देखण्या कमळासारखं सुंदर, उत्फुल्ल असतं आयुष्य. त्याचा अर्थ उलगडून पाहायला हवा. त्यातलं सुख शोधायला हवं. पण कसं जमणार? कुठून सुरुवात करायची? कशी करायची? हे कसं जमणार आपल्याला?

–अखिला गळून गेली. धास्तावली.

तिला असहाय्य वाटत राहिलं.

विचार करकरून भणभणलेलं डोकं तिनं गंजलेल्या लोखंडी खिडकीच्या गजांवर टेकवलं.

संत्र्याच्या सालीचा आंबट, उग्र, उत्तेजक वास आणि गंजक्या लोखंडाचा भपकारा- दोन्हींचा कडवट दर्प तिच्या अंगभर पसरत गेला.

भीतीची गुंगी चढत चालली होती.

***

रात्रीच्या अंधारात ट्रेन सुसाट धावत होती. चढत्या रात्रीबरोबर गारवा वाढत चालला. कोपराखालचा खिडकीचा गज थंडगार पडल्याचं अखिलाला जाणवलं. स्वत:च्या तृप्त आयुष्याची अस्वस्थ कहाणी सांगणाऱ्या जानकीआजींचा किनरा स्वर तिच्या डोक्यात रेंगाळत होता. 'आपल्याला पडलेल्या प्रश्नांची तयार उत्तरं मिळावीत, म्हणून इतर बायकांची आयुष्यं आपण चिवडून पाहतो आहोत, हे कितपत बरोबर?-' अचानक अखिलाच्या मनात आलं आणि ती चमकलीच. गाईड वाचून प्रश्नपत्रिका सोडवावी, तसंच झालं हे! बाकीच्यांच्या खाजगी आयुष्यात नाक खुपसायचा आपल्याला काय अधिकार? -तिला मनापासून अपराधी वाटत राहिलं. 'पण आपण तरी गेल्या कित्येक वर्षांत कुठे इतक्या निश्चिंत, मोकळेपणाने कुणाशी बोललो आहोत? सतत समोरच्याला काय वाटेल याची काळजी असते एरवी!'- अखिलाने स्वत:ला चुचकारून पाहिलं.

"तू म्हणतेस ते बरोबरच आहे,"- शेजारच्या मार्गारेटकडे वळत ती म्हणाली. "इतर स्त्रियांच्या अनुभवांवरून मी माझ्या आयुष्याचे निर्णय करणं योग्य नाहीच. जानकीआजींच्या जगण्याचा, सांगण्याचा मथितार्थ काय, तर मी जन्मभर माझ्या कुटुंबीयांना धरून राहावं. ते मला आवडोत- नावडोत. माझं त्यांच्यावर प्रेम असो-नसो. त्यांच्या आधाराचा पदर सोडू नये. बाकी काही नाहीच मिळालं, तर निदान आधार तरी असेल!"

"तू फक्त जानकीआजींची गोष्ट ऐकलीस अखिला, तेवढ्यावरून निष्कर्षाला कशी पोचतेस तू?"- अस्वस्थ झालेली प्रभादेवी स्वत:ला आवरू शकली नाही.

"मी कुठं म्हटलं की हेच अंतिम सत्य म्हणून! पण योग्य काय, मी काय करायला हवं, याचा थोडा-थोडा अंदाज येतोय आता"- अखिलाच्या आवाजात कधी नव्हे तो थोडा ठामपणा आला होता.

"म्हणजे? काय करणारेस तू?"

"मी मद्रासमध्ये नोकरी करत असे, तेव्हा कॅथरीन वेबर नावाची एक अँग्लो-इंडियन मुलगी माझी मैत्रीण होती. तिच्या घरी गेले की, कॅथरीनची आई माझ्याशी खूप गप्पा मारायची. एकदा ती म्हणाली, "कसं जगावं.. कसं वागावं, याचं लेक्चर तर कुणीही देईल. अगदी दगडसुद्धा!"- तेव्हा ती काय म्हणतेय, का म्हणतेय, हे कळलं नव्हतं मला. पण आता त्या वाक्याचा भावार्थ थोडा थोडा उलगडतोय. तुम्हा सगळ्यांची आयुष्यं माझ्यापेक्षा वेगळी असणार. तुमचे प्रश्न वेगळे. उत्तरंसुद्धा वेगळी. तुमच्याशी मी कितीही गप्पा मारल्या, सल्ला विचारला तरी त्याचा मला काय उपयोग? तरीपण.."

-पुढे काय बोलावं ते न सुचून अखिला एकदम गप्पच बसली.

केस विंचरता विंचरता थांबलेल्या जानकीआजी हलकेच हसल्या.

"हसलात का?"- अखिलानं विचारलं.

"अग, गेल्या काही तासांत तू किती बदललीयंस ते तुला नाही का जाणवतेय? आत्ता पहिल्यांदा तुझे डोळे चमकलेले पाहिले मी. तुझ्या आत जगण्याचा एवढा उत्साह दडलेला असेल असं मला तरी नव्हतं बाई वाटलं,"- जानकीआजी कबुली देत म्हणाल्या, "प्लॅटफॉर्मवर उभी होतीस तेव्हा कशी कोरडी, अलिप्त दिसत होतीस. मला वाटलंच तेव्हा, बाई कर्तृत्ववान असणार नक्की. पण चेहरा किती मख्ख!- तू नक्की शाळेतली मास्तरीण असणार किंवा मग हास्पिटलात नर्स, तसं मी ह्यांना म्हटलंसुद्धा."

"म्हणजे काय? मास्तरणी मख्ख असतात?"- मार्गारेट चिडलीच होती.

"असतात?- असतातच!"- प्रभादेवीने मध्येच येत जानकीआजींना सपोर्ट दिला, "सगळ्या मास्तरणी एकसारख्याच असतात. त्यांना वाटतं, जगातला

प्रत्येक माणूस म्हणजे तिसरी- चौथीतला वांड विद्यार्थीच आहे. ज्याला-त्याला शिस्त लावीत सुटतात. पण तू तशी नाहीस मार्गारिट. तू वेगळी दिसतेस. एखाद्या मल्टीनॅशनल कंपनीत काम करणाऱ्या कर्तृत्ववान, हुशार बाईसारखी.''

''ऑलराईट.. ऑलराईट.. आय गेट युवर पॉइन्ट''- चेहऱ्यावर फुललेला अभिमान आणि नजरेतली चमक न लपवता मार्गारिट म्हणाली. साऱ्या जणी तिच्याकडे पाहातच राहिल्या.

''सगळ्यांना वाटते तशी मी नाही.''- काहीशा दुखावल्या स्वरात अखिला बोलून गेली.

''ते ठाऊकेय मला. पण तू सदान्‌कदा असा करडा, कडवट मख्खपणा चिकटवून ठेवलास चेहऱ्यावर, तर कोण स्वत:हून तुझ्या जवळ येईल?-'' जानकीआजींनी थेटच विचारलं.

अखिला खूप वेळ काही बोललीच नाही. शेवटी आजी म्हणाल्या, ''तुला वाईट वाटावं म्हणून नाही बोलले हो. जे वाटलं ते सांगितलं.''

''मला वाईट नाही वाटलं आजी'',-अखिला म्हणाली, ''तुम्ही जे म्हणालात, त्यावर विचार करीत होते मी. आज जशी मी दिसते ना तुम्हाला, तशी करडी, कडवट, कोरड्या चेहऱ्याची नव्हते मी. हा बुरखा पांघरावा लागला मला. इलाजच नव्हता दुसरा. इतरांपासून स्वत:ला सावरायचं, टोचा मारायला टपलेल्या माणसांपासून स्वत:च्या जखमा वाचवायच्या तर दुसरं काय करू शकणार होते मी? अशी मख्ख, कोरडेपणाने जगण्याला सामोरी नसते गेले, तर एव्हाना वेड लागलं असतं मला.''

–जानकीआजींनी पुढे होत अखिलाच्या खांद्यावर हात ठेवला.

''पोरी, मला माफ कर. बोलता बोलता नकळत तुझ्या जखमेवरची खपली काढली मी. मनात नको ठेवूस. विसरून जा आपण जे बोललो ते. शांत हो. सावर स्वत:ला.''

–जानकीआजींनी मानेवर हलका, सैलसा अंबाडा घातला. त्यांच्या डोळ्यांवर आता झापड यायला लागली होती.

''चला चला.. झोपायचं नाही का तुम्हाला?''- म्हणत त्या उठल्याच.

सगळ्यांनी आपापल्या बॅगा उघडून उशा-चादरी बाहेर काढल्या. जानकीआजी खालच्या बर्थवर झोपणार होत्या. सगळ्यांनी वरचे बर्थ लावले. साखळ्या ओढून पक्के केले.

''तू कुठे झोपणार? वरच्या बर्थवर की मध्ये?''- प्रभादेवीने मार्गारिटला 'चॉईस' विचारला.

''कुठेही चालेल. आय डोन्ट माईन्ड''- मार्गारिट खांदे उडवत म्हणाली.

“मग मी वरच्या बर्थवर झोपते. तू हा मधला घे.” - प्रभादेवींनी निर्णय करून टाकला.

जानकीआजींनी पाण्याची बाटली काढली. ग्लासभर पाणी ओतून घेतलं. काचेच्या छोट्या बाटलीतून गोळी बाहेर काढली. झोपायची तयारी करता करता अखिलाकडे पाहून त्या प्रौढ, समजुतीचं असं पोक्त हसल्या. जणू तिचं अख्खं आयुष्य - त्यातल्या खाचखळग्यांसह, गुपितांसह - त्यांना कळलं होतं.

“बंद करू का दार?” - कूपेच्या दाराशी पोचलेल्या प्रभावतीनं दरवाजावरचं लॅच शोधत विचारलं.

“नको अगं, ती शेवटची पॅसेंजर चढली की, मी करीन बंद. मला नाही एवढ्यात झोप येणार.” - अखिला म्हणाली.

“गुड नाईट.”

- खालून वरच्या... वरून खालच्या बर्थमध्ये दोन शब्दांची देवाणघेवाण होत राहिली.

“स्वीट ड्रीम्स,” - मध्येच खदखदून हसत प्रभादेवी म्हणाली.

“मला नाही बाई स्वप्नबिप्नं पडत” - जानकीआजी हळहळल्या.

“मला पडतात, पण सकाळी एक म्हणता एक आठवत नाही.” - मार्गारिट म्हणाली.

कूपेमधले आवाज दूर दूर जात अंतर्धान पावल्यासारखे अखिलाच्या कानात कुजबुजत राहिले. विरत... विझत गेले. पुन्हा एकदा गंजलेल्या खिडकीच्या गजांवर कोपर टेकून बाहेरच्या धावत्या अंधारात नजर रुतवून ती स्वस्थ बसली.

गाडीच्या वेगाची लय तिला कुशीत घेऊन धावत राहिली. अखिलाचे पेंगुळलेले डोळे तिला न कळताच मिटले... गाडी वेगाने कन्याकुमारीकडे निघाली होती... आणि उलट्या दिशेने अखिलाच्या भूतकाळात शिरत होती.

***

झुकलेले खांदे... डोक्यावर पांढऱ्या केसांचं विरळ खुरटं गवत..

- अखिलाचे अप्पा स्वभावाने शांत होते.

इन्कमटॅक्स ऑफिसर.

दर सोमवारी टेबलावरच्या इन ‘ट्रे’मध्ये येऊन पडणारे आणि दर शनिवारी आऊट ‘ट्रे’मधून पुढल्या टेबलावर सरकणारे फायलींचे ढीग एवढंच त्यांचं आयुष्य होतं. सकाळपासून संध्याकाळपर्यंत ते ऑफिसात अखंड काम करत. आपल्या कामात कुणी मध्येच कडमडू नये, याखेरीज त्यांची इतरांकडून कसलीही अपेक्षा नसे.

आठवड्यातल्या इतर दिवसांपेक्षा रविवार मात्र वेगळा असे. नोकरीतून निवृत्त झाल्यावर स्वत:च्या मनासारखं जगण्याची रंगीत तालीम करीत अप्पा अख्खा रविवार मनापासून जगत.

जुन्या हस्तलिखितांचे अर्थ लावत बसणाऱ्या, जीवन-मृत्यूचं चक्र समजावून घेत धर्मावर अधिकारवाणीने भाष्य करणाऱ्या पंडिताचं आयुष्य जगायला अप्पांना मनापासून आवडलं असतं... मनाचे खोल पापुद्रे उलगडत, आयुष्यभर आत्मज्ञानाचा शोध घेण्याची त्यांची आकांक्षा होती.

पण इन्कमटॅक्स ऑफिसच्या बुजबुजाटात अप्पा अडकले ते अडकलेच. तिथे त्यांच्या वाट्याला होती पावलापावलावर अवहेलना! अपमान.. टोमणे.. खिल्ली.. उपहास... हे तर दर क्षणीच! अख्ख्या ऑफिसकरता अप्पा म्हणजे एक ठरलेलं पात्रच होतं. कुणीही त्यांची रेवडी उडवावी आणि सगळ्यांनी खदखदून हसावं. अप्पांचं दिसणं, त्यांचं चालणं-बोलणं, त्यांचे कपडे, ते खात ते अन्न... प्रत्येक गोष्टीची सगळे मिळून चेष्टा करत. एवढंच काय, ऑफिसातल्या या अपमानाला, पाणउताऱ्याला ज्या तटस्थ शांतपणाने अप्पा तोंड देत, तोही इतरांच्या दृष्टीने एक हास्यास्पदच विषय झाला होता. अप्पांना वाटे, आपण रागावलो, चिडलो तर ऑफिसातली मंडळी आपल्या जास्तच मागे लागतील. त्यापेक्षा गप्प राहून मुकाट सोसावं. कधी ना कधी तरी कंटाळून का असेना, सगळे गप्प बसतील आणि या छळातून आपली आपोआप सुटका होईल.

पण प्रत्यक्षात उलटंच घडत होतं.

अप्पा काहीच बोलत नाहीत म्हटल्यावर सगळे जास्तच चेकाळले होते. अक्षरश: हात धुवून अप्पांच्या मागे लागले होते.

म्हटलं तर त्यामागे कारण होतं.

टेबलाखालून दिला-घेतला जाणारा पैसा.

त्या ऑफिसातले सगळेच रस्ते 'देवघेवी'ने गजबजलेले असत. या टेबलावरून त्या टेबलावर फायली सरकताना प्रत्येक वेळी 'या' आणि 'त्या' हाताला मजबूत लोणी चोळावं लागे. हाता-हातांवर न बोलावता आपसुख नोटांचे गठ्ठे येत. खिसे गरम होत. हात 'लोण्या'ने माखले आणि खिसे पुरेसे गरम झाले तर... तरच फायलींचा प्रवास सुकर होई.

अप्पांचं एक टेबल मात्र 'कोरडं' होतं.

आणि अप्पा.

त्या ऑफिसातला एकमेव 'स्वच्छ' अपवाद!

लाच देऊ करणाऱ्या एकाही माणसाला अप्पा नजरेसमोर उभासुद्धा करत नसत.

त्यामुळे खिसे गरम करत लोण्याने माखलेल्या रस्त्यावरून भराभर घरंगळत सरकणाऱ्या फायली अप्पांच्या टेबलावर अडकून पडत. आठवडेच्या आठवडे मुक्काम ठोकत. प्रत्येक फायलीतला शब्द न् शब्द वाचून, आकडा न् आकडा तपासून स्वत:चं पूर्ण समाधान झाल्याखेरीज अप्पा सही म्हणून करत नसत. त्यांच्या या चिकटपणावरच ऑफिसातल्या बाकीच्या कारकुंड्यांचा राग होता. स्वत: नाही घ्यायची लाच तर नका घेऊ, पण बाकीच्यांना अडवणारा हा कोण? म्हणून प्रत्येक जण अप्पांवर दात खाऊन असे. बाकीच्या सर्व टेबलांवरून शिस्तीत सरकलेली प्रत्येक फाईल या माणसाने दरवेळी अशीच अडवून ठेवली तर कोण कशाला पैसे देईल? - या शंकेने सगळे कायम चिडलेले असत.

अप्पांच्या या कर्तव्यनिष्ठ प्रामाणिकपणाला वैतागलेले वॉर्ड ऑफिसर्स आणि आकड्यांचा गोलमाल करून निसटू पाहणारे टॅक्सपेअर्स अप्पांना म्हणत, ''तुम्ही स्वत: तुमचं डोकं चालवा असं कुठं म्हणतोय आम्ही? फक्त आम्ही सांगू तसे वागा. अडचणीचे प्रश्न न विचारता सांगू तिथे मुकाट सही करा... त्याबद्दल तुम्हाला पगारापेक्षा जास्त पैसे मिळतील; ते घ्या आणि ऐश करा! दाराशी आलेली संधी कशी साधावी, एवढंही कळत नाही?''

- पण अप्पा बधले नाहीत.

सतत आपल्या कर्तव्यनिष्ठेला स्मरून वागत राहिले. ते म्हणत, ''स्वत:च्याच नजरेत अपराधी ठरेन असं काहीही मला करायचं नाही. मी आहे हा असा आहे. तसाच बरा.''

अप्पांच्या बॉसचं नाव होतं कोशी.

त्याच्याबद्दल मात्र ते वैतागून बोलत.

''या नालायक माणसाला रात्री झोप कशी लागते कोण जाणे!'' हा प्रश्न तर अप्पांना दिवसातून शंभरदा पडत असे. ''साला इतका 'करप्ट' आहे की, कुणाला त्याच्या केबिनमध्ये पाऊल ठेवायचं असलं तर तेवढ्यासाठी सुद्धा निर्लज्जपणे पैसे मागेल. मी 'क्लिअर' करून दिलेल्या, माझी सही असलेल्या फायलीसुद्धा हा ढीग लावून बाजूला ठेवतो आणि लोकांना सांगतो 'गडबड आहे तुमच्या हिशेबात. टॅली होत नाही. काम व्हायला हवं असेल तर 'त्याला' भेटा. बघा काय म्हणतो.'

आजच संध्याकाळी कुणाला तरी मारे साळसूदपणे सांगत होता, ''काम करून देण्याकरता पैसे खाणाऱ्यांतला मी नव्हे. माझ्या केबिनबाहेर बसणारे क्लार्क काय करतात, हा त्यांचा प्रश्न!'' - केबिन बाहेरचे क्लार्क म्हणजे कोण? - मीच! सगळ्यांना वाटतं, मीच पैसे खातो. अकाउन्ट क्लिअर असूनसुद्धा माझ्यामुळेच त्यांना चकरा माराव्या लागतात. हे कमी झालं म्हणून की काय, हा नालायक कोशी डिपार्टमेंटमधल्या शिपायाला मध्ये घालून त्या नीच जैनला माझ्यावतीने लाच

घ्यायला भाग पाडतो आणि येतात ती पाकीटं स्वत:च ढापतो. जैन तर निर्ढावलेलाच आहे. पुढे येईल ते पाकीट बिनदिक्कत खिशात टाकायला त्याला काही वाटत नाही.''

पैसे खायला सोकावलेला जैन, बाबू नावाचा शिपाई, अप्पांच्या शेजारच्याच टेबलावर बसणारा दोराई नावाचा क्लार्क ही माणसं अखिला आणि तिच्या अम्माला ठाऊक होती. पण अप्पांसकट त्या दोघी कायम कोशीच्या नावाने बोटं मोडत. तो काळा की गोरा हे देखील माहीत नव्हतं, तरी त्यांच्या दृष्टीने कोशी हा राक्षसच होता.

नरकासुर.

हिरण्यकश्यपू.

रावण.

सगळे दैत्य जणू कोशीमध्ये एकवटले होते. त्याच्या दातांनी अप्पांचं रक्त शोषत होते. कोशीने अप्पांचा छळ मांडला होता. दर वर्षी 'प्रमोशन'चा प्रसंग आला की, अप्पांचं नाव मुद्दाम दाबून ठेवत होता. प्रामाणिक, कर्तव्यनिष्ठ अप्पांची 'कॉन्फिडेन्शियल फाईल' दरवर्षी काळ्या रंगात रंगूनच 'वर' जात होती.

दर वर्षी अखिला आणि तिची अम्मा आशा लावून बसत - यावर्षी अप्पांना नक्की प्रमोशन मिळेल. आनंदाने फुललेल्या चेहऱ्याने अप्पा घरी येतील. त्यांचा पगार वाढेल. मनाजोग्या खर्चासाठी चार जास्तीचे पैसे हाती येतील.

–पण यातलं काहीही घडणार नाही आणि आपल्या पदरी फक्त निराशाच पडेल याची अप्पांना खात्रीच असे. ते म्हणत, ''तो नीच कोशी माझ्या डोक्यावर बसलाय, तोवर हे असंच चालणार. मी हमालासारखं मान मोडून काम केलं तरी प्रमोशन होणार नाही. पगार वाढणार नाही. लिहून ठेवा.''

- अप्पांच्या आवाजातला धगधगता राग जाणवून अखिला आणि तिची अम्मा गप्पच बसत. कोशी राजीनामा देत नाही किंवा त्याची बदली होत नाही, तोवर आपल्या आयुष्यात काडीचा फरक पडणार नाही हे स्वत:ला समजावताना त्यांना वेदना होत, असहाय्य वाटे. पण इलाज तरी काय होता दुसरा?

दर रविवारी सकाळी अप्पांचं आवडतं काम म्हणजे भल्या पहाटे कोपऱ्यावर जाऊन नवाकोरा 'हिंदू' विकत आणणं. एरवी रोज ऑफिसातला 'हिंदू' त्यांच्या हातात पडेतो चहाच्या आणि शाईच्या डागांनी बरबटलेला, चुरगळून फाटलेला असे. एक-दोन पानं अशीच कुठेतरी गळपटलेली असत. रविवारी मात्र अप्पांच्या हातात नवाकोरा, न विस्कटलेल्या घडीचा संपूर्ण पेपर येई. ते तो अथपासून इतिपर्यंत वाचून काढत. रविवारच्या अंकात रोजच्यापेक्षा तिप्पट-चौपट छोट्या जाहिरातींची पानं असत. त्यांतलाही शब्द न् शब्द अप्पा वाचून काढत असणार

असा अखिलाला संशय होता. अप्पांचं संपूर्ण समाधान झालं की, मगच रविवारचा 'हिंदू' घरातल्या इतरांच्या वाट्याला यायचा. तोपर्यंत त्या पेपरला नुसता हात लावण्याचीसुद्धा बंदी असे.

दहा-सव्वा दहा झाले की, सकाळपासून स्वयंपाकघरात राबणारी अम्मा दारात येऊन उभी राही. ओले हात फडक्याला पुसत अप्पांना म्हणे, ''अहो, असं काय? भूक नाही का लागली? सकाळी उठल्यापासून काही खाल्लेलं नाही तुम्ही.''

तिच्या उत्सुक ओठांवरचं हे प्रसन्न निमंत्रण फक्त अप्पांसाठी, केवळ त्यांच्यापुरतंच असे.

अप्पांचं जेवण होईपर्यंत अखिला आणि तिच्या भावंडांना भुकावल्यापोटी फक्त वाट पाहावी लागे. अप्पा जेवायला निघाले की, त्यांच्या भोवती रेंगाळून मुलांनी त्यांना त्रास दिलेला अम्माला अजिबात आवडत नसे. सगळ्यांनी एकत्र जेवायला बसलं तर काय बिघडलं? अप्पांना कदाचित आवडेल ते; असा विचार अखिलाच्या मनात दर रविवारी येई; पण ती अप्पांना विचारू धजली नाही.

स्वयंपाकघरात जाऊन अप्पा पाटावर बसले की, अम्मा हिरवंगर्द केळीचं पान त्यांच्या पुढ्यात ठेवी... आणि त्यावर मोत्यासारख्या शुभ्र भाताची गरमागरम वाफाळती रास. दर रविवारी ती अप्पांच्या आवडीचे पदार्थ रांधून घाली. योग्य तेवढेच मसाले, फोडण्या, वाटण-घाटण घालून, हवी तेवढीच वाफ देऊन आणि नवऱ्याप्रती कर्तव्यनिष्ठेचे वळसे उगाळून रांधलेले ते गरमागरम पदार्थ ही अम्माच्या समर्पित पातिव्रत्याची खूणच होती. अख्ख्या संसारासाठी राबणाऱ्या आणि सोमवार ते शनिवार हे सहा दिवस डब्यातला थंडगार भात, दही, लोणच्याची फोड खाऊन बिनतक्रार दुपारची भूक रेटणाऱ्या नवऱ्याला रविवारी तृप्त होईतो वाढल्याखेरीज अम्माला चैनच पडत नसे.

पोटभर जेवण झाल्यावर डोळ्यांवर झापड आलेले अप्पा सुखाच्या गुंगीत असल्यासारखे माजघरातल्या झोपाळ्याकडे चालत जात आणि हलकेच झोपाळ्यावर कलंडत. अप्पांनी पायांवर पाय टाकून डोकं कलतं केलं की, झोपाळा हलके हलके झुलत राही. रविवारी दुपारी घेरून येणाऱ्या त्या सुखनिद्रेत कसलीही चिंता, कुठलीही कटकट मोडता घालू शकत नसे. बघता बघता अप्पा शांत झोपून जात.

बाकीच्यांची जेवणं उरकली की, झुलत्या झोपाळ्याखालीच चटया अंथरून अम्मा पाठ टेके... तिच्या शेजारी मुलं - नारायण, नरसिंहा, धाकटी पद्मा आणि अखिला. बाहेर दुपारच्या उन्हाचा कडाका असला तरी चटईखालच्या थंडगार फरशीचा सुखद गारवा बघता बघता सगळ्यांच्या डोळ्यांवर सुखाची झापड आणी. भरल्या पोटाने सारी भावंडं झोपून जात. प्रत्येकाच्या पोटातल्या अपुऱ्या इच्छा-

आकांक्षा तेवढ्यापुरत्या का असेना, मलूल होऊन पडत.

भावांना काय हवं असेल?

- अखिलाला नेहमी प्रश्न पडे.

खेळणी? पुस्तकं? मॅटिनी शोची तिकीटं काढायला पैसे? की आणखी काही?

आणि अम्माला काय हवं असेल?

स्वत:च्या मालकीचं घर? एखादाच का असेना, पण ठसठशीतसा दागिना?

पद्माच्या मनातली अपुरी इच्छा अखिलाला ठाऊक होती - सिल्कचा स्कर्ट आणि ब्लाऊज.

आपल्याला मनातून नेमकं काय हवंय हे मात्र अखिलाला कधीच नीट कळलं नाही. पोटात इकडून-तिकडे फिरणारे कसल्यातरी विचित्र भीतीचे गोळे मात्र तिला जाणवत. आतल्या आत उठणारी धुम्मस असह्य होई.

जवळपास तासभर अख्ख्या घरावर दुपारच्या झोपेची गुंगी असे.

दुपारी बाराच्या आसपास अखिलाने लक्षात ठेवून रेडिओ लावायचा, हे ठरलेलं होतं. रविवारी दुपारचे लोकप्रिय कार्यक्रम सगळेजण न चुकता ऐकत. नारायण आणि नरसिंहा - या दोघा मुलग्यांनी रेडिओवरचा बोर्नव्हिटा क्वीझ शो ऐकलाच पाहिजे अशी अप्पांची सक्तीच होती.

अम्मा आणि अखिलाला मात्र त्यानंतरचा 'हॉर्लिक्स फॅमिली शो' ऐकायचा असे-सुचित्राविन् कुडुम्बम. त्या श्रृतिकेतली सुचित्रा आणि तिचे सारे नातेवाईक अम्मा-अखिलाला स्वत:च्या नातेवाइकांपेक्षा जास्त जवळचे वाटत. दर रविवारी सुचित्राच्या घरात काय घडतं, कोण कसं वागतं याविषयी दोघींच्या मनांत प्रचंड उत्सुकता असे. राजू आणि सुजाता ही सुचित्राची मुलं, शंकर नावाचा तिचा नवरा आणि भास्कर नावाचा कुटुंबाचा मित्र असा सुचित्राचा नेटका संसार होता. पण अम्मा आणि अखिलाचं सर्वाधिक प्रेम होतं ते सुचित्रावरच. कर्तबगार, हसतमुख, लोभसवाणी सुचित्रा कुटुंबातले सगळे प्रश्न चुटकीसरशी सोडवू शकत असे. सगळ्यांवर जिवापाड प्रेम करी. आपणही मोठेपणी सुचित्रासारखंच व्हावं असं दर रविवारी अखिलाला वाटत राही.

दुपारी दोन वाजण्याच्या सुमारास बातम्यांचं गंभीर म्युझिक सुरू झालं की, अम्मा बटण पिळवटून रेडिओ बंद करी.

आणि मग ठरलेला सीन.

चटया आवरून मुलं उठून गेली की, अम्मा झोपाळ्याशी जाणार. हलक्या हातांनी अप्पांचं डोकं उचलून अतीव प्रेमाने स्वत:च्या मांडीवर घेत हलकेच तिथे विसावणार. अप्पा जागे होत, पण उठत नसत. मग अप्पांना आवडणारी

कीर्तनं गुणगुणत, झोपाळ्याला झोके देत अम्मा डोळे मिटून अप्पांच्या केसात हात फिरवत बसे.

चेलमेला रा साकेय रामा, चेलमेला रा..

‘ईश्वरा, तू इतका हट्टी का आहेस? का आहेस इतका हट्टी?’

अप्पांना जाग आली की, कडोसरीला लावलेले भाजके शेंगदाणे काढून झोपाळ्याच्या झोक्यांच्या लयीत अम्मा ते सोलायला घेई. स्वच्छ सोललेल्या हरेक शेंगदाण्याची दोन-दोन भकलं करून त्यातलं एकेक भकल ती अप्पांच्या ओठांत ठेवत राही. कधीकधी दोघे फारच खुशीत असले, लाडात आले, तर अम्माने वर उडवलेला दाणा अप्पा बरोबर आपल्या ओठांत झेलत. अख्खा आठवडाभर ऑफिसातल्या लोकांचे टोमणे ऐकून, अपमान गिळून पार गळून गेलेला, लुळापांगळा झालेला अप्पांचा स्वाभिमान अम्माने भरवलेल्या एकेका दाण्यासरशी परतून येत राही.

दोघांच्या या प्रणयप्रसंगाकडे पाठ करून पुस्तक वाचण्याचा प्रयत्न करणाऱ्या अखिलाच्या पाठीलाच डोळे फुटत.

खूप तेलकट मसाला डोसा खाल्ल्यावर घशाशी मळमळ दाटून यावी तसा अखिलाच्या मनात प्रश्न येईच -आपली मुलगी आता लहान राहिलेली नाही, तिच्यादेखत तरी नस्ते चाळे करू नयेत, हे या दोघांना केव्हा कळेल? वयात येऊ घातलेल्या आपल्या लेकीच्या मनात तिला न पेलवणाऱ्या इच्छांनी थैमान घातलंय, हे यांना ओळखता तरी येईल का? छातीत फुटणारा हा ठणका, दोन मांड्यांमधला ओला निखारा... त्याचा जाळ का उठतो? काय आहे हे? अर्थ काय याचा?

असलं काहीबाही मनात बंड करून उठलं की, अप्पा-अम्माचा प्रणयप्रसंग चोरून पाहात बसलेली अखिला स्वयंपाकघरात धाव घेई. उगीचच तिथे लुडबुडत राही. अम्मा आत आली की, अखिलाला काही म्हणता काही करू देत नसे. दर रविवारी तिचे हे नखरे चालत. अप्पांचा नाश्ता, अप्पांची दोन्ही जेवणं, अप्पांची कॉफी सगळं तिला स्वत:च्या हातानंच करायचं असे.

दुपारच्या डुलकीने ताजीतवानी झालेली अम्मा मग बटाट्याच्या पातळ चकत्या करायला घेई. ते झालं की, बारीक चिरलेला कांदा, हिरव्या मिरच्यांचे तुकडे आणि कढीपत्ता घालून सैलसर पीठ भिजवायचं. रॉकेलच्या स्टोव्हवर रसरसून तापलेल्या तेलाच्या उकळत्या कढईत पीठात भिजवलेल्या बटाट्याच्या चकत्या स्वत:च्या प्रेमाने घोळून घोळून घातल्या की, क्षणात तेलाचे बुडबुडे उठत. मग पिवळसर-केशरी रंगाची खुसखुशीत, खरपूस भजी तेलावर तरंगायला लागत. जणू अम्माच्या

त्यागवृत्तीचं, पतिनिष्ठेचं चवदार, कुरकुरीत प्रतीकच!

ईश्वराहून श्रेष्ठ अशा पतिराजांसाठी गरमागरम मेजवानी.

अम्माचं समाधान तिच्या घामेजल्या चेहेऱ्यावरून नुसतं ओसंडत असे.

रविवार दुपारचा नाश्ता एवढ्यावरच कसा संपणार?

आधी अप्पांचा आवडता 'केशरी शिरा' बनवायचा आणि मग फिल्टर कॉफीच्या अर्कात गरम दूध ओतायचं.

अम्मा पुन्हा तयारीला लागे.

आधी भरपूर तुपावर गव्हाचा रवा खरपूस भाजायचा. मग तेवढीच साखर, आणखी तूप आणि दुप्पट पाणी घालून ढवळायचा. वेलचीची पूड घालून रवा चांगला आळेपर्यंत हलवत राहायचं. दुधा-तुपात शिजलेल्या रव्याला चांगली वाफ आली की, वरून केशर घालायचं. तळलेले काजू आणि बेदाणे हात सोडून पेरायचे की, झाला साजूक, खमंग, तुपातला केशरी शिरा तयार!

मग ते सगळे कॉफी आणि भज्यांचा आस्वाद घेत, गरमागरम केशरी शिऱ्याची चव जीभेवर विरघळवत राहात. अप्पांच्या बशीतला शिरा संपण्याच्या आधीच त्यांची बशी पुन्हा भरून देणाऱ्या अम्माकडे चारही मुलं आशाळभूत नजरेने पाहात राहात. तृप्तीने जडावलेल्या अप्पांना अम्माचा आग्रह शेवटी नकोसा होई, तरी घासभर जास्तीच्या शिऱ्याची भूक लागलेली, दोन-चार भजी आणखी खावीशी वाटणारी मुलं आपल्या बशा संपवून भुकेलेलीच राहात. हे अम्माच्या लक्षात येत नसे, आणि अप्पांच्याही!

दुपारचा नाश्ता झाला की, नारायण आणि नरसिंहा आंब्याच्या झाडाखालच्या सवंगड्यांबरोबर खेळण्याकरता घराबाहेर धूम ठोकत. सोंगट्या-फासे भरलेला डबा पुढे ओढून अम्मा खेळ मांडून बसे. सोंगट्या-पट आणि फाशांचा खेळ अम्माला तिच्या लग्नात माहेराहून मिळाला होता.

अम्मा आणि अखिलाच्या हातून घरंगळत जमिनीवर पडणाऱ्या पितळी फाशांचा आवाज... मांडीवर तिरकी पाटी धरून मुळाक्षरं गिरवीत बसलेल्या पद्माच्या खडूची पाटीवरली खरखर... रेडिओतून गळणाऱ्या दुपारच्या गाण्यांचे संथ स्वर... आणि घरातल्या सगळ्यांच्या संवादांची खसफस..

एवढ्या बळावर अप्पा पुढल्या आठवडाभरासाठी नवी शक्ती, नवा जोम स्वत:मध्ये भरून घेत... आणि मग सोमवार ते शनिवारचा छळ मिटल्या ओठांनी, मुकाट गिळू शकत.

पुढे ज्याचं-त्याचं आयुष्य ज्याच्या-त्याच्या वाटांनी गेलं, तरी अम्मा-अप्पांच्या सहवासातले रविवार अखिला कधीही विसरू शकली नाही. अप्पा हयात असेतो सारं रहाटगाडगं ठरल्यासारखं नीट चालत राहिलं. जसं घडायला हवं, तसंच सगळं

घडत राहिलं.

***

अप्पा गेले त्या सकाळी अशुभाची चाहूलही कुणाला लागली नव्हती. पुढे पुष्कळ दिवसांनी अम्मा मात्र सांगत असे, 'चाहूल नाही कशी? त्या दिवशी काही अभद्र घडणार असं वाटतच होतं मला.. कारण?-आदल्या रात्री कितीतरी वेळ एक कुत्रा रडत होता. सकाळी उजवी पापणी सारखी फडफडत होती. दूध तापवायला ठेवलं तर तापण्याआधीच ते नासलं. डोशाचं पीठ भिजवलेलं भांडं काही कारण नसताना हातातून सटकून खाली पडलं. अप्पा ऑफिसला जायला घराबाहेर पडतात न पडतात, तोच एक मांजर त्यांना आडवं गेलं.

"मीच मेली दुष्ट. एवढं सगळं पाहूनही त्याचा अर्थ मला नाही कळला. मी त्या दिवशी त्यांना उंबरठ्यातच रोखायला हवं होतं. पण काही न कळून मी नेहमीसारखा त्यांना निरोप दिला. ते माझ्या डोळ्यांदेखत आपल्या पायांनी मरणाकडे चालत गेले."

–अप्पांच्या शवाशेजारी बसलेली अम्मा सांत्वनाला जमलेल्या बायकांच्या घोळक्याला स्फुंदूनस्फुंदून सांगत होती.

अप्पांच्या डोक्यावर लटकणाऱ्या मृत्यूच्या अशुभाचे संकेत अम्माला धाडणाऱ्या ईश्वराने अखिलाला मात्र त्या सकाळी आनंदाने न्हाऊ घालतच उठवलं होतं. तिला वेळेवर जाग आली आणि अंथरुणात लोळणाऱ्या कंटाळ्याच्या मोहात न पडता ती पांघरूण फेकून ताडकन् उठलीच.

एरवी सकाळची वेळ अखिलाला अजिबात आवडत नसे. बारावी पास झाल्यापासून तिचं शिक्षण थांबलंच होतं. लेक पुरेशी शिकली, आता तिने गृहकृत्यदक्ष व्हायला हवं, या ध्यासाने अम्माने क्षणोक्षणी तिला नजरेच्या धाकात उभं करायला सुरुवात केली होती.

शिकवणी सुरू झाली ती भल्या सकाळी अंगणात कोलम (रांगोळी) कशी रेखावी यापासून!

"दारातली रांगोळीच आल्यागेल्याला सांगते, घरातली गृहिणी कशी आहे ते"- हज्जारदा हेच सांगून झाल्यावरही अम्मा पुन्हा तेच सांगायला कंटाळत नसे.

'थिरुवल्लुवर काय म्हणतात ते ठाऊकेय नं तुला? आपल्या गुणांच्या प्रकाशात अख्ख्या घराला उजळून टाकते तीच खरी आदर्श पत्नी-गृहस्वामिनी!' - या मात्रेचा वळसाही रोज असेच.

हे ऐकून ऐकून अखिला त्रासली होती. एकतर या दाढीवाल्या संत महात्म्याची बोधवचनं पाठ करता करता शाळकरी वयात तिची तारांबळ उडाली होती. थिरुवल्लुवरची

वचनं पाठ करताना अडखळणारी, विसरणारी, कंटाळणारी अखिला इंग्रजी कविता मात्र घडाघडा, उत्साहाने म्हणते हे लक्षात आल्यावर वर्गात तमिळ शिकवणाऱ्या शिक्षकांनी तिचा पिच्छाच पुरवायला सुरुवात केली.

"कोण हा वर्डस्वर्थ? थिरुवल्लुवरच्या कवितांच्या नखाएवढी तरी सर आहे का या फिरंग्याच्या काव्याला?" तमिळचे सर उपहासाने अखिलाला खडसावत, "आदर्श पत्नी, आदर्श माता आणि आदर्श गृहिणी कसं व्हावं, हे शिकवतो का वर्डस्वर्थ? आदर्श पुत्राची, आदर्श शिष्याची कर्तव्ये कोणती, याबद्दल त्याला काही ठाऊक तरी आहे का? तरीही तुझ्यासारख्या मुलीने त्या भिकारड्या वर्डस्वर्थच्या नादी लागावं? परवा कुठली कविता म्हणत होतीस तू?" उपहासाने ओसंडणारा हा प्रश्न विचारताना मास्तरांची भुवई रागाने तिरकी झाली होती.

"डॅफोडिल्स सर.." अखिला चाचरत म्हणाली.

"डॅफोडिल्स? कसलं असतं म्हणे ते फूल? तू पाहिलं तरी आहेस का? जन्मात कधी दिसणारेय का तुला ते?" परदेशी फुलाच्या नुसत्या उल्लेखाने सुद्धा मास्तरांचा पारा चढला, "आपल्या जाई-जुईसारखा सुगंध असतो का त्या फुलाला? निदान झेंडूसारखा रंग तरी?"

"माहीत नाही, सर!"

"बस खाली.. खाली बस मुकाट्याने. म्हशीसारखी नुसती उभी नको राहू माझ्यासमोर."

मास्तरांच्या देशाभिमानाला भलतीच ठेच लागली असावी, ते संतापून बोलतच सुटले होते.

"तमिळ ही जगातील सर्वांत प्राचीन भाषा आहे. पण आपल्या देशातले लोकच करंटे. कुणाला त्याची जाणीव नाही. आपल्या भाषेचा अभिमान नाही. आम्ही वर्डस्वर्थच्या 'डॅफोडिल्स'चा अभ्यास करू, पण स्वतःच्या भाषा-वैभवाकडे ढुंकून पाहणार नाही. भारताला स्वातंत्र्य मिळालं खरं, पण इंग्रजांचे पाय चाटायची सवय अजून नाही गेलेली. इंग्लिश.. इंग्लिश.. कोण सोस त्या परक्या भाषेचा! चला... मुलांनो, पान सोळा. उघडा पुस्तकं.."

थिरुवल्लुवरचा जप एवढ्यावरच थांबत नसे. दरवेळी अखिला बसमध्ये चढली की, समोर थिरुवल्लुवर. मद्रास आणि भोवतीच्या उपनगरांना जोडणाऱ्या प्रत्येक बसमध्ये ड्रायव्हरच्या पाठीमागे डोक्यावर एक पितळी पट्टी ठोकलेली असे. त्यावर थिरुवल्लुवरचं रेखाचित्र आणि त्या रेखाचित्राखाली बोधवचनं. वेगळी बस, वेगळं बोधवचन.

अखिला शाळेत जाता-येताना बसमधूनच प्रवास करते हे माहीत असलेल्या तिच्या तमिळ शिक्षकांनी शेवटी मार्ग काढलाच. थिरुवल्लुवरची किमान दोन-

पाचशे बोधवचनं तरी अखिलाला मुखोद्गत व्हावीत, म्हणून त्यांनी नवीच आयडिया लढवली. रोज सकाळी शाळेत आल्यावर तमिळचा तास चालू असताना अखिलाने बसमध्ये वाचलेलं बोधवचन अख्ख्या वर्गासमोर तोंडपाठ म्हणून दाखवायचं. आदर्श ड्रायव्हर, आदर्श प्रवासी, आदर्श प्रवास.. कशाहीबद्दल थिरुवल्लुवरने जे काही म्हटलं असेल ते-रोजच्या रोज!

शाळा संपली तरी या संतमाहात्म्याने अखिलाचा पिच्छा सोडला नाहीच.

मास्तर गेले आणि आदर्श वागणुकीचं बाळकडू पाजणारा थिरुवल्लुवर अम्माच्या जिभेवर प्रकट होऊ लागला.

''दारातली रांगोळी विस्कळित आणि जेमतेम असेल; म्हणजे समजावं घरातली गृहिणी अजागळ आहे. मन लावून मोठ्ठीशी सुरेख रांगोळी घातली असेल तर समजावं, गृहिणी कर्तव्यदक्ष आहे. आपल्या घरा-दारावर, मुला-माणसांवर प्रेम करणारी आहे. स्वत:चं सुख विसरून इतरांच्या सुखासाठी झटणारी आहे. सढळ हाताची आहे'', अम्माची शिकवणी एकदा सुरू झाली की, संपता संपत नसे,

''हे बघ, फार गुंतागुंतीची रचना असलेली मोठ्ठी रांगोळी सणावाराला घालावी. कर्त्या बाईला रोज कुठे एवढा वेळ मिळणार? पण रोजची रांगोळी नीटनेटकीच असली पाहिजे– मनापासून, जीव लावून घातलेली! दारापुढच्या रांगोळीत बाईचं मन दिसतं. स्वभाव दिसतो.''

'आदर्श गृहिणी' होण्याचं जन्मदत्त कर्तव्य पार पाडण्याकरता कॉलेजच्या शिक्षणाला रामराम ठोकलेली अखिला उठता-बसता अम्माचा उपदेश ऐकत होती.

तमिळ मासिकांमधून रांगोळीची वेगवेगळी डिझाईन्स उतरवून घेतलेली एक वही अम्माजवळ होती. प्रत्येक सणावाराला साजेशा रांगोळ्यांनी पानंच्या पानं भरलेली. शिवाय रोज घालायच्या वेगळ्याच. सासूबाईंना खूष करण्याकरता सूनबाईंनी कशी रेघ ओढावी आणि 'कुटुंबाची प्रेरणाशक्ती' असा किताब जाणाऱ्या-येणाऱ्या प्रत्येकाकडून कसा मिळवावा, याचं ते गाईडच होतं.

इतर बायकांसाठी रोजच्या सरावातली असलेली प्रत्येक लहानसहान गोष्ट म्हणजे अम्माच्या दृष्टीने बारीकसारीक बारकाव्यांचा हट्ट धरणारं शास्त्रच. ती रोज सकाळी अखिलाला दारात रांगोळी घालायला लावी आणि स्वत: जातीने प्रत्येक रांगोळीचं परीक्षण करी. पहिल्यांदा दारापुढचं चिंचोळं अंगण नीट झाडून काढायचं. मग पाण्याचा सडा घालायचा. मद्राससारख्या शहरात रोज उठून गाईचं शेण कुठून आणणार? म्हणून नुसत्या पाण्याचा सडा. मग घरातून रांगोळीची वाटी आणून 'कोलम' रेखायला बसायचं. आठ ठिपक्यांची रांगोळी– चार आडवे, चार उभे. रांगोळी काढून झाली की घरातलं काम सोडून उंबरठ्यावर येऊन उभी राहिलेली अम्मा म्हणे, ''बरी काढलीस. पण ठिपके नीट रेघेत आणि ठराविक अंतरावरच

यायला हवेत आणि मधल्या रेघा अशा तुटक, तिरक्या नकोत. दोन बोटांमधून रांगोळी कशी एकसारखी पडली पाहिजे. आता आत ये. मी पाहा देवापुढे कशी घालते...''

तांदळाच्या पिठाने देवापुढे रांगोळी रेखणाऱ्या अम्माला बघताना अखिला मनातून वैतागलेली असे. पुढे-पुढे तिला त्या रांगोळ्यांचाच तिरस्कार वाटायला लागला. ते अंगण झाडणं, त्या तयाऱ्या, ते श्रम.. वैताग! लग्न होण्याची वाट बघत न झालेल्या लग्नाची तयारी करण्याचाही तिला वीट आला होता.

पण 'त्या' सकाळी अखिला कसल्यातरी अनामिक, अनोळखी उत्साहाने सळसळत होती. अंगणात देखणी रांगोळी घालून अम्माला खूष करून टाकावंसं तिला मनापासून वाटत होतं. आपण सुंदर रांगोळी घालू. मग ओसंडणाऱ्या कौतुकाने अम्मा म्हणेल, ''शाब्बास, अखिलनंदेश्वरी! ब्राह्मणाची मुलगी शोभतेस हो!''

-आश्चर्य म्हणजे अम्मा खरंच तसं म्हणालीसुद्धा.

आजच्या दिवसात काहीतरी अघटित घडणार, याचा अखिलाला मिळालेला म्हटला तर तेवढाच एक संकेत!

दुपारी सगळी कामं आवरल्यावर मासिक वाचत चटईवर लवंडलेल्या अम्माजवळ जाऊन अखिला म्हणाली, ''अम्मा, मी जरा सारसामामीकडे जाऊन येते. आज ती वडे घालणारेय. तिने मला मदतीला बोलावलंय.''

''वड्यांचं वाळवण? इतक्या उशिरा? उन्हं उतरायला लागल्यावर?''-अम्माने जरा त्रासूनच विचारलं.

''अगं, अजून तिचं निवडणं, दळणं व्हायचंय. मी आणि जया तिला धान्य निवडून, दळून देणार. आज सारसामामी फक्त पीठ भिजवून ठेवणारेय. उद्या सकाळी लवकर वडे घालणार आम्ही. आणि हो, अगं मामी काल म्हणत होती, अप्पांचं एखादं जुनं धोतर आणशील का वडे वाळत घालायला म्हणून!''

काहीशा वैतागानेच अम्मा उठून बसली.

''सारसा म्हणजे जरा अतीच करते कधीकधी. इतकी वर्षं मी तिला सांगतेय, वाळवणाच्या वड्यांचं पीठ कसं भिजवतेस ते मला दाखव एकदा. पण मेली पत्ता लागू देईल तर शपथ! आज ती पीठ भिजवील ना, तेव्हा जरा नीट लक्ष देऊन बघून ठेव. ती काय काय घालते त्यात ते. तिला म्हणावं, अप्पांचं जुनं धोतर उद्या आणीन मी आणि एक लक्षात ठेव. वडे घालायचे ते सकाळी. भलत्या उन्हात फिरून काळीबिळी झालीस तर मला चालणार नाही. आजकालचे पुरुष स्वत: कोळशाहून काळे मिचकुट असले तरी त्यांना बायको गोरीच लागते, लक्षात ठेव.''

अखिलाला घराबाहेर पडायचं असलं की, अम्माचं हे टुमणं ठरलेलं.

"उगीच उन्हाबिन्हात फिरू नको. काळवंडशील."

बाकीच्या तिघा भावंडांच्या मित्रमैत्रिणी अगदीच शेजारीपाजारी राहात.

सारसामामीचं घर मात्र दोन गल्ल्या पलीकडे. म्हणजे तसं लांबच. अम्माच्या परवानगीशिवाय अखिलाला घराबाहेर पाऊल ठेवता येत नसे. अम्मा भलतीच भित्री आणि संशयी झाली होती. तिला वाटे, नुकती वयात आलेली आपली कोवळी पोर बाहेर पडली, तर पावलापावलावर तिचा कौमार्यभंग होईल. पुरुष काय, मेले टपलेलेच असतात. त्यातल्या एखाद्याने बळजबरीने पोरीला अंगाखाली घेतलं तर लग्नाआधी पोर नासेल. आई-वडिलांना, कुळाला, अख्ख्या ब्राह्मण जमातीला बट्टा लागेल.

बाहेर मे महिन्याचं कडक ऊन.

नुसता कडाका.

दुपारचे तीन वाजून गेले तरी घशाला कोरडं पाडणारं ऊन. नजरेपुढे मृगजळ नाचत होतं. रस्ता सुनसान. अखिला भरभर चालत सारसामामीकडे निघाली होती. तिला स्वत:ला कडक उन्हाची, सुनसान रस्त्याची पर्वा नसली, तरी शेजारपाजारच्यांना होती. भर दुपारी एकट्या तरुण मुलीने घराबाहेर पडणं योग्य नव्हे, यावर पक्का विश्वास असणाऱ्यांपैकी कुणाच्या नजरेला अखिला पडली, तर त्यांनी त्याच उन्हात धावत जाऊन अम्माचे कान भरले असते.

सारसामामीच्या घरी पुस्तकांनी शिगोशीग भरलेल्या ट्रंका होत्या. कॉलेजात शिकणाऱ्या तिच्या दिराने आणलेल्या कादंबऱ्या. आता घरात कुणालाच त्या पुस्तकांचा उपयोग नव्हता. एके दिवशी सारसामामीने ट्रंका साफ करायला घेतल्या, तेव्हा योगायोगाने अखिला तिथे होती.

"महिन्यातून एकदा ही सगळी पुस्तकं बाहेर काढून मला झाडझूड करावी लागते. एवढ्या महागाच्या पुस्तकांना वाळवी लागली म्हणजे?" मदतीला पुढे सरसावलेल्या अखिलाला सारसामामी सांगत होती, "दरवेळी मी दिराला सांगते– बाबा रे, घेऊन जा तुझी पुस्तकं. दरवेळी तो काहीतरी नवी कारणं काढतो, पण या ट्रंका काही नेत नाही."

चमकत्या डोळ्यांनी अखिला आधाशासारखी त्या पुस्तकांकडे पाहातच राहिली.

जेम्स हॅडली. पेरी मेसन. हेरॉल्ड रॉबिन्स. आयर्विंग वॅलेस. जुन्या, गाजलेल्या, शृंगारिक कादंबऱ्यांची ती चळत बघूनच अखिलाच्या 'आत' काहीतरी चाळवल्यासारखं झालं होतं.

सारसामामी तिला एका वेळी एक पुस्तक वाचायला देई.

"तुझी अम्मा रागावणार नाही ना? तिला चालेल ना, तू हे पुस्तक वाचलंस तर?" पहिल्या वेळी सारसामामीने अखिलाला स्पष्टपणे विचारलं.

तिच्या स्वरात काळजी होती.

"अग मामी, ही पुस्तकं फाजील नाहीत काही. कव्हरांवरची तुला वाटतात तशी चित्रं उगीचच असतात तशी. लोकांनी भुलून जावं, विकत घ्यावी पुस्तकं म्हणून! पण आतली गोष्ट चांगलीच असते"– सारसामामीचा विचार बदलू नये, म्हणून अखिलाने घाईघाईने खुलासा केला.

"असेल बाई तू म्हणतेस तसं. पण तुझी अम्मा रागावली तर हे पुस्तक मी तुला दिलं एवढं मात्र सांगू नकोस. माझा जीव नकोसा करेल ती!" सारसामामीने तिला बजावून सांगितलं होतं.

"सारसामामीऽऽऽ"

-उन्हाच्या काहिलीने हैराण झालेल्या अखिलाने दार वाजवलं.

तर दारात सुब्रमण्यम अय्यरांचा हसरा चेहरा. ते नेहमीच हसत असत.

"अरे व्वा! एवढे सुंदर कपडे घालून आज राणीसरकार इकडे कुठे?"

-या अनपेक्षित स्वागताने, कौतुकाने मोहरलेली अखिला काहीशी दचकलीच. 'सुंदर कपडे? स्कर्ट-ब्लाऊज तर जुनाच आहे आपला. पण छातीशी लपेटून खांद्यावरून कमरेशी खोचलेली जांभळ्या रंगाची सिल्कची दावाणी नवी आहे खरी! सुब्रमण्यम अय्यरखेरीज कुणाच्या लक्षात येणार एवढा बारीक बदल?'- अखिला लाजली.

सुब्रमण्यम अय्यरना अखिला कधीची ओळखत होती. त्यांच्यासारखा दुसरा माणूस तिला तरी आजवर भेटला नव्हता. सारसामामीच्या मागे मागे करत, चारचौघांदेखत तिच्याभोवती हलकी मिठी घालणाऱ्या आणि नवऱ्याच्या प्रेमळ मिठीतून सुटण्याकरता लटकी धडपड करणाऱ्या सारसामामीच्या गालावर चावट टिचकी मारणाऱ्या सुब्रमण्यम अय्यरना अखिलाने अनेकदा पाहिलं होतं. ते सारसामामीला 'राणी' म्हणत. मुलांवरही असंच ओसंडून प्रेम करत. एका संध्याकाळी अखिलासह सगळे सिनेमाला गेले, तेव्हा ऐन क्लायमॅक्समधलं दु:ख सहन न होऊन ओक्साबोक्शी रडणाऱ्या सुब्रमण्यम अय्यरांकडे अखिला अचंब्याने पाहातच राहिली होती. दर महिन्याला पगार झाला की, ऑफिसातून घरी येताना वाटेवरल्या रामकृष्ण लंच होममधून ते न विसरता मिठाईचा मोठ्ठा पुडा आणत. दिवाळीत फटाके खरेदी करत, तेही शेजारपाजारच्या वीस-पंचवीस मुलांना पुरून उरतील इतके. दरवर्षी सुब्रमण्यम अय्यर अखिलाच्या दोन्ही भावांना-नारायण आणि नरसिंहाला- भरपूर फटाके देत. त्यांच्याबरोबर स्वत: फटाके वाजवायला उत्साहाने रस्त्यावर उतरत. त्यांची फक्त एकच अट असे; जन्मत:च दृष्टी नसलेल्या श्रीनीच्या- त्यांच्या मुलाच्या हातात एक फुलबाजी पेटवून द्यायची आणि सर्वांनी त्याच्याकडे नीट लक्ष द्यायचं.

"श्रीनीला दिसत नसलं म्हणून काय झालं? दृष्टी नसलेल्यांची बाकीची ज्ञानेंद्रियं जास्त तीव्र असतात. फुलबाजाची गंमत श्रीनीला दिसली नाही, तरी त्याला ती नक्की जाणवेल."

सुब्रमण्यम अय्यरांच्या उंच कपाळावर एक अर्धचंद्राकृती जन्मखूण होती.

"मी खरा नशीबवान आहे", ते हसून म्हणत, "विभूती लावायला विसरलो एखाद्या दिवशी, तर कुणाला कळत पण नाही." पापण्यांच्या खोबणीतून बाहेर डोकावणाऱ्या त्यांच्या मोठ्या डोळ्यांत सदैव एक आश्चर्याची, औत्सुक्याची झाक तरळताना दिसे. जत्रेत गेल्यावर आश्चर्याने डोळे विस्फारणाऱ्या शाळकरी मुलासारखी त्यांची नजर होती.

एक तर तोकडे किंवा मग ढगळे कपडे हे सुब्रमण्यम स्वामींचं आणखी एक वैशिष्ट्य. खिळ्याला टांगल्यासारखे त्यांच्या शरीरावर कपडे नुसते लटकलेले असत.

सुब्रमण्यम स्वामींची नोकरी जेमतेमच होती. कुठल्यातरी एका ऑफिसात शिपाई.

आणि काम?– सगळ्यांना चहा देणे, कप विसळणे, या टेबलावरच्या फायली त्या टेबलावर नेऊन देणे, कचऱ्याच्या टोपल्या भरल्या की उचलून नेऊन टाकणे.

-असं, आणि असलंच काहीबाही.

पण त्यांचा चेहरा कायम हसतमुख असे.

इन्कमटॅक्स ऑफिसमध्ये क्लार्क म्हणून चांगलं प्रतिष्ठेचं काम करणारे अखिलाचे अप्पा सदैव चिंताक्रांत! सुब्रमण्यम अय्यरांच्या चेहेऱ्यावर मात्र चिंतेची, वैतागाची एक रेघही कधी उमटलेली दिसत नसे.

"तसाच आहे तो. कुठली गोष्ट मनाला म्हणून लावून घ्यायची नाही."- अप्पा त्रासून म्हणत. "तरी आंधळ्या मुलासकट एवढा संसार कसा सांभाळतो देव जाणे!"

पण त्या उतरत्या संध्याकाळी धडकी भरवणारा सायरन वाजवत प्रचंड वेगाने ॲम्ब्युलन्स त्यांच्या कॉलनीत घुसली आणि 'अखिलाला ताबडतोब घरी बोलावल्याचा' निरोप घेऊन, अप्पांना अपघात झाल्याची बातमी सांगायला कुणी एक सारसामामीच्या घरात तीरासारखा घुसला, तेव्हा घाबरून गेलेल्या अखिलाला सुब्रमण्यम अय्यरांनीच सांभाळलं.

"घाबरू नको, अखिला. किरकोळ अपघात असेल. तुझे अप्पा बरे असतील. त्यांना काही होणार नाही"– घरी पोचेपर्यंत ते अखिलाला सावरत, सांभाळत, तिची समजूत घालत होते.

घरासमोर एवढी गर्दी कसली? ही माणसं कोण? आपल्या घरी कशाला

आली?

-काही न उलगडता धास्तावल्या मनाने घरात शिरलेली अखिला जमिनीला खिळून उभीच राहिली.

डोक्यावरचे सगळे केस भादरून एक रक्ताळलेली पट्टी बांधलेला अप्पांचा मृतदेह समोर होता.

-आणि फुटून फुटून रडणारी अम्मा.

एका चटईवर अप्पांना झोपवलेलं. पायावरून हनुवटीपर्यंत पांघरलेली पांढरी स्वच्छ चादर. डोळे मिटलेले. दोन्ही नाकपुड्यांमध्ये कापसाचे बोळे. अप्पा शांत झोपल्यासारखे दिसत होते. त्यांच्या त्रासिक चेहऱ्यावरचा नेहमीचा वैताग, राग निवला होता. त्यांना शांत, समाधानी आणि तृप्त झोप आली होती.

"स्टेशनच्या बाहेरच झालं सगळं. सेंट्रल स्टेशन आणि रिप्पॉन बिल्डिंगच्या मधल्या वळणावर. रस्ता क्रॉस करताना कसल्या विचारात होते कोण जाणे... अचानक बसच्या चाकाखालीच आले एकदम. ड्रायव्हर म्हणतो, तो बरोबर त्याच्या साईडने चालला होता. पण मिस्टर अय्यरच.." अप्पांच्या ऑफिसातला कुणी एक माणूस 'त्या क्षणी' नक्की काय घडलं ते सुब्रमण्यम अय्यरना सांगत होता.

"आता पोलीस चौकशी वगैरे काय ते रीतसर होईलच. पण माझी ओळख होती वरपर्यंत म्हणून तासाभरातच बॉडी ताब्यात मिळाली. पोस्टमार्टेम केलंय. घाईघाईत नीट शिवलेलंही नसणार प्रेत. तेव्हा जरा जपून. कुटुंबीयांना फार हात लावू देऊ नका."

कोण हा?

कोण सांगतोय काय काय घडलं ते?

उन्मळून पडलेल्या अखिलाने वळून पाहिलं, पण अश्रूंच्या पडद्याने डोळे पार झाकोळून गेले होते. समोरच उभ्या असलेल्या ओळखीच्या माणसाचा चेहराही नीट ओळखता येत नव्हता.

इन्कमटॅक्स ऑफिसात ज्यांनी ज्यांनी अप्पांना छळलं, त्यांच्यातलाच असेल का हा? ज्यांच्या क्रूर, अमानुष वागण्यामुळे त्रासलेले अप्पा छोट्या-छोट्या गोष्टींतला आनंद उपभोगणंसुद्धा विसरून गेले होते; त्यांच्यापैकीच असेल का हा?

नारायण, अखिला.. कुणाला शाळेत कसलं बक्षीस मिळालं की, त्याचा आनंद होण्याऐवजी अप्पा फक्त विषण्ण हसून एक खोल सुस्कारा टाकत. म्हणत,

"आयुष्यात काय उपयोग या बक्षिसाचा? इंग्रजी पाठांतरात किंवा हस्ताक्षर स्पर्धेत बक्षीस मिळवून काय होणार? पुढच्या आयुष्यात कसा निभाव लागणार तुमचा? व्यवहारात कसं वागावं, जशास तसं कसं असावं, आपल्याला त्रास देणाऱ्यांना कशी अद्दल घडवावी हे शिकवलं पाहिजे शाळेत. त्याचा तुम्हांला

उपयोग होईल पुढे. सर्टिफिकेटांची रद्दी जमवून काय करणार तुम्ही? अर्थात असं नव्हे की, मला आनंद नाही झाला. तुमचं एवढं कौतुक झालं, मला आनंद होणारच. पण...''

-कसेबसे हसत, उजव्या भुवईवर जोराने बोट दाबत अप्पा आपल्या कामाला जात. त्यांनी भुवईवर बोट दाबलं म्हणजे त्यांचा मस्तकशूळ उठला हे घरातल्या प्रत्येकाला पाठ झालं होतं.

अप्पांचा मस्तकशूळ असा वारंवार उठे.

कुठल्याही छोट्या-मोठ्या कारणाचं निमित्त होई.

उकाडा वाढला,

आकाश ढगाळ झालं,

गल्लीत कुठेतरी तमिळ भजनांनी घसा फोडून केकाटणारा लाऊड-स्पीकर लागला,

अगरबत्तीच्या वासाने धूर कोंडला,

पद्माची किरकिर,

नरसीचा खरचटलेला गुडघा,

ताट-वाट्यांचा आवाज,

उगीचच केकाटणारा कुत्रा,

मोठमोठ्याने आवाज करत, धडधडत जाणारी मोटरबाईक,

ऑफिसातला वैताग,

गर्दीने ओसंडणाऱ्या रेल्वेगाड्या,

खपली निघून भळभळणारी एखादी जुनी जखम,

एखाद्या नातेवाइकाकडून आलेलं अस्वस्थ करणारं पत्र

- कोणतंही कारण पुरेसं होई.

कशामुळे आणि कधी अप्पांचा मस्तकशूळ उठेल, सांगणं कठीण होतं.

मग त्यांना मनस्ताप होईल अशी प्रत्येक गोष्ट त्यांच्यापासून लपवण्याचा प्रयत्न.

तरीही कशा ना कशा निमित्ताने सगळं बिनसेच.

मग त्या तिरीमिरीत अप्पा घरातल्या एखाद्या खोलीत जात आणि दार धाडकन् बंद करून स्वत:ला अक्षरश: कोंडून घेत.

तासा-दोन तासांनी अप्पा बाहेर येत तेव्हा त्यांच्याभोवती अमृतांजनचा तीव्र वास दरवळत असे. डोकं दुखणं थांबलं असलं तरी किलकिल्या डोळ्यांनी अप्पा पुन्हा अमृतांजनच्या बाटलीत बोट घालत आणि एक मोठ्ठा पिवळा गोळा कोरून काढत. दोन्ही कानशिलांवर जोरजोराने चोळत. खूप वेळ स्वत:ची कानशिलं आणि

कपाळ रगडत राहात. मग बोटांवर उरलंसुरलं अमृतांजन खोल श्वासाबरोबर छातीत ओढून घेत. एकदा. दोनदा. बामचा तिखट भपकारा अगदी मस्तकात जाईतो ते खोल श्वास घेत राहात. शेवटी दोन्ही चिकट बोटं दोन्ही नाकपुड्यांवर चोळून कोरडी करत.

- आता यातलं काही करण्याची गरज उरली नव्हती.

आता अप्पांचं डोकं दुखणार नव्हतं.

आजूबाजूला इतकी माणसं रडत होती, येणाऱ्या-जाणाऱ्या माणसांच्या चालू-बंद होणाऱ्या वाहनांचा घरघराट, गर्दीचा कोलाहल, उदबत्तीचा अख्खा पुडा पेटवल्यामुळे घरात कोंडलेला धूर... कश्शाकश्शाचा अप्पांना त्रास होणार नव्हता.

ते शांत झोपले होते.

रडून रडून हरमळलेली अम्मा बायकांच्या गर्दीत जमिनीवर डोकं टेकवून बसली होती. अखिलाला बघताच तिला पुन्हा जोराचा हुंदका फुटला. विधवेच्या दुःखाची जाणीव असलेल्या आजूबाजूच्या जाणत्या स्त्रिया एकदम सरसावल्या. सगळ्यांनी अम्माभोवती आपल्या हातांचे विळखे घातले. त्या सगळ्यांना झिडकारून कसल्यातरी विचित्र ताकदीने अम्मा एकदम अखिलाकडे झेपावली.

"हे काय झालं अखिला? काय झालं हे?"

- उद्ध्वस्त झालेल्या अम्माच्या तोंडून दुसरा शब्द फुटत नव्हता.

दुःखाने पिळवटून गेलेली अखिला असहाय्यपणे पाहातच राहिली.

काय बोलायचं? कसं सावरायचं अम्माला?

"मुलं कुठं आहेत?" - अम्माच्या शेजारी बसत तिनं कसंबसं विचारलं.

"असतील आसपास" - अम्माने तिच्या खांद्यावर मस्तक टेकवलं. खूप वेळ ती लेकीच्या आधाराने रडत, स्फुंदत राहिली. अखिलाला एकदम प्रसंगाचं भान आलं. अम्माला हलकेच बाजूला करून ती उठली. भावंडांना शोधायला निघाली. नरसी आणि पद्मा व्हरांड्यात खेळत होते. येणाऱ्या-जाणाऱ्या माणसांच्या गर्दीकडे कुतूहलाने पाहात होते. घरात घडलेल्या घटनेचा अर्थ त्यांच्या समजुती पलीकडेच होता. आठ वर्षांचा नरसी आणि सहा वर्षांची पद्मा. 'अप्पा गेले' म्हणजे नेमकं काय झालं, हे त्या निरागस जिवांच्या गावीही नव्हतं.

पण नारायण?

एका अडगळीच्या कोपऱ्यात गुडघ्यात डोकं खुपसून एकटाच बसला होता. पापणीआड रोखून धरलेल्या अश्रूंच्या ताणाने पिळवटलेला चेहरा...आणि पौगंडावस्थेतलं पंधरा वर्षांचं अडनिड वय. ना धड अजाण मुलगा, ना धड जाणता पुरुष. घरात जे भयानक घडलंय त्यानं घाबरून जावं की, कर्त्या पुरुषासारखं समजुतीनं सारं सोसावं; हेच त्याला कळत नव्हतं. अखिलाने नकळत त्याला जवळ घेतलं.

"अक्काऽऽ" - नारायण कळवळून विचारत होता, "असं का केलं असेल अप्पांनी?"

"काय?"

"त्या रस्त्यावर वाहनं कशी आडवीतिडवी धावतात ठाऊक होतं नं त्यांना; का त्यांनी इतक्या घाईत, आजूबाजूला न बघता रस्ता क्रॉस केला असेल?"

नारायणच्या त्या प्रश्नाने अखिला क्षणभर चरकलीच.

अप्पा खरंच अपघातात गेले की, त्यांच्या ऑफिसातल्या कुणी..?

अप्पांचा मृतदेह घरी घेऊन आलेला त्यांचा तो सहकारी... त्यालाही नीट नव्हतं सांगता येत अपघाताबद्दल! आणि आता नारायणच्या निरागस प्रश्नातल्या संशयाची सुई...

रस्ता क्रॉस करण्याकरता फूटपाथवर उभ्या राहिलेल्या अप्पांनी धावत्या बसखाली स्वत:ला झोकून तर नसेल दिलं?

सतत उठणाऱ्या मस्तकशूळाला अलीकडे वैतागलेच होते ते. शिवाय ऑफिसातला त्रास!

त्यांनी ठरवूनच संपवलं असेल का सगळं?

लग्नाला आलेली तरणीताठी मुलगी आणि तीन मुलांचा भार असह्य झाला असेल का त्यांना?

की ऑफिसातला छळवाद सहनशक्तीपलीकडे वाढला असेल?

बसखाली स्वत:ला लोटून देताना काय वाटलं असेल अप्पांना? कोणता विचार आला असेल त्यांच्या मनात?

को वादिस?
किम गच्छामि?
नी येंगा सेलगिराय?

डोळे बंद करून अप्पांनी उडी घेतली असेल? की आपण आपल्या मृत्यूच्या दिशेने निघालो आहोत, हे त्यांना जाणवण्याआधीच वेगात आलेल्या बसने त्यांना धडक दिली असेल?

अप्पा, काय केलंत हे? का केलंत? जगणं खरंच इतकं असह्य झालं होतं का तुमच्यासाठी?

"अक्का?" - प्रश्नांनी गरगरलेली अखिला नारायणच्या प्रश्नाने सावध झाली. तो विचारत होता,

"आता आपण काय करायचं?"

"काय करणार? अप्पांवर अंत्यसंस्कार करायचे... आणि मग स्वत: हातपाय हलवायला सुरुवात करायची." - अचानक प्रौढ झालेला अखिलाचा आवाज

नारायणलाच काय, पण तिला स्वत:ला सुद्धा ओळखू आला नाही.

सतत भरून येणारे डोळे अखिलाने निग्रहाने पुसले. कपाळावर कुठल्यातरी अनाम संतापाची आठी घालून ती उभी राहिली.

रडता रडता घेरून येणाऱ्या दुबळेपणापेक्षा मनाला चिवट उभारी देणारा संताप कितीतरी बरा!

तिला रागच आला होता कसलासा.

पण त्या तिरसट रागानेच तिला उभी केली.

"हे सगळे कोण लोक आहेत? ते कशाला आले इथे?" - कधी न पाहिलेल्या, अनोळखी गर्दीच्या सांत्वनाने भांबावलेला नारायण विचारत होता. अखिलाच्या कपाळावर आणखी एक संतापाची आठी चढली.

अप्पांनी कधीही आपल्या गणगोताशी, नातेवाइकांशी फार संबंध वाढवले नाहीत. लग्नकार्यात कधीतरी ओझरत्या भेटी होत, तेवढ्याच. शाळेला सुट्या पडल्या की, बाकीची मुलं आपापल्या मूळ गावी जात. आजोळी जात. अखिला आणि तिची भावंडं मात्र दर सुटीत कुठेच जात नसत. एकदा एका सुटीत अप्पांनी एल.टी.सी. घेतली आणि सगळ्या कुटुंबाला तीर्थयात्रा घडवली. रामेश्वरम्, मदुराई आणि पलानी ही तिन्ही ठिकाणं अखिलाने पहिल्यांदाच पाहिली. बाकी कुठे मजा म्हणून फिरायला जाणं परवडण्याएवढे पैसे अप्पांजवळ कुठले असायला? दर चार वर्षांतून एकदा भारतातल्या कुठल्याही एका ठिकाणी जाण्याचा प्रवासखर्च अप्पांच्या ऑफिसातून मिळे; पण बाकी काय कमी पैसा लागतो? तेवढाही अप्पांजवळ नसे. 'समजा, आपण अप्पांच्याच गावी गेलो तर? त्यांच्याच घरी राहता येईल, जेवण-खाण तिथेच होईल. खर्चाचा प्रश्नच येतो कुठे?' - अशी कल्पना सुचली. तेव्हा अखिला आणि नारायण - दोघांनी मिळून अप्पांजवळ हट्टच धरला,

"आपण यावर्षी तुमच्या गावाला जाऊया."

"गावी? तिथे काय उरलंय आता आपलं?"- अप्पांनी पहिल्याच फटक्यात प्रवासाचा प्रस्ताव नाकारला.

"एकदाच अप्पा. एकदाच जाऊया नं अप्पा! आम्हांला बघायचंय तुमचं गाव"- नारायण हटून बसला.

"कशाला अप्पांना त्रास देता रे? ते किती दमलेत; दिसत नाही?"- अम्मा करवादत आली. तेवढ्या वेळात डोकं घट्ट धरून अप्पांनी अमृतांजनची बाटली काढलीच होती.

- अप्पा गेल्यावर मात्र एकाएकी हे एवढे नातेवाईक कुठून उगवले?

त्यांच्यापैकी कुणालाच अखिला आणि नारायणने कधी पाहिलंसुद्धा नव्हतं.

प्रेमाचे एवढे उमाळे? एवढी रडारड?

पैसे घेऊन रडणाऱ्या बायकांनीसुद्धा एव्हाना घरात शिरून आकांत मांडला होता.

या इथे कशा? यांना कुणी बोलावलं? पैसे कुणी दिले?

यांच्यापैकी एकही जण अप्पांना धड ओळखत नव्हता. कित्येकांनी तर त्यांना साधं पाहिलंसुद्धा नव्हतं.

आणि तरीही एवढं दु:ख?

तेही किती खरं वाटतंय...

रडून रडून थकलेली अम्मा दु:खाच्या ग्लानीत खूप वेळ नुसतीच पडून होती. गर्दी वाढल्यावर ती भानावर आली. पुन्हा हुंदके फुटत राहिले.

तेवढ्यात काही लोकांना घेऊन सुब्रमण्यम् अय्यर अखिला आणि नारायणकडे आले. म्हणाले,

"यांना ओळखलंत? हे तुमच्या अप्पांचे नातेवाईक. पुनमल्लीहून आलेत. त्यांची अम्माशी भेट घालून द्या. तुम्हांलाच धीर करून पुढे व्हायला हवं ना आता?"

अखिला एकटीच अम्माकडे गेली.

अखिलाच्या कोरड्या डोळ्यांत पाण्याचा टिपूस नव्हता.

"अग चांडाळणी, एवढी कशी कोरडी तू?"- संतापलेली अम्मा तिच्या अंगावर एकदम ओरडलीच,

"रड. रड तू. तिथे झोपलाय ना, त्या तुझ्या बापासाठी चार अश्रू तरी ढाळ. यापुढे तेवढंही करावं लागणार नाही तुला.. कळलं?"

- अखिलाला हुंदका फुटला.

ती हमसून हमसून रडत राहिली.

पुढे सुतकाच्या दहा दिवसांत अखिला अखंड रडतच होती. तिच्या आसवांना खळ नव्हता. जन्मभरासाठी तिला मिळालेले सगळे अश्रू त्या दहा दिवसांतच संपून गेले.

वडिलांच्या प्रेताला चूड लावणारे दोन धाकटे भाऊ बघताना तिला हुंदका आवरला नाही. केवढे कोवळे आहेत दोघे! यांच्याकडून कसल्या आधाराची अपेक्षा करणार आपण? आपणच त्यांची पोरकी आयुष्यं सावरली पाहिजेत- या जाणिवेने तर ती सुन्नच झाली.

सुतकातल्या प्रत्येक रात्री अप्पांच्या भुकावल्या आत्म्यासाठी उंबरठ्याशी भाताचा मुटका आणि पाणी भरलेली लोटी ठेवतानाही तिला अश्रू आवरले नाहीत. अप्पांच्या आत्म्याला खाऊ घालता घालता अख्ख्या कुटुंबाचं पोट भरण्याची जबाबदारी पुढे आपल्यावरच येऊन पडणार, याची जाणीव तिला होत होती.

"अप्पा, तुमच्या अर्ध्या संसाराचा गाडा कसा रेटू मी? कशी सांभाळू सगळ्यांना?"

अखिलाचा आक्रोश थांबत नव्हता.

सुतक संपणार त्या मध्यरात्री शोकमग्न अम्मा वधूवेषात सजली. घरात आजूबाजूच्या विधवा स्त्रिया जमल्या होत्या. पहाट फुटण्याआधी साऱ्या जणींनी मिळून अम्माची सगळी सौभाग्यलेणी उतरवली....

बाईच्या भागधेयातलं हे भीषण आक्रित डोळ्यांदेखत घडत असताना अखिला स्वत:ला रोखू शकली नाही.

ती फुटून फुटून रडत राहिली.

रडतच राहिली.

पुढे जन्मभरात कधीही तिच्या डोळ्यांत पाण्याचं टिपूससुद्धा आलं नाही.

***

धडधडत धावणारी गाडी मध्येच थांबली.

छोटंसं स्टेशन होतं.

अखिलाने मनगटावरच्या घड्याळात पाहिलं. रात्रीचे बारा वाजून गेले होते.

कुठलं स्टेशन?

खिडकीबाहेरच्या पाटीवर दिसणारी अक्षरं अगदीच अंधुक होती. तिला गावाचं नाव वाचताच आलं नाही.

स्टेशन छोटंसं दिसतं. गाडी जेमतेम मिनिटभर थांबेल.

- अखिला जरा सावरून बसते; तोच त्यांच्या लेडीज कंपार्टमेंटचं दार धाडकन् उघडलं गेलं.

आत्ता यावेळी कोण?

अखिलाने चरकून नजर वळवली, तर दारात एक मुलगी उभी होती. जानकीआजी म्हणत होत्या, ती हीच असणार. आपल्या कूपेमधली शेवटची पॅसेंजर. अखिलाने श्वास सोडला.

आपली छोटी बॅग बर्थखाली सरकवत ती मुलगी काहीशी अवघडून उभी राहिली. एका बाजूचे सगळे बर्थ भरलेले. दुसऱ्या बाजूला मधला बर्थ तिचा होता. त्याखाली अखिला बसलेली.

''हा वरचा बर्थ तुझा आहे. झोपायचंय का तुला? चल, आपण लावून टाकू तुझा बर्थ. मीही झोपतेच आता.''

''नाही, नाही, प्लीज बसा.'' ती मुलगी म्हणाली, ''मला नाही झोप आली अजून.''

गाडीने पुन्हा वेग पकडला.

खिडकीबाहेरचा अंधार पुन्हा धावत राहिला. अखिलाचं लक्ष तिच्या नव्या

शेजारणीकडे लागलं होतं. आता ही मुलगी कानाला वॉकमन तरी लावील किंवा आपल्या खांद्यावरच्या सॅकमधून एखादी रोमँटिक कादंबरी काढून वाचत तरी बसेल; अखिलाला वाटत होतं.

- पण घडलं भलतंच.

खांद्यावरची सॅक छातीशी कवटाळत, पावलाखाली नजर लावून ती मुलगी सुन्न बसून राहिली.

जेमतेम चौदा-पंधराची असेल.

मुलगीशीच दिसत होती.

तिच्याकडे बघताना अखिलाला एकदम नारायणचीच आठवण आली. अप्पा गेले त्या दिवशी गुडघ्यात डोकं खुपसून बसलेला नारायण!! तोच पीळ.. ओठात घट्ट दाबलेला तोच आक्रोश... डोळ्यांत तरळणारं पाणी रोखण्याची तीच धडपड!

ना धड मुलगी, ना धड स्त्री!

अर्धवट, अडनिड्या वळणावरचा तोच मुका पेच.

निळ्या जीन्सवर लाल-पांढऱ्या पट्ट्यांचा टॉप घातलेली ती मुलगी तशीच अस्वस्थ बसली होती.

''बरी आहेस ना? काही होतंय का?''- अखिलानं स्वत:च्याही नकळत तिला विचारलं.

''आय ॲम फाईन,''- अखिलाकडे काहीशा आश्चर्याने पाहात ती म्हणाली, ''थँक्स! विचारल्याबद्दल!!''

ती बरी नाही हे सहज कळत होतं.

''नाव काय तुझं?''- अखिलानं विचारलं.

''शीला''- ती म्हणाली.

''शाळेत जातेस?''

- स्वत:च्या या भोचक चौकसपणाचा राग येत होता, तरी अखिला स्वत:ला आवरू शकली नाही. अनोळखी माणसांशी बोलण्याचा तिचा स्वभाव नव्हता. पण गाडीत चढल्यापासून ती तिचा स्वभाव सोडूनच तर वागत होती. स्वत:च्या मनातलं सांगावसं वाटत होतं. दुसऱ्यांच्या आयुष्यात डोकवावं, त्यांच्या मनातलं विचारावंसं वाटत होतं. मनापासून बोलावंसं वाटत होतं.

''मी नववीत आहे. होली एन्जल कॉन्व्हेंट स्कूल-'' शीला म्हणाली.

''एकटीच आहेस? प्रवासात कुणी बरोबर नाही?''

''माझे वडील आहेत ना बरोबर. शेजारच्याच कंपार्टमेंटमध्ये.''

''आणि आई?''

शीला काही बोलली नाही. मग उजव्या पायाच्या घोट्यावर हलकं खाजवत

म्हणाली,

"आई? ती आज संध्याकाळीच गेली... माझ्या आजीबरोबर..."

आ..जी..ब..रो..ब..र..

शीलाची जीभ थोडी अडलीच होती. खुलाशादाखल ती म्हणाली, "माझी आजी खूप आजारी होती. प्रवासातच गेली.."

"ओऽऽ आय ॲम सॉरी"- शीलाच्या खांद्यावर थोपटत अखिला म्हणाली.

"गेली ते बरंच झालं एकाअर्थी. खूपच आजारी होती. सुटली बिचारी! वाटच बघत होती मरणाची," शीला म्हणाली आणि गप्प बसली.

❀❀❀

४

शीला चौदा वर्षांची झाली.

त्यानंतर बरोबर चार महिन्यांनी तिच्या आजीचं पत्र आलं. आजीला आपल्या लेकीकडे - शीलाच्या आईकडे काही दिवस मुक्कामाला यावंसं वाटत होतं.

शीलाच्या आठवणीत एकदाही आजी त्यांच्या घरी राहायला आलेली नव्हती. महागड्या, सुगंधी तंबाखूची पाकीटं आणि मारी बिस्किटांचे पुडे घेऊन तेच दरवर्षी सुटीत आजोळी जात. आजी तिच्या रुबाबात सगळ्यांचं स्वागत करी आणि मग प्रत्येकाला शिस्तशीरपणे आपल्या नजरेच्या धाकात ठेवी.

शीला जन्मली तेव्हा नातीचं नाव काय ठेवायचं, हेही आजीनं स्वत:च्या अधिकारात ठरवलं. तिने कधीतरी कुठल्यातरी मासिकात हे नाव वाचलं होतं - 'शीला'.

"मला फार आवडलं. मी हेच नाव ठेवणार. नातीचं नाव ठेवायचा अधिकार आजीचाच असतो बरं!"- बारशाच्या दिवशी तिनं सर्वांना बजावून सांगितलं होतं.

मिनी..गिरिजा..नीता.. शर्मिला.. आशा .. विद्या.. आईवडिलांच्या यादीतली सगळी नावं बाजूला पडली, आणि तिचं नाव ठेवलं गेलं– शीला!

आजीच्या अंगाखांद्यावर खेळल्याची, तिच्या कुशीत झोपल्याची एकही आठवण शीलाजवळ नव्हती.

शीलाची आई बळेबळे तिला आजीच्या मांडीवर ठेवी खरी; पण आजी तिच्यामध्ये फारशी गुंतली नाहीच. कधीतरी खांद्यावर थोपटणारा चुकार स्पर्श.. सुटीत आजोळी आलेल्या नातीला शहरातल्या महागड्या हॉटेलात एक उत्तम

जेवण आणि सुटी संपवून घरी परतणाऱ्या नातीच्या हातात ठेवलेली शंभर रुपयाची एक नोट- यापलीकडे आजीचं प्रेम कधी गेलंच नाही. नाहीतरी इतर आज्ज्यांसारखी नव्हतीच ती!

शीलाला आणखी एक आजी होती.

अचम्मा.

तिच्या वडिलांची आई.

दर दोन-चार महिन्यांनी ती लेकाकडे येई आणि आली की चांगला महिनाभर मुक्काम करी.

ठेंगणी-ठुसकी... चिमणीएवढी छोटीशी... खारकेसारखी सुरकुतलेली बारीक, सडपातळ अचम्मा आपल्या विरळ केसांची छोटीशी अंबुडी बांधी.

ती येणार आहे असं कळलं तरी शीलाचे आई-बाबा तसे निवांत असत. अचम्मा येणार म्हणून कधीच काही विशेष तयारी करावी लागली नाही. ती येई आणि दुधात साखर मिसळल्यासारखी आपसुख घरात सामावत, विरघळत जाई. तिला फारसं काही लागतच नसे. वेळच्या वेळी दोन घास खाऊन काहीतरी वाचत पडून राहाणं एवढाच तिचा दिनक्रम! संध्याकाळची प्रार्थना झाली की, ती लवकर झोपून जाई. वॉशबेसिन जवळ एका काचेच्या भांड्यात पाणी घालून ठेवलेल्या दातांच्या कवळ्या, एवढीच काय ती खूण! बाकी त्या घरात अचम्माचं अस्तित्व जाणवतसुद्धा नसे.

अचम्मा इतकी त्या घराशी एकरूप होई की, 'ती आहे' हे सुद्धा कुणाच्या ध्यानी रहात नसे.

शीलाची दुसरी आजी मात्र अशी नव्हती.

नव्हतीच.

तिच्या आईची आई.

खरं तर शीलाने तिला 'अम्माम्मा' म्हणायचं. पण आजीच्याच आग्रहावरून शीला तिला 'अम्मुम्मा' म्हणे.

अम्माम्मा म्हणजे आजी. म्हातारी. थकलेली.

आपल्या वयाची जाणीव करून दिलेली या आजीला अजिबात आवडत नसे. त्यामुळे तिला अम्मुम्मा म्हणायचं.

अम्माम्मा म्हणजे आजीच.

अम्मुम्मा म्हणजे 'आजी'च असं नाही.

बाकी कुणाला यात फार काही विचित्र वाटत नसे. पण वेगळी हाक मारण्याच्या या आग्रहामागे आपल्या आजीचा पीळ किती घट्ट आहे, याची शीलाला जाणीव होती.

अम्मुम्मा एकोणसत्तर वर्षांची.

चांगली श्रीमंत.

मालकीचे मोठ्ठे वाडे, शेतघरं, सागाची शेकडो झाडं आणि चांगली औरस-चौरस पसरलेली भातशेती.

आणखी एक.

तिच्या हनुवटीवर सहा पांढरे केस नेहमी उगवत. थोडेसे वाढले की, अम्मुम्मा ते नेहमी चिमट्याने उपटून टाकी.

शीलाचे आई-बाबा छोट्या फ्लॅटमध्ये राहात. त्या घरात दोन बेडरूम्स होत्या आणि मोठ्ठ्या आमराईच्या दिशेला उघडणारी एक छोटीशी पण मोकळीचाकळी बाल्कनी. शोभेची, फुलांची रोपं लावलेल्या छोट्या-छोट्या कुंड्या बाल्कनीत मांडल्या होत्या. तिथे उभं राहून खोल श्वास घेतला की, अम्मुम्मा खूष! समोरच्या आमराईतल्या उंचनिंच झाडांकडे पाहात राहाणं तिला आवडायचं. कधी कधी खूपच खुषीत असेल, तर डोळे मिटून खोल श्वास घेत ती म्हणे,

"वा!! अगदी घरी असल्यासारखं वाटतंऽऽ"

शीलाचे आई-बाबा एकमेकांकडे पाहून हसत आणि धन्य धन्य होत. अम्मुम्मा आपल्या छोट्या फ्लॅटमधल्या घरात रुळते आहे, एवढ्या नुसत्या जाणिवेनेसुद्धा त्यांना कोण अभिमान वाटे!

पण अम्मुम्माचं प्रेम आहे ते बाल्कनीतून दिसणाऱ्या आमराईवर... बाकी या घरातलं काही तिला आवडत नाही. इथे तिचा श्वास कोंडतो; हे एकट्या शीलाला ठाऊक होतं.

शीलाला सगळंच ठाऊक असे.

नेहमीच.

हेही की, अम्मुम्मा इथे आलीय ते ती आजारी आहे म्हणून! थोड्याच दिवसांची सोबती उरली आहे म्हणून!

आपलं मरण इतकं जवळ आहे, हे अम्मुम्माला मात्र ठाउक नव्हतं.

कसं असणार?

इतकी वर्षं इतके गोळे पोटात वाढवले.. नऊ महिने भार सोसून त्यांना जन्म दिले; तसा 'हा'ही एक गोळा; अशी तिची समजूत होती.

गोळा वाढतोय ना?

-वाढू देत.

वेळेवारी येईलच बाहेर!

पण 'तो' गोळा वेगळा होता. पोटात रुजणारा. सर्वत्र आपले विषारी हातपाय पसरून शरीर पोखरणारा... रक्त-मांस-हाडं आणि स्नायू फस्त करणारा!

तो कधीच बाहेर पडणार नव्हता.

अम्मुम्मासकट आतल्या आत मरून जाणार होता.

या परिस्थितीत स्वत:चं आलिशान, मोठ्ठं घर सोडून अम्मुम्मा आपल्या छोट्या, चौकोनी घरात का राहायला आली याची शीलाला कल्पना होती. 'इथले' डॉक्टर्स 'तिकडल्या' डॉक्टरांपेक्षा अधिक निष्णात असल्याचा निष्कर्ष अम्मुम्माने जाहीर केला; त्यामागचं खरं कारणही तिला ठाऊक होतं. तिच्या स्वत:च्या, हक्काच्या घरातून आपल्या आईला बाहेर घालवल्याची अपराधी टोचणी मुलांना लागावी, केल्या कृत्याचा त्यांना पश्चात्ताप व्हावा म्हणून अम्मुम्मा तडक लेकीच्या घरी निघून आली होती. आपले मुलगे सुनांच्या आहारी गेले, बायकांच्या मागे गोंडा घोळता घोळता आईला विसरले याचा अम्मुम्माला संताप आला होता.

शीलाच्या मम्मीला अम्मुम्माने आयुष्यात कधी प्रेमानं वागवलं नव्हतं. आता प्रेमाचे चार तुकडे टाकले तरी लेक मागचं सगळं विसरून, जिव्हाळ्याने आपली खातीर करेल याबद्दल अम्मुम्माच्या मनात शंका नव्हती. आपल्या मम्मीच्या मनातल्या भीतीशी, असुरक्षिततेशी अम्मुम्मा खेळतेय, तिला कोंडीत पकडून आपली सोय पाहतेय हे शीलाला कळत होतं. इतक्या वर्षांचा दुरावा सोसल्यानंतर पुन्हा एकदा (श्रीमंत) अम्मुम्माची मर्जी मिळवण्याकरता आपली मम्मी जीवाचं रान करील, हेही तिला दिसत होतं. गेल्याच उन्हाळ्यात अम्मुम्माच्या मृत्युपत्रावरून दोघींत केवढं भांडण पेटलेलं; नंतर वर्षभर दोघींनी तोंडंही पाहिली नाहीत एकमेकींची! पत्रापत्री झाली तीही थंड. औपचारिक. कामापुरती. शीलाला घेऊन मम्मी माहेरी गेली नाही, असं त्या वर्षीच्या सुटीत पहिल्यांदाच घडलं.

स्वत:चं मृत्युपत्र तयार करायला अम्मुम्मा का तयार नाही, हे समजणं फार अवघड नव्हतं. तिचा आपल्या मुलांवर विश्वास नव्हता. आपल्या मरणावर पोरं टपून बसलीयत आणि कधी एकदा इस्टेट गिळंकृत करून चैन करतोय अशी घाई प्रत्येकाला झालीय, हे तिला कळत होतं. आपल्या मुलांनी आपल्या मरणाची वाट पाहावी आणि आपण मरताच आनंद करण्याचे, मजा मारण्याचे मनसुबे रचावेत याचा अम्मुम्माला विषाद वाटत होता. सगळ्यांनी आपल्याला असं मोडीत काढावं? आपल्या राखेवर इमले बांधावेत?- या प्रश्नांनी ती अस्वस्थ होती. एकदा मृत्युपत्र लिहून बसलो की, या कुटुंबावरची आपली पकड सुटली... मग फक्त मरणाची वाट पाहण्यापलीकडे आपल्या हातात काही उरणार नाही हेही अम्मुम्माने अचूक ओळखलं होतं.

अम्मुम्मा शहाणपणाने आपले पत्ते खेळत होती. मुलगी आणि जावयांच्या देखत अम्मुम्माने स्वत:चा सोन्याचा नेकलेस नातीच्या गळ्यात घातला... तेव्हा

त्या अनपेक्षित भेटीने शीला एकदम चमकलीच.

पुढच्या क्षणीच गळ्यातल्या सोन्याच्या नेकलेसचं 'वजन' तिला जाणवलं.

समजलं.

मुलांबरोबरच्या वादात वेळ आलीच तर मुलीने आपली बाजू घ्यावी, म्हणून अम्मुम्माने पक्की तजवीज केली होती.

...आणखी एक हुकमाचं पान टाकलं होतं.

आल्या आल्या आठवड्याभरात अम्मुम्माने घरादारावर आपली हुकमत लागू करून टाकली. शाळेतून परतल्यावर शीलाने घरीच बसलं पाहिजे असा नवा नियम जारी केला.

"'वाढत्या वयाची पोर आहे. वेळी-अवेळी घराबाहेर फिरत राहिली तर कसं चालेल? आणि तिच्याबरोबर बॅडमिंटन खेळायला येतात ते पुरुष कोण? 'अंकल म्हणे!' ठाऊकेय अंकल कसले ते! आणि त्यातला नाझर का कोणसा पुरुष शीलाला जवळ घेताना दिसला परवा.. आता लहान आहे का पोर? आणि तो माणूस तरी कसला?- शी!!- आत्ताच आवर नाही घातलास तर एक दिवस पस्तावशील, लक्षात ठेव!" अम्मुम्माने शीलाच्या मम्मीला धारेवरच धरलं.

"अग पण अम्मुम्मा, ते मित्र आहेत तिच्या वडिलांचे. त्यांनाही मुलीसारखीच आहे शीला.." मम्मीने थोडं समजुतीने घ्यायचा प्रयत्न केला.

"हा तमाशा झालाय यापूर्वीही," अम्मुम्मा करवदली, "ती... आपल्या शेजारची सेलीन. विसरलीस?"

शीला आत आलेली दिसल्यावर मम्मी सूचक खाकरून गप्प राहिली. वाढत्या वयातल्या लेकीसमोर तिला सेलीनच्या अभद्र गोष्टीचा तमाशा नको होता.

पण ही सेलीन कोण? तिचं काय झालं? शीलाला सगळं ठाऊक होतं.

शीला लहानच होती तेव्हा. जेमतेम पाच वर्षांची.

पण अख्ख्या कॉलनीत सेलीन प्रकरणाचा एवढा बभ्रा झाला होता की, तिलाही सगळं समजलं. सेलीन कशी सहज म्हणून तिच्या मैत्रिणीकडे गेली. घरात कुणी नसल्याचा फायदा घेऊन मैत्रिणीच्या वडिलांनी सेलीनचे कपडे कसे जबरदस्तीने उतरवले, मग तिच्यावर बलात्कार कसा केला.. सगळं सगळ्यांना ठाऊक होतं. त्यातून मग सेलीनला दिवस गेले आणि आणखी बदनामी नको म्हणून दोन्ही कुटुंबांनी शेवटी ती कॉलनीच सोडली. कुठल्यातरी आडगावात नेऊन सेलिनच्या आई-वडिलांनी तिचा गर्भपात करवला... आणि 'त्या' नराधमाने नव्या गावात नव्या मुली शोधून त्यांना नासवण्याचे उद्योग सुरू केले.

हे सारं ज्याला-त्याला तोंडपाठ होतं.

मैत्रिणीच्या वडिलांच्या हाती सापडण्याचा धोका कसा पावलापावलावर दडलेला असतो, हे शीलालाही माहीत होतं. नीट काळजी घेतली नाही तर आपलीही गत सेलीनसारखी होईल, हेही! नाझरअंकल हे तिच्या मैत्रिणीचे वडील आणि वडिलांचे मित्र. नाझरअंकलची मुलगी हसीना शीलाची मैत्रीण. दोघी एकाच वर्गात. एका रविवारी संध्याकाळी खेळून दमलेली, घामाघूम झालेली शीला धावतच हसीनाच्या घरात शिरली. तेव्हा एकदम समोर आलेल्या नाझरअंकलनी शीलाच्या ओठावर उतरलेला घामाचा टपोरा थेंब बोटाने हळुवार निपटून टाकला होता. तो स्पर्श नंतर पुष्कळ वेळ शीलाच्या ओठांवर हुळहुळत, टोचत राहिला.

नंतर प्रत्येक वेळी हसीनाच्या घरी जाताना शीला दरवाजातच उभी राहून हातातल्या रुमालाने खसाखस चेहरा पुसायला लागली.

अशीच एकदा हसीनाच्या घरी खेळताना शीलाच्या ब्लाऊजची खांद्यावर बांधलेली नाडी सुटली. शीलाला गोंधळल्यासारखं झालं. तेवढ्यात नाझरअंकल एकदम कुठून तरी उगवले आणि त्यांनी स्वत:च्या बायको-मुलीच्या देखत शीलाच्या खांद्यावरल्या नाडीची दोन बाजूला दोन फुलं बांधून दिली. हसीना आणि तिच्या आईला किती चमत्कारीक वाटलं, हे शीलाने त्यांच्या नजरेत पाहिलं होतं. तिला स्वत:चीच लाज वाटली. शीलाने तो ब्लाऊज पुन्हा कधीही घातला नाही.

अम्मुम्माला वाटणारी काळजी किती योग्य आहे, हे शीलाला समजत होतं. आपली मम्मी फार भोळी आहे. या असल्या गोष्टी तिच्या लक्षातसुद्धा येत नाहीत, हेही! तिला खोलीत आलेली पाहताच अम्मुम्मा आणि मम्मीने सेलीनचा विषय खाटकन् तोडला खरा, पण शीला सुज्ञ होती.

यापुढे आपण कधीही हसीनाच्या घरी जायचंच नाही; तिनं मनाशी पक्कं ठरवून टाकलं.

शेवटी अम्मुम्माला हॉस्पिटलमध्ये दाखल करायचं ठरलंच. त्याच्या आदल्या दिवशी तिला अक्षरश: खाय खाय सुटली. सकाळच्या नाश्त्यानंतर द्राक्षांचे घडच्या घड फस्त करून झाले. ते संपल्यावर खालून ओरडत जाणाऱ्या फळवाल्याला हाकारून अम्मुम्माने त्याच्या टोपलीतली जवळपास सगळीच फळं विकत घेतली. कापून, सोलून खाण्याचा सपाटा लावला. उरला फक्त साली आणि बियांचा ढीग! नंतर अम्मुम्मा जेवायला बसली. तिथेही तेच. चौघांसाठी शिजवलेला सारा स्वयंपाक तिने चाटून-पुसून संपवला. पातेलंभर भात, मसाल्यात मुरवून शिजवलेली एक अख्खी कोंबडी, बचकभर पापड, दह्याची बरणी, एक-दोन भाज्या आणि सकाळपासून तोंडाला पाणी सुटलेली, शीला ज्याची वाट पाहात होती ती प्रॉन-करी सुद्धा!

टेबलावर ठेवलेल्या अन्नाचा चट्टामट्टा केल्यावर अम्मुम्मा स्वयंपाकघरात गेली. जे मिळेल त्यावर हात मारला. जे जे शिल्लक होतं, ते ते सारं संपवल्यावरच अम्मुम्माने बेडरूममध्ये जाऊन ताणून दिलं. शीलाची मम्मी हतबुद्ध झाली होती. काय करावं ते तिला कळेनासंच झालं. भुकेपुरतं काहीतरी विकत आणावं म्हणून शीलाचे पप्पा मुकाट पिशवी घेऊन बाहेर पडले.

दुपार गेली, संध्याकाळ सरली. रात्रीचे दहा वाजत आले तरी अम्मुम्मा गाढ झोपलेलीच होती. संथ आवाजातलं तिचं घोरणं ऐकून थकलेली शीलाची मम्मी शेवटी घाबरली.

"ही अशी का करतेय? किती वेळ झोप! उठत का नाही? झालं काय हिला?"

-मम्मीला पडलेल्या या प्रश्नांची उत्तरं शीलाला ठाऊक होती. पण तिला काय वाटतं हे कोण ऐकून घेणार? सगळ्यांनी हसण्यावारी उडवून लावलं असतं, म्हणून शीला गप्प बसली. पण तिला ठाऊक होतं, 'परिपूर्ण स्त्री' म्हणून हातातला शेवटचा दिवस अम्मुम्मा तिच्या मनासारखा उपभोगून घेतेय... उद्या तिच्या पोटातला गोळा टाकला काढून की, मग सारखंच तिला काहीतरी हरवल्यासारखं वाटणार. एकदा हॉस्पिटलची पायरी चढलो की, आपलं 'स्त्रीत्व' संपलं; हे ठाऊकेय अम्मुम्माला. म्हणून तर..

अशी वागतेय.

बाईनं कसं असावं, कसं दिसावं याबद्दल अम्मुम्माचे अत्यंत काटेकोर असे आग्रह होते. कुठलीही नवी बाई दिसली की, अम्मुम्माची बारीक नजर तिच्यावरून फिरे. त्यातल्या बहुतेक बायका तिला आवडत नसत. मग ती म्हणे,

"ही कसली बाई? नुसता हाडांचा सापळा. भुंडे केस. गरत्या बाईचं शरीर कसं गुबगुबीत हवं. चांगली गरगरीत छाती हवी आणि लांबसडक दाट केस."

आणखी एक अट होती.

फुलतं-फळतं पोट.

या एवढ्या अटींमध्ये स्वत:लाच बसवणं उद्यापासून मुश्कील होणार हे जाणवल्यामुळे अम्मुम्मा अस्वस्थ होती.

तिला गबाळेपणा, अजागळपणाचा भारी संताप. तडा गेलेली काचेची बशी, डाग पडलेला टॉवेल, रंग उडालेले उशीचे अभ्रे असं तिच्या घरात चुकूनसुद्धा दिसत नसे. सगळं स्वच्छ... चकाचक.

अशी ही बाई त्या कोंदट हॉस्पिटलात कशी राहणार? तिला किती घृणा वाटेल स्वत:च्याच शरीराबद्दल!- शीला स्वत:शीच विचार करत होती.

रात्री उशिरा जाग आल्यावर अम्मुम्माने शीलाला चिमटा घेऊन यायला सांगितला. हनुवटीवर उगवलेले केसांचे खुंट तिला उपटायचे होते.

"तू कशी दिसतेस हे कोण एवढं बघणारेय तिकडे?" शीलाची मम्मी वैतागली होती.

"कोणी न का बघेना? त्याचा काय संबंध?"- अम्मुम्माने एका वाक्यात तिला गप्प बसवलं.

शेवटी हातात एक चिमटा, छोटी कात्री आणि आरसा घेऊन शीला बाल्कनीत गेली. मागोमाग आलेली अम्मुम्मा आरशात पाहात म्हणाली, "बाकीच्यांना आपण छान दिसावं म्हणून धडपडतात ना, त्या मूर्ख बायका! त्यांच्या नादी कधी लागू नको. स्वत:ची काळजी घ्यायची, नीटनेटकं राहायचं ते स्वत:ला आनंद मिळावा म्हणून! आरशात बघितल्यावर आपलं आपल्यालाच छान वाटलं पाहिजे. तुझ्या आईला आणि मावशीला हे शिकवण्याकरता मी जन्मभर रक्त आटवलं. पण त्या मूर्ख पोरी, काही म्हणता काही शिकल्या नाहीत. तू तशी नाहीस. त्यांच्यासारखी वागू नकोस. माझं ऐक. ऐकशील ना?"

शीलाने मान डोलावली, तशी खूष होत शीलाच्या केसातून हात फिरवत अम्मुम्मा म्हणाली,

"मीही तरुण वयात अशीच होते. तुझ्यासारखीच. फक्त तुझ्याहून अंगापिंडाने चांगली होते. सगळीकडून व्यवस्थित भरलेली. तू खात नाहीस ना पोटभर, म्हणून अशी हडकुळी आहेस. अशीच राहिलीस तर कुठला पुरुष तुला पसंत करील? असे हाडांचे सापळे बिछान्यात अंगाखाली घ्यायला पुरुषांना आवडत नाहीत. त्यांना चांगल्या भरलेल्या, उभार.. घट्ट छातीच्या बायकाच लागतात; तशी हो."

".. पण तू तर म्हणत होतीस, नाझरअंकल माझ्याकडे वाईट नजरेने बघतात.. मग त्यांना कशी मी आवडते? माझी छाती कुठेय घट्ट आणि भरलेली?"

-शीला अम्मुम्माला विचारणार तेवढ्यात मम्मी तिथे टपकली. आता काय बोलणार?

-ओठावर आलेला प्रश्न आतल्या आत गिळून शीला गप्प बसली.

"माझ्या लेकीच्या डोक्यात काय वाट्टेल ते भरवू नकोस हं. लहान आहे ती अजून.."

-मम्मीने अम्मुम्माला बजावलं.

"वाट्टेल ते? मी कशाला तिला 'वाट्टेल ते' सांगीन? मी काय तिची दुश्मन आहे? माझी नात आहे ती. तिला चार गोष्टी सांगायचा अधिकारच आहे माझा. मी सांगणारच."

-अम्मुम्मा मागे हटायला तयार नव्हती.

मिनिटभर इकडे-तिकडे करून स्वत:वरच चरफडत मम्मी शेवटी तिथून निघून गेली. अम्मुम्माच्या हनुवटीवरचे सारे केस शीलाने उपटून टाकले.

हॉस्पिटलमध्ये जाण्यापूर्वीची ती शेवटची रात्र.

या रात्री स्वत:चे मन:पूर्वक लाड करण्याची अम्मुम्माची इच्छा असणार, हे शीलाला ठाऊक होतं.

रात्र झाली की, झोपायला जाण्यापूर्वी अम्मुम्मा बेसीनसमोर उभी राहून वरच्या आरशात पाहात चेहेऱ्यावर फटाफट पाण्याचे सपकारे मारी. मग मऊ टॉवेलने चेहरा स्वच्छ पुसून, खाली अगदी मान, गळ्यापर्यंत भरपूर कॅलामाईन लोशन लावी. त्यानंतर पावडर. ब्लाऊजमधून उचंबळणाऱ्या हलत्या-डुलत्या छातीपर्यंत सर्वत्र 'लव्हेंडर' चा गंध असणारी पावडर शिंपडल्याखेरीज तिला चैन पडत नसे.

आजही तिने तेच सगळं केलं.

अधिक मन लावून, अधिक एकाग्रतेनं केलं.

शेवटी दागिन्यांचा डबा उघडला.

सगळे दागिने अंगावर चढवले.

-आणि अम्मुम्मा शांत झोपी गेली.

झोपेत मरण आलं, तरी, तेव्हासुद्धा आपण देखणं, सुगंधी दिसावं यासाठी चाललेली अम्मुम्माची धडपड शीलाला समजत होती.

घरातल्या बाकीच्यांनी 'म्हातारचळ' म्हणून अम्मुम्माची टिंगल केली, ते वेगळं!

दोन आठवड्यांनंतर एके दिवशी शीलाचे डॅडी घरी येऊन म्हणाले,

''डॉक्टर म्हणतात, कॅन्सर बराच पुढच्या स्टेजला गेलाय. आता ऑपरेशनचा उपयोग नाही. रेडिएशन वापरावं लागणार. किमोथेरपी...''

शीलाची मम्मी, मामा, मावश्या भेदरल्या. रागावल्या. वैतागल्या. शीलाची मम्मी तर ठाव सुटल्यासारखी विचित्रच वागायला लागली. शेवटी तिलाच फॅमिली डॉक्टरांकडे न्यावं लागलं. डॉक्टर म्हणाले,

''काळजीचं कारण नाही. आईच्या आजाराचा धसका घेतलाय, त्याचा ताण आहे एवढंच. विश्रांती घ्या आणि अॅन्टी ड्रीप्रेसन्ट गोळ्यांचा एक कोर्स लिहून देतो, तेवढा पूर्ण करा.''

घरात सगळ्यांनी सुटकेचा श्वास टाकला.

'पण मम्मीला काय झालंय? ती असं का वागते?' याचा एकट्या शीलाला अंदाज आला होता.

अम्मुम्मा गेली म्हणजे आपल्या जगण्याचा अखेरचा आधार संपणार, तुटणार. या जाणिवेने शीलाची मम्मी हवालदिल झाली होती. अचानक अंगावर येऊन पडणाऱ्या 'मोठेपणा' च्या ओझ्याची तिला धास्ती वाटत होती. 'अम्मुम्मा गेल्यावर काय चूक, काय बरोबर हे कोण सांगणार? मदत-मार्गदर्शन कोण करणार? आपण अगदी एकट्या पडू'-ही पोरकेपणाची हतबल भावना सहन करणं तिच्या कुवतीबाहेरचं होतं.

रोज उठून घरात चालणाऱ्या त्याच त्या तमाशाला, रडारडीला शीलाचे डॅडी आता वैतागले होते. सतत आरडाओरडा आणि चिडचिड सुरू झाली होती. त्यांनी जाता-येता शीलावर खेकसणं सुरू केलं. तिचं काहीच त्यांना पटेनासं झालं होतं-

"तू मम्मीला मदतच करत नाहीस.. तुझ्या सगळ्या मैत्रिणी मूर्ख आहेत, त्यातली एक आपल्या लायकीची नाही.. सारखी काय टी. व्ही. ला चिकटून असतेस? दिवसभर घराबाहेर भटकतेस, लाज नाही वाटत? हे सारखं सारखं 'ओ शीटऽऽ' म्हणण्याची घाणेरडी सवय कुणी लावली तुला? परवा त्या बागेच्या गेटसमोर उभी राहून गुलुगुलु बोलत होतीस; कोण तो मुलगा?"

-डॅडी सारखे तिच्या अंगावर ओरडत असत. आपण यात काही विसंगत बोलतोय, हे तर त्यांच्या लक्षातसुद्धा येत नसे.

'तुम्ही म्हणता दिवसभर घरात बसून मी टी. व्ही. पाहते आणि दिवसभर घराबाहेर उंडारत असते. या दोन्ही गोष्टी एकाच वेळी कुणाला तरी करता येतील का?'

-वर्षभरापूर्वीचा राग शीलामध्ये शिल्लक असता तर तिने डॅडींना विचारलंच असतं. पण त्याचा काही उपयोग नाही, एवढे शहाणपण आल्यामुळे ती गप्पच बसली.

आत्ता कुठे मी शहाण्यासारखी वागायला, अपमान गिळून गप्प बसायला शिकतेय तर डॅडी का मला मूर्ख, उद्धट म्हणतात; हे कोडं मात्र शीलाला उलगडत नव्हतं.

डॅडी तुम्ही का असे वागता माझ्याशी? मी सारखं हसावं, बाकीच्यांना हसवावं, मजा करावी असं तुम्हालाच वाटायचं ना? मग..?

-तिला रडू फुटायची वेळ आली होती.

शीला लहान होती, तेव्हा तिच्या अखंड बडबडीचं डॅडींना कोण कौतुक वाटे! ते तिला मोठ्या माणसांच्यात मोठ्या माणसांसारखंच वागवत. तिने बोलण्यात चोख असावं, वाद-प्रतिवाद करायला शिकावं, एखादी गोष्ट पटली नाही तर 'पटली नाही' हे उघड सांगावं म्हणून शीलाला प्रोत्साहन देत. तेच गुण घेऊन शीला वाढली. आणि आता मात्र शीलाचा 'पूर्वीचा स्पष्टवक्तेपणा' हा 'आत्ताचा उद्धटपणा' समजून डॅडींनी तिच्यावर खेकसायला सुरुवात केली होती.

त्यांना त्यांची छोटी, लाडकी मुलगी दिसतच नसे.. त्यांच्यासमोर असे ती एक तरुणी, स्त्री. तिने आपल्याशी इतकं स्पष्ट, रोखठोक बोलावं, हा त्यांना स्वत:चा अपमान वाटे.

कधी कधी डॅडींचे मित्र घरी आले आणि मोठ्या माणसांच्या प्रश्नांना तरतरीत उत्तरं देणाऱ्या त्यांच्या चुणचुणीत मुलींचं कौतुक करताना दिसले की, शीलाला वाटे त्यांना सांगावं,

'भलता मूर्खपणा करू नका. माझे डॅडीही असंच माझं कौतुक करत. त्यांनी तेव्हा शिकवलं तसंच आज मी बोलले, तर तो त्यांनाच उद्धटपणा वाटतो. प्लीज, माझा जो घोळ झालाय, तोच तुमच्या मुलीचा होऊ देऊ नका. त्यापेक्षा आत्तापासूनच तिला गप्प राहायला शिकवा. तिला म्हणावं, मनातलं मनातच ठेव आणि सगळ्यांशी गोड गोड हसून, छान छान वाग. तिची अक्कल आत्ताच छाटा आणि चुरुचुरु बोलणाऱ्या जिभेला आत्ताच लगाम घाला, म्हणजे मग मोठेपणी तिचं भलं होईल. मला जे प्रश्न पडतात, ते तिला पडणार नाहीत. दरवेळी डॅडींसमोर तोंड उघडताना मला जी धास्ती वाटते, ती तिला वाटणार नाही.'

डॅडींच्या रागाचा भडका उडाला की, आपण गप्प राहायचं, ते स्वत:च तिथून निघून जाणार हे शीलाच्या अंगवळणी पडलं होतं. राग अनावर होऊन डॅडी पाय आपटत बाहेर निघून जात. शीलाच्या आजोळी-अम्मुम्माकडे ते सुटीत जात तेव्हाही असेच वागत आणि तेव्हाही त्यांच्या तावडीत नेमकी शीलाच सापडत असे.

अम्मुम्मा हॉस्पिटलमध्ये असताना, स्वत:च्या घरात डॅडींचा का असा जळफळाट होत असावा याचा अंदाज शीलाला आला होता. घरातलं कर्तेपण जाऊन स्वत:च्याच घरात स्वत:च अडगळीत पडणं डॅडींना सहन होत नव्हतं. अम्मुम्मा आजारी आहे म्हणून एकत्र जमलेल्या मम्मीच्या श्रीमंत भावा-बहिणींनी अख्ख्या घराचा ताबाच घेतला होता. खरेदी तेच करत. वाणसामानापासून प्रत्येक गोष्टीची बिलं तेच भरत. शीलाच्या डॅडींनी बाजारातून आणलेल्या मध्यम प्रतीच्या वस्तू त्यांना कशा आवडणार? मग चवीढवीचे, महागामोलाचे जिन्नस आणायला ते स्वत:च बाजारात जाणार. डॅडींनी मोठेपणा दाखवण्याकरता एकदा ठेवणीतली रमची बाटली काढली, तर मिल्ट्री कॅन्टीनमधल्या त्या रमला नाकं मुरडून शीलाच्या मामांनी आपल्या बॅगेतली इम्पोर्टेड स्कॉच उघडली.

अख्ख्या घरीदारी श्रीमंतीचा वास दरवळत होता. शीलाच्या श्रीमंत मावशीने तर घराचं सारं चलनवलनच बदलून टाकलं.

अशा गोचीत डॅडींचा श्वास घुसमटला.

अपमान गिळून गिळून मुका त्वेष चढला.

राग काढणार कुणावर?

–शीला!

अम्मुम्मा तिच्या घरी परत जात नाही किंवा तिला मरण येत नाही; तोवर सगळं असंच चालणार हे शीलाला समजून चुकलं होतं.

अम्मुम्माचा आजार वाढतच चालला होता. अखेरीस ती भ्रमिष्टासारखी वागायला लागली. अंगावरचं पातळ पांघरून ती एकाएकी बिछान्यात उठून बसे. समोरच्या फिकट गुलाबी भिंतीकडे नजर लावून खोल आवाजात हाका मारी,

'अम्मा.. अम्मा'

या अशा अखेरच्या अवस्थेत अम्मुम्माला आजीची- तिच्या मृत आईची आठवण का येत असावी हे न कळून, भांबावलेली शीलाची मम्मी आणि मावशी.. दोघी एकमेकींकडे बघत राहात.

बाकी सगळ्या आशा संपल्या की, अखेरच्या आधारासाठी प्रत्येक स्त्री आपल्या आईच्याच कुशीत परतून येते. अम्मुम्माचंही तेच झालं असणार. ती अशी का वागतेय हे एकट्या शीलाला समजत होतं.

'अम्माऽऽ अम्माऽऽ'

–अम्मुम्मा अचानक किंचाळून बडबडत सुटली,

"बघ बघ, उघडे पाय दाखवत ती निर्लज्ज चांडाळीण कशी बेडरूममध्ये उभी आहे.. तिच्या मांड्या पाहतोय तो. चाटतोय तिची गोरी कातडी. बघ बघ, सटवीने कसा गुंडाळलाय त्याला. मूर्ख. बायकांच्या मागे लाळ घोटत फिरतो.."

ती 'सटवी' कोण?

शीलाची मामी. तिच्या सगळ्यांत मोठ्या मामाची बायको. तिच्यामुळे आपल्या सुखात विष कालवलं गेलं असा अम्मुम्माचा आरोप होता.

हे सगळं ऐकून शीलाचा मामा संतापला. शरमला. त्याची समजूत घालत शीलाची मम्मी म्हणाली, "मनाला नको लावून घेऊस. रेडिएशनमुळे तिच्या शरीरातली उष्णता वाढलीय, त्यामुळे काहीही बरळतेय ती. एअर कंडिशनिंग वाढव जरा. गार होऊ दे खोली."

भाऊ बाहेर गेला तशी मम्मी आपल्या बहिणीला म्हणाली, "या उष्णतेने तिच्या डोक्यातला राग वितळून गेला, तर बरंच!"

हे उष्णतेचं कारण काही फारसं खरं नव्हे.

शीलाला समजत होतं.

आता शेवटचे काही दिवस उरलेत, तर मनातलं सगळं गरळ ओकून टाकावं म्हणून धडपडतेय अम्मुम्मा. जे वाटतं ते बोलल्याखेरीज आणि ज्याचं माप त्याच्या पदरात टाकल्याखेरीज अम्मुम्मा डोळे मिटणार नाही, हे शीलाला पक्कं ठाऊक होतं.

विचार करत करत शीला हॉस्पिटलच्या कॅन्टीनमध्ये गेली आणि तिने मिरपूड

घातलेल्या गरमागरम रस्समची ऑर्डर दिली. कॅन्टीनवाला बघतच राहिला. बाहेर एवढा उन्हाचा कडाका पेटलेला, जो-तो गारेगार बदामाची खीर किंवा बासुंदी मागतोय; आणि हे गरमागरम रस्सम?

हैराण करणाऱ्या उकाड्यात, त्या घामट कॅन्टीनमध्ये बसून शरीरावरून धावणाऱ्या घामाच्या धारा पुसत शीलाने गरमागरम रस्समचा ग्लास तोंडाला लावला.

या रस्समची उष्णता आपल्या मस्तकातल्या धुमसत्या रागाला उकळी आणील का?

–तिला प्रश्न पडला होता.

शीला आतल्या आत संतापाने पेटत होती.

तिला डॅडींशी भांडावंसं वाटत होतं.

'बाकीच्यांचा राग का तुम्ही माझ्यावर काढता? का माझ्याशी अशी दुश्मनी करता? अम्मुम्मा आजारी पडली, त्याला मी जबाबदार नाही. उगीच जाता-येता माझी मानगूट पकडत जाऊ नका.'

माना उडवून सत्तर नखरे करणाऱ्या उर्मट मावशीला धारेवर धरावंसं वाटत होतं–

'तू असशील श्रीमंत तर अस. पण या घरात तुझं फाटकं तोंड बंद ठेव. एवढीच गुर्मी असेल तर तुझ्या नवऱ्याच्या अंगावर ओरड. तुझ्या पोरांना झाप आणि तुझ्या त्या अर्धा डझन नोकरांच्या ढुंगणावर लाथ हाणून त्यांना कामाला लाव. माझ्या मम्मीला त्रास देशील तर खबरदार!'

स्वत:च्या श्रीमंतीचा तोरा मिरवणाऱ्या मामालाही एकदा त्याची जागा दाखवून द्यायला हवीच होती–

'एवढे तुझ्या जिभेचे चोचले आहेत, तर फेक पैसे आणि एक आचारी ठेव स्वयंपाकाला. घरातलं काम ओढून आधीच थकलेल्या माझ्या मम्मीला का म्हणून चुलीशी जुंपतोस? घर आणि हॉस्पिटल यांमध्ये चकरा मारायला पाच-दहा नोकर ठेव आणि त्यांनाच तुझी बाकीची हजार कामंही सांग. माझे डॅडी काय तुला हरकाम्या गडी वाटले?'

उकळत्या रस्सममधल्या मिरपुडीचा तिखट झणका शीलाच्या डोक्यात शिरला; पण धुमसणाऱ्या रागाला उकळी फुटली नाही ती नाहीच. शीलाने शेवटी कॅन्टीनवाल्याकडून 'रम्-न-रेझीन' वालं एक थंडगार आईस्क्रीम घेतलं आणि मस्तकात पेटलेला जाळ शमवला.

सहा आठवडे उलटल्यानंतर अखेर एके दिवशी अम्मुम्माला घरी आणलं. काही दिवसांनी शीलाचे मामा आणि मावशी आपापल्या घरी परतले. मम्मी आणि डॅडी दोघांनीही अम्मुम्माच्या शुश्रूषेची कामं वाटून घेतली.

पण अम्मुम्माच्या शरीरात कॅन्सर पसरतच चालला होता. दिवसेंदिवस तिची प्रकृती खालावतच गेली. तिचं ब्लडप्रेशर वाढलं. किडन्या काम करीनाशा झाल्या. रेडिएशनने किती जाळला तरी तिच्या पोटातला गोळा वाढतच होता. शेवटी अम्मुम्माची प्रकृती फारच बिघडल्यावर तिला परत हॉस्पिटलमध्ये हलवलं गेलं. शीलाच्या मामांना, मावशीला निरोप गेले. सगळी फौज पुन्हा एकदा अम्मुम्माच्या उशाशी दाखल झाली.

सगळे उपाय थकले.

हॉस्पिटलमधून अम्मुम्माला घरी घेऊन येणाऱ्या ॲम्ब्युलन्सची वाट पाहात शीला बाल्कनीत उभी होती. समोरची आमराई, बाल्कनीतली झाडं.. सारंच उदास दिसत होतं.

घरात दुःखाचा कल्लोळ उसळलेला.

मम्मी आणि तिची बहीण-दोघी एकमेकींच्या गळ्यात गळे घालून रडत होत्या. एकमेकींना सावरत आधार देत होत्या.

शीलाने आत डोकावून पाहिलं, तर ती थक्कच झाली. एकमेकींना सतत घालून-पाडून बोलणाऱ्या, येता-जाता टोमणे मारणाऱ्या, सातव्या मिनिटाला भांडण सुरू करणाऱ्या याच का त्या दोघी? एकदम बहिणी-बहिणींमध्ये इतकं प्रेम कसं आलं उफाळून?

–पण हे सारं तात्पुरतं, तेवढ्यापुरतंच असणार.

शीलाला ठाऊक होतं.

एवढा प्रसंग सरला की, प्रेम आटलंच. पुन्हा दोघी एकमेकींच्या झिंज्या धरायला तयार!

गाडीचा आवाज आला म्हणून शीला बाल्कनीत धावली.

फाटकातून आत आलेली हिरवी व्हॅन 'अशोका' च्या झाडाखाली थांबतच होती. शीलाचा श्वास वाढला.

तिला वाटलं, आता दार उघडेल. बरोबरच्या माणसांच्या आधाराने अम्मुम्मा हळूहळू व्हॅनमधून उतरेल.

खूप वेळ झाला तरी अम्मुम्मा दिसेना.

काय चाललंय, शीलाला काही कळतच नव्हतं.

-'अम्मुम्मा कुठेय?'- तिला जोरानं ओरडावंसं वाटत होतं. तेवढ्यात बाल्कनीत आलेल्या डॅडींनी मागून तिचा हात धरला.

ती गर्रकन् वळली, डॅडी म्हणाले,

''खाली जाऊन अम्मुम्माजवळ बस. ती व्हॅनमध्ये आहे.''

अजिबात कसली हालचाल न करणारा, मल-मूत्राची घाण आणि ओद्कोलोनचा उग्र भपकारा मारणारा हाडामांसाचा एक ढीग व्हॅनमध्ये मागच्या सीटवर पसरला होता.

तोंड अर्धवट उघडं.

कोरडे, पांढरे फटक ओठ.

सुरकुत्यांच्या गोधडीसारखी विसविशीत कातडी आणि डोक्यावर जळक्या केसांचे पुंजके.

श्वास चालू होता, तेवढीच जिवंतपणाची खूण!

-या हाडामांसाच्या अजागळ पसाऱ्यात अम्मुम्मा असणं शक्य नाही. शरीर मागे ठेवून ती केव्हाच उडून गेली असणार.. ढगांवर स्वार होऊन, ताऱ्यांनी खचाखच भरलेल्या आभाळात हिंडत असणार.. शीलाची खात्री होती.

अशा अवस्थेत स्वतःच्या शरीराकडे पाहाण्याइतका तकवा अम्मुम्माकडे शिल्लक असता, तर तिला केवढं दुःख झालं असतं याची शीलाला कल्पना होती. एकदा उन्हाळ्याच्या सुटीत शीला आजोळी गेली, तेव्हा अम्मुम्माची मैत्रीण मरण पावली होती. तिच्या अंत्यसंस्काराला हजर राहून अम्मुम्मा घरी परतली तीच मुळी अस्वस्थ होऊन! शीलाने सहज कारण विचारलं, तेव्हा ती म्हणाली,

"काय सांगू तुला? लक्ष्मीचा मृतदेह बघितल्यापासून माझं मन थाऱ्यावर नाही. जिवंत होती तेव्हा इतकी देखणी दिसे. आज घरच्यांनी तिचं प्रेत केळीच्या पानावरून बाहेर आणलं ते पूर्ण नागडं. अंगावर एक म्हणता एक कपडा नाही. केस विस्कटलेले. साऱ्या शरीरावर मातीची पुटं आणि हात-नाक-कान-गळा सारं भुंडं! एक सोन्याचा कण नाही अंगावर. तिच्या नातेवाइकांना, मुला, सुनांना एवढी साधी अक्कल असू नये? बाई मेली म्हणून काय झालं, जन्मभर जपलेल्या तिच्या शरीराची शेवटी अशी विटंबना? मी मेले की माझंही बहुतेक असंच होईल शीला. मला आत्तापासूनच धसका बसलाय."

शीलाने धीर धरून अम्मुम्माच्या उघड्या ओठात पाण्याचे चार थेंब टाकले. डोळ्यांतलं पाणी पुसत ती म्हणाली,

"काळजी नको करू अम्मुम्मा. तुझी इतकी वाईट हालत मी नाही होऊ देणार."

ती धावतच वर गेली.

सामान घेऊन पुन्हा खाली आली.

अम्मुम्माच्या हनुवटीवर उगवून लांबलचक वाढलेले केस तिने चिमट्याने उपटले. तिचे उरलेसुरले केस विंचरून येईल तशी वेणी घातली. चेहरा स्वच्छ पुसून घेतला आणि त्यावर मावशीच्या पर्समधलं महागडं फाऊन्डेशन चोपडलं.. गळ्यापर्यंत, खांद्यापर्यंत! मग मावशीची श्रीमंत सुवासिक टाल्कम पावडर चांगली भरपूर शिंपडली. अम्मुम्माचा ब्लाऊज उघडून आतल्या लोंबत्या पिशव्यांखाली

पावडर लावली. तिच्या मिटल्या डोळ्यांच्या कडांवरून काजळाची पेन्सिल फिरवली. केस न् केस वेगळा दिसेल अशा काळ्याभोर भुवया रेखल्या. शीलाच्या मावशीने अम्मुम्माचा प्राण जाण्याआधीच तिच्या दागिन्यांचा डबा गडप केला होता. पण शीला गोंधळली नाही. तिने आपल्या कपाटातले खोटे, झगमगते दागिने आणून अम्मुम्माला मनसोक्त सजवलं. पितळेच्या चेनमधली खड्यांची चंद्रकोर अम्मुम्माच्या मरगळल्या छातीवर रुळली होती. लोंबत्या कानातल्यांचे झुलते मणी धावणाऱ्या, चकाकत्या झऱ्यासारखे तिच्या खांद्यावरून ओघळत होते.

घरातली सगळी मंडळी खाली आली आणि मरणाच्या वाटेवरल्या अम्मुम्माच्या 'हिडिस' रूपाकडे पाहून साऱ्यांना धक्काच बसला.

"मूर्ख चांडाळणीऽऽ काय केलंस हे? काय केलंस?" शीलाची मम्मी किंचाळलीच.

डॅडींच्या रागाचा जाळ दुरूनही शीलाला भाजून काढत होता.

मृत्युशय्येवरच्या अम्मुम्माची अवस्था शीलाने एखाद्या बाजारू वेश्येसारखी केली म्हणून सारेच चिडले होते.

पण शीला शांत राहिली.

मरताना दयनीय, असहाय्य आणि अस्वच्छ, अजागळ दिसण्यापेक्षा हे रूप अम्मुम्माला नक्की आवडलं असणार याबद्दल शीलाला तीळमात्र शंका नव्हती.

एकच घाई उडाली.

शीलाने रंगवलेलं अम्मुम्माचं ध्यान स्वच्छ करायला आता वेळ नव्हता. स्वत:च्या घरी, स्वत:च्या बिछान्यावरच मरण यावं एवढीच अम्मुम्माची अखेरची इच्छा होती.

व्हॅन कितीही वेगाने धावली तरी पल्ला फार दूरचा होता; आणि अम्मुम्माजवळ किती श्वास उरले असतील याचा काही अंदाज नव्हता.

शीलाचे मामा, मावशी, मम्मी सारे दु:ख आवरून भराभर व्हॅनमध्ये चढले. अम्मुम्माच्या भोवती कोंडाळं करून बसले. व्हॅन सुरू झाली आणि वेगाने फाटकाबाहेर पडली.

शीला आणि डॅडी.

दोघे स्तब्ध उभे होते.

डॅडींच्या रागाचा जाळ धगधगत होता. पण शीलाने पर्वा केली नाही.

शेवटच्या क्षणी अखेरचा श्वास घेताना अम्मुम्मा समाधानाने हसेल, हे तिला ठाऊक होतं.

❀❀❀

५

अप्पा गेल्यानंतर घरात दोन गोष्टी घडल्या.

रविवारच्या दिवसाची 'वेगळी' गंमत संपली.

आणि

अप्पांची जागा अखिलाने घेतली.

घरातला कर्ता पुरुष–

-अखिला!

कामावर असतानाच अप्पांना अपघाती मृत्यू आल्यामुळे त्यांच्या जागी अनुकंपा तत्त्वावर त्यांच्या थोरल्या मुलीला-अखिलाला नोकरी मिळाली. तिची शैक्षणिक पात्रता प्रथम वर्गाची होतीच; त्यामुळे इन्कमटॅक्स डिपार्टमेंटने तिला लगेच सामावून घेतलं.

जेमतेम एकोणीस वर्षांची अखिला नोकरी करून घर चालवू लागली. कर्तेपण, भावंडांकरता त्याग, घरादाराचा जिम्मा या संकल्पनांचा अर्थ समजण्याआधीच सारं तिच्या गळ्यात येऊन पडलं.

नारायण पुढल्या वर्षी पॉलिटेक्निकला जाणार होता.

अकरा वर्षांच्या नरसीची शाळा सुरू होती.

'अजून चार वर्षं आहेत.. तोवर नरसीला कॉलेजात घालण्याची ऐपत येईलच'- मनाशी अखिलाने हिशेब केला. 'नरसी.. कुटुंबातला पहिला पदवीधर होईल. आर्ट्स, कॉमर्स, सायन्स-तो जे काम निवडेल ते आपण त्याला शिकवू! पद्मा तर लहानच आहे अजून. वेणीला बांधायच्या रिबिनी आणि काचेच्या बांगड्या आणल्या तरी खूष असते..

राहिली अम्मा.

अप्पा गेल्यानंतर तिच्या कपाळावर सुरकुतलेली काळजी जास्तीच दाट झाली. नऊवारी साडीच्या निऱ्या काढताना मनगटाची गोल उलटापालट करावी; तसे हात फिरवत असते.. सारखे-उगीचच!'

"हे बघ अम्मा, लोक काय म्हणतात याची मला पर्वा नाही. अप्पा गेले म्हणून तू केस उतरवायची किंवा भगवी साडी नेसायची अजिबात गरज नाही"- अखिलाने बजावून सांगितलं तेव्हा अम्माच्या नजरेतला सुटकेचा सुस्कारा तिला दिसला होता. पहिल्यांदाच कौटुंबिक निर्णय घेताना आणि तो जाहीर करताना स्वत:चा अभिमानही वाटला होता.

.. पण लवकरच त्या अभिमानाचा एक मोठा दुखरा गोळा तयार झाला आणि अखिलाच्या दोन्ही खांद्यांमध्ये ठसठसत धावू लागला. अम्माकरता अप्पांच्या जागी आता अखिलाच 'कर्ती' झाली होती. समुद्रात मध्येच अडकून पडलेली अम्माच्या संसाराची डगमगती नौका आता अखिलाच किनाऱ्याला लावणार होती.

पुढली काही वर्षं सुरळीत गेली.

फारशी काही उलथापालथ न होता रोजचं रहाटगाडगं चालू राहिलं.

अख्ख्या घराच्या आयुष्याला एक नीरस, कंटाळवाणी शिस्त लागली. तसं करणं अखिलाला भागच होतं. सोमवार ते शनिवार... सकाळ ते संध्याकाळ- सारं ठरलेलं. रविवार जरा वेगळा. त्या दिवशी सगळ्या साड्या धुणं, त्यांना स्टार्च करणं, वाळवणं, इस्त्री करणं असा एक मोठ्ठा पसारा अखिलाला घालावा लागे. रविवार संध्याकाळपर्यंत कडक स्टार्च केलेल्या सहा कॉटनच्या साड्यांची थप्पी तयार होई. आठवड्याचे सहा दिवस त्या नेसून झाल्या की, पुन्हा पुढच्या रविवारी त्याच साड्यांचा धोबीघाट.

रोज सकाळी अंघोळ केलेल्या शरीराभोवती वर्तमानपत्रांचे चुरचुरीत कागद गुंडाळावेत, तशी कडक स्टार्चची कुरकुरीत साडी नेसताना अखिलाला अप्पांची आठवण होई. पोटाशी निऱ्या खोचून, पदराचा पट्टा डाव्या खांद्यावर पिनेनी टाचून झाला की, पद्मा मदतीला येई. मागून वर गेलेली साडी खेचण्याचा खेळ खूप वेळ चाले. सारख्या वर वर धावणाऱ्या साडीला हलक्या हाताने खाली ओढताना पद्मा हैराण होई. गुरुत्वाकर्षणाचा नियम– वर-वर जाऊन आकाशात विहरू पाहाणाऱ्या कुठल्याही वस्तूने फार गमजा मारू नयेत. मुकाट खाली यावं आणि जमिनीशी सरपटत गुपचूप पडून राहावं.

ऑफिस संपवून संध्याकाळी घरी परतेपर्यंत दोघीही पार गळून गेलेल्या असत.

-अखिला, आणि तिची साडी!

घामट हवा, तापल्या उन्हाचे चटके आणि चिकचिक सोसताना भलीभली

माणसं हरमळत; तर बचकभर स्टार्चचा कसा निभाव लागणार?

साडीवरचा स्टार्च गळत, विरघळत अखिलाच्या व्यक्तिमत्त्वात कधी झिरपला; तिला कळलंच नाही. तिचं बोलणं, चालणं, काम करणं, विचार करणं सगळ्यांतच एक कुरकुरीत कडकपणा येत गेला.. आणि पुढे तर अखिलाच तशी झाली.

-कडक!

कधीतरी एखाद्या रविवारी अखिला अप्पांच्या झोपाळ्यावर पडून राही. झोके देता देता भोवती कुरकुरणाऱ्या चार लोखंडी कड्या हलकेच तिच्या मनातलं गाडलेलं दु:ख जागवत. थोडीशी खपली निघाल्यासारखी वाटे.. काय झालं हे आपल्या आयुष्याचं? आणि पुढे?

रविवारी संध्याकाळी अखिलाला आपल्या पुढ्यात बसवून अम्मा तिचे केस विंचरायला घेई. केसातला गुंता काढताना अम्माचे हात इतके हळुवार होत की, त्या स्पर्शातल्या प्रेमाने अखिलाला हुंदकाच फुटे. मग हळूहळू मन शांत होत जाई. असेच डोळे मिटून शांत पडावं.. जादू व्हावी आणि अख्खं आयुष्य असंच शांतपणे, विनातक्रार, आपसुखच घरंगळत जावं..

पॉलिटेक्निक पार केलेल्या नारायणला एका कारखान्यात नोकरी लागली. नरसी कुटुंबातला पहिला पदवीधर झाला. आधी बी. ए., मग एम. ए.- त्याला एका कॉलेजात नोकरी लागली...

"अप्पांच्या मृत्यूनंतर आपल्याभोवती आवळलेले कर्तव्याचे, जबाबदारीचे साखळदंड आता तरी सुटतील का?– खुला श्वास घ्यायची आस अखिलाच्या मनात जागी होत होती.. मला माझं स्वातंत्र्य मिळेल? मी.. माझ्यासाठी.. माझं एकटीचं स्वप्न पाहू शकेन? घरातल्या मुलांचे कर्ते पुरुष झाले. आता, निदान आता तरी मला 'स्त्री' होता येईल?

आता तरी?'

–तिचं मन तिलाच विचारू लागलं होतं.

तेवढ्यात नरसीने स्वत:च्या लग्नाचा निर्णय जाहीर केला. कॉलेजच्या प्रिन्सिपॉलची ब्राह्मण मुलगी त्याला आवडली होती. तिनेही नरसीला 'हो' म्हटलं. यात खोट काढण्यासारखं काही नव्हतंच. हरकतीचा मुद्दा म्हटला तर एकच-मोठी बहीण अजून लग्नाची असताना धाकटा भाऊ स्वत: बोहोल्यावर उभा राहणार? मोठ्या बहिणीची काही काळजी?

पण अशी हरकत घेऊन नरसीला अडवणारं कुणी नव्हतंच.

कुणीच काही बोलेना म्हटल्यावर सारा संताप मनातल्या मनात गिळून अखिला मुकाट्याने कामाला लागली. 'आत' पेटलेली धुम्मस तिला सोसवत नव्हती, पण कर्तव्याकडे पाठ फिरवून चालणार नव्हतं. नरसीबरोबर नारायणसाठीही मुलगी

शोधण्याचा बुट तिने काढला.

"एकाच दिवशी, एकाच मांडवात, एकाच मुहूर्तावर दोन्ही कार्ये करू. नारायण या कुटुंबातला मोठा मुलगा आहे. प्रोफेसर महाशयांनी गुडघ्याला बाशिंग बांधलंय, म्हणून नारायणचा हक्क डावलणं बरोबर नाही."

–एवढं बोलूनही कुणाच्या डोक्यात प्रकाश पडला नाही.

नारायण, नरसी, अम्मा.. कुणीही अखिलाला विचारलंसुद्धा नाही की, 'बाई ग, तुझं काय? तुझ्या हक्काचं काय? तुला नाही का वाटत.. लग्न करावं, स्वतःचा संसार मांडावा, मुलंबाळं असावीत? अप्पा गेल्यापासून तू या घरासाठी झटते आहेस; आता तरी तुझ्या सुखाचा विचार कर!'

स्वतःच्या इच्छा, आकांक्षा, स्वप्नं.. आणि 'शरीर' असलेली अखिला अजून जोडीदाराविना अधुरी आहे, याचा जणू घरात सगळ्यांना विसरच पडला होता.

घरातलं कौमार्य?

–पद्मा!

पद्माला पहिली पाळी आली; तेव्हा अम्माने कोडकौतुकाचा केवढा थाट मांडला होता. नव्या नवरीसारख्या सजवलेल्या पद्माला स्टुडिओत नेऊन तिचे फोटोही काढले. त्यातला एक फोटो अखिलाला दाखवत आनंदाने, कौतुकाने ओसंडणारी अम्मा म्हणाली होती,

"बघितलंस? एवढी एवढी पोर होती; तारुण्य आलं पोरीला. बघ, कशी भरलेली... देखणी दिसतेय!"

याचा अर्थ सरळ होता.

पद्मा लग्नाची झाली. तिच्या हुंड्याची रक्कम जमवायला हवी. आजकाल मुलीचं लग्न म्हणजे सोपी गोष्ट नव्हे.

अखिलाने पद्माचा हुंडा जमवला, तोवर पद्मा बावीस वर्षांची झाली होती. सोन्याचे दागिने, हिऱ्याची चमकी, स्टीलचं मोठं कपाट, पलंग, गादी, अख्खा संसार मांडता येईल इतकी भांडीकुंडी, चांदीचे दिवे, पद्माच्या होणाऱ्या नवऱ्यासाठी सोन्याची अंगठी, महागडं घड्याळ आणि वरून बावीस हजार रुपये रोख. तरीही पद्माचं लग्न जमवणं सोपं नव्हतं. स्थळं सांगून येत पण प्रत्येकाला वाटे; मुलीला वडील नाहीत; लग्नानंतर यांच्याकडून फार काही मिळण्याची शक्यता नाही. अशा बऱ्याच नकारघंटा ऐकून झाल्यावर शेवटी एका स्थळाने होकार दिला. त्या बदल्यात 'लग्नानंतरही माझ्या बहिणीला मी वाऱ्यावर सोडणार नाही' असा शब्द मात्र अखिलाला द्यावा लागला.

तोवर अखिलाची पस्तिशी आली होती. वय उलटून गेलेली प्रौढ कुमारिका.

रोज सकाळी ऑफिस.

कामात फार काही आव्हानं नव्हती. कटकट नव्हती. जेमतेम क्लार्कला कोण एवढं विचारतो?

संध्याकाळी ऑफिस सुटलं की, त्याच मार्गावरून, त्याच ट्रेनने सात वाजेतो घरी.

अखिला आली की, तयार करून ठेवलेला प्रेशर कुकर अम्मा स्टोव्हवर चढवी. जेवणं झाली की, दोघी थोडाफार रेडिओ ऐकत; साडेनऊ-पावणेदहा वाजता झोप. संपला दिवस. स्टार्च करून इस्त्री फिरवलेल्या कॉटनच्या साडीसारखं सपाट, सुती, कडकडीत आयुष्य. ना शिफॉनची नाजूक झुळझुळ; ना जरतारी रेशमी रुबाब!

आजारी पडलं तर स्टेडफर्ड हॉस्पिटल आणि दर सोमवारी थिरूमुलवाईल मधलं शंकराचं देऊळ. नित्यनेमाने दोघी देवळात जात. शंकराच्या पिंडीसमोर हात जोडून प्रार्थना पुटपुटणाऱ्या अम्मावर लक्ष ठेवून, देवळाच्या दाराशी नंदीच्या पाठीवर हात टेकून अखिला उभी असे. गाभाऱ्याकडे पाठ फिरवलेला तो नंदी पाहताना दर वेळी अखिलाला वाटे, हा किती माझ्यासारखा आहे... रूढ मार्गावरून ढळलेला!

या देवळातल्या नंदीने गाभाऱ्यातल्या शंकराकडे अशी पाठ फिरवली नसती; तर कैलास पर्वताएवढीच या शिवालयाची ख्याती सर्वत्र पसरली असती; कारण या देवळातली फुलं. देवळाच्या आवारातल्या फुलझाडांवर स्वर्गीय सुवासाची फुलं उमलत. त्यांना लिंग आणि योनीचा आकार असे. शिव आणि शक्तीच्या अस्तित्वाचं प्रतीक!

कित्येकदा अखिला त्या देवळात गेली असेल; दरवेळी गाभाऱ्याकडे पाठ फिरवलेला तो नंदी पाहून तिला प्रश्न पडत..

प्रत्यक्षात भगवान शंकराकडे पाठ फिरवून भक्तांचं रक्षण करण्यासाठी हा नंदी असा उलटा उभा आहे; त्याला कधी प्रश्न नसेल का पडला? आधी समर्पण -की आधी कर्तव्य? आपल्या अशा आडमुठ्या वागण्याने शिवालयाच्या इभ्रतीला धक्का पोचतोय आणि प्रत्यक्ष भगवान शंकराचं महत्त्वच कमी होतंय; हे त्याला कळत असेल का?

महिन्यातून एकदा अम्मा आणि अखिला- दोघी बाहेर जेवायला जात. ठिकाण ठरलेलं होतं-कोपऱ्यावरचं दासाप्रकाश हॉटेल.

दाट, लालबुंद टोमॅटो सूप, दोन पुऱ्या, वाटीभर कुर्मा, दहीभात, सांबार भात, रस्समची वाटी, तीन प्रकारच्या भाज्या, अप्पम, दोन लोणची, हवा तेवढा पांढरा भात आणि शेवटी अर्ध्या चेरीची लाल-लाल टोपी घातलेलं फ्रुटसॅलड विथ आईस्क्रीम.

अम्मा मन लावून जेवत बसे.

आणि अखिला?

त्या हॉटेलातल्या अन्नाचा तिला इतका कंटाळा आला होता, की, घशातून घास उतरता उतरत नसे. 'दुसरीकडे जाऊ' असा आग्रह अखिलाने धरला की अम्माचा विरोध ठरलेला,

"दासाप्रकाश हॉटेल काय वाईट आहे? इथे भाज्या चिरणारे, शिजवणारे, वाढणारे सारे ब्राह्मण आहेत. दुसरीकडे नुसती शिवाशीव.. शी! ब्राह्मणांनी कध्धी इतरांच्या हातचं खाऊ नये. 'दासाप्रकाश' मधले वाढपीसुद्धा अगदी जानवं घालणारे ब्राह्मण असतात कळलं?"

अम्माच्या ब्राह्मण्याच्या कल्पना पक्क्या होत्या. सोवळंओवळं कडक होतं. म्हणून तर सुब्रमण्यम अय्यरची विधवा-सारसामामी, तिच्या मोठ्या मुलीबरोबर बस स्टँण्डवर उभी दिसली तरी अम्मा खांद्याभोवती पदर आवळून घेत तरातरा चालत जाई. जणू बस स्टँण्डवर कुणी नव्हतंच उभं.

सारसामामीच्या जागी दुसरी कुणी असती, तर अम्माने तोंडाचा पट्टाच सोडला असता. त्या निर्लज्ज बाईच्या चारित्र्यहीन व्यक्तिमत्त्वाच्या चिंधड्या उडवल्या असत्या, आणि शेवटी तिचं ठरलेलं पालुपद-'तिच्याजागी मी असते, तर पोरांना विष घालून मारलं असतं आणि गळ्याला फास लावून आत्महत्या केली असती. लाजलज्जा सोडून इभ्रतीला बट्टा लावण्यापेक्षा ते कितीतरी बरं!"

पण सारसामामी ब्राह्मण होती. ब्राह्मण बाईच्या हातून घडलेला गुन्हा तसा क्षम्यच! जगात एवढी अनीती माजली ती 'इतरां'मुळे!

आपण अम्माला समजू नाही शकत अखिलाला वाटलं. सारसामामीच्या जागी अम्माला स्वत:चा चेहराही दिसत असेल कदाचित; म्हणून ती सारसामामीबद्दल काही बोलत नाही..

एके सकाळी सुब्रमण्यम अय्यरची नजर आढ्यावर खिळली आणि त्याचे डोळे उघड्या उघड्याच कायमचे मिटले. सारसामामीने आक्रोश मांडला.

"आता काय करू मी? मुलांना घेऊन कुठे जाऊ?"

—छाती बडवत ती रडत राहिली.

तीन मुली आणि आंधळा मुलगा.. एवढ्या मुलांना सारसामामी कशी सांभाळणार?— अखिलाच्या पोटात खड्डाच पडला.

पिढ्यानपिढ्या ज्यांची पूजा केली त्या देवादिकांच्या तसबिरींसमोर सारसा मामी आकांत करत होती. त्याचा काय उपयोग, ते अखिलाला कळेना. एवढ्या तसबिरींपैकी एकही देव पृथ्वीवर उतरून सारसामामीचे प्रश्न सोडवणार नाही; हे अखिलाला अनुभवाने चांगलं ठाऊक होतं.

सारसामामीने किडुकमिडुक विकून काही महिने संसाराचा गाडा रेटला. सगळे दागिने विकून झाले. घरातल्या एकेका चीजवस्तूला पाय फुटले. शेवटी बाजारात नेण्यासारखं काही म्हणता काही उरलं नाही. घरात भुकेने आकांत मांडल्यावर आधीच खिळखिळा झालेला घराण्याचा इभ्रतीचा खांब पार ढासळला आणि अखेरचा उपाय म्हणून सारसामामीने पोटच्या मुलीला- जयालाच बाजारात उभं केलं.

एके दिवशी जड मनाने सारसामामीने पत्र्याची ट्रंक उघडली आणि तळाशी ठेवलेली कांचीपुरम साडीची घडी बाहेर काढली. ही साडी तिने स्वत:च्या 'अखेरच्या प्रवासा' साठी जपून ठेवली होती. समस्त हिंदू सौभाग्यवतींप्रमाणे सारसामामीलाही अहेव मरणाची आस होती. सारी सौभाग्यलेणी लेवून, मोकळ्या केसात जाई-जुईचे गजरे माळून, कपाळावरच्या लालभडक कुंकवाच्या तेजस्वी प्रकाशात तिला स्वर्गारोहण करायचं होतं. पतीच्या आधी गेलेली भाग्यवती स्त्री म्हणून साऱ्या जगाने आपला आदर करावा, बाकीच्या स्त्रियांना आपला हेवा वाटावा आणि जिवंतपणी मिळाला नाही तो सन्मान मेल्यावर तरी मिळावा एवढीच सारसामामीची इच्छा होती. ट्रंकेत जपून ठेवलेल्या लाल कांचीपुरम साडीचं त्या सन्मानाशी नातं होतं.

आता सारी स्वप्नंच जळून राख झाली होती. तिथं साडीचं काय? कसर लागू नये म्हणून साडीच्या घडीत ठेवलेल्या डांबराच्या गोळीसारखी साडीभोवती गुंफलेल्या भावनांची वाफ झाली होती.

स्वत:ची लाल कांचीपुरम साडी जयाला नेसवताना सारसामामीला काय वाटलं असेल?

बेबीच्या चार बोटं खालीच नेस... कंबरेची वळणं दिसू देत नीट. खांद्यावरून पदर जरा ओघळताच ठेव. पाठीची पन्हळ आणि कमरेखालची गोलाई मागून जाणवली पाहिजे. छातीवरून घट्टसा ओढ पदर. ब्लाऊजमधलं फुगीर आकर्षण झुलवत चाल...

आणि जया? एका संध्याकाळी तिच्या अम्माने लवकर अंघोळ करून तयार व्हायला सांगितलं, तेव्हा काय आलं असेल तिच्या मनात? सारसामामीने तिच्या डोळ्यांत काजळ रेखलं आणि केसात जाईचे गजरे माळले; तेव्हा त्या उमलत्या पोरीच्या मनात काही हुरहुरलं असेल?-कोण जाणे!

पण निदान आज रात्री तरी उपाशी झोपायची पाळी येणार नाही, याची खात्री तिला नक्की वाटली असेल.

तसंच झालं.

'त्या' संध्याकाळनंतर सारसामामीच्या घराला कधीच उपास घडला नाही.

याचा अर्थ जाणाऱ्या-येणाऱ्या 'गिऱ्हाईकांना' हेरत, त्यांना डोळे घालत जया

रस्त्यावर उभी राहू लागली असा नव्हे. जयाने आरंभलेलं कुकर्म अगदीच उघड्यावर पडणार नाही इतपत काळजी सारसामामीने घेतली होती. ''एकट्याच राहणाऱ्या काही नोकरदार पुरुषांना स्वयंपाकिणीची गरज होती, जयाने ते काम घेतलंय''- ती सगळ्यांना सांगे. ''चांगले सभ्य, सुसंस्कृत आहेत. जयाला नीट वागवतात,'' हेही अर्थात वरून!

रोज संध्याकाळी आंधळा श्रीनी आपल्या बहिणीचा हात धरून 'स्वयंपाकाला' जाताना दिसू लागला. अंगाला बोचणाऱ्या शेजाऱ्यांच्या झोंबऱ्या नजरा चुकवित जया झपाट्याने चालत 'तिकडे' जाऊ-येऊ लागली.

संसार अर्ध्यावर सोडून निघून- थेट मरूनच जाणाऱ्या पुरुषांना मागे राहणाऱ्यांवर कसले पहाड कोसळतात याविषयी काही कळत असेल का? सुब्रमण्यम अय्यर? अप्पा? मेल्यावरही त्यांची उलघाल, सोसणं चालूच राहात असेल? की काहीच नसेल मागे उरत? मृत्यू म्हणजे तरी काय अखेरीस? सगळ्या पाशांतून.. सुखदुःखातून सुटका! मुक्तता!!

पहिल्यांदा शेजारपाजारच्यांना मोठाच धक्का बसला. सारसा आणि जयाने आरंभलेल्या कुकर्माचा धसकाच एवढा प्रचंड होता की, काय बोलावं हे कुणाला सुचेचना. नंतर हळूहळू तोंडं सुटली. कुचाळक्या सुरू झाल्या. 'सुब्रमण्यम अय्यरच्या इभ्रतीला डाग..' 'ब्राह्मण जातीला काळिमा..' 'समस्त स्त्री जातीला लाज! निर्लज्ज वेश्या मेली..' 'मुलीला धंद्याला लावते! भांडी घासून नसते का चार पैसे कमावता आले? काम केली असती चार घरी, तर काय झिजली असती?'

''मी काय करायला हवं होतं?- तुम्हीच सांगा..'' सारसाशी भांडणच उकरून काढलेल्या एका भोचक शेजारणीला तिने स्पष्टच विचारलं,

''पडेल ते काम करायची माझी तयारी होती. 'काहीही काम द्या' म्हणून मी गावभर फिरले. कुणी मला मदत केली नाही. कुळाच्या इभ्रतीच्या गोष्टी सांगणाऱ्या साऱ्या ब्राह्मण बायकांनी मूठ-दोन मूठ तांदूळ देऊन मला वाटेला लावलं. मी काय भीक मागायला गेले होते त्यांच्या दारात?''

''मी नाही तुला अशी हाकलून दिली'' शेजारणीने नाक उडवलं.

''तुम्ही हाकललं नाहीत. त्याहून वाईट वागलात तुम्ही माझ्याशी'',- सारसामामी संतापून म्हणाली, ''मी आले आहे हे कळल्यावर तुम्ही घरात लपून बसलात आणि मुलाला पुढे केलंत. तो म्हणाला, 'अम्मा घरी नाही'- तुम्ही खोटं बोललात माझ्याशी. साधं तोंड दाखवायला तयार नव्हतात; मदत करणं तर फार दूर राहिलं.''

''अग, मी खरंच घरी नव्हते, बाजारात गेले होते''- शेजारणीवर सारवासारवी करण्याची पाळी आली.

–वैतागाने हात उडवत सारसामामी गप्प बसली. सहानुभूतीच्या नावाखाली भोचकपणा करायला आलेल्या या दुष्ट बाईशी वाद घालण्यात अर्थ नव्हताच.. आपण गप्प बसलो म्हणजे तरी बया एकदाची टळेल!-म्हणून सारसाने संतापाने पेटलेले ओठ शिवले. तरीही शेजारीणबाईंची 'चौकशी' संपली नव्हतीच.

"ते जाऊ दे सगळं. पण म्हणून हे? असं? पोटच्या पोरीला बाजारात लोटताना शरम नाही वाटली तुला?"- दात विचकून, तोंड वेंगाडून शेजारणीने आणखी एक काडी टाकली.

"हे पाहा, मी तरणी असते ना; तर माझ्या मुलांच्या पोटी दोन घास जावेत म्हणून मीच झोपले असते कुणाच्या तरी खाली. पण या माझ्या थकल्याभागल्या, विसविशीत शरीरासाठी कुठला पुरुष पैसे टाकील?...आणि जयाही काही बाजारात दुकान मांडून नाही बसलेली. ती एकाचकडे जाते. खुष आहे. कळलं?"

सारसामामीने खाटकन् विषयच तोडला.

"तू बाई आहेस का कुत्री?"-शेजारीण किंचाळलीच. एवढा मोठा नैतिक धक्का तिला पेलवला नाही. "कसली आई तू? पोटची पोरगी रोज एकाच पुरुषाबरोबर झोपायला जाते; हे इतक्या निर्लज्ज तोंडाने सांगतेस? शिव! शिव!"- दोन्ही गालावर बोटं मारीत सारसाची शेजारीण मुकाट आपल्या घरी गेली.. आणि अर्थातच गप्प बसली नाही.

त्या संध्याकाळी ती बातमी सर्वत्र पसरली.

अख्ख्या कॉलनीने एकवीस नंबरच्या घरावर अघोषित बहिष्कारच टाकला.

सारसामामी आणि तिची मुलं 'अग्रहारम' मध्ये राहायला गेली नाहीत ते बरंच झालं; असं अखिलाला राहून राहून वाटत होतं. अग्रहारम म्हणजे निराधार ब्राह्मण कुटुंबांसाठी बांधलेला आधाराश्रम. दानशूरांच्या दयेवर चालणारा. अंधाऱ्या, कोंदट खोल्या... पिवडी माखलेल्या मातीच्या भिंती.. कुठल्याही ताज्या, निर्मळ व्यक्तीची... विचाराची प्रसन्न झुळझुळ दाराबाहेरच रोखून धरणारे तेलकट उंबरठे... आणि तांदळाच्या पिठीने अंगणात रेखलेल्या कोलमची किचकट गुंतागुंत!.. कोणत्याही कारणास्तव नीतिमार्गावरून चळलेल्या कोणाही ब्राह्मण-ब्राह्मणीला प्रवेश नाकारणाऱ्या सीमारेषेसारख्या रांगोळीच्या रेघांनी वेढलेल्या अग्रहारममध्ये ताजा वारासुद्धा शिरणं मुश्कील!

अशा तुरुंगामध्ये राहायला जाण्याची वेळ सारसामामीवर आली नव्हती हे खरं; पण नीतिमान ब्राह्मणांच्या कॉलनीत वाळीत टाकलेल्या त्यांच्या घराची अवस्था अग्रहारमपेक्षा फार वेगळी नव्हती. सारसा, तिचा आंधळा मुलगा, 'धंदा' करणारी मुलगी आणि 'धंद्यात' उतरण्याच्या तयारीत असणाऱ्या बाकीच्या मुली यांच्याशी कुणी म्हणता कुणी बोलत नसे. अखिलाची अम्मा म्हणे, "असा बहिष्कार

पडण्यापेक्षा मरण परवडलं! ब्राह्मणच ज्याला विचारत नाहीत, ज्याची हेटाळणी करतात अशा ब्राह्मण्यापेक्षा शूद्राचा जन्म परवडला!''

''ती बघ.. ती बघ कोण!''

'दासाप्रकाश' मध्ये जेवून घरी जात असताना बसस्टॉपवर दिसलेल्या सारसामामीकडे अखिलाने अम्माचं लक्ष वेधलं. पाहिलं न् पाहिलं करून अम्माने मान फिरवली. अम्माला वाटलं, बस लवकर आली तर बरं. एका धर्मसंकटातून सुटका होईल. अखिला 'तिच्या'शी बोलाबिलायला नाही गेली म्हणजे मिळवलं.

''ती बघ जया आणि तिची आई''- अखिला पुन्हा म्हणाली, ''अम्मा, सारसामामी आपल्या इतक्या शेजारी उभी आहे.. तिच्याशी बोलावंसं नाही वाटत तुला? तुझी किती जवळची मैत्रीण होती ती.. इथे बसस्टॉपवर तिच्याशी बोलायला काय हरकत आहे? घरापासून दूर; इथे कोण पाहणार आहे तुला? की 'मुलीला धंद्याला लावणारी बाई' म्हणून तुझाही बहिष्कार आहे सारसामामीवर?''

''अखिला, गप्प बसशील तू?''- संतापलेल्या लेकीवर अम्मा हलकेच ओरडली, ''इतका दुष्टपणा नको करू अखिला.''

''कोण वागतंय दुष्टासारखं, अम्मा? तू की मी?''- अखिला आता खरंच संतापली होती.

''दुष्टपणा तू करतेयस अम्मा.. तुम्ही सगळे ब्राह्मण ठरवून छळता आहात सारसामामीला.''

''जे चाललंय ते मलाही नाही आवडलेलं, अखिला. पण सारसाने तरी का रीत सोडावी? चारचौघांत राहायचं म्हणजे मनमानी करून नाही चालत पोरी. सारसाची दया मलाही येते; पण जगाशी दुश्मनी घेऊन तिच्यामागे उभी राहायला मी कुणी शूर समाजसेविका नव्हे. मी साधी, गरीब बाई आहे. त्यातून विधवा. सारसाच्या मायेपोटी गावातल्या ब्राह्मणांशी वैर पत्करणं मला कसं परवडणार?''- अम्मा कळवळून सांगत होती.

''पण अम्मा, तशी वेळ आली नाही नशिबाने म्हणून; नाहीतर आज सारसामामीच्या जागी तू असतीस; आणि घराची चूल पेटवण्याकरता मला बाजारात शरीर विकावं लागलं असतं. विसरू नकोस.''- अखिलाने अम्माची दुसरी नस नकळत दाबली.

''मी विसरले नाही पोरी, नाही विसरले..''- अम्मा कळवळली, ''मला त्याची जाणीव आहे, म्हणून तर मी सारसाच्या विरोधात कधी बोलत नाही.'

...अखिलाला वाईट वाटलं.

समोरून बसेस जात-येत होत्या.

अचानक उमाळा दाटून आल्यासारखी अम्मा म्हणाली, ''अप्पा गेले; तेव्हा तू होतीस म्हणून आपलं घर सावरलं पोरीऽऽ''

हाताशी आलेल्या अम्माच्या हाताची घट्ट पकड अखिलाला जाणवली. काचली. नवरा गेल्यावर त्याच्या मानेवरचं जोखड स्वत:च्या मानेवर घेणारी मुलगी होती, म्हणून अम्माची बेअब्रू झाली नाही, हे तर खरंच!

तिला एक कर्तृत्ववान मुलगी होती ना!

–अखिला. अखिलनंदेश्वरी.

स्वत:च्या इच्छा मारून, पुरून कुटुंबाला खांदा देणारी.

आणि स्वत:हाती काहीच न उरलेली.

अखिलनंदेश्वरी.

अखिलाला तिच्या नावाने कुणीच हाक मारेनासं झालं होतं. 'अखिला' अशी हाक ऐकायला उत्सुक असलेलं मन कधीचं उपाशी राहिलं होतं.

अखिलाची भावंडं तिला 'अक्का' म्हणत.

ऑफिसात सगळे 'मॅडम' म्हणत. ऑफिसात काय?- सगळ्या बायका 'मॅडम' आणि सगळे पुरुष सर'.

अप्पा गेल्यापासून अखिलाची अम्मा तिला 'अम्माडी' म्हणायला लागली होती. घरातल्या एकुलत्या- एक- कमावत्या मुलीला तिच्या नावाने कशी हाक मारायची?- म्हणून अम्माडी.

पण मग अखिलनंदेश्वरी कोण? ती उरली तरी होती का शिल्लक? 'असेल' तर मग काय तिच्या अस्तित्वाचा पुरावा? अंगभर मोहोरलेलं आंब्याचं झाड बघून तिलाही फुटतो का मोहोर? पावसाच्या पहिल्या थेंबाने तिच्या अंगभर नाचते का अजून पूर्वीची.. ती वीज? ती गाऊ शकते? निदान गुणगुणता तरी येतं? स्वप्नं पडतात तिला? काही कारण नसताना उगीचच मनमोकळं रडावंसं वाटतं? रडू येतं?

स्वत:चा असा विचार करताना खूप वर्षांपूर्वी पाहिलेल्या एका तामिळ सिनेमाची अखिलाला हटकून आठवण येई. बाकी सगळ्या भावभावना मारून चोवीस तास फक्त काम करत राहणाऱ्या, ओझ्याचा बैल होऊन जगणाऱ्या एका स्त्रीची कहाणी होती ती. कुटुंबासाठी वाहून घेता घेता अखेरीस स्वत:लाच विसरलेल्या त्या 'स्त्री' ला अखिला कधी विसरू शकली नाही.

घराजवळच्या थिएटरमध्ये 'तो' सिनेमा लागला; तेव्हा ती अम्माबरोबर बघायला गेली होती. त्या सिनेमाबद्दल, त्याच्या कथेबद्दल आणि त्यातल्या नायिकेच्या व्यक्तिरेखेबद्दल आधी पुष्कळच वाचलं होतं; पण प्रत्यक्षात सिनेमा बघताना दोघींनाही धक्काच बसला. ती खुद्द अखिलाचीच कहाणी होती. श्वास रोखून दोघी जणी पाहातच राहिल्या. मध्यंतरात थिएटरमधले दिवे एकदम भक्ककन् लागले, तेव्हा अखिलाने एकदम अम्माकडे पाहिलं. अस्वस्थ झालेली अम्मा तिची नजर चुकवत होती. सिनेमा पाहून घरी आल्यावर न बोलता जेवणं उरकून अम्मा पटकन्

झोपायलाच गेली. त्या रात्री अखिलाला झोप लागणं शक्य नव्हतं. पाय पोटाशी घेऊन गुरगुटून झोपलेल्या पद्माकडे ती पाहात राहिली. पद्माच्या गोबऱ्या गालांवरचं बाळसं झडून तिच्या उमलत्या शरीरावर तारुण्याचा मोहोर फुटताना दिसत होता. 'माझ्यावर जीव तोडून प्रेम करणारा प्रियकर माझ्या आयुष्यात असता; तर माझं प्रेम बाजूला ठेवून पद्माच्या हट्टाखातर मी त्याला तिच्याशी लग्न करायला भाग पाडलं असतं?-शक्य नाही.'

स्वत:च्या प्रश्नाला तिने स्वत:च उत्तर दिलं आणि 'सिनेमा म्हणजे मूर्खांचा बाजार असतो' असं म्हणून ती कुशीवर वळली. 'आज आपण ओझ्याचा बैल झालो असलो, तरी हेच दिवस कायम राहणार नाहीत. भावंडं रांगेला लागली की, आपणही आपल्या मनासारखं जगायला मोकळे होऊ. लग्न करू. संसार मांडू.' असं स्वप्नं पाहण्याइतका अवधी 'तेव्हा' अखिलाजवळ होता. 'आज' नाही तर 'उद्या'..अशा आशेवर ती जगत होती.

पण दहा वर्षं उलटली, तरी तिचा 'कष्टप्रद आज' संपूर्ण सुखाचा वर्षाव करणारा 'उद्या' काही उगवलाच नाही. आता इतक्या वर्षांनी 'त्या' सिनेमाचा विचार डोक्यात आला की, तिला धडकीच भरते. भोवती सारं अंधारून आल्यासारखं वाटतं. आपल्या आयुष्याचा अंतही त्या सिनेमाच्या नायिकेसारखाच असेल का?

स्वत:च्या मनाच्या खेळांवर नियंत्रण ठेवण्याचं कसब अखिलाने हळूहळू आत्मसात केलं होतं. तेच तेच विचार चिवडत बसण्यापेक्षा मन कुठेतरी गुंतवलेलं बरं, म्हणून पस्तिसाव्या वाढदिवशी अखिलाने अर्धवट थांबलेलं शिक्षण पुन्हा सुरू करण्याचा निर्णय घेतला.

बी. ए. ची पदवी घेण्याकरता अखिलाने मुक्त विद्यापीठात नाव नोंदवलं. रीतसर प्रवेश घेतला. मुख्य विषय म्हणून तिने इतिहास निवडला. लग्नाअभावी सुकल्या- खुरटलेल्या प्रौढ अविवाहितेशिवाय इतिहासाचा अभ्यास करण्यात दुसऱ्या कुणाला रस असणार? मानवी संस्कृतीचा उदयास्त, वेगवेगळ्या राजकीय लढ्यांची कारणं आणि परिणाम अभ्यासायला एरवी कोणाला वेळ असणार? घडून गेलेल्या भूतकाळाचा आढावा असा काठावर उभा राहून घ्यायचा.. राजे-महाराजे आणि त्यांच्या जनानखान्याच्या कहाण्या वाचायच्या.. महायुद्धांची धग सोसायची... नुसतं पाहायचं आणि जे पाहिलं त्यात हातपाय न भिजवता पटकन् बाजूला व्हायचं.. हे सारं प्रौढ कुमारिकेशिवाय कुणाला जमणार?

***

अखिलाच्या शुद्ध, सोवळ्या ब्राह्मण्यासमोर पहिलं अंडं फुटलं ते कॅथरीन वेब्बर मुळे!

कॅथरीन ही अखिलाची जवळची मैत्रीण. इन्कमटॅक्स ऑफिसात खर्डेघाशी करण्यात सोळा वर्षं गेली, तरी अखिलाला फारशा मैत्रिणी मिळाल्या नव्हत्याच. ज्या होत्या त्यांच्याशी कामापुरता संबंध येई, तेवढाच! अखिला सगळ्यांशी अंतर ठेवूनच वागे. चोवीस लोकांच्या त्या ऑफिसमध्ये अखिला ही एकटी अविवाहित बाई. बाकीच्यांशी बोलून बोलून ती काय बोलणार? विवाहित स्त्री-पुरुषांच्या आयुष्यातली सुख-दु:खं तिला फारच परकी होती; त्यामुळे मनात असलं तरी ती कुणाशीच नीट 'संवाद' करू शकायची नाही. सतत आजारी पडणाऱ्या मुलाच्या वडिलांना सतावणारी काळजी.. नुकतं पहिलं पाऊल टाकून चालायला शिकलेल्या मुलाच्या आईचा आनंद.. अखिलाला कसा कळणार? ते तिचं जग नव्हतंच.

गुरुकुलातून अखिला थेट वानप्रस्थाश्रमातच पोचली होती. त्यामुळे कुणा तिसऱ्याच्या गृहस्थाश्रमातल्या सुखदु:खांशी समरस होणं, जुळवून.. समजून घेणं तिला नकोसंच वाटे.

कुणाचे तरी नवरे आणि कुणाच्या तरी बायकांची गर्दी झालेल्या त्या ऑफिसात अखिला आणि कॅथरीन या दोघीच फक्त वेगळ्या होत्या. एकेकट्या. लग्नाशिवायच्या. कॅथरीन बंगलोरहून बदली होऊन नुकतीच आली होती. तिचं घर मद्रासला. आईवडिलांकडे राहता यावं म्हणून तिने मोठ्या प्रयत्नाने बदली पदरात पाडून घेतली होती. मोकळ्या स्वभावाची, बडबडी कॅथरीन अखिलाला पसंत पडली. जेमतेम गुढघ्यापर्यंत पोचणारे तिचे स्कर्ट आणि वाऱ्यावर उडणारे भुरकट केस तर अखिलाला फारच आवडले. (तिला पहिल्यांदा बघितल्यावर वैतागलेली अम्मा अखिलाला म्हणाली होती, "कसले ते केस? नुस्तं भुरकुल. त्यांच्यात तेल लावायची पद्धत तरी आहे की नाही, कोण जाणे! एकदा तिला घेऊन ये घरी. चांगलं बचकभर तेल चोळून घट्टमुट्ट वेणी देते घालून तिची आणि केवढे ते तोकडे स्कर्ट. ही लग्नाची मुलगी. केसांची झुलपं हलवत आणि उघडे पाय लोकांना दाखवत गावभर फिरते; तिच्या आईवडिलांना कसं चालतं?")

अखिला अखंड बडबडणाऱ्या, सतत हसणाऱ्या कॅथरीनच्या प्रेमातच पडली. तिचं दिसणं, तिचा स्वभाव हे तर अखिलाला आवडलंच. पण त्याहून महत्त्वाचं होतं ते दोघींमधलं साम्य. कॅथरीनच्या मोकळ्याढाकळ्या आयुष्यालाही नवरा-मुलं-सासू-घरदार या चार कोनांची चौकट नव्हती.

"त्या अँग्लो-इंडियन मुलीशी सारखी का ग बोलत असतेस?"- अप्पर डिव्हिजनमध्ये काम करणाऱ्या सरलाने एके दिवशी फायली चाळता चाळता सहजच अखिलाला टोचलं.

"का? त्यात काय चुकलं?"

"चुकलं नाही ग काही. पण या अँग्लो-इंडियन लोकांबद्दल कुणीच फारसं

चांगलं नाही बोलत; ठाऊकेय ना तुला? ते गोमांस खातात. त्याचा वास येतो त्यांच्या अंगाला. त्यांच्यातले पुरुष आणि बायकासुध्दा दारू पितात, सिगरेटी ओढतात.. आपल्या हिंदू लोकांमध्ये कसे रीतिरिवाज असतात; त्यांच्यात तसलं काही नसतं. तुला मैत्रीच करायची असेल; तर या ऑफिसात 'आपल्यातल्या' मुली कमी आहेत का?''- वाटीतल्या ओल्या स्पंजावर भिजवलेलं बोट लावून फायलीतलं पान उलगडत सरला म्हणाली.

''मूर्खासारखं बडबडू नकोस'',- अखिलाने सरलाला फटकारत म्हटलं, ''कॅथरीन आपलीच आहे. 'आपल्यातली'च आहे. तीही तुझ्या-माझ्याइतकीच प्रतिष्ठित घराण्यातली आहे. ती हिंदू नाही म्हणजे तिला प्रतिष्ठाच नाही, हे कुणी सांगितलं तुला?''

''तिची एवढी बाजू नकोस घेऊ. एके दिवशी तुझं तुलाच कळेल काय ते''- सरलाने खट्टू होत विषय संपवला.

सरलाच्या भोचकपणामुळे अखिलाने कॅथरीनशी जास्तच घट्ट मैत्री केली. आधी नुसत्या वरवरच्या गप्पा आणि हसणं-खिदळणं होई.. हळुहळू त्या एकमेकींसमोर आपलं मन उघडं करू लागल्या. मनातलं बोलू लागल्या. अत्यानंद झाला तर महागडी व्हिस्की पिऊन पियानो वाजवत बसणाऱ्या आणि एरवी सतत स्वस्त देशी दारूच्या तारेत असणाऱ्या आपल्या डॅडींबद्दल कॅथरीन अखिलाशी बोलली.. जिच्यामुळं आपली त्वचा गोरी आणि केस भुरे आहेत, हनुवटीवर खळगा आणि मिशा असलेल्या पुरुषांच्या धाडकन् प्रेमात पडण्याचं वेड जिच्या रक्तातून मिळालं; त्या मम्मीविषयी कॅथरीन अखिलाशी खूप बोलली. दारूच्या नशेत बरळणाऱ्या डॅडींची खिटपिट आणि दुःखी, चिडचिड्या मम्मीची किरकिर याला वैतागून नशीब काढायला घराबाहेर पडलेली भावंडं, आणि अनेक वर्षांचं प्रेम विसरून ऑस्ट्रेलियात मेलबोर्नला निघून गेलेला रेमण्ड नावाचा आपला बॉयफ्रेन्ड- कॅथरीनने सगळं अखिलाला सांगितलं. अखिलाला वाईट वाटलं पण आतून कुठेतरी तिला धीरही आला. अविवाहित, एकट्या, एकाकी स्त्रीचं दुःख समजू शकणारी, त्या जाळात स्वत: जळणारी तिच्याखेरीज आणखी कुणीतरी होती तिच्या आसपास.. कॅथरीन!

हळूहळू एकत्र फिरणं सुरू झालं.

दुपारच्या जेवणाचे डबे एकाच टेबलावर उघडले जाऊ लागले. कॅथरीनला अखिलाच्या डब्यातले पदार्थ फारच आवडू लागले. अम्माच्या हाताला असलेल्या चवीवर ती लट्टूच होती. लिंबाच्या रसात शिजवलेला भात, नारळी भात, इडली आणि मेदुवडा, पुरी आणि कुर्मा... प्रत्येक गोष्टीवर कॅथरीनने ताव मारायला सुरुवात केली. अखिलाला कॅथरीनच्या डब्यातला ब्रेड-बटर-जॅम आणि सँडविचेस आवडू लागले.

एके दिवशी दुपारी कॅथरीनने डबा उघडला.

आत उकडलेलं अंडं होतं.

टेबलाच्या कडेवर हलकेच आपटून कॅथरीननं अंडं फोडलं.. बाहेरच्या कुरकुरीत टरफलावरून एक नागमोडी भेग धावत गेली. कॅथरीनने अंड्याचं टरफल काढून अंडं सोलून घेतलं. काहीतरी आश्चर्य घडत असल्याच्या नजरेने अखिला एकटक तिच्याकडे पाहात होती. एका बाहुलीच्या पोटातून दुसरी बाहुली काढणाऱ्या एका रशियन खेळण्यासारखा टरफलाच्या पोटातून पांढरा गोळा बाहेर आला. त्या पांढऱ्या घट्ट गोळ्याच्या पोटातही आणखी काहीतरी होतंच. काय असेल ते? त्याला वास असेल? आणि चव?

"ए, मी घेऊ का एक घास?"

न राहवून अखिलाने कॅथरीनला विचारलं आणि चक्क हातच पुढे केला.

आश्चर्याचा धक्का बसलेल्या कॅथरीनला खरंच वाटेना.

"अग, विचारतेस काय? घे ना!"- तिनं अख्खं अंडंच अखिलाच्या हातात ठेवलं.

अंड्याच्या नरम, गुळगुळीत स्पर्शाने अखिला शहारलीच... पुढच्या वेळी अंड्याचं टरफल आपणच सोलायचं; असं ठरवता ठरवता तिच्या मनात अचानक शहारा उठला.

'अम्माला काय वाटेल?'

असलं काही अखिलाने पूर्वी कधीच केलं नव्हतं- अब्रम्हण्यम!

"हे घे.. इकडे कर ते अंडं.."

-मीठ आणि मिरपुडीची डबी पिशवीतून काढत कॅथरीन म्हणाली, "माझी मम्मा ग्रेटच आहे. ती म्हणते, मीठ आणि मिरपुडीशिवाय अंडं खाणं म्हणजे मिशा नसलेल्या, सफाचट ओठांच्या पुरुषाचा 'किस' घेण्यासारखं आहे.'

"खरंच?"-

"ओऽऽ मी विसरलेच अखिला",- कॅथरीन खुदखुदत म्हणाली, "तुझा कुणीच किस नाही ना घेतलेला अजून! यु हॅव नेव्हर बीन किस्ड.. ओ गॉड!"

अखिला अंडं खाण्यात मग्न होती. पहिला घास असातसाच लागला. ना चव ना ढव. ना वास ना दर्प.

"हे बघ, उकडलेल्या अंड्याचा हा पांढरा भाग आहे नं, त्याला काही चव नसते"- कॅथरीन सांगत होती.

तोवर अंड्याच्या पोटातला पिवळा भाग अखिलाच्या जीभेवर आलाच. जीभ चुरचुरल्यासारखी झाली. अख्ख्या तोंडात कसला तरी राप बसल्यासारखा होतो न होतो तोच, एका वेगळ्याच चवीचं सुख साऱ्या शरीरभर पसरवत घास घशातून उतरलासुद्धा!!

एक साधं अंडं खाताना इतक्या आनंदाने निथळणाऱ्या अखिलाकडे आश्चर्याने

पाहात कॅथरीन म्हणाली, "बघ! आवडलं नं तुला?... आता रोज मी तुझ्याकरता एक अंडं घेऊन येईन."

-'आपण अंडं खाल्लं' या जाणिवेतल्या अपराधी दुःखाने अचानक वेढल्या गेलेल्या अखिलाने स्वतःच्याही नकळत मान हलवली.

त्यानंतर जवळ जवळ अख्खं वर्षभर, अखिला कॅथरीनच्या डब्यातल्या उकडलेल्या अंड्यांचा मनसोक्त आस्वाद घेत होती. कॅथरीनच्या मम्मीला काही वाटो, अंड्यावर मीठ आणि मिरपूड घालणं तिला काही फारसं आवडलं नाही. कुरकुरीत टरफलं फोडून आतला शून्य चवीचा पांढरा गर, त्याच्या पोटातला भुळभुळत्या चवीचा पिवळा बलक आणि हे दोन्ही खाताना होणारा स्वर्गीय आनंद अखिलाला तसाच... मीठ-मिरपुडीशिवाय भोगायला आवडे.

एके दिवशी कॅथरीनचे इमिग्रेशन पेपर्स आले. ती ऑस्ट्रेलियाला चालली होती. कायमची. तिथे राहणारा मोठ्ठा गोतावळा होता... तिची बावन्न चुलत भावंडं, नऊ काका आणि बारा काकवा. ही सगळी मंडळी मिळून कॅथरीनसाठी ऑस्ट्रेलियात एक नवीन आयुष्य सुरू करून देणार होती. त्याकरता तिला मदत करणार होती.

कॅथरीनला निरोप देण्याच्या जाणिवेनेच अखिला मनोमन हिरमुसली. तिने आपल्या या जिवाभावाच्या सखीसाठी एक सुंदरशी भेट खरीदली- अस्सल मोती जडवलेली सोन्याची नाजूक अंगठी! कॅथरीनने अखिलाला निमुळत्या, उंच टाचांच्या सॅण्डल्स दिल्या आणि चक्क एक लिपस्टिक!

"अखिला, तू स्मार्ट आहेस. छान दिसतेस. अशा गोष्टी हौसेने वापरल्यास तर आणखी सुंदर दिसशील. तू फक्त छत्तीस वर्षांची आहेस... आता पन्नाशीतल्या म्हातारीसारखी नाटकं नको करू. कळलं?"

-सुंदर कागदात गुंडाळलेली गिफ्ट अखिलाच्या टेबलावर ठेवत कॅथरीननं तिला बजावलं होतं.

कॅथरीनने दिलेल्या हाय हिल्स, लिपस्टिक या गोष्टी आपण जन्मात वापरणं शक्य नाही, हे जाणवून अखिला हसली.

तेवढ्यात एक ज्यूटची पिशवी अखिलाच्या हाती देत कॅथरीन हलकेच कुजबुजली,

"पिशवी उघडून बघ. तुझ्यासाठी गंमत."

अखिलानं उत्सुकतेनं पाहिलं.

-पिशवीत अंडी ठेवण्याचा प्लॅस्टीकचा हिरवा ट्रे होता.

"त्यात चार अंडी आहेत,"- काहीतरी गुपित सांगितल्यासारखी कॅथरीन कुजबुजत होती.

"घरी घेऊन जा. लपवून ठेव आणि तुझी अम्मा झोपली किंवा इकडे-तिकडे

गेली की, पटकन् उकडून खा. अंडं कसं उकडतात ते माहितेय का तुला? एका पसरट भांड्यात अंडं बुडेल इतकं पाणी घे आणि आठ मिनिटं स्टोव्हवर ठेव. अंडं उकडलं की, त्याच्यावर गार पाणी ओत. संपलं. छान घट्ट होईल. समजा, पाचच मिनिटं उकडलंस तर अंड्यातला पांढरा बलक घट्ट होईल, पण आतला पिवळा भाग अर्धवट उकडलेला राहील. तेही छान लागतं. त्याला म्हणतात 'सॉफ्ट बॉईल्ड एग'. खाऊन बघ. बहुतेक तुला आवडेल.''

ती पिशवी अखिलाने स्वत:च्या पर्सशेजारी ठेवून घेतली खरी; पण करणार काय तिचं? घरी जाताना 'ट्रेनमध्ये विसरून जाऊ!'- अखिलाने मनाशी ठरवलं.

पण प्रत्यक्षात ट्रेनमधून उतरायची वेळ आली; तेव्हा मात्र अखिलाने ती ज्यूटची पिशवी हातात घट्ट धरली होती. घरी जाताना एक मन म्हणत होतं, कुठेतरी झाडामागे.. कचऱ्याच्या कुंडीत दे फेकून! पण अखिलाचं दुसरं मन ठाम होतं.. त्याच्या बळावर अखिला अंड्यांची पिशवी घेऊन घराच्या दिशेने चालत राहिली. ही अंडी घरी न्यायची आणि अम्माला सांगून टाकायचं-तिनं पक्कं ठरवलं.

आयुष्यभर अप्पांची तपकीर सहन केलेल्या अम्माने फार तमाशा न करता अखिलाचं अंडी खाणं स्वीकारलं. 'अखिलाने मांसमच्छी घरी आणली असती म्हणजे?-त्यापेक्षा अंडी बरी!'- तिने स्वत:ची समजूत घातली. 'अंडं तसं दुधासारखंच. त्याला वास ना घाण.' अम्माने फक्त दोन अटी घातल्या- अंडी विकत आणण्याकरता अखिलाने लांब.. अगदी पार शहरात जावं आणि अंड्याची टरफलं शेजारपाजारच्यांना दिसणार नाहीत, अशी कुठेतरी दूर फेकावीत.

अखिलाने अम्माच्या स्वयंपाकघरातच अंडी उकडून खायला सुरुवात केली. अम्माने तिला एक ॲल्युमिनिअमची पातेली, खोलगट तवा आणि एक चमचा एवढी भांडी वेगळी काढून दिली. काय ते त्यातच करायचं आणि झालं की, धुतलेली भांडी स्वयंपाकघराच्या एका अंधाऱ्या कोपऱ्यात पालथी घालून ठेवायची.

अखिलाच्या मचूळ आयुष्यात एक नवं धाडस आलं होतं-

अंडं!

पांढऱ्या टरफलाच्या आतल्या त्या चमचाभर द्रवात तिने हिमतीने हातपाय मारायला सुरुवात केली. रोज नवा प्रयोग. रोज नवं धाडस.

आधी आठ मिनिटं उकडलेलं अंडं. त्याच्या स्लाईस करून बटर चोपडलेल्या पावावर मांडून खायच्या.

नंतर फक्त पाचच मिनिटंवालं अंडं.

टपटप करून हलकेच फोडलेल्या टरफलातून बुळुक्कन बाहेर येणारा पांढरा भाग आणि त्याच्या पोटातला, अर्धाकच्चा, भुळभुळत धावणारा पिवळा बलक.

पुढे पुढे तर जेमतेम उकळत्या पाण्यातून पटकन् बाहेर काढलेलं, तीन

मिनिटवालं गरमागरम अंडं तसंच्या तसं घशात ओतायलाही अखिला शिकली.

एकदा तिने दूधाच्या कपात कच्चं अंडं फोडलं, पण ते मात्र दुसऱ्या क्षणी फेकून दिलं.

पांढऱ्या टरफलाआत सुरक्षित असलेलं आणि उकळत्या पाण्यात न्हाऊन शुचिर्भूत झालेलं पवित्र अंडं मात्र अखिलाला आवडत राहिलं.

***

अखिला.

अखंड कुमारिका. सरकारी नोकर. इतिहासतज्ज्ञ. ब्राह्मणाच्या घरात अंडं खाणारी...

कित्ती, काय काय आठवत होतं त्या रात्री.

अंधार पडल्यावर पाळण्यासारख्या हलत्याडुलत्या कूपेमधून प्रवास करताना पेंग तर येतच होती डोळ्यांवर.. पण त्याआधी येत होत्या आठवणी.. अखंड आठवणी!

अखिला हलकेच थोडीशी उठली.

खिडकीच्या बाहेर निवांत झोपेतला अंधार धावत होता.

शीलाही एव्हाना झोपली असावी. थोड्या वेळापूर्वीच ती 'झोप आली' म्हणाली, तेव्हा अखिलाने तिला बर्थ लावायला मदत केली होती.

स्वत:ची पिशवी पोटाशी गच्च आवळून शीला मधल्या बर्थवर झोपली होती.

एक शीला आणि दुसऱ्या जानकीआजी.

म्हटलं तर दोन टोकं.

एक तरुण मुलगी. दुसरी वृद्ध स्त्री.

'तरीही त्या दोघींची आयुष्यं आपल्यापेक्षा किती वेगळी?'- अखिला स्वत:शीच विचार करत होती, 'कदाचित त्यांच्या जागी आपणही असू शकलो असतो; किंवा आपल्या जागी त्या... आपापली आयुष्यं सावरून धरण्याकरता त्यांनाही धडपडावं लागतं आहेच की! आपणही धडपडून पाहू. शेवटी प्रत्येकाला तेच तर करावं लागतं...'

अचानक अखिलाच्या मनाला हायसं वाटलं. थोडासा धीर आला. आशेचा चिवट तंतू अजून जिवंत होताच तिच्याही मनात, त्याला पुन्हा धुमारे फुटले. आपल्याही आयुष्याचं होईल काही बरं.. सगळेच प्रयत्न कसे वाया जातील?- 'अखिला'चा सुद्धा एक दिवस उजाडेलच की!

अखिला पुन्हा एकदा बर्थवर आडवी झाली. रूळांना घासत, आपटत वेगाने धावणाऱ्या चाकांचा खडखडाट एका लयीत घुमत होता. पायावरचं पातळ पांघरूण

तिनं छातीशी ओढून घेतलं आणि डोळे मिटले. पहिल्यांदाच तिला इतकं सुरक्षित वाटत होतं- निर्धास्त! नि:शंक!! स्वत:पासूनही लपवून पांघरुणात गुरगुटून झोपवल्यासारखं! कोणत्या दिशेनं जायचं, कसं जायचं हे ठाऊक असलेली ट्रेन तिला घेऊन अखंड वेगाने धावतच राहणार होती. त्यासाठी अखिलाला काही करण्याची जरुरी नव्हती. अखिलाचा डोळा लागला तरी टक्क जाग्या डोळ्यांनी ट्रेन तिच्याकरता धावतच राहणार होती. अखिलाला कुणी काही विचारणार नव्हतं. कशाहीबद्दल तिला जबाबदार धरलं जाणार नव्हतं.

जगभरातल्या कटकटींपासून, अगदी स्वत:पासूनही सुटका झाल्यासारखी निश्चिंत होऊन अखिला शांत झोपली.

-आयुष्यात पहिल्यांदाच!

आणि तिला एक स्वप्न पडलं.

अखिला नावाची एक छोटी मुलगी. रेल्वेतल्या फर्स्ट क्लासच्या डब्यातून प्रवासाला चाललीय. सगळे आहेत बरोबर. अप्पा, अम्मा, नारायण, नरसी आणि पद्मा. सगळे विशाखापट्टणमला चाललेत. तिकडेच का!- ते अखिलाला ठाऊक नाही. विशाखापट्टणम खूप दूर आहे आणि तिकडे समुद्र असतो, एवढंच फक्त तिला ठाऊक आहे... खूप मोठ्ठा, लांबलचक वाळूचा किनारा आणि निळं निळं फेसाळतं पाणी. अप्पा खूष आहेत. सारखे हसताहेत. अम्मा पण. नारायण, नरसी काहीतरी खेळत बसलेत आणि पद्मा मोठ्ठ्यांदा गाणी म्हणतेय. अखिला इतकी खूष आहे की, एवढा आनंद तिला पेलवतच नाहीये.

फर्स्ट क्लासच्या डब्यात असणाऱ्या छोट्याशा टेबलावर ठेवलेला मोठ्ठा जेवणाचा डबा अप्पा उघडतात. आत अखिलाच्या आवडीचे स्वादिष्ट पदार्थ ठासून भरलेले... साजूक तुपात निथळणारा म्हैसूरपाक... नारळीभात... पुलियोथरे... लालचुटूक डाळिंबाचे दाणे, हिरव्यागार मिरच्या आणि कोथिंबिरीने सजलेला दहीभात...

सारे मनसोक्त जेवतात. मुरुक्कुमधला मिठाचा कण ओठांच्या कडेला चिकटून राहातो. जीभेने त्याला आत घेत अखिला मिटकी मारते; तर त्या खारट खारट चवीनं तिचं अंगच शहारतं.

जेवण आटोपल्यावर वरच्या आरशात पाहात हसरे अप्पा भांग पाडतात आणि म्हणतात, "चला... आता झोपा बरं सगळे!"

अखिला अप्पांकडे पाहातच राहते.

किती हसतायत अप्पा?

- सारखे हसतायत.

सगळे झोपायच्या तयारीला लागतात. फर्स्ट क्लासच्या डब्यातले फक्त चारच बर्थ. एकावर अप्पा. एकावर अम्मा. नारायण, नरसीला मिळून एक. अखिला आणि

पद्मा एका बर्थवर.

शेजारीच झोपलेल्या पद्माच्या अंगावर हात टाकून, तिला जवळ ओढत अखिला झोपून जाते.

- अचानक तिला जाग येते.

किती वेळ झाला?

- कोण जाणे!

आजूबाजूला पाहते तर डब्यात मिट्ट अंधार. अम्मा-अप्पा कुणीच नाही. गेले कुठे सगळे?

"अप्पाऽऽऽ अम्माऽऽऽ"

अखिला जोरजोराने हाक मारते, पण कोणी 'ओ'च देत नाही.

"नारायणऽऽ नरसीऽऽ पद्माऽऽ"

- प्रत्येकाला हाका मारत, ओरडत, किंचाळत अखिला धडपडत खाली उतरते; तर कुणीच दिसत नाही. अख्खा डबा रिकामा कसा? - ती विचारात पडते, तोच समोर एक पुरुष दिसतो. एकटाच. खिडकीशी बसलेला. भीतीने गाळण उडालेली अखिला गर्रकन् वळते तर डब्याचं दार बंद केलेलं.

"कोण, कोण आहेस तू? इथे कसा घुसलास?" बेंबीच्या देठापासून अखिला किंचाळते.

हा आवाज? कुणाचा? आपलाच?

- स्वत:चाच आवाज तिला ओळखता येत नाही,- घाबरून ती स्वत:कडे पाहते तर काय? - ती पूर्वीची लहान मुलगी नसतेच मुळी. चांगली उंचनिंच बाई झालेली असते.

"तू मला ओळखणार नाहीस-" तो खिडकीजवळचा पुरुष थंडपणाने सांगतो, "पण मी ओळखतो तुला. तुझ्याबद्दल सगळं ठाऊकेय... प्रत्येक गोष्ट!"

"म्हणजे... म्हणजे काय?"- अखिला घाबरते. त्याहून अधिक गोंधळते.

"तुझं नाव अखिला." तिच्याजवळ येत, शेजारी उभं राहात तो पुरुष तिलाच तिचं नाव सांगतो, "तू एक स्त्री आहेस अखिला... सगळे विसरलेत. तुलाही विसर पडलाय, पण मला दिसतेय ती... तुझ्यातली स्त्री. तिला शरीर आहे. स्वप्नं आहेत. इच्छा आहेत."

त्याच्या घोगऱ्या आवाजात अखिला हरवतेच. आपल्या भक्ष्याभोवती अजगराने घट्ट विळखा घालावा; तसा त्याचा आवाज तिला घेरून टाकतो. कब्जात घेतो.

"मला ओळखलं नाहीस अखिला?" तो पुन्हा विचारतो. पुन:पुन्हा विचारत राहतो. "ओळखलं नाहीस तू मला? बघ.. आठव.. नीट विचार कर."

अखिलाला आठवत नाही.

नाहीच आठवत.

"हो.. मी ओळखते तुला"- ती खोटंच सांगते.

"हा स्पर्श ... हा स्पर्श आठवतो तुला?" अचानक पुढे येत तिच्या थरथरत्या ओठांवरून बोटं फिरवत तो विचारत राहतो...

"आठवतो? आठवतो हा स्पर्श?"

अखिलाचा श्वासच थांबतो. तिला राग यायला हवा असतो आतून, पण येत नाही.

राग येतच नाही.

उलट अख्ख्या शरीरावर काहीतरी थरथरतं. वीज संचारावी अंगात तशा गरम वाफा धावत राहातात.

तिच्या ओठांवरून त्याचं बोट फिरतच राहतं. सुखावलेली अखिला डोळे मिटून घेते. तो तिच्या धरधरीत नाकावरून डोळ्यांपर्यंत जातो. पापण्या.. भुवया...कानाची गरम पाळी... तिचा श्वास अडतो... आणि मान मागे कलते. ताणलेल्या मानेच्या उभारावरून त्याची बोटं खाली घसरतात. तिच्या खांद्याशी चुळबुळत आणखी खाली... दोन्ही हातांवरून खाली घसरतात. तो तिच्या बोटांना हलकेच ओचकारतो. सुखाच्या वेदनांनी ती विव्हळते.

"हे आठवतं तुला? आठवतं?"- तो विचारतच असतो.

तिला नाही आठवत काही.

नाहीच आठवत.

हे सगळे स्पर्श नवीनच असतात तिला. सुखाचे इतके ठणकेही. पण तसं सांगितलं आणि थांबली त्याची बोटं.. तर? त्या भीतीने ती 'होच' म्हणत राहते.

"आठवतं.. सग्गळं आठवतं..." - ती त्याच्या कानाशी कुजबुजत, विव्हळत राहते.

तिच्या उघड्या कमरेशी चाळे करणारी त्याची बोटं अचूक परकराच्या नाडीशी पोचतात... पुढच्या क्षणी शिफॉनच्या साडीचा पिवळाधम्म ढीग तिच्या पायांशी गळून पडतो.

आगीने पेटलेली त्याची बोटं तिची छाती कुरवाळतात. आधी एक उभार. मग दुसरा. त्या सुखाच्या दंशाने ती कळवळते. तिला वाटतं, टराटरा फाडावा अंगातला ब्लाऊज आणि त्याच्या बोटातून ओठात द्यावे दोन्ही थरथरते कळे... नकळत तिची बोटं ब्लाऊजच्या बटणांशी झटतात. तो तिच्या वाफाळत्या कानात हिसफिसतो... "श्शूऽऽ थांब जराऽऽऽ"

ब्लाऊजच्या आत टपोरलेल्या तिच्या स्तनाग्रावरून तो घट्ट, रुतणारं बोट गोल फिरवतो. आधी एकाभोवती. मग दुसऱ्याभोवती.

हे सारंच न सोसून उधाणलेली ती, त्याच्या गळ्यात पडते;

त्याच क्षणी रेल्वेच्या डब्याचं बंद दार धाडकन् उघडतं,

दारात सगळे दिसतात.

अप्पा, अम्मा.

आणि अखिलाची तिन्ही भावंडं. - तीही लहान नसतात आता. दोन पुरुष आणि एक स्त्री.

"नालायक सालीऽऽ वेश्याऽऽ कुलटाऽऽ" अप्पा किंचाळतात.

"काय... काय चाललंय हे? तू? तू" - अम्माला तर शब्दच सुचत नाही.

मोठ्या बहिणीच्या उधाणल्या चेहेऱ्यावरचा नग्न वासनेचा उग्र, उघडा नाच बघून शरमलेले भाऊ तोंड फिरवतात.

अखिलाला वाटतं, या क्षणी मरण येईल तर बरं!

"हे घे ... झाक आधी स्वत:ला" - मोठी, सुज्ञ झालेली पद्मा बहिणीच्या अंगावर तिची सोडलेली साडी फेकते.

"मी...मी.." - न पटणारे खुलासे द्यायला अखिला तोंड उघडू पाहते... तेवढ्यात तिला छातीशी ओढत 'तो' म्हणतो,

"लक्ष नको देऊस. पर्वा करू नकोस कुणाची..." - सगळ्यांच्या नजरेसमोर तो अलगद तिचं चुंबन घेतो आणि तिच्या छातीशी तोंड घुसळत कधीचे टपोरलेले, थरथरणारे कळे तोंडात घेतो.. एक.. दुसरा... चोखून चोखून तिला दुखावतो.. सुखावतो.. दोन्ही हातांनी तिची ओलसर छाती कुरवाळतो.. कुस्करतो...आणि सुखाने निर्धास्त झालेली अखिला कुणाचीही पर्वा न करता, त्याच्या मिठीत स्वत:ला झोकून देते. तो तिच्या उघड्या शरीराला चोहीकडून बिलगतो... लुचत राहतो. रेल्वेच्या धावत्या डब्याचं दार रागाने धाडकन् आपटल्याचा आवाज येतो... तेवढाच!

***

अचानक कसल्याशा धक्क्याने जाग्या झालेल्या अखिलाला क्षणभर कळतच नाही, आपण कुठे आहोत? ती भांबावून आजूबाजूला बघते, तर काहीच ओळखीचं दिसत नाही...

काही वेळाने तिला भान येतं.

रेल्वेचं. प्रवासाचं. प्रवासातल्या मैत्रिणींचं..

अर्ध्या झोपेतलं स्वप्न आठवून ती स्वत:शीच हसते. शरमते. नकळत हात छातीशी जातो. तटतटलेल्या ब्लाऊज़मधून टरारलेले ते मघाचे उभार गेले कुठे? ... हा तर नेहमीचा टणक कोरडेपणा. शी:! काय हे? असलं फाजील स्वप्न दिसतंच कसं आपल्याला? ... तेही या वयात?

तेवढ्यात कूपेचं दार उघडणारी मार्गरिट अखिलाला दिसली.

"बाथरूमला जाऊन येते"- ती म्हणाली.

कुठलंतरी मोठं स्टेशन असावं. ट्रेन कधीची थांबली होती... वर्दळीच्या अपेक्षेने अखिला खिडकीबाहेर डोकावली; तर स्टेशन नव्हतंच. पुढल्या सिग्नलची वाट पाहात मध्येच कुठेतरी ट्रेन थांबली होती. अखिलाने घड्याळात पाहिलं, तर मध्यरात्र उलटून गेलेली. सव्वातीन वाजत आले होते. धड ना रात्र... ना धड दिवस.. स्वप्नांना जाग आणणारा मधलाच अनोळखी, कोरा करकरीत प्रदेश!

बाथरूमला जाऊन परत आलेली मार्गरिट म्हणाली, "वीसेक मिनिटं झाली; ट्रेन उभी आहे. कुणीतरी रडत होतं. त्याच्या आवाजाने जाग आली म्हणून मला कळलं."

- अखिलाने पटकन् तोंडावर हात ठेवला.

आपण तर नाही रडलो?

स्वप्नात?

"मधल्या बर्थवरची ही मुलगी झोपेत रडत होती," मार्गरिट म्हणाली, "शेवटी मी जाऊन तिला उठवलं, पाणी दिलं. आता झोप लागलीय तिला."

- बॅग कुशीत घेतलेली शीला पहिल्यासारखीच पाय पोटाशी दुमडून झोपली होती.

"आता कसली झोपते मी?"- चेहऱ्यावर ओला रुमाल फिरवून झोप घालवण्याच्या प्रयत्नात असलेली मार्गरिट सांगत होती, "कोईम्बतूर पहाटे पाचला येईल. आता झोपले तर कसली पुन्हा पाच वाजता जाग येणार?"

अखिलाने मान हलवली.

आता पुढचे दीड-पावणे दोन तास न झोपता काय करणार ही बाई?

पडल्या पडल्या अखिलाच्या दिशेने कुशीवर वळत मार्गरिट म्हणाली, "आपले बर्थ एकाखाली एक असते, तर ते वर टांगून नीट बसता तरी आलं असतं" - मार्गरिटने अखिलाशी बोलायला सुरुवात केली.

"त्या मुलीशी तू बोलत होतीस ना; ते ऐकलं मी." - कुणाला ऐकायला जाऊ नये इतक्या हलक्या आवाजात कुजबुजल्यासारखी मार्गरिट म्हणाली, "नुसते डोळे मिटले होते मी; पण झोप नव्हती लागली."

अखिला काही बोलली नाही.

मार्गरिटलाही तिच्या उत्तराची अपेक्षा नव्हतीच. ती बोलतच राहिली.

"पडल्या पडल्या मी सहज विचार करत होते... आपल्या सगळ्यांचा ... या लेडीज कूपेतल्या बायकांचा! वरच्या बर्थवर झोपलेली ती बाई किंवा ही आत्ताची मुलगी सोड.. पण जानकीआजी, प्रभादेवी.. तू.. मी..! जानकीआजींनी आपल्याबद्दल सांगितल्यावर तू जो काही आंबट चेहेरा केलास ना, तो बघूनच खरं म्हणजे मला

तिडीक गेली होती. रागच आला होता तुझा. पुरुषाविना जगणं म्हणजे महापाप, घोडचूक असं समजतेस की काय तू? मी म्हटलं, आधीच तुझी ही अवस्था; त्यातून प्रभादेवीने तुला आपलं रडगाणं ऐकवलं की, काय होईल तुझं देव जाणे! समजतंय का तुला अखिला? हे बघ- सोपं आहे. जानकीआजी काय किंवा प्रभादेवी काय; दोघी भल्या बायका आहेत. हुशार आहेत. पण पुरुषांच्या आधाराशिवाय आपला तग लागूच शकणार नाही; हे त्यांनी पक्कंच ठरवलेलं आहे. खूप बायका या अशाच असतात. एकट्या, अविवाहित बाईचं काही खरं नाही. पुरुषाच्या आधाराखेरीज तिचा निभाव लागणं शक्य नाही; हे या बायकांना ब्रह्मसत्यच वाटतं.''

पुढे काय बोलावं याच्या विचारात पडल्यासारखी मार्गारिट क्षणभर अडखळली. मग म्हणाली,

''मला जाणवतं ते एवढंच की, बाईला पुरुष हवाच असतो. पण तो 'जगणं अर्थपूर्ण व्हावं, संपूर्ण व्हावं' म्हणून नव्हे. माझा अनुभव आहे. तुला वाटेल, माझ्यासारखी विवाहित बाई काय सांगणार पुरुष लाभला नसतानाच्या गोष्टी. पण ऐक. माझ्याबद्दल आणि माझ्या एबबद्दल ऐकलंस की तुला कळेल. बाईला खरोखरच पुरुषाची गरज नसते. 'पुरुषाशिवाय बाई अपुरी' हे असत्य आहे. मिथक आहे. पुरुषच ते वापरतात आणि एकट्या बायकांना घाबरवतात... कळलं?

पुन्हा क्षणभर थांबून मार्गारिटने अखिलाला प्रश्न केला.

''मी बंगलोरला कशाला गेले होते ठाऊकेय तुला?''

- गोंधळलेल्या अखिलाने नकारार्थी मान हलवली. मार्गारिटच्या शब्दांना अचानक आलेली दुखरी धार जाणवून ती सावध झाली होती. आता हिची जीवनकहाणी. कोण जाणे काय काय ऐकावं लागेल...

''बंगलोरच्या हेल्थ सेंटरमध्ये माझ्या आजारी नवऱ्याला सोडायला आले होते मी. दरवर्षी त्याला ही ट्रीटमेंट द्यावी लागते. हेल्थ सेंटरमध्ये वजन कमी करण्याकरता ट्रीटमेंट देतात. शिवाय ढळलेला मानसिक तोल सुधारावा म्हणूनही ट्रीटमेंट असते. इथे येणाऱ्या बाकीच्या पेशंटचं काय होतं, मला माहीत नाही. पण एबला या ट्रीटमेंटचा फार काळ उपयोग होत नाही. सेंटरमध्ये गेल्यावर तो बरा होतो, पण घरी परतल्यावर काही दिवस झाले की पुन्हा गाडं मूळपदावर! सेंटरमधून येतो तेव्हा स्वतःच्या आयुष्यावर पुन्हा एकदा ताबा मिळवल्याच्या गुर्मीत असतो. पण ती गुर्मी मी ठेचून काढते. एकदा त्याचा आत्मविश्वास मोडला की, मग तो असून नसल्यासारखाच होतो. एब... माझा नवरा!''

❀❀❀

६

एबन्झीर पौलराज.

आधी असा अवाढव्य, लठ्ठ नव्हता.

मी त्याला तसा बनवला.

मी- मार्गारिट शांती-सत्यनिष्ठपणे कबूल करते की, त्याचा बदला घेण्याच्या हेतूनेच मीच त्याचा आत्मविश्वास ठेचला. त्याचं व्यक्तिमत्त्व मोडून काढलं. तो पूर्वी जसा होता तसाच बारीक, तुडतुडीत, उद्धट आणि चपळ राहिला असता, तर त्याच्या छळातून कुणाचीच मुक्तता होणं शक्य नव्हतं. इतरांना छळण्यातला विकृत आनंद भोगणाऱ्या या माणसाला धडा शिकवणं अपरिहार्यच होतं.

ज्या पंचमहाभूतांमुळे मानवी जीवन आकाराला येतं, त्यातल्या 'पाण्याशी' माझं नातं आहे. मी पाण्यासारखीच आहे. भिजवणारं पाणी... वेदनामुक्त करणारं पाणी... सारं काही आपल्या पोटात घेणारं क्षमाशील पाणी... अखंड वाहात राहणारं, रुजवणारं पाणी... जीवाला जीव देणारं, पण प्रसंगी जीव घेणारं भयंकर पाणी... ओलं असणं हा पाण्याचा एक गुण; पण तेच पाणी आपल्यात सारं विरघळवून घेऊ शकतं आणि मर्यादा संपली की, भयंकर प्रलय घडवून विध्वंसही करू शकतंच.

रसायनांच्या जगात पाणी म्हणजे वैश्विक द्रव. त्यात जे मिसळेल तसा त्याचा रंग. तसे त्याचे गुणधर्म. एबला वाटलं मीही अशीच असेन. म्हणून तो मला गृहीत धरू लागला. वाटेल तसं वागू लागला. पुढे पुढे तर त्याने माझी दखल घेणंसुद्धा सोडून दिलं. शेवटी माझं 'पाणी' काय आहे आणि या पाण्यात विध्वंस घडवण्याची

किती अचाट शक्ती ठासून भरलेली असते हे एबला दाखवून देणं मला भागच होतं. पाण्यामध्ये वास करणाऱ्या अंतर्भूत शक्तींनीच या पृथ्वीचा डोलारा उभा केला... हे अवकाश.. हे अनंत आकाश.. डोंगर-दऱ्या.. देव-दानव आणि मानव.. पशु-पक्षी.. झाडंझुडपं... कृमि-कीटक... किडेमुंग्या.. हे सारे पाण्याने घेतलेले विविध आकार आहेत. पाण्याच्या अंगभूत शक्तीचा नीट आवाका आला तर ठीक; अन्यथा सर्वनाश ठरलेला! मी एबला - माझ्या नवऱ्याला शिकवलेला हा पहिला धडा!

त्याच्याशी लग्न झाल्यानंतरची अनेक वर्षं माझी अवस्था गोठल्यासारखी झाली होती...टणक! एखादी गोष्ट घडावी असा ध्यास घेऊन, ती घडवण्याची धमकही या काळात गोठलेलीच होती. माझ्या आयुष्याची काय लक्तरं झाली आहेत, याची जाणीवच नसल्यासारखी मी धावत्या काळाच्या पृष्ठभागावर नुसतीच तरंगत होते.

पाण्याचा अंश असणं म्हणजे काय, हेच या गोठल्या अवस्थेत विसरले होते मी. अचानक एके दिवशी कुणीतरी माझ्या मुस्कटात भडकावल्यासारखी मी खडबडून जागी झाले. घुसळून काढणारं काहीतरी घडत होतं... बहुधा एखादी रासायनिक प्रक्रियाच!

रसायनशास्त्राच्या भाषेत पाण्याचं आणखी एक व्यक्तिमत्त्व आहे.

सुपरक्रिटिकल वॉटर!

या प्रकाराचं रूप जेव्हा पाणी घेतं; तेव्हा त्यात काहीही.... अक्षरशः काहीही विरघळवण्याची शक्ती येते.

मी त्या पाण्यासारखी झाले.

आणि प्रत्येक चांगल्या गोष्टीचा शत्रू असलेल्या, जे शुभ ते सारं जाळत... उद्ध्वस्त करत सुटलेल्या प्राणघातक, हिंस्रपणाला संपवण्याचा विडा उचलला.

***

नेहमीसारखीच सकाळ होती ती.

माझी रोजची कामंधामं आटपून, स्वतःचं आवरून मी रोजच्यासारखी शाळेत गेले. प्रार्थनेची घंटा व्हायला अवघी काही मिनिटं उरलेली असताना मी रसायन-शास्त्राच्या प्रयोगशाळेत गेले. तिथल्या खिडकीतून शाळेच्या पटांगणावर प्रार्थनेसाठी उभ्या राहणाऱ्या मुलांच्या आडव्या-उभ्या रांगा दिसत होत्या. समोरचे वर्ग आणि शाळेचं फाटकही दिसत होतं. प्रार्थना गाठण्यासाठी आपापल्या सायकली दामटत मुलं घाईघाईनं फाटकातून आत शिरत होती. वरच्या वर्गातल्या मोठ्या मुलांना शाळेत यायला क्वचितच उशीर होई. ही मुलं उलट फारच वेळेवर- खरं तर

वेळेआधीच शाळेत येत. प्रार्थनेची घंटा होण्याआधी त्यांना प्रेमपत्रांची देवाणघेवाण करायची असे. शिक्षकांच्या करड्या नजरेच्या कचाट्यात सापडण्याआधी कोवळ्या वयातले हे प्रेमी जीव घाईगडबडीत चुटपुटत्या मिठीचं, ओझरत्या चुंबनाचं आपलं अर्धकच्चं प्रियाराधन आटपून घेत.

लहान मुला-मुलींना असली गडबड नसे. शर्ट-पँट आणि स्कर्ट-ब्लाऊजच्या बाहेर शरीर डोकावू लागण्यापूर्वी कसल्या मिठ्या आणि कसली चुंबनं? ही मुलं वेळेवर शाळेत येत. उशीर झाला तर ग्राऊंडला पळत फेऱ्या घालण्याची शिक्षा, शिवाय 'मॉनिटर'च्या वहीत नावाची नोंद. अशा मुलांचा पळण्याने आणि भीतीने फुललेला श्वास मग पुष्कळ वेळ तसाच धपापत राही.

प्रार्थनेची घंटा होण्यापूर्वी तीन मिनिटं शाळेचं फाटक बंद झालं. तिथं ड्युटीवर असलेल्या मॉनिटरने उशिरा आलेल्या मुलांची नावं लिहून ती यादी शाळेच्या नोटीस बोर्डावर टाचली.

या सगळ्या कारभारावर करडी नजर ठेवून एक शिक्षक नेहमीप्रमाणे शाळेच्या फाटकाशी उभा होता. त्याच्याकडे सहजच माझं लक्ष गेलं. तो... त्याच्या नजरेतला अधिकार... त्याचं ते टेचात उभं राहाणं... सारं माझ्या सवयीचं, सरावाचं होतं- दोन्ही ताठ पायांमध्ये थोडं अंतर, दोन्ही हात पाठीशी बांधलेले, उजव्या हातात गरगरणाऱ्या छडीभोवती वळवळणारी खुनशी बोटं... एकूणच व्यक्तिमत्त्वात अधिकाराचा उग्र दर्प! एक 'आदर्श' मुख्याध्यापक.

माझा नवरा आणि एबन्झीर पौलराज.

-प्रयोगशाळेत नुकत्याच घडवलेल्या जस्ताच्या गोळीसारखं निळं निळं आभाळ. दिवसभराच्या लगबगीने ऑक्सिडाईझ होऊन संध्याकाळी राखाडी रंगाचा थर पांघरायला उत्सुक असल्यासारखा आकाशाचा चंदेरी निळा पृष्ठभाग. शाळेच्या पटांगणावरून धावणाऱ्या मुलांच्या पायांनी धुळीचे छोटे-छोटे पुंजके उठत होते. ज्या जमिनीवरून शेकडो मुलांचे पाय रोजच्या रोज हजारदा जाणार-येणार, आपटणार-धावणार; तिथे गवत उगवण्याची शक्यता शून्यच! त्यामुळे सारं पटांगण कोरडं आणि भगभगीत. तरीही काही गवताची पाती मधूनच माना वर काढीत, जीव धरीत.. त्यांच्या माना मुरगळून, कापून त्यांना कंपोस्ट खताच्या खड्ड्यात फेकण्यात येई. कारण? मुख्याध्यापकांचा हुकूम. एब होताच तसा खुनशी. त्याच्या देखत कुणी जरा जीव धरताना दिसलं की, मुरगळलीच मान.

स्वत:च्या साम्राज्यावर नजर ठेवून टेचात उभ्या असलेल्या माझ्या नवऱ्याला प्रयोगशाळेच्या खिडकीतून मी पाहात होते. त्याच्या हातात वळवळणारी वेताची छडी मला दिसत होती आणि शिस्तभंगाच्या रागाने मुडपलेला त्याचा वरचा ओठ! शिवाय खर्जातला आवाज. उशिरा आलेल्या मुलांवर तो असा काही कुऱ्यात खेकसे

की, अर्ध्या वयातल्या त्या निरागस मुलांचं शरमेने पाणी पाणी होऊन जाई.

त्या माणसाला पाहाता पाहाता माझ्या मनात जाळ पेटला. एकच भावना उरली.

तिरस्कार!

समोर दिसणाऱ्या त्या नराधमाविषयी कधी नव्हे एवढा तिरस्कार माझ्या मनात धगधगून पेटला.

हा पुरुष.. एबन्झीर पौलराज.. या शाळेचा मुख्याध्यापक.. माझा नवरा..

तिरस्कार वाटतो मला त्याचा.

आय हेट हिम.

-अचानक माझं मन आक्रोश करून उठलं. आत्ता या क्षणी मोठ्ठं वादळ यावं... विजांचा कडकडाट व्हावा.. राक्षसी पाऊस कोसळावा.. काहीतरी भयंकर घडावं... असा दाह मनात पेटला होता.

पण निळं आकाश शांत होतं. हलक्या वाऱ्याची झुळूक येता-जाताना धुळीचे पुंजके उठवत वाहात होती. पटांगणाशेजारचं मोठ्ठं झाड शांतपणे सळसळत उभं होतं. मानवी भावनांच्या उद्रेकाला साथ देत नेमक्या त्याच क्षणी संतापून उठणारा निसर्ग ही फक्त कथा-कादंबऱ्यांमध्येच घडू शकणारी निखालस खोटी गोष्ट आहे, हे पुन्हा एकदा सिद्ध झालं.

मी उद्विग्न होऊन खिडकीकडे पाठ फिरवली. समोर रसायनशास्त्राची प्रयोगशाळा होती. सल्फरचा उग्र वास सर्वत्र पसरलेला. सलग ओळीत मांडलेल्या टेबलांवर सकाळच्या सत्रातल्या विद्यार्थ्यांसाठी प्रयोगाचं साहित्य ठेवलेलं.. परीक्षानळ्या, चंचुपात्रं, काचनळ्या. हे जग माझं होतं. माझ्या ओळखीचं. घनपदार्थ, द्रवपदार्थ आणि तऱ्हेतऱ्हेच्या वायूंचं जग. कुठल्या बाटलीत काय ठेवलंय, त्याचे गुणधर्म कोणते, अमक्या परिस्थितीत तमक्या वायूशी संयोग पावल्यास काय होईल याबद्दल छातीठोक खात्रीने सांगता येईल एवढ्या भरवशाचं, विश्वासाचं जग. या जगात अतिरेकीपणाला, बेशिस्तीला थारा नव्हता. सारं नीटनेटकं. ठरल्या नियमांनुसार चालणारं.

मी नकळत एक निर्धास्त श्वास घेतला. रंगहीन, गंधहीन, सुटकेचा श्वास!

माझ्या मनातला गोंधळ अखेर माझ्या मनानेच निस्तरला होता. माझ्या नवऱ्याबद्दल मला नक्की काय वाटतं आहे, हे माझं मलाच नीट समजलं होतं.

एखाद्या पुरुषाबद्दल आपल्याला प्रेम वाटतं, त्याचा तिरस्कार वाटतो की, त्याच्याविषयी काहीच वाटत नाही हे बायका कसं ठरवतात? हे ठरवण्याचं काही मोजमाप असतं का? परीक्षानळीत घालून, चंचुपात्रात तापवून, वजन काट्यावर तोलून करता येतो का भावभावनांचा अचूक निवाडा?

कोण जाणे!

पण माझा निष्कर्ष अखेर मला सापडला खरा. दडदडत जिना उतरून खाली जाताना आत कुठेतरी मला विलक्षण शांत वाटत होतं. माझ्या दोन्ही बाजूंनी मुलांच्या रांगा शिस्तीने जिना चढत होत्या. प्रार्थना संपली की, शाळेतल्या प्रत्येक जिन्याच्या दोन्ही टोकांना मुख्याध्यापकांचे खबरे उभे राहात. कुणी रांग मोडली, धक्काबुक्की केली की, त्या विद्यार्थ्याला लगेच भयानक शिक्षा. ही खास पौलराजची, माझ्या नवऱ्याची क्रूर शिस्त!

तो मुलांना शिक्षा देई ती शारीरिक नसे. उजव्या हातावर दहा छड्या, वर्गाबाहेर ओणवं राहाणं वगैरे शिक्षा त्याच्या शिस्तप्रियतेत बसत नसत. तो त्याच्या विद्यार्थ्यांना त्याहून भयंकर शिक्षा देई.

-त्या विद्यार्थ्याचा जीव कशात गुंतला आहे ते शोधायचं; आणि नेमकं तेच त्याला मिळणार नाही, त्या आवडत्या गोष्टीवाचून तो तडफडेल अशी व्यवस्था करायची.

लायब्ररीत जाणं बंद.

हॉकीच्या टीममधून तडकाफडकी डच्चू.

फुटबॉल मॅचमध्ये खेळायला मनाई.

क्वीझ कॉन्टेस्टसाठी शाळेच्या टीममधून परगावी जाणं रद्द.

-अशा शिक्षा!

वाढत्या वयातल्या मुलांसाठी मृत्यूहून भयंकर!

इतका अतिरेक कशाला करतोस म्हणून मी अनेकदा एबला अडवलं. मुलांना वळण लावण्याचे दुसरे मार्ग सुचवून पाहिले. पण त्यानं माझं ऐकलं नाही ते नाहीच. तो स्वत:खेरीज कुणाचंच ऐकत नसे.

त्याच्याकडे नुसतं पाहिलं, तरी त्याच्या चेहेऱ्यावरून त्याचा हट्टी आडमुठेपणा स्पष्ट दिसे. प्रार्थनेसाठी रांगा केलेल्या मुलांपुढे उंच डायसवर उभा राहून तो रुबाबात नजर फिरवी... सारे एका रांगेत. पाचवी ते सातवी- पुढच्या रांगा- आठवी ते दहावी मागच्या रांगा! जे शाळेत तेच शाळेबाहेर. बहिणी, भाऊ, कुटुंबीय, शेजारीपाजारी सगळ्यांसाठी तेच! त्याच्यापुढे रांगेत उभं राहायचं आणि रोज सकाळी तो जे काही शहाणपण सांगेल ते न बोलता मुकाट ऐकून घ्यायचं. आज्ञाधारकपणे मान डोलवायची. त्याच्या व्यक्तित्वातच एक विचित्र, करडी शिस्त होती. ज्याला-त्याला त्याची भीतीच वाटे. एवढ्या विद्यार्थ्यांपैकी एकालाही त्याच्याविषयी आदर, प्रेम वाटलं असेल का?- शक्य नाही! शाळेतल्या काही शिक्षकांसाठी मुलं जीव टाकत; पण पौलराज?- अशक्य! मुख्याध्यापकांची चमचेगिरी करण्यात पुढे असलेल्या लाळघोट्या शिक्षकांमध्ये मात्र तो 'उत्कृष्ट कर्णधार' म्हणून प्रसिद्ध होता.. अ गुड कॅप्टन!

प्रार्थना सुरू झाली.

बाकीचे शिक्षक समोरच्या डायसवर एबच्या मागे रांगेत उभे होते.

आणि मी?

मी विद्यार्थ्यांच्या रांगा संपतात, तिथे मागे. प्रार्थना चालू असताना फाजीलपणा करणाऱ्या वरच्या वर्गातल्या मुलांवर वचक बसावा म्हणून त्यांच्यामागे... सर्वांत मागे हात बांधून उभी!

मी जिथे उभी होते; तिथून फक्त एकच चेहरा दिसत होता.

एबन्झीर पौलराज.

त्याचं खरं रूप पहिल्यांदाच इतक्या स्पष्टपणे माझ्या नजरेसमोर उभं होतं.

***

कोणे एके काळी याच माणसाने माझी स्वप्नं घडवली होती. मळकट धातूचा तुकडा आपल्या ऐरणीवर घेऊन, फेरिक ऑक्साईडच्या पावडरने घासून घासून चकचकीत करणाऱ्या सोनाराच्या कुशलतेने, माझ्या व्यक्तिमत्त्वाला (स्वत:सारखा) आकार देण्याची धडपड केली होती. या घडवलेल्या दागिन्यावर काही काळाने काजळी धरावी आणि चमक फिकी पडावी, तसं झालं खरं; पण ते आयुष्यात पुष्कळ पुढे. फेरिक ऑक्साईडला गंज चढतोच. तसाच आमच्या सहजीवनालाही चढला. तोही पुष्कळ पुढे.

एबन्झीर पौलराजला मी आयुष्यात पहिल्यांदा भेटले, तेव्हा जेमतेम विशी-बाविशीत होते. कर्तृत्वाच्या ऐन भरात होते. विद्यापीठात पहिली आले होते. एम.एस्सी मध्ये. सुवर्णपदक मिळवणारी हुशार विद्यार्थिनी म्हणून सर्वत्र माझं कोडकौतुक सुरू होतं. माझे आई-वडील अभिमानाने ज्याला-त्याला सांगत, ''मार्गारेट पहिल्यापासूनच हुशार. त्या हुशारीचं पोरीनं चीज केलं. आता तिने पुढे शिकावं, डॉक्टरेट मिळवावी अशी आमची इच्छा आहे. पुढे शिकायला आम्ही बहुतेक तिला अमेरिकेलाच पाठवू. तिच्या हुशारीचं अमेरिकेतच खरं चीज होईल.''

माझे आई-वडील स्वप्नरंजनात मश्गूल होते. त्यांना वाटत होतं, आपली स्वप्नं तीच आपल्या मुलीची स्वप्नं!

पण मला पुढे शिकण्यात फारसा रस नव्हता.

अमेरिकेचंही आकर्षण नव्हतं.

आम्ही राहात होतो त्या कोडाईकॅनालमधून माझा पाय निघणं शक्य नव्हतं. खरं तर मला घरात राहाणं मनापासून आवडायचं. सकाळी आरामात उठावं. दुपारच्या जेवणानंतर पुन्हा एक छान झोप काढावी, अशा सवयी होत्या. शिवाय माझ्या आयुष्यात एक प्रियकरही होता.

-एबन्झीर पौलराज.

त्याने माझ्या आयुष्यात खुबीने शिरून माझ्यावर पार गारूड केलं होतं. त्याच्या आकर्षणापुढे माझी शैक्षणिक महत्त्वाकांक्षा बोथट झाली होती. आई-वडिलांची स्वप्नंही फिक्कट पडली होती. मीही त्याच्याप्रमाणेच शिक्षकी पेशात पडावं, असा एबचा आग्रह होता.

विद्यापीठात शिकताना मी माझ्या अभ्यासात इतकी गळ्यापर्यंत बुडाले होते की मित्र-मैत्रिणी, प्रियकर असल्या गोष्टींसाठी माझ्याजवळ मुळी वेळच नसे. कधी कधी गंमत म्हणून 'मिल्स अँड बुन्स' हातात येई. तेवढंच. ती रोमॅन्टिक कादंबरी वाचताना मात्र वाटे, आपल्यावर असंच भरभरून प्रेम करणारा एखादा तरुण आपल्याही आयुष्यात यावा.

नाकीडोळी धारदार, नीटस असलेल्या व्यक्ती अधिक हुशार, संवेदनशील असतात असा माझा समज होता. एबन्झीर पौलराज नावाचा उमदा तरुणही तसाच होता. धारदार नाक. तरतरीत डोळे. काळीभोर तेजस्वी कांती आणि उंचपुरं सशक्त शरीर. चर्च युथ ग्रुपच्या एका मिटिंगमध्ये मी त्याला पाहिलं आणि त्या क्षणीच प्रेमात पडले. कोण हा रुबाबदार तरुण?- या शोधात भरारणारी माझी नजर त्याच्यावर खिळली होती. त्या काळातल्या फॅशनची नामोनिशाणी नसलेले साधेच कपडे घातलेल्या त्या तरुणाचा शांत, अलिप्तपणा मला आवडला.. स्वप्नातला राजकुमारच! त्या मिटिंगमध्ये तो गायला. त्याचं गाणं ऐकताना तर मी पारच विरघळून गेले. या माणसासाठी मी वाट्टेल ते करीन. मीच माझ्या मनाशी ठरवत होते. अर्ध्या गाण्यात त्याने अचानक नजर वळवली आणि माझ्या डोळ्यांत डोळे घालून गाता गाता गोड हसला.

मला अत्यानंदाने स्वर्ग ठेंगणा झाला.

आमचं साधं बोलणं होण्यापूर्वीच त्याचा 'होकार' मी त्याच्या नजरेत पाहिला होता.

आनंदाची प्रभा तेजोमंडळासारखी माझ्याभोवती गरगरू लागली. अंधारातही चमकणाऱ्या फॉस्फरससारखी लखाखती स्वप्नं फेर धरू लागली.

आमच्या 'प्रकरणा'ची गावात चर्चा सुरू होण्यापूर्वीच एबनं पुढलं पाऊल उचललं. आम्ही पहिल्यांदा भेटल्यापासून साधारण दोन महिन्यांतच त्याने त्याच्या आई-वडिलांना आमच्या घरी पाठवून मला रीतसर मागणीच घातली.

दोघांच्याही आई-वडिलांनी पहिल्या भेटीत आमच्या लग्नाची तारीखसुद्धा ठरवून टाकली.

''लब्बाड! पत्तासुद्धा लागू दिला नाहीस!'' एबन्झीर पौलराज आणि त्याचे आई-वडील गेल्यावर माझ्या मोठ्या बहिणीने– साराने मला भंडावून सोडले.

हिवाळ्यातली गारठलेली संध्याकाळ होती. आम्ही सगळे दुसऱ्यांदा वाफाळल्या चहाचे कप भरून हॉलमध्ये गप्पा मारीत बसलो होतो.

"अग, मला माहीत नव्हतं सारा.. तुम्हा सगळ्यांना तो कितपत आवडेल?" अत्यानंदात विरघळून जात मी लाजून खुलासे देत राहिले.

"काहीतरी काय? इतका चांगला मुलगा, आम्हाला का नाही आवडणार? तुझ्यासाठी इतका योग्य जोडीदार शोधूनही नसता सापडला," साराचा नवरा चेष्टेने डोळे मिचकावत म्हणाला.

"सुटाबुटात छान दिसेल. रुंद खांदे आहेत आणि चालणंसुद्धा किती रुबाबदार!" माझी आई फार खूष होती. सौंदर्यावर तिचं भारी प्रेम. घरसुद्धा दिवसभर झाडत-पुसत बसायची. माझे वडील तिला चेष्टेने म्हणत, "आपल्या घरातल्या फरशा इतक्या स्वच्छ धुतेस तू की, तुकडा मोडून खावा!"

-पण पौलराजबद्दल बोलताना मात्र ते खूष होते आणि गंभीरही! ते म्हणाले,

"दिसायला तर देखणा आहेच; शिवाय बुद्धिमानही! अर्थात, त्यात काय नवल म्हणा? त्रिचीच्या पौलराज फॅमिलीला कोण ओळखत नाही? बुद्धिमत्तेचा वारसाच आहे त्यांच्याकडे. कुटुंबातील सगळे वकील, जज्ज, विचारवंत, मोठे सरकारी अधिकारी असेच आहेत. श्रीमंती आणि कर्तृत्व! लक्ष्मी आणि सरस्वती पाणी भरतात त्या घरी. मार्गारिटनं नशीब काढलं!"

"मला विचारशील तर ही इज अ परफेक्ट कॅच! अवघ्या एकोणतिसाव्या वर्षी एवढ्या प्रख्यात शाळेचा व्हॉइस-प्रिन्सिपॉल! क्या बात है!"- माझ्या काकांनीही कौतुकाची पावती देऊन टाकली.

"तुमचा जोडा फार रोमॅन्टिक दिसेल मार्गारिट, बेस्ट लक! तो इतका उंचापुरा आणि काळासावळा, तू इतकी गोरीपान आणि नाजूक! लाईक अ नाइट अ‍ॅण्ड अ लेडी!" माझ्या काकांइतकंच वॉल्टर स्कॉटवर प्रेम करणारी काकू माझ्या कानात कुजबुजली.

माझं सगळं कुटुंब माझ्या निवडीवर विलक्षण खूष होतं. पौलराजसारख्या पुरुषोत्तमाने माझा हात हाती घ्यायचा ठरवल्यामुळे सारे माझ्यावरच कौतुकाचा वर्षाव करत होते.

लग्नाआधीची रात्र.

अचानक माझी आई माझ्या खोलीत आली. तिच्या एरवी हसऱ्या चेहऱ्यावर अचानक एक गांभीर्य आलं. 'लग्न' नावाच्या पवित्र करारात कोणकोणत्या कर्तव्यांचा समावेश आहे, याचा मला उपदेश करून धर्मगुरू नुकतेच गेले होते. त्यांनी सोडलेल्या 'रिकाम्या जागा' भरणं हे शेवटी आईचंच कर्तव्य! 'पत्नी'पद निभावणं म्हणजे काय, हे तिनं पुन्हा एकदा मला सांगितलं. एकनिष्ठता, विश्वास हे गुण

स्त्रीमध्येच असावे लागतात. तिनं जरा जास्त नेट लावला तरच लग्न टिकतं. स्त्रीनं माघार घेतली नाही, पडतं घेतलं नाही तर मग घटस्फोटापर्यंत गोष्टी कशा चिघळतात, बहुतेक घटस्फोटांना स्त्रियांचा आडमुठेपणा कसा कारणीभूत ठरतो, हेही तिनं मला सांगितलं आणि शेवटी सेक्स. आईने हा शब्द उच्चारला नाही. ती म्हणाली, नवरा-बायकोतलं शारीरिक नातं. तिच्या मते त्याचीही जबाबदारी स्त्रीवरच असते. बरं नसलं, मूड नसला तरी नवऱ्याला 'नाही' म्हणू नये. त्याच्या इच्छेला आपलं शरीर नेहमी तयार ठेवावं. मी शांतपणे ऐकून घेतलं. 'सेक्स'बद्दल मी इतकी अनभिज्ञ, कोरडी असेन असं आईला वाटतंय; याचं मलाच आश्चर्य वाटत राहिलं.

चांगल्या घरातल्या मुली लग्नापूर्वी आपलं 'कौमार्य' टिकवत. तसं मीही राखलं होतं.. तरीही मी आणि पौलराजने छुटपुट शारीरिक जवळीक केली होतीच की! शिवाय मी माझ्या पसंतीच्या, मी स्वत: निवडलेल्या पुरुषाशी लग्न करणार होते. त्या प्रेमातली निर्धास्त निश्चिंतता होतीच माझ्या सोबतीला.

त्या रात्री आई गेली आणि तिच्या मागोमाग काही मिनिटांनी वडील माझ्या खोलीत आले. आता हे काय सांगणार? एरवी संवाद व्हायचा तो आईशीच. वडिलांनी समोर बसवून काही समजावून सांगितल्याचं तर मला आठवतच नव्हतं. आणि आता?- मला मनातून धास्तीच वाटत होती. इस्त्री करून ठेवलेल्या नव्या साड्यांचा ढीग बाजूला करत, ते पलंगावर माझ्या शेजारी बसले. माझ्याकडे पाहात हसून म्हणाले,

"उद्या तुझं लग्न.."

मी मान हलवली.

"एबन्झीर खूप चांगला मुलगा आहे. तुला नक्की सुखात ठेवेल." माझा हात हातात घेत ते म्हणाले.

जे मला माहीत आहे, तेच पुन्हा मला का पटवून देताय? काही कळेना. पण एबबद्दल त्यांना वाटणारी खात्री पाहून मी मनातून आनंदले. घरातल्या प्रत्येकाने एबवर माझ्याइतकंच प्रेम करावं, असं त्या काळात मला फार वाटे.

"तो तसा धष्टपुष्ट दिसतो. कर्तबगार तर आहेच. पण मनाने जरा हळवा आहे." वडील सांगत होते. "साहित्याची इतकी ओढ असणारा प्रत्येक माणूस मनातून जरा जास्त संवेदनशील असतोच."

-इलेक्ट्रीसिटी डिपार्टमेंटमध्ये इंजिनियर म्हणून काम करणारे, कवितेचा छंद असलेले वडील मला माझ्या होणाऱ्या नवऱ्याच्या स्वभावाबद्दल सांगत होते.

"तुला त्याला समजून घ्यावं लागेल. त्याची काळजी घे. त्याला कधी दुखवू नकोस. तू त्याच्या मनाविरुद्ध वागशील तर तो ते सहन नाही करू शकणार कदाचित."

-मी मुकाट्याने मान हलवली.

मी एबच्या मनाविरुद्ध वागेन? त्याला दुखवू शकेन?

त्या काळात मी या शक्यतेची कल्पनासुद्धा करू शकत नव्हते.

काही वेळाने वडील निघून गेले.

माझ्या बिछान्याशेजारच्या टेबलावर ठेवलेल्या एबच्या फोटोकडे कितीतरी वेळ मी पाहात राहिले. आमची रीतसर एन्गेजमेंट झाल्यामुळे आता एबच्या फोटोला माझ्या टेबलावर सन्मानाची जागा मिळाली होती. माझं अख्खं कुटुंब माझ्याइतकंच एबच्या प्रेमात होतं. आम्ही दोघे एकमेकांबरोबर सुखाने राहू, याविषयी कुणालाही शंका नव्हती.

***

प्रेम हे एक रंगहीन मूलद्रव्य आहे.

पटकन पेट घेणारं.. स्वत: जळता जळता इतरांनाही जाळून भस्मसात करणारं... जाळ होतो, मागे पुरावा शून्य. ना धूर. ना राख. प्रेमाच्या धुंदीत मश्गूल असणाऱ्यांना कळता कळत नाही. पत्ता लागता लागत नाही, त्यात दडलेल्या विषाच्या कुपीचा!

लग्नानंतरच्या पहिल्या वर्षात एबवरच्या अलोट प्रेमात मी बाकी सगळं विरघळून, वितळून बसले. माझा एरवीचा सारासार विचार, माझी शक्ती, माझ्या बुद्धीचा कुशाग्रपणा, माझ्याजवळ असलेलं व्यावहारिक शहाणपण सारं सारं त्या प्रेमात विरघळलं. त्याच्याबरोबर असणं, त्याचा सहवास भरभरून पिऊन घेणं याशिवाय काही उरलंच नव्हतं आयुष्यात. त्याच्या भोवती भोवती घोटाळणं... त्याची सेवा... त्याला खूष ठेवणं... माझं त्याच्यावर किती प्रेम आहे, हे हजार परींनी त्याला सारखं पटवत राहणं.. बास! बाकी कशाला काही किंमतच नव्हती उरली.

कुणीतरी माझ्या चेहेऱ्यावर गॅस मास्क घालून क्लोरोफॉर्म हुंगवला असावा, इतकी मी एबच्या प्रेमात पागल होते.

एकदा एब मला कोडाईकॅनलच्या एका जत्रेला घेऊन गेला. अख्खी संध्याकाळ आम्ही दोघे आमच्या नव्या संसारासाठी खरेदी करत जत्रेत भटकलो. दारात टाकायची पायपुसणी, छोटे गालिचे, काचेच्या प्लेट्स, दोन्ही बाजूने वेगवेगळं डिझाईन असलेली बेडशीट. इकडून घाला की तिकडून घाला. दोन घेतल्यास दोनावर एक फ्री. खूप दमल्यावर काडीवर गुंडाळलेले म्हातारीच्या कापसाचे गुलाबी गुब्बारे घेऊन आम्ही खात बसलो. नंतरही हातात हात घालून खूप भटकलो. 'प्रेम' नावाच्या त्या जालीम मूलद्रव्याने आम्हा दोघांच्या आयुष्याला नुसता ऊत आणला होता.

लग्नाला अठरा महिने झाल्यानंतर माझी पाळी चुकली. डॉक्टरांकडून 'तो'

रिपोर्ट घेऊन घरी येत असताना माझं मन अत्यानंदानं इतकं उसळ्या मारत होतं की, आनंदाच्या त्या भरात एब नेहमीपेक्षा गप्प गप्प आहे, हे माझ्या लक्षातच आलं नाही. घरी जाऊन कधी एकदा आई- वडिलांना फोन करीन असं मला झालं होतं. घराच्या छपरावर चढून अख्ख्या कॉलनीला 'मी आई होणार असल्याची बातमी' ओरडून सांगावी, इतकी मी आनंदात होते.

''मार्गाथम...'' नेहमीपेक्षा हलक्या आवाजात एब काहीतरी बोलत होता.

तेव्हा एब मला प्रेमाने 'मार्गाथम' म्हणे. मार्गारेट शांती तर काय सगळेच म्हणतात. ही दोन्ही नावं अगदीच 'कॉमन'; म्हणून माझ्याकरता एबने हे मंजुळ नाव शोधून काढलं होतं– मार्गाथम! या शब्दाचा तामीळमधला अर्थ पाचू. एबने मला त्याच्या 'खास' नावाने हाक मारली की, माझ्या आत त्याच्या-माझ्या प्रेमाची हिरवीगर्द ज्वाला धगधगून उठे.

''मार्गाथम.. आपल्याला आत्ता मूल होणं फारसं योग्य नाही असं मला वाटतं. आपण थोडं थांबायला हवं..'' 'त्याच' प्रेमळ आवाजात एब मला सांगत होता.

...त्या क्षणी एकदम माझ्या नाकाला असह्य, उग्र भपकारा जाणवला. तो कसला असेल? अत्यंत विषारी अशा हिरव्या रंगाचं मिथेनॉल सॅलिसिलिक ॲसिड बरोबर तापवलं आणि त्यात सल्फ्युरिक ॲसिडचे काही थेंब टाकले की, तयार होणाऱ्या मेथिल सॅलीकेटचा वास..? प्रेमाला असा वास नसतो. भपकारा नसतो. मग हे रसायन आलं कुठून आमच्यामध्ये?- ही शंका तेव्हाच यायला हवी होती माझ्या डोक्यात; पण एवढी शुद्ध होतीच कुठे? मी तर एबच्या प्रेमात आकंठ बुडालेली.. 'त्याला जे हवं, तेच मला हवं' अशा मूर्ख समजुतीला प्रेम समजणारी मूर्ख, मठ्ठ स्त्री होते.

उगीच पीएच.डी. करून पुढे त्याचं काय करणार तू? त्यापेक्षा बी. एड्. ला जा. तुला शिक्षिका म्हणून नोकरी मिळाली की, आपण आयुष्यभर एका शाळेत काम करू शकू.

लांब केस तुला नाही शोभत. कापून टाक. ब्लन्ट बॉबकट तुला छान दिसेल.

दर रविवारी चर्चमध्ये जायलाच पाहिजे का आपण? काय गरज आहे?

रस्त्यावर कसली भेळपुरी खातेस? आपण जातोच की चांगल्या हॉटेलमध्ये!

आपण दोघे नीट रांगेला लागलो, दोघांच्या करिअर्स नीट वळणाला लागल्या की, मग करू मूल होऊ देण्याचा विचार! काय घाई आहे?

मूल हवंच कशाला? आपण आहोतच की एकमेकांना! आणखी काय हवं?

-शेवटी मी गर्भपाताचा निर्णय मान्य केला.

''उगीच काही वाटून घेऊ नकोस..'' आम्ही दोघे हॉस्पिटलच्या व्हरांड्यातून चालत जात असताना एब मला समजावत होता. त्याने सगळी व्यवस्था आधीच

करून ठेवली होती. मी फक्त हॉस्पिटलमध्ये 'अॅडमिट' व्हायचं होतं.

"मी डॉक्टरांशी बोललो आहे. त्या म्हणाल्या, काळजी करण्यासारखं काही नाही. सातव्या आठवड्यातला गर्भ झायगोट एवढा असतो जेमतेम. तो खरडवून काढला की झालं!"

-मी एबकडे पाहातच राहिले.

तो फारच क्वचित शास्त्रीय परिभाषा वापरत असे. त्याला नेहमी आठवत त्या कवितेच्या ओळी किंवा एखाद्या फलाण्या ग्रंथातले (चुकीच्या संदर्भाचे) उतारे. आज तो चक्क माझ्या भाषेत बोलला होता. माझ्या गर्भाशयात रुजलेल्या जीवाला 'झायगोट' म्हणाला होता.

झायगोट.

जीवशास्त्राच्या पुस्तकात कधी काळी वाचलेला तपशील झरझर माझ्या नजरेसमोरून सरकला...

'अॅट कन्सेप्शन द हॅप्लॉईड सेक्स सेल्स, द स्पर्म अॅण्ड द एग; इच ऑफ विच कन्टेन्स ओन्ली पार्ट ऑफ द जेनेटिक मटेरियल रिक्वायर्ड टु फॉर्म अ पर्सन, मर्ज टु फॉर्म अ न्यु बायॉलॉजिकल एन्टिटी. अनलाईक द स्पर्म ऑर द एग, द डिप्लॉईड झायगोट पझेस अ युनिक ह्युमन जीनोटाईप अॅन्ड द पॉवर ऑफ फुल डिफरन्सीएशन, विदाऊट विच नो ह्युमन लाईफ कॅन बी एक्सप्रेस्ड. द हॅप्लॉईड स्पर्म अॅण्ड एग आर ओन्ली पाट्र्स ऑफ द पोटेन्शियल फॉर ह्यूमन लाईफ. द झायगोट इज बायॉलॉजीकल ह्यूमन लाईफ."

-मी थबकलेच.

न राहवून एबचा शर्ट खेचला.

"एब, हे योग्य नाही. आपल्या बाळाची अशी हत्त्या मी नाही होऊ देणार."- त्याच्या कपाळावर आठी उठलेली पाहून न थांबता मी पुढे म्हणाले, "आपला हा निर्णय चर्चलाही मान्य नाही होणार."

कपाळावरच्या आठ्या वाढवून केसात हात फिरवत तो वैतागून म्हणाला, "एक म्हणजे बायबलमध्ये 'अॅबॉर्शन' असा साधा शब्दही कुठे लिहिलेला नाही. आणि दुसरं म्हणजे चर्चच्या भूमिकेचा तू नीट अभ्यास करशील तर तुझ्या लक्षात येईल की, चर्चचा गर्भपाताला विरोध आहे तो काही एका विशिष्ट टप्प्यानंतर. गर्भसंभवानंतर ८० दिवस उलटले असतील तर गर्भपात करू नये, असा चर्चचा निर्णय आहे. अॅरिस्टॉटलही तेच म्हणतो. स्त्रीबीज आणि पुंबीजाचा संयोग झाल्यानंतर ऐंशी दिवसांनी त्यात मानवी आत्म्याचा प्रवेश होतो. तोवर असतं ते केवळ एक शारीरिक अस्तित्व. आत्ता तेच तुझ्या गर्भाशयात आहे. त्याला ना जीव, ना भावभावना. उद्या तुझ्या अंगावर एक गळू उठलं आणि ते सडलं, सेप्टिक झालं

तर तू ते गळू कापायला विरोध करशील का? असं समज की, तुझ्या पोटात एक ट्युमरची गाठ उठलीय. छोटंसं ऑपरेशन करून ती काढून टाकली की संपलं.''

-मी एबचा हात घट्ट धरला.

त्याचं म्हणणं मला पटत होतं. नव्हतंही.

मला काहीच कळत नव्हतं.

अपराधी मात्र वाटत होतं.

मी मनातून घाबरलेही होते.

हिरवट जाड पडदा टांगून हॉस्पिटलमधल्या त्या एका अंधाऱ्या खोलीचे दोन चौकोन केले होते. माझ्या बाजूला सुदैवाने खिडकी होती. मला दिलेल्या खाटेवर पडून मी खिडकीबाहेरच्या आकाशाकडे पाहात राहिले. आदल्या दिवशी घरात प्रचंड खपून सगळी तयारी केली होती.

''तुम्ही संध्याकाळी घरी जाऊ शकाल, पण पुढचे दोन-तीन दिवस मात्र पूर्ण झोपून राहावं लागेल.'' डॉक्टरांनी आधीच कल्पना देऊन ठेवली होती.

हॉस्पिटलमध्ये जायच्या आदल्या दिवशी मोलकरणीला हाताशी घेऊन मी अख्खं घर झाडूनपुसून लख्ख केलं. पलंगावरच्या चादरी बदलल्या. भुकेल्या पोटी एबला स्वयंपाकघरात काम करावं लागू नये म्हणून भरपूर अन्न शिजवून फ्रीज भरून ठेवला. तरीही कमी पडेल की काय अशी शंका आली म्हणून, मोलकरणीला बाजारात पाठवून मासे आणून घेतले.

घाईघाईने मी मासे साफ करायला घेतले, तर कस्तुरी म्हणाली, ''आणा, मी करते.''

-पण ते काम हातचं जाऊ द्यायला मी तयार नव्हते. मनात उसळलेल्या वादळावर तात्पुरतं का असेना, झाकण घालायचं तर हात कामावाचून रिकामे राहू देणं मला परवडणारं नव्हतं.

''मासे मी साफ करते. कपडे भिजवून ठेवलेत, तेवढे धुवून घ्याल.''- मी कस्तुरीला बाथरूममध्ये पिटाळलं.

बादलीतला कपड्यांचा ढीग पाहून वैतागलेल्या कस्तुरीची बडबड मला स्वयंपाकघरात ऐकू येत होती. ''बाई काय सुटीवर चालल्या का काय? कपडे का काय म्हणायचं हे? जन्मभर धूत बसले तरी धूतच बशीन..''

कस्तुरीला सांगावं का?

-क्षणभर माझे हात थबकले.

चार मुलांचं लेंढार आणि दारूडा नवरा एवढ्यांना सांभाळत झोपडपट्टीत राहणारी बाई ती.. मुलाला जन्म देण्यापूर्वी आयुष्य-करियर रांगेला लावणं म्हणजे

काय असतं, हे तिला कसं कळणार?

-माझे हात पुन्हा माशावर चालू लागले. माशाचा कल्ला कापता कापता सुरीचं टोक पोटाला लागलं आणि आतून एक छोटंसं अंडं बाहेर येऊन बुळुक्कन फुटलं. त्या अंड्यातला सोनेरी चिकट द्राव माझ्या हाताला लागला...

माझ्या ओलसर बोटांकडे मी पाहातच राहिले.

कानात कुणीतरी कुजबुजत होतं.

कोण?

आतला आवाज?

कित्ती दिवसांनी तो पुन्हा भेटला होता मला... सांगत होता..

'तूच तुझ्या करणीने घडवलंस मला. आता तूच मला मोडून-तोडून, उपटून फेकणार? तूच तुझ्या गर्भाशयात रुजवलंस माझं अस्तित्व.. तुला न सांगता मी स्वत:हून नाही आलो तुझ्या शरीरात! तुला ठाऊक होतं, काय घडतंय... कुठं.. काय रुजतंय! तू रुजू दिलंस मला.. एखाद्या क्षणी मिटल्या डोळ्यांसमोर माझा इवलासा जीव पाहिलाही असशील तू.. किती वाट पाहात होतीस तू माझी... आणि आता? एकदम?'

-माझे कान बंद झाले.

एक उष्ण अश्रू गालावर ओघळला.

नर्स स्वभावाने तशी बरी असावी; पण तिचा पेशाच कटकटीचा; त्यामुळे तिच्या वावरण्या- बोलण्यात एक विचित्र प्रकारचा उद्धट अलिप्तपणा होता. तिने मला हॉस्पिटलचा गाऊन घालायला मदत केली. माझ्या केसांचा मानेवर घट्ट अंबाडा बांधून दिला.

'''अंगावरचे सगळे दागिने काढून या शेजारी उभ्या असलेल्या गृहस्थांच्या ताब्यात द्या.''

- एबकडे एक रागीट कटाक्ष टाकत तिने जरा जास्तच कडक आवाजात मला हुकूम सोडला. हॉस्पिटलच्या खाटेवर बसून आपल्या अंगावरचे दागिने उतरवणाऱ्या बायकांच्या शेजारी उभे राहणारे एबसारखे नवरे तिने पैशाला पासरी पाहिलेले असणार.... आणि अपराधी भावनेने जळत पोट पाडायला येणाऱ्या माझ्यासारख्या बायका तर तिला रोजच्याच!

माझी वेडिंग रिंग.

ती कशी काढणार?

ही रिंग माझ्या बोटात चढवूनच तर एबने जन्मोजन्मी मला साथ देण्याची, बऱ्या-वाईट प्रसंगात माझी सोबत करण्याची प्रतिज्ञा उच्चारली होती. मृत्यू जोवर

ताटातूट करत नाही, तोवर साथ निभावण्याचं वचन दिलं होतं- 'टिल डेथ डू अस् अपार्ट!'

"अंगठी काढा बोटातली"- नर्स पुन्हा खेकसली. "ऑपरेशन थिएटरमध्ये जाताना तुमच्या शरीरावर नखाएवढाही दागिना असता कामा नये, कळलं? केसात पिनाबिना लावल्या असतील तर त्याही आत्ताच काढा!"

मी मुकाट्याने माझी वेडिंग रिंग काढून एबच्या ताब्यात दिली. त्याला ते फारसं आवडलं नसावं. पण मी तरी काय करणार? त्याच्या सांगण्यावरून गर्भपाताला तयार झाले; तरी याचं तोंड असं वाकडं का? ह्याला आता आणखी काय हवंय?- शेवटी काळजी करण्याचा इतका वीट आला की, कंटाळून मी डोळेच मिटून घेतले.

काय व्हायचं असेल, ते होऊ दे एकदा!

"तुम्ही बाहेर थांबा"- नर्स एबच्या अंगावर खेकसत म्हणाली, "मला पेशंटला तयार करू दे. ओ.टी. ची वेळ झाली."

- एब बाहेर गेला असावा.

मी डोळे मिटून नर्सची वाट पाहात तशीच पडून राहिले. आतून कुठेतरी क्षीण आशा होती. वाटत होतं, ती येईल. माझा हात हातात घेऊन धीर देईल. "करतेस त्यात काही चूक नाही." म्हणेल. "अजून मुलं व्हायचं पुष्कळ वय बाकी आहे तुझं.." अशा शब्दात, हलक्या आवाजातला दिलासा देईल.

दोरीवरचा हिरवा पडदा खसकन् ओढून ती आत घुसली. आता त्या हिरव्या, अंधाऱ्या चौकोनात आम्ही दोघीच होतो.

"चड्डी काढलीय का तुम्ही?"

- मला धक्काच बसला. शी!! हा काय घाणेरडा प्रश्न? मला तर वाटलं होतं, ती समजूत घालील. दिलासा देईल.

"मॅडम, काय विचारलं मी? चड्डी काढलीय का तुम्ही?"

मी शरमून 'हो' म्हटलं.

तिने माझ्या पायावरचा हॉस्पिटल गाऊन भसाभस गुंडाळत वरवर नेला आणि त्याची गुंडाळी थेट माझ्या पोटावर ठेवली. माझ्या उघड्या मांड्यांवर एक मळका टॉवेल घालून ती म्हणाली,

"हलू नका, नाहीतर ब्लेड लागेल."

- असहाय्यतेने मी डोक्यावरच्या पांढऱ्याधप्प आढ्याकडे पाहात राहिले.

तिने माझ्या योनीवरचे सगळे केस काढून ती जागा स्वच्छ केली. अत्यंत काळजीपूर्वक, नाजूक हातांनी; पण तितक्याच त्रयस्थ कोरडेपणाने!

हिरव्या पडद्यापलीकडच्या चौकोनात कुणी तरी, कुणाला तरी धीर दिल्याचे

आवाज ऐकू येत होते. कुणीतरी म्हातारी बाई आजारी असावी. तिच्या मुली-सुना सोबत असाव्यात. तिला जे काही झालं असेल त्याला ती निदान म्हातारी तरी जबाबदार नव्हती. इथे मात्र मी स्वत:च माझ्या गर्भाशयात रुजलेल्या त्या भ्रूणाला मारून, कापून टाकायला निघाले होते.

डोळ्यांतून ओघळणारे अश्रूही एव्हाना जळून, सुकून गेले होते.

नजरेपुढे तरळणाऱ्या अश्रूंच्या ओलसर पडद्यातून पुन्हा एकवार त्या नर्सचा चेहरा दिसला. तिच्या चेहेऱ्यावरचा तुसडेपणा कोण जाणे कुठे विरघळला होता! माझ्या उघड्या खांद्यावर प्रेमाने थोपटत ती म्हणाली,

"हे बघ, अजूनही वेळ गेलेली नाही. विचार कर. अजूनही तू हे ॲबॉर्शन थांबवू शकतेस. नकार देऊ शकतेस. कशाला करतेस हे कुकर्म? तुझं लग्न झालंय, लग्नानंतरचं हे पहिलंच मूल. का त्याला 'नको' म्हणतेस तू? का त्या जीवाला जन्मण्याआधीच मारायला टपलीयस?"... ती खूप वेळ असंच काहीबाही बोलत राहिली. "नाही म्हण," "नकार दे," म्हणून मला सुचवत, विनवत राहिली.

नर्स गेली असं पाहून एब आत आला.

"काय सांगत होती ती नर्स? गर्भपात हे पाप आहे, असंच ना?" त्याचा स्वर अचानक टोकदार झाला होता. मला काही बोलावसंच वाटेना.

पण नर्स काय म्हणाली हे याला कसं कळलं?

"रोमन कॅथॉलिक बाई आहे ती. हेच सांगणार. दुसरं काय? कुटुंबनियोजन, गर्भपात याबद्दलची त्या लोकांची मतं अख्ख्या जगाला ठाऊक आहेत; पण म्हणून काय झालं? तिनं स्वत:चं मत तुझ्या डोक्यात का भरवावं? मी तक्रार करणार आहे तिच्याबद्दल!"

- एबचं हे संतापलेलं, क्रुद्ध रूप माझ्यासाठी नवं होतं. इतका कडवा धर्मद्वेष? की त्या नर्सने त्याच्या एकछत्री अधिकाराला आव्हान दिल्याचा राग? - अशा आव्हानाची, विरोधाची सवयच नव्हती एबला.

तेवढ्यात एबने स्वत:ला सावरलं असावं.

अचानक त्याचा आवाज मऊ झाला. प्रेमाने ओथंबला. माझ्या कपाळावरून अतीव प्रेमाने हात फिरवत तो म्हणाला,

"मार्गाथम डार्लिंग, घाबरू नकोस. हे सारं आपल्या उज्ज्वल भविष्यासाठीच आपण करतो आहोत. आपण दोघे आहोत ना एकमेकांना?... अशी डगमगू नकोस. सारं नीट होईल."

त्याच्या त्या शब्दांच्या जादूत मी विरघळून गेले. मनातली भीती, अपराधीपणा

काही म्हणता काही उरलं नाही.

तो एब होता, माझा एब. त्याचा निर्णय कसा चुकेल? तो करील ते चांगलंच करील. आम्हां दोघांच्या हिताचंच करील.

अर्ध्या तासाने एक स्ट्रेचर ठेवलेली ट्रॉली ढकलत हॉस्पिटलची माणसं आली.

"तुम्ही बाथरूमला जाऊन आलात?"

- पुन्हा त्याच त्रयस्थ तिरसट आवाजात नर्सने विचारले.

मला स्ट्रेचरवर घेऊन ट्रॉली ऑपरेशन थिएटरच्या दिशेने निघाली. वरच्या मजल्यावर घेऊन जाणाऱ्या लिफ्टच्या दाराशी पोहोचेतो एब माझ्या शेजारून ट्रॉलीच्या बरोबर चालत होता. लिफ्टची दारं उघडली. ट्रॉली आत शिरता शिरता माझ्या हातावर थोपटत एब म्हणाला, "ऑल द बेस्ट!"

आता मात्र हद्द झाली होती.

माझं डोकंच सरकलं.

ऑल द बेस्ट?

कशाबद्दल या शुभेच्छा? कशासाठी?

मी काय परीक्षेचे पेपर लिहायला चालले होते की, वक्तृत्व स्पर्धेत भाग घ्यायला? "ऑल द बेस्ट?" आत गेल्यावर मला काहीच करायचं नव्हतं. डॉक्टर मंडळी माझ्या गर्भाशयातून माझं बाळ खरवडून काढून टाकेपर्यंत तक्रार न करता बेशुद्ध पडून राहायचं...बास!

ऑपरेशन थिएटरच्या एका खोलीत माझी ट्रॉली गेल्यावर मात्र रागाचा भडका आपोआप विझला. एक विचित्र असहाय्यता दाटून आली. माझ्यासारख्या आणखी सहा जणी गर्भपातासाठी तयार होऊन 'आपला नंबर कधी लागेल?' याची वाट पाहात त्या खोलीत खोळंबल्या होत्या. हिरव्या झग्यातले, तशाच टोप्या घातलेले डॉक्टर्स लगबगीने वावरत होते.

मी डोळे मिटून शांत पडून राहिले.

आजूबाजूची लगबग वाढत होती.

"हा कुणाचा पेशंट आहे?"

"वेळ लागेल... पण काळजी नका करू."

"सिस्टर शीला कुठेय? दांड्या मारणं वाढतच चाललंय तिचं"

"प्लीज रिलॅक्स... इफ यू रिलॅक्स, इट वोन्ट हर्ट..."

- तेवढ्यात एक घोळका माझ्या पायाशी येऊन उभा राहिलेला जाणवला. माझ्या स्ट्रेचरवर लटकवलेलं पॅड घेऊन त्यावर लावलेले कागद कुणीतरी पटकन् वाचून घेतले.

"अच्छाऽऽ एम.टी.पी."

- एका शब्दातला निष्कर्ष उच्चारून जरा कडवट, कुत्सित आवाजातले एक डॉक्टर कामाला लागले.

एम.टी.पी.

मेडिकल टर्मिनेशन ऑफ प्रेग्नंन्सी.

म्हणजे? - अर्थ फार अवघड नव्हताच.

- ईश्वरेच्छा नाकारणारी, निसर्गाचं चक्र उलटं फिरवणारी, स्वार्थी, दुष्ट स्त्री. मातृत्व झिडकारून लावणारी, गर्भातल्या भ्रूणाच्या नरड्याला नख लावणारी कुलटा.

डॉक्टरांना काय वाट्टेल ते वाटो.

एब म्हणतो म्हणजे हेच बरोबर असणार... योग्य असणार.. मी स्वत:ची समजूत घालत शांत पडून राहिले.

काही वेळाने चाकं हलली आणि माझी ट्रॉली ऑपरेशन थिएटरमध्ये गेली.

सारं थंडगार. तटस्थ.

जिकडे-तिकडे तऱ्हेतऱ्हेच्या नळ्या, सिलेंडर्स आणि आडव्या-उभ्या उंचसखल रेषांनी सतत धावणारे चमकते मॉनिटर्स. मला ऑपरेशन टेबलावर ठेवलं. तेवढ्यात डोक्यावरचा थाळीएवढा मोठ्ठा दिवा भक्ककन् लागला. त्याच्या आत छोट्या-छोट्या खोबण्या होत्या.

"हाऊ आर यू फिलिंग, मार्गारिट शांती?"

- माझ्याभोवती कोंडाळं करून उभ्या असलेल्यांपैकी एका हिरव्या टोपीखालून आवाज आला.

माझ्या डॉक्टरबाई.

आवाज ओळखीचा होताच.

मला कसं वाटतयं?.. मी काय सांगू? माझ्या मनात कसला कल्लोळ उसळलाय ते सांगितलं तर समजून घेतील डॉक्टर? - मी उगीचच अपेक्षेने त्यांच्याकडे पाहिलं; तर त्या कामात गढल्या होत्या.

त्यांचा प्रश्न शिष्टाचारापुरता असणार म्हणजे!

"फाईन."

- त्यांना अपेक्षित असं एका शब्दातलं उत्तर देऊन मी हिरमुसून गप्प बसले.

दुसऱ्या एका डॉक्टरनी माझ्या मनगटावरच्या शिरेत सुई खुपसली आणि सलाईन चालू केलं.

माझ्या चेहेऱ्यावर कसलातरी मास्क घालत कुणीतरी म्हणालं,

"उलटे अंक मोजा..."

मी सुरुवात केली.

कालचा दिवस... गर्भपाताचा निर्णय घेतला तो दिवस... मी प्रेग्नंट आहे हे ज्या क्षणी कळलं तो दिवस...

तास उलटले... की वर्षं? कोण जाणे.. कुणीतरी मला हलवून उठवत असल्यासारखं, हाक मारल्यासारखं वाटलं.

मार्गारिट... उठ मार्गारिट.. जागी हो!

मी जागी झाले. नाइलाजानेच डोळे उघडले. खूप वेळाने शरीराला शुद्ध आली होती. आत काहीतरी खुपत होत. हलकं झाल्यासारखं वाटत होतं. थोडी हलले तर जाणवलं पायात मुंग्या आल्यायत. पाठीला कळ लागलीय. कुणीतरी बुक्की मारल्यासारखी कंबर ठुसठुसत होती. पाठीतून वेदनांची वलयं उठत, वर सरकत होती...

दोन्ही पायांत ठेवलेल्या कापसाचा ओलसर बोळा जाणवला.

सावकाश ब्लिडिंग होत होतं.

लालभडक रक्तस्राव.

डोळ्यातून नकळत एक अश्रू ओघळला.

मूकपणे मिटून गेला.

जेमतेम आठवडा उलटला असेल.

एका मध्यरात्री अचानक मला जाग आली. शेजारी झोपलेला एब माझ्या शरीराशी चाळे करत होता.

"काय झालं?" - मी अर्धवट झोपेत त्रासिकपणे विचारलं.

"काही नाही... आय जस्ट वाँट टू टच यू.." एबच्या आवाजात पूर्वी कधीच न ऐकलेला एक अस्वस्थ हळुवारपणा होता.

"माय लिट्ल गर्ल.. मार्गाथिम.. माझी छकू.. माझी सोनू.." माझे गाल, गळा कुरवाळत एब बोलत सुटला होता.

क्षणभर काही न कळून मी घाबरलेच. त्याला घट्ट कुशीत घेत म्हटलं, "एबऽऽ आय नो! मला ठाऊकेय मी तुला आवडते ते.."

"तू अशीच आवडतेस मला मार्गाथिम, अशीच आवडतेस"- आता एब माझ्या सर्वांगाची चुंबनं घेत सुटला होता.

"तू अशीच आवडतेस मला.. लहानखुरी. नीटनेटकी. माय लिट्ल डार्लिंग.. माय लव्हली गर्ल. मोठ्या छातीच्या सुटलेल्या बायकांची मला किळस वाटते. मार्गाथिम. तू नको तशी होऊस. अशीच राहा तू आयुष्यभर. अशीच राहा."

म्हणजे एबला आवडतं ते माझं लहानखुरं शरीर?

मी नव्हे?

माझं काय मग?

मार्गारिट शांती.. एक स्त्री.. तिचं काय?

एबच्या नजरेत मी तशीच राहिले पूर्वीची... खुरटलेली! मी तशीच राहायला हवीय त्याला. तो मला समजतो तरी काय? छोटी मुलगी? त्याच्या मनाप्रमाणे वागणारी, अर्ध्या वयातली असमंजस मुलगी? मनात आलं तेव्हा जवळ ओढून प्रेम केलं, मन भरलं की दिलं सोडून? माझ्यातली स्त्री प्रौढ झालेली त्याला आवडणार नाही, म्हणतो एब! प्रत्यक्षात माझं वय वाढेल, वाढतं वय शरीरावर दिसायला लागेल तेव्हा? तेव्हा काय होईल? मग मी एबला आवडणारी मुलगीशी, पोरगेलीशी मार्गाथिम उरणार नाही. माझी छाती वाढेल, माझ्या दोन पायांत केसांचे पुंजके वाढतील... मग काय करील एब?

-एब झोपून गेला.

तरी माझ्या डोळ्याला डोळा लागला नाही.

मुके हुंदके तेवढे फुटत राहिले.

माझ्या समोर फायलींचा हा प्रचंड ढीग पडलेला. प्रयोगशाळेशी संबंधित दर वर्षाअखेरीचं काम. पण लक्ष लागता लागत नव्हतं.

डोक्यात एकच किडा वळवळत होता.

काय करायचं पुढे?

माझ्या आयुष्याचं?

एबला सोडायचं ठरवलं तरी त्याला सोडून कुठे जाणार होते मी? कोण उभं राहिलं असतं माझ्या पाठीशी? एबला सोडून, त्याच्या-माझ्या सहजीवनाला पूर्णविराम देऊन, मागचं सारं विसरून स्वत:च्या... एकटीच्या भरवशावर नवं आयुष्य सुरू करायची गरज मला का वाटते आहे, हे तरी कोणी समजून घेतलं असतं? कोणी मला मदत केली असती? कुणी पाठराखण केली असती माझी?

माझं लग्न झाल्यानंतरच्या इतक्या वर्षांत माझ्या माहेरची सगळी माणसं एबला जास्तच मानू लागली होती. त्याच्याविषयीचं त्यांचं प्रेम कितीतरी वाढलं होतं. समाजात मान्यता पावलेला एक कर्तबगार पुरुष आणि अत्यंत आदर्श नवरा म्हणून माझ्या घरी एबची कॉलर ताठ होती. दूषणं मिळत होती ती मलाच. मी जास्त चिडचिडी झालेय, एवढ्यातेवढ्यावरून भांडणं उकरून काढते म्हणून जो तो मलाच टोचून बोलत होता. माझ्या पोटी अजून मूल नाही, कूस उजवली नाही; हेही एक कारण होतंच. असे सतरा दोष असलेल्या बाईला एबसारखा पुरुषोत्तम

'बायको' म्हणून अजून सांभाळून घेतो याबद्दल मी त्याचे पाय धरावे आणि सदैव त्याच्याशी कृतज्ञ असावं, अशीच सगळ्यांची अपेक्षा होती.

तरीही मी माझ्या आईशी बोलण्याचा प्रयत्न केला. मी माझा संसारात खूष नाही, माझं कशात लक्ष लागत नाही, तोंड दाबून बुक्क्यांचा मार मला असह्य होतो, हे तिला परोपरीने सांगत राहिले.

आई मात्र माझं काही ऐकून घेण्याच्या मन:स्थितीत नसे. ती म्हणे,

"काही सांगू नको. संसार म्हटला म्हणजे भांड्याला भांडं लागणारच. तुझ्या लग्नाला आता इतकी वर्षं झाली, सगळे दिवस सारखे कसे असतील? मनाविरुद्ध काहीतरी घडणारच. पण बाईच्या जातीने तेवढंच लक्षात ठेवून कसं चालेल? मी कधीपासून सांगत्येय तुला, संसार सुखाचा करणं ही बाईची जबाबदारी असते. एवढ्या बारीकसारीक गोष्टींकडे लक्ष द्यायला पुरुषांना कुठे वेळ असतो? तुझा नवरा तर बिचारा इतका कामात असतो. एवढ्या मोठ्या प्रतिष्ठित शाळेच्या प्रिन्सिपॉलला कसा वेळ असणार बायकोचे रुसवे-फुगवे काढायला? दिवसभराच्या कामाने थकून घरी आल्यावर तुझा चेहरा हुप्प असेल आणि तू सारखी एवढ्या-तेवढ्यावरून टोचून बोलणार असशील तर कोणत्या नवऱ्याला ते आवडेल?"

पण मग माझं काय?

माझ्या सोसण्याचं काय?

मी किती काळ हे सहन करायचं? का?

-मला घसा फोडून आईला जाब विचारावासा वाटे.

माझ्या नवऱ्याच्या माझ्याकडून अपेक्षा असतात, माझ्या का नसाव्यात त्याच्याकडून?

त्याला काम असतं, मला नसतं का? मी तर नोकरी करून घर सांभाळते. म्हणजे जास्त दगदग कुणाच्या मागे आहे? माझ्या का त्याच्या?

तो 'बिझी' असतो. माझं काय? मी काय रिकामटेकडी असते?

माझे आई-वडील माझ्या बाजूने का असू नयेत? निदान आपल्या मुलीचं म्हणणं ऐकून घ्यावं, असं त्यांना का वाटू नये? आई-वडिलांची माया अखंड, विनाशर्त असते म्हणतात. माझ्याबाबतीत गेली कुठे ती माया?

मी प्रश्न विचारत होते. जाब विचारत होते. पण माझ्या आई-वडिलांच्या सुखी, संपन्न घरात माझा आक्रोश पोहोचतच नव्हता.

भरपूर पेन्शन घेऊन निवृत्त झालेले माझे वडील, बागबगीच्याने सजलेल्या देखण्या घरात माझ्या आईबरोबर सुखात नांदत होते. दोन्ही मुलींची लग्नं झालेली... दोन्ही घराणी मोठी आणि जावई चांगले प्रतिष्ठित... मोठा नातू बोर्डाच्या परीक्षेत गुणवत्ता यादीत झळकलेला! या सुखी संसाराच्या परिपूर्ण चित्राला माझ्या रागाचं,

आदळआपट आणि वैतागाचं गालबोट लावून घ्यायला कोण तयार होणार?

एकटीने निर्णय घ्यावा म्हटलं तर तेही सोपं नव्हतं. माझ्या अख्ख्या कुटुंबात गेल्या कित्येक पिढ्यांमध्ये कुणीही 'घटस्फोट' घेतला नव्हता. हा शब्द घरात उच्चारणंसुद्धा पाप मानलं जात होतं. प्रतिष्ठित कुटुंबांमध्ये असल्या कुकर्माला जागा नव्हती. कितीही असह्य झालं तरी ओठांत दात रोवून सारं सहन करत लग्न टिकवून ठेवणं, हाच एकमेव पर्याय होता.

एबन्झीर पौलराजशी नातं तोडणं म्हणजे अख्ख्या कुटुंबाशी ताटातूट हे मला स्पष्ट दिसत होतं.

काय करावं?

-हा एकच प्रश्न पुन:पुन्हा मला छळत होता.

शाळा सुटल्याची घंटा होऊन गेली होती.

घाईघाईनेच मी बाहेर पडले.

शाळेपासून अक्षरश: पाच मिनिटांच्या अंतरावर रस्त्याच्या पलीकडे आम्ही राहात असू. दुतर्फा झाडांनी झाकलेला, रोजचा सवयीचा रस्ता. घरी जाताना त्याच रस्त्यावरच्या एका छोट्या दुकानात मी रोज ताजी भाजी घेत असे. फ्रीजमध्ये ठेवलेली भाजी एबला कधी आवडली नाही. रोजची भाजी रोज आणायची हा त्याचा हट्ट.

आज मात्र मी भाजीच्या दुकानावरून तशीच पुढे गेले. कालचं उरलं-सुरलं असेल त्यातच भागवू. मला तेच ते करायचा कंटाळा आला होता. नवा.. ताजा स्वच्छ श्वास घ्यायला मन कधीचं आसुसलं होतं.

घरी गेल्यावर चहा ठेवला आणि टी.व्ही. लावून जरा स्वस्थ बसले. एकटीच होते. घरातली शांतता मला खायला उठली. टी.व्ही. तून गळणाऱ्या अखंड कलकलाटाने अख्खं घर क्षणात भरून गेलं. कपडे बदलले, चहा घेतला.

आम्हाला मूल नव्हतं. 'त्या' घटनेनंतर पुन्हा कधी गर्भ राहिलाच नाही. किती तपासण्या झाल्या. डॉक्टर म्हणत, "तुमच्यात काहीही दोष नाही. राहील गर्भ. अजून थोडी वाट पाहा." ...मी वाट पाहात होते. माझं बाळ आतल्या आत हुंकार देई. माझ्या गर्भाशयाच्या मऊ भिंतीला धरून उभं राहू पाही.. पण त्याचा जीवच धरत नव्हता. रुजत नव्हता.

मी स्वयंपाकाला लागले.

महिन्यातला दुसरा शुक्रवार होता.

म्हणजे एबच्या चमच्यांची फौज आज जेवायला येणार. अशा वेळी एबन्झीर पौलराजला ऊत येत असे. नुसतं थैमान! आपल्या चमच्यांना खाऊपिऊ घालून

त्यांच्यासमोर भाषणं ठोकणं आणि विनोदाच्या नावाखाली भल्या माणसांची टर खेचून खो खो हसणं एबला फार आवडे.

एस.आय.पी. ट्रस्टने एबन्झीर पौलराज या सन्माननीय गृहस्थांना चार वर्षांपूर्वी आपल्या शाळेचं मुख्याध्यापकपद देऊ केलं.. आणि आम्ही कोडाईकॅनल सोडून कोईम्बतुरला आलो.

माझ्याकडे सुवर्णपदकासह एम. एस्सी.ची डिग्री होती. पुष्कळ अनुभव होता आणि मुख्य म्हणजे मी एबची बायको होते. त्यामुळे त्याच शाळेने मला 'रसायनशास्त्राची विभागप्रमुख' म्हणून नोकरी दिली. मी वरच्या वर्गांना शिकवावं असं ठरलं होतं. पण शाळेचा कारभार हातात घेतल्यावर एब म्हणाला, "वरच्या वर्गाची एकच तुकडी आहे. त्यामुळे तू खालच्या वर्गांनाही शिकव." नवी नोकरी स्वीकारताना ही 'ऑफर' किती प्रतिष्ठेची आहे, त्या शाळेत आपल्या उज्ज्वल भवितव्यासाठी केवढी मोठी संधी आहे वगैरे वगैरे ठासून सांगणारं एक मोठ्ठं भाषण एबने घरी दिलं. मी शांत होते. मनात म्हटलं, 'तू निर्णय घेतलाच आहेस, आता कशाला माझ्याशी विचारविनिमयाची नाटकं करतोस?'

नव्या शाळेत आल्यावर वर्षभराच्या आत चमच्यांची फौज एबभोवती गोळा झाली. हे सगळे त्याचे खुषमस्करे होते असं नव्हे. एबनेच त्यांना एकत्र आणलं आणि स्वत:भोवतीचं कोंडाळं जमवलं. एब स्वत:ला शाळेच्या साम्राज्याचा प्रमुख, पितामहच मानीत असे. त्याने सर्व शिक्षकांना महिन्यातून एकदा आमच्या घरी जेवायला बोलावण्याची प्रथा सुरू केली. प्रत्येकाने आपली बायको/नवरा आणि सगळ्यांना पुरेल असा एकेक पदार्थ करून आणावा, असं ठरलं. सुरुवाती-सुरुवातीला सगळे जण उत्साहाने आले. पण नावीन्य ओसरलं तसा एकेक जण गळू लागला. शेवटी या भोजनमंडळींत फक्त एबचे चमचे तेवढेच उरले. दुपारच्या ऐवजी रात्रीची जेवणं सुरू झाली.

एबचे सहा चमचे शिल्लक उरले. यातल्या एकाचंही लग्न झालेलं नव्हतं. हे ब्रह्मचारी कुठून डबे आणणार? शेवटी रिवाजानुसार सहा उपाशी पोटं भरण्याची आणि त्यांच्या आगतस्वागताची जबाबदारी माझ्या एकटीवर येऊन पडली. अर्थात जेवायला येताना कुणी रिकाम्या हाताने येत नसे. कधी केक... कधी वेफर्सची पाकीटं.. कधी फळं... असं काही ना काही प्रत्येक जण घेऊन येई. मग एब म्हणे,

"बघ, ते त्यांच्यापरीने करतात ना! आता तू जेवणाचा छान बेत कर."

हे वाढत चाललं तशी मी कंटाळले. त्यावरून घरात कुरकुर सुरू झाली.

"हे बघ, तुला नसेल जमत तर तसं स्पष्ट सांग." एब गुरगुरत म्हणाला, मी प्रेमिलाला बोलावून तिच्याकडून स्वयंपाक करून घेईन. तुला लोकांनी नावं ठेवली

तर नंतर पश्चात्ताप करत बसू नकोस.''

"पण दर महिन्याला हवंच कशाला हे जेवणाचं नाटक?"- मी वैतागून ओरडले, "रोजच तर तू भेटतोस त्यांना."

"सरांचं दुर्दैव" म्हणून छुप्या रागाने माझ्याकडे पाहणाऱ्या त्या चोंबड्या शिक्षकांच्या आगतस्वागताला मी फार विटले होते.

"हे बघ, शाळेपलीकडे मला फार कुणी मित्र नाहीत. जे आहेत त्यांनाही तू घरी बोलवू देणार नाहीस का?" नाटकी गांभीर्याने एक कळीचा प्रश्न टाकून, वर चेहरा पाडून एब मुकाट्याने बाहेरच्या खोलीत निघून गेला.

हे त्याचं नेहमीचं होतं. बाजू उलटत आली की, भांडण मध्येच थांबवायचं आणि वाद न घालता बाहेरच्या खुर्चीवर एकटंच जाऊन गप्प बसायचं. शेवटी वैतागून का असेना; मी त्याचं म्हणणं मान्य करीतो ढिम्म... खुर्चीतून हलायचा नाही.

गप्प! फुरंगटलेला!!

लग्न झाल्यावर नुक्ता संसार मांडला होता तेव्हा एब उसळत्या उत्साहाने घरभर नुसता हुंदडत असे. ज्या-त्या कामात मला मदत करी. मी 'नको' म्हटलं तरी याची लुडबुड सुरूच! घरात वरकामाला मोलकरीण होती. तरीही एब आम्हा दोघींच्या पुढे पुढे करी.

पहिले दिवस सरले.

नव्याची नवलाई ओसरली.

दोघांमध्ये कुरबुरी सुरू झाल्या. खटके उडू लागले. हळूहळू त्याचा घरकामाचा उत्साह आटला. एबच्या दृष्टीने "घर म्हणजे सर्व सुखसोयींनी युक्त हॉटेल" एवढाच अर्थ शिल्लक उरला. पैसा फेकला की वाट्टेल ती सेवा पुरवणाऱ्या हॉटेलसारखं त्याने घर आपल्या तालावर नाचवायला सुरुवात केली.

दोन्ही वेळेला तयार जेवण.

धुऊन, इस्त्री केलेले कपडे.

रोजच्या रोज पलंगावरची चादर बदललेली हवी.

टॉवेल नवीन, धुतलेला हवा.

सफाई झाली पाहिजे.

बाथरुम आरशासारखं लख्ख पाहिजे.

बिलं भरली गेली पाहिजेत.

निरोप वेळच्या वेळी पोचवले गेले पाहिजेत.

-हे सारं चुटकीसरशी, सुरळीत चालावं असा त्याचा हट्ट होता. त्याच्या या ऐदीपणाचा राग येऊन मी व्यर्थ आदळआपट करी. पण माझं घर नीट चालवणं

मला भागच होतं. घरातली प्रत्येक गोष्ट बिनबोभाट होत राहिली. त्याचं कौतुक सोडाच; पण एबने कधी साधी दखलही घेतली नाही.

आम्ही कोईम्बतुरला आल्यावर तर परिस्थिती आणखीच बिघडली. शाळेत माझ्या कामाचे तास वाढले, जबाबदारीही वाढली. एबला पर्वा नव्हती. नोकरी करणं आणि शिवाय त्याच्या मदतीशिवाय एकटीच्या जीवावर अख्खं घर चालवणं मला अशक्य व्हायला लागलं. इतके दिवस ओठ मिटून गिळलेला, सोसलेला सगळा वैताग, चिडचिड आता माझ्या चेहेऱ्यावर दिसू लागली. आवाजात जाणवू लागली. घरातला ताण वाढला.

एबचा पारा चढत होता.

शिळपाकं अन्न गरम करून टेबलावर मांडलं की, तो वैतागू लागला. नव्या मोलकरणीच्या प्रत्येक गोष्टीत त्याला खोट दिसू लागली.

तिची नखंच वाढलेली असतात, ती फारच मोठ्याने बोलते. तिला मॅनर्सच नाहीत. तिचे केसच गळतात.. एक ना हजार!

"उद्याच्या उद्या हाकलून दे तिला.."

-मी मुश्किलीने शोधलेल्या प्रत्येक नव्या मोलकरणीला तो चौथ्या दिवशी लाथ मारून हाकलायला निघे.

"कस्तुरी अशीच होती एब. तिच्यावर नाही तो कधी भडकलास?"

-मी त्याला पेचात पकडायचा प्रयत्न करून पाहिला.

"मी घरात येईपर्यंत कस्तुरी तिचं काम आटपून निघून गेलेली असे. इथल्या मोलकरणी सारख्या माझ्या मध्ये मध्ये येतात. खरंतर आपल्याला गरजच काय? हवीच कशाला मोलकरीण? उद्याच्या उद्या एक वॉशिंग मशीन आणून टाकतो, की संपलं! सगळ्या मोलकरणींना हाकलून दे.."

फरशी पुसणाऱ्या मोलकरणीकडे एक जळजळीत कटाक्ष टाकून त्याने 'हद्दपारी' जाहीर केली.

कपडे धुवायला मशिन.

पण भांडी कोण घासणार?

केरवारे कोण करणार?

फरशी कोण पुसणार?

माझी शीर सणकली होती.

कामाच्या ताणाने मी पार आंबून गेले होते. आमच्यातल्या कुरबुरी जास्तीच वाढल्या. मी गप्प बसणं, पडतं घेणं सोडून दिलं. संधी मिळेल तिथे... त्या क्षणी त्याला बोचकारू लागले. तोही प्रश्नाला प्रतिप्रश्न, उत्तराला प्रत्युत्तर देऊ लागला. माझा उपहास करू लागला. त्याने माझा अपमान केला की, मीही त्याची टर उडवू

लागले. लहान मुलं एकमेकांशी भांडतात, तशी जुगलबंदीच सुरू झाली.

माझा स्वयंपाक हा रोजच्या भांडणाचा विषय. एब वैतागून म्हणे, "हे असं अर्धकच्चं जेवण वाढणार असशील, तर मग नुसत्या उकडलेल्या भाज्या खाणं काय वाईट?"

"नाही ना आवडत मी शिजवलेलं? मग तूच का नाही करीत स्वयंपाक?" मीही उलटा प्रश्न विचारून त्याला गप्प बसवी. न जेवता वाढलेलं ताट तसंच ढकलून एब चालता होई. कधी कधी तर मी शिजवलेलं अन्न माझ्या देखत कचऱ्याच्या डब्यात ओतून देई.

एखाद्या खोलीच्या कोपऱ्यातली कोळीष्टकं मला दिसली नाहीत म्हणून तो माझ्यावर वैतागला, की "धुवायचे कपडे वॉशिंग मशिनमध्ये न टाकता जमिनीवर का फेकलेस?" म्हणून मी त्याच्यावर तोंड सोडी.. की भांडणं सुरू!

एबची आणखी एक गोष्ट मला अजिबात आवडत नसे.

सर्टिफिकिटं!

बालवर्गात असताना बेडूक उडीची स्पर्धा जिंकल्याबद्दल मिळालेल्या सर्टिफिकिटपासून कॉलेजमधल्या वादविवाद स्पर्धेतल्या पारितोषिकापर्यंत अख्ख्या आयुष्यात मिळालेल्या प्रत्येक सर्टिफीकिटाचा कागद त्याने फ्रेम करून भिंतीवर टांगला होता.

अख्खी भिंत भरून शिवाय घरभरात सर्वत्र लटकलेल्या एबच्या कर्तृत्वाच्या पावत्या!

या सगळ्या फ्रेम्स मी नीट साफ करत नाही, अशी एबची तक्रार असे.

"बघ बघ.. किती धूळ साठलीय-" एखाद्या फ्रेमवरून बोट फिरवून बोटावरची धूळ माझ्यापुढे नाचवत एब मला डिवचत राही.

"एवढाच स्वच्छतेचा भोक्ता आहेस तर तूच का नाही साफ करत?" म्हणून करवादत मी त्याच्या अंगावर धावून जाई. एकतर भिंतभर टांगलेल्या त्या सर्टिफिकेटांचा मला मनातून रागच होता.

"धीस इज सिली, एब! वयाच्या तिसऱ्या वर्षी मिळालेलं सुईदोरा स्पर्धेतलं सर्टिफिकिट या वयात कुणी भिंतीवर टांगतात का? तुझे मित्रसुद्धा हसतात; तुला एवढंही कसं नाही कळत?"

-सुरुवाती सुरुवातीला मला काय वाटतं, हे मी एबला कळवळून सांगत असे. मनात आलेला प्रत्येक विचार त्याला बोलून दाखवत असे. तो नसताना मी दिवसभरात काय काय केलं हे त्याला सांगावं, त्याचा दिवस कसा गेला हे त्याच्याकडून ऐकावंसं वाटे.

एके दिवशी अशीच बोलत होते. सहज त्याच्याकडे लक्ष गेलं आणि मी

चमकलेच.

माझ्या बोलण्याकडे त्याचं लक्षच नव्हतं.

कान बंद करून घेतलेला एक मोठ्ठा बेडूक त्याच्या डोळ्यांत बसलेला दिसला.

माझं बोलणं संपायच्या आत त्यानं सरळ समोरचं मासिक उचलून त्यात डोकं खुपसलं.

मी गप्प बसले.

दुसरं काय करू शकणार होते मी?

त्या रात्री मला झोप आली नाही.

माझ्या मनातल्या गोष्टी मी माझ्या नवऱ्याला नाही, तर आणखी कुणाला सांगणार? त्याच्याशिवाय माझं आहेच कोण?

सकाळी उठल्यावर एबशी बोलण्याची इच्छाच नव्हती. मी घुम्यानेच माझी कामं आवरत राहिले. मनातून आशा वाटत होती, एब स्वत:हून विचारेल- काय झालं? गप्प का? बोलत का नाहीस रोजच्यासारखी?

-त्यानं काही विचारलंच नाही.

तो नसताना मी काय करते, मला काय वाटतं, याबद्दल त्याला काडीची पर्वा उरलेली नाही हे स्पष्टच होतं. हळूहळू माझीही इच्छा मेली.

त्याला ऐकण्यात रस नसेल तर आपण का बोला?- मी गप्पच राहायला लागले.

आमच्यातलं 'बोलणं' संपलं, पण भांडणं मात्र वाढली. 'तो मला घरकामात मदत करत नाही.' याच मुद्द्यावर प्रत्येक भांडण कसं येऊन पोचतं मला कळत नसे. पण तसं होई हे मात्र खरं!

"तुझ्या स्वत:च्या संसाराकरता, बायकोकरता एक तास नाही काढता येत तुला?" मी येता-जाता त्याच्यावर करवादत असे.

"शाळेतल्या वेल्फेअर कमिटीच्या मिटिंगा घेतोस ना तू? घरातलं 'वेलफेअर' कोण बघणार? शाळेसाठी जीव तोडत असतोस. काय तर म्हणे एस.यु.पी.डब्ल्यू.. सोशली युजफुल प्रॉडक्टिव्ह वर्क.. हा! हा!! घरात कर ना थोडं तरी एस.यु.पी.डब्ल्यू. घरात पाऊल ठेवलं की कोण बांधतं तुझे हात? आं?"

-मग एब वैतागे.

"गप्प बस. माझं काम मी जबाबदारीने करतो. एकदा जबाबदारी स्वीकारली की, ती मन लावून पार पाडावी. टाळाटाळ केलेली मला खपत नाही."

"टाळाटाळ? म्हणजे मी टाळाटाळ करते? एकदा सांग तरी समजावून घरातली कुठली जबाबदारी मी टाळलीय ते..?" माझा भडका उडाला की शब्दाने शब्द वाढतच जाई.

"हे बघ, उगीच नाटकं करू नको. घरात दोन तर माणसं. दोन माणसांच्या संसारात काय एवढे कामाचे ढीग उपसावे लागतात? कामापेक्षा तुझी बडबडच फार.."

शेवटी मी सोडून दिलं.

वाद घालणं, जाब विचारणं.

कशाचा काही उपयोग नव्हता.

एकतर तेवढी ताकद उरली नव्हती आणि आशाही संपून गेली होती.

नवरा नावाच्या या प्राण्याला बदलणं, सुधारणं शक्य नाही, हे एव्हाना मला कळून चुकलं होतं.

शेवटी शेवटी तर आमचं लग्न.. आमचं नातं.. आमचं सहजीवन.. या कशातूनच मला काही मिळणार नाही, हे माझ्या लक्षात आलं.

मग मी भांडणं सोडून दिलं.

विरोध करणं, वाद घालणं बंद केलं.

स्वतःच्या नशिबाला हसायला शिकले. नवऱ्याच्या हसण्यात माझं हसणं मिसळणं मला जमू लागलं.

हळूहळू मी अगदी एबच्या मनासारखी बायको झाले.

त्याला हवी तशी.

सारं सहज सहन करणारी.

सगळं स्वतःत सामावून घेणारी.

प्रत्येक गोष्टीला स्वतःत विरघळू देणारं, कटकट न करणारं एक मूलद्रव्य.

***

माझ्या स्वभावाचं एक खास वैशिष्ट्य आहे.

मला भेटलेला प्रत्येक माणूस मला कुठल्या ना कुठल्या तरी रसायनाच्या रूपातच दिसतो. त्याचा स्वभाव, वागणं-बोलणं, बरे-वाईट गुण हे सारे निकष त्याचं-तिचं रसायन कोणतं, ते निश्चित करतात. प्रयोगशाळेत तऱ्हेतऱ्हेची रसायनं साठवण्याची, सांभाळण्याची मला सवय आहेच. मी माणसांनाही वेगवेगळी लेबलं लावून बाटल्यांमध्ये साठवू शकते. एकदा का अशी वर्गवारी करून टाकली की, त्या-त्या माणसांशी वागणं-बोलणं सोपं होऊन जातं. कोण कधी पेटेल, कुणाचा कधी भडका उडेल, कुणाबरोबर कुणाला मिसळलं म्हणजे जाळ उठेल, हे आधीच ठाऊक असल्यामुळे ओळखीच्या-अनोळखी माणसांची रसायनं सांभाळणं सोपं होतं. अपघात टळतात.

माझ्या नवऱ्याला-एबन्झीर पौलराजला एकदा सहज मी हे सांगितलं, तेव्हा

तुच्छतेने हसत तो म्हणाला, "तुला काय वाटलं, तूच ही थिअरी शोधलीस पहिल्यांदा? व्हर्जिनिया वुल्फने ही थिअरी मांडली; तेव्हा तुझा जन्मसुद्धा नव्हता झाला. कळलं ना? तिने माणसांना प्राण्यांबरोबर जोखलं होतं. माणसं आणि केमिकल्स यांच्यात संबंध जोडायला अक्कल कुठे लागते म्हणा? तुम्ही शास्त्राची माणसं अगदीच कल्पनाशून्य. केमिकल्स? उग्र वासाचं घाणेरडं काहीतरी.. यॅक!"

व्हर्जिनिया वुल्फने माणसं आणि प्राण्यांमध्ये काय संबंध शोधले होते, याच्याशी मला काडीचं घेणं नव्हतं. प्रयोगशाळेतली रसायनं हेच माझं सर्वस्व होतं.. माझे मित्र.. जोडीदार.. गेल्या ३५ वर्षांत त्यांनीच तर एकनिष्ठेने माझी साथ निभावली होती. एबन्झीर पौलराज आणि त्याच्याभोवती घोटाळणाऱ्या त्याच्या चमच्यांकडे पाहताना ही रसायनंच माझ्या मनात तरंगत, उसळत राहात.

शाळेत काम करणाऱ्या प्रत्येक शिक्षकाला एबन्झीरबद्दल खरंच काय वाटतं, याचा अंदाज मला येणं शक्य नव्हतं. मी 'प्रिन्सिपॉलची बायको' म्हणजे माझ्या निष्ठा पक्क्या, असा ग्रह करून घेतलेले सारे शिक्षक माझ्यापासून चार हात अंतर राखूनच असत. माझ्यावर विश्वास टाकायला कुणी तयार नसावं. दर वेळी मी स्टाफरूममध्ये गेले की तिथल्या गरमागरम, उकळत्या चर्चांवर एकदम गार पाणी ओतल्यासारखी कानकोंडी शांतता पसरे.

शाळेत वेळ रिकामा असला की, मी माझ्या आवडत्या ठिकाणी जाई- प्रयोगशाळा! कधीतरी एखादा शिक्षक मला शोधत तिथवर आलाच; तरी मी पाहून न पाहिल्यासारखं करी. तरीही तो तिथे रेंगाळला तर मग हळूच हायड्रोजन सल्फाईडच्या बरणीचं झाकण जरासं उघडायचं!- कुजलेल्या अंड्यांच्या घाणीचा दर्प आला की, त्या भपकाऱ्याने जो कुणी आसपास असेल, तो क्षणात पसार!

एबचे चमचे संख्येने फार नव्हते. पण शाळेच्या कारभारात मात्र त्यांचीच दादागिरी चाले.

इकॉनॉमिक्सवाली प्रेमिला माधव. माझ्या प्रयोगशाळेतल्या ब्रोमाईनसारखी. वजनाला जड. केस रंगवलेले. चटकन उडून जाईल इतकी चंचल, अस्थिर अंगाला कायम घाणेरडा वास. स्वत: फार काही करणार नाही, पण इतरांशी जुळवून घेईल. जे समोर घडेल त्यात पटकन सामावून जाईल. पण तिच्यावर बारीक लक्ष ठेवण्याची जरूर असे. मनात आणलं तर वाट्टेल त्याला दुखापत करण्याची भयंकर शक्ती ब्रोमाईनमध्ये असतेच ठासून भरलेली. त्यामुळे प्रेमिलाला हाताळताना डोळ्यांत अगदी तेल घालणं आवश्यक असे.

इंग्लिशवाली डॅफने. चुणचुणीत. हसतमुख. 'लिथियम' सारखी. तिच्या तुडतुड्या सौंदर्याचं प्रत्येकावर गारुड होई. बोलता बोलता उत्तेजित झाली की, तिच्या गोऱ्यापान, नाजूक चेहेऱ्यावर तेज झळझळून उठे. कुणाचं लक्ष नाहीसं पाहून

डॅफनेकडे नजर लावून बसलेला एब मी कित्येकदा पाहिला होता. तिच्याबद्दल त्याच्या मनात छुपं आकर्षण होतंच. तिचं सौंदर्य, तिचा खळाळता उत्साह यापेक्षाही पुरुषांना आनंदी वाटायला लावणाऱ्या तिच्या व्यक्तिमत्त्वातल्या जादूवर एब फिदा असणार, हे मला ठाऊक होतं. स्टाफमधल्या शिक्षिका मात्र डॅफनेचा दु:स्वास करीत. त्यांना ती बनेल आणि गबाळी वाटे.

हिंदी शिकवणारा शंकर नारायण.

कोबाल्ट!

दुष्टात्मा!!

उंचीला ठेंगू आणि लठ्ठ.

खडबडीत. दुष्ट.

स्वभावाने 'कोबाल्ट' पण मनमिळाऊपणाचं इतकं नाटक की, जणू साऱ्यांना आधारभूत ठरणारं लोखंड किंवा निकेलच. शाळेच्या स्टाफरूममधल्या चोऱ्यामाऱ्या, बाथरूममध्ये चितारलेलं अश्लील वाङ्मय, पोरीबाळींना फसवून चालणारी प्रेमप्रकरणं... या प्रत्येकात कुठे ना कुठे शंकर नारायण असेच. मुलं त्याला 'गॅमा किरण' म्हणून चिडवत. काही वात्रट मुलांनी तर शंकर नारायणवर एक फाजील कविताही केली होती.

शंकर नारायण गॅमा
वेन्ट टु अ ड्रामा
विदाऊट हिज पायजमा
डॅन्गलिंग हिज बनाना

एबच्या चमच्यांमधल्या प्रत्येकाला एखाद्या ठराविक रसायनाचं व्यक्तित्व देणं तेवढं सोपं नव्हतं. काही जण साध्या-सरळ रसायनांपेक्षाही जास्त क्लिष्ट, किचकट होते.. एकाच वेळी अनेक गुणधर्म धारण करणारं ॲसिड किंवा थेट मग गॅसेस! वायू!! एबच्या कोंडाळ्यातले शेवटचे तीन मेंबर्स हे या किचकट, क्लिष्ट वर्गवारीतले होते.

झेवियर.

इतिहास शिकवायचा.

रंगहीन व्यक्तित्व. स्वभावाने गोड. लाघवी. विश्वासपात्रता?- शून्य! कधी घात करील याचा नेम नाही. दारूचा एक ग्लास पोटात गेला की, मग मात्र गडी असा खुलायचा की विचारता सोय नाही.. समोरचा माणूस हसून हसून बेजार!

नायट्रस ऑक्साईड.

झेवियर म्हणजे हास्यवायूच!

त्याला आगीच्या ज्वाळा फार आवडत.

पण स्वत: मात्र एखादी ठिणगीसुद्धा चमकवू शकत नसे. विद्यार्थ्यांची मनं प्रज्वलित करणं वगैरे तर फार दूर राहिलं!

आर्सेनिक.

तिचं दुसरं नाव होतं कलावती.

पिकलेले केस. हळदीचे डाग पडल्यासारखा पिवळट चेहरा. गणित शिकवायची पण मुख्य काम मनं कलुषित करणं. स्वभावात टोकाचा अतिरेकीपणा. नाहीतरी आर्सेनिकला अधलामधला टप्पा काही नसतोच मान्य. एकतर कलावती एखाद्याची जिवलग मैत्रीण असे किंवा मग कट्टर शत्रू!

आणि शेवटी सगळ्यांत गुंतागुंतीचं, किचकट प्रकरण.

टेट्रासल्फर टेट्रानाईड.

नवाझ.

शाळेचा व्हाइस-प्रिन्सिपॉल. एबचा विश्वासू साथीदार.

सरड्यासारखे रंग बदलणारा.

चर्चा सुरू झाली की तावातावाने बोलणार, भांडणार.. दोन्ही बाजूला 'स्ट्रॉंग अर्ग्युमेन्ट' असलेल्या वादात मत द्यायची वेळ आली की, नेहमी कुंपणावर बसणार.. आणि शेवटी निर्णय घ्यायचा म्हटला की, गायबच होणार. विचार करायची, डोकं लावायची वेळ आली की, नवाझ फक्त आरडाओरडा करून भडकू शकायचा. त्यामुळे तो वादविवादांपासून शक्यतो लांबच राहात असे. एबच्या हाताला हात लावून 'मम' म्हणणे, एवढंच काम!

आणि अखेरीस या सर्वांचा मूळ पुरुष. हिरो.

एबन्झीर पौलराज.

सारखा चावणारा. डिवचणारा. खिजवणारा. रंगहीन. तेलकट. मंदबुद्धी. आंबट भडकू. अतिरेकी. सतत टोकाला जाणारा. जिवंत असलेल्या प्रत्येक प्रवाही गोष्टीची एका फटक्यात विल्हेवाट लावू शकणारा. लाकूड, कागद, साखर.. स्वप्नं.. सर्वांना जाळून त्यांचा कोळसा करणारा. विखारी.

सल्फ्युरिक ॲसिड.

H_2SO_4.

हायड्रोजन सल्फेट

किंग ऑफ केमिकल्स.

विखारी रसायनांचा राजा.

सल्फ्युरिक ॲसिडचा झोंबणारा अर्क.

ऑईल ऑफ व्हिटरॉईल!

एबन्झीर पौलराजच्या झोंबऱ्या व्यक्तित्वाला अक्षरश: अगणित छटा होत्या.

काही वेळेला तो ब्ल्यू व्हिटरॉईलसारखा असे.

तांब्याशी संयोग झालेलं सल्फ्युरिक आम्ल. अशा वेळी त्याच्या व्यक्तित्वाभोवती चांगुलपणाची तेजस्वी प्रभावळ पसरलेली असे. अडचणीतल्या सर्वांना मदतीचा हात देणारा, अनेक समस्यांवर अचूक तोडगे सुचवणारा सुज्ञ, समंजस एबन्झीर पौलराज.

लोखंडाशी संयोग पावून तो ग्रीन व्हीटरॉईल सारखा वागायला लागला की, समोर येईल त्याला अक्षरश: गारद करत सुटे. अक्षरश: बेभान होई आणि बेपर्वा.

कोबाल्टच्या संपर्कातल्या रोझ व्हिटरॉईलसारखा एब असे; तेव्हा इतका प्रेमळ आणि मायाळू की, कुणालाही पाझर फुटावा.

काही काही वेळा झिंक त्याच्यात मिसळलं की, मग तो व्हाइट व्हिटरॉईल सारखा सगळ्याचा सर्वनाश करत सुटे.

-पण काही झालं, तरी त्याच्या स्वभावातल्या मूळ मूलद्रव्याचा झणका कधी ओसरत नसे.

सल्फ्युरिक ॲसिडचा अर्क.

ऑईल ऑफ व्हिटरॉईल.

एबन्झीर पौलराजला धावायला फार आवडे. आमची ओळख झाली तेव्हा पहिल्या-पहिल्यांदा एबच्या हातात एक पुस्तक हमखास दिसे- 'द लोनलीनेस ऑफ द लाँग डिस्टन्स रनर.'

तो जाता-येता त्या पुस्तकाचं कौतुक करी आणि ते किती गाजलेलं आहे, कसं सर्वोत्तम आहे याच्या कहाण्या सांगत बसे.

त्या पुस्तकाच्या लेखकाचं म्हणणं काय, हे मला कधीच कळलं नाही, पण एबला इतकं आवडतं त्या अर्थी ते पुस्तक खरंच महान असणार याविषयी माझ्या मनात तिळमात्र शंका नव्हती.

खूप वर्षांनी मी पुन्हा एकदा ते पुस्तक वाचल्यावर माझ्या लक्षात आलं– यात एबला आवडण्यासारखी एकच गोष्ट आहे, ते म्हणजे त्या पुस्तकाचं शीर्षक! अशा गहन नावांची पुस्तकं बरोबर बाळगण्याचा त्याला शौकच होता. त्या पुस्तकाची एक प्रत घरी होती; तर शाळेच्या ऑफिसातल्या आपल्या टेबलावर मांडून ठेवण्याकरता त्याने चक्क दुसरं पुस्तक खरीदलं होतं. आल्यागेल्याला त्या पुस्तकाचं कव्हर अगदी ठसठशीत दिसेल, याची एब व्यवस्थित काळजी घेई. त्या पुस्तकाचं वयही एबच्या दृष्टीने अगदी सोयीचं होतं. जुन्या 'क्लासिक' पुस्तकात गणती करावी तर तितकं जुनं नाही आणि नवमतवादाचा पुरस्कार करणारं पुस्तक म्हणून त्याकडे

पाहावं, तर तितकं नवं नाही.

एब जिकडे जाई तिकडे ते पुस्तक त्याच्यासोबत असेच. पुढे पुढे तर तो त्यातले उतारेच्या उतारे तोंडपाठ म्हणून दाखवायला शिकला होता. त्या पुस्तकाचा अर्थ त्याला किती कळला होता, कोण जाणे! पण तो, त्याचं धावणं आणि त्याचं ते पुस्तक यांत मश्गूल मात्र असे.

'चॅरिअट्स ऑफ फायर' या सिनेमाचंही एबनं असंच वेड घेतलं होतं. त्या सिनेमाकरता एब अक्षरश: पागल झाला होता. कुणातरी मित्राच्या मागे लागून त्याने त्या सिनेमाची व्हिडिओ टेप पैदा केली आणि मग मात्र सिनेमा पाहण्याचा धडाकाच लावला. त्या सिनेमात अखंड धावणारे स्त्री-पुरुष पाहण्यात तो गुंग होऊन जाई. आपणही त्यांच्यातलेच एक आहोत असं त्याला वाटे. धावपटू-स्वत:च्या पळण्यावर प्रेम करत अखंड पळणारा धावपटू!

समुद्राच्या काठाकाठाने किंवा डोंगरदऱ्यातल्या नागमोडी वळण-वाटांवरून अखंड धावणं एबला खरं म्हणजे आवडलं असतं. पण तिथे टाळ्या पिटून कौतुक करायला प्रेक्षक कोण मिळणार? -म्हणून त्याने शाळेतच धावायला सुरुवात केली. शाळा सुटण्याच्या घंटेकडे मुलांपेक्षा एबचंच लक्ष जास्त असे. शाळा सुटल्यावर फुटबॉल, हॉकीच्या संघातली मुलं घोळके करून क्रीडांगणावर सरावासाठी उतरत. त्यांच्याबरोबर क्रीडा शिक्षकही असत. पुरेसा प्रेक्षकवर्ग जमल्याची खात्री झाल्यावर कपडे बदलून, बुटांची लेस बांधून एब क्रीडांगणाभोवतीच्या ट्रॅकवर उतरे आणि विद्यार्थ्यांच्या, सहकारी शिक्षकांच्या कौतुकभरल्या आदरमिश्रित नजरांसमोरून वेगात धावायला लागे. ठरलेले राउंड मारून झाले की, कपाळावरून थबथबणारा घाम निपटत एब त्याच्या विद्यार्थ्यांना म्हणे, "धावण्यासारखा दुसरा व्यायाम नाही."

स्वीमिंग करा अगर टेनिस खेळा, धावण्यातला आनंद दुसऱ्या कशात नाही.

धावण्याच्या व्यायामामुळे एकाग्रता वाढते असाही एबचा दावा होता.

एबन्झीर पौलराज हा माणूस भलता वक्तशीर. ठरल्या गोष्टी ठरल्या वेळी, ठरल्या पद्धतीने करणार म्हणजे करणार. शाळा सुटल्यावर एखादी बैठक किंवा काही कार्यक्रम नसला तर तो रोज संध्याकाळी बरोबर पावणेसात वाजता घरी येई. फाटकात त्याच्या गाडीचा आवाज आला की, मी चहा ठेवायचा हे ठरून गेलेलं होतं. चहा पिऊन झाला की, बागेत फिरल्यासारखा घरात एक फेरफटका. दाराशेजारी टांगलेल्या आरशापुढे त्याची पावलं हटकून थबकत. मग थोडा वेळ स्वत:चं मुखकमल न्याहाळणं. एब अजूनही देखणा होताच. धष्टपुष्ट, घट्ट शरीर आणि रेशमी, नितळ त्वचा. एकदा तर आरशापुढच्या एबला बघूनच मला त्याला मिठी घालाविशी वाटली होती. पण ते सुरुवाती-सुरुवातीचं वेड. नंतर मात्र त्याच्या

बायकी सौंदर्यसाधनेची मला चीड यायला लागली... पिसं चिकटवून मुरडणारा म्हातारा मोर!

आरशात मुखदर्शन झालं की, स्वच्छ आंघोळ करून, कपडे बदलून एब स्टीरिओ लावायचा. त्याला म्युझिक फार आवडे. अगदी खाण्याइतकंच!

एबच्या व्यक्तिमत्त्वात एक महत्त्वाची कमजोरी होती- खाणं! प्रचंड खादाड. शेलकं शेलकं, पौष्टिक खायला तर जीभ सदैव सोकावलेली. खारवलेलं डुकराचं मांस, शेकडो तऱ्हेचे मासे, चिकनचा कलेजा, मटण विकणारा खाटीक वजनात मारण्याकरता तागडीत टाके ते मोठमोठे चरबीचे गोळे, अंडी, दुधाच्या सायीत बुडवलेल्या आंब्याच्या फोडी, भजी, पुऱ्या, वेफर्स.. हा सगळा त्याचा आवडता माल. भरपूर तेल आणि ओसंडून वाहणाऱ्या कॅलरीज शरीरात आणून ओतणाऱ्या प्रत्येक पदार्थावर एबची चवचाल जीभ फिदा असे.

-एबचं त्याच्या शरीरावरही तेवढंच प्रेम होतं. त्यामुळे तो होता होईतो आपल्या जिभेवर ताबा ठेवण्याचा आटोकाट प्रयत्न करी. आठवड्यातून एक दिवस कडकडीत उपास आणि उरलेल्या दिवशी मोजूनमापून खाणं! किती प्रयत्न केला तरी त्याला स्वत:वर लगाम घालणं मुश्कील होई, म्हणून मग मीच जेवढ्यास तेवढा साधा स्वयंपाक करावा असा हुकूम झाला. त्याची जीभ चाळवेल आणि संयम सुटेल असं काही रांधायचंच नाही.

मी एबइतकी जिद्दी नव्हते.

स्वत:वर बंधनं घालणं, इच्छांना आवर घालणं मला कधीच जमलं नाही. जे करू नये ते सगळं मी सदैव करीत असे. खाणं- आणि तेही एबच्या नकळत- हा तर माझ्या छुप्या आनंदाचाच भाग झाला होता. एक मोठ्ठं चॉकलेट आणायचं आणि लपवून ठेवायचं. कधी स्वयंपाकघरातल्या फडताळात, कधी फ्रीजच्या कोपऱ्यात तर कधी पुस्तकांच्या कपाटावर. आपण फक्त स्वत:साठी आणलेली वस्तू या घरात लपवून ठेवलीय, यातला थरारच मला सुखावू लागला होता. तोंडाची कंटाळवाणी चव तेवढीच थोडा वेळ जाई. अधेमधे माझी खादाडी चालू असलेली दिसली की, एब वैतागायचा. म्हणून मग तो बाहेर गेला की, हळूच चोरून ठेवलेलं चॉकलेट काढायचं. वरचं निळं रॅपर काढून आतल्या बारभोवती गुंडाळलेला सोनेरी कागद हलके हलके उलगडत एकेक तुकडा जीभेवर विरघळवत बसणं, हा माझा स्वर्गीय आनंद होता. कधीकधी चॉकलेटनेही भूक भागली नाही तर मग घरातला दुधाच्या पावडरचा डबा उघडून मी चमचे भरभरून खात बसे. चॉकलेटचा मोठ्ठा बार आणि वेफर्सचं मोठ्ठं पाकीट तर रोजच्या रोज लागेच.

-हे सगळं लपून राहाणं शक्य नव्हतंच.

हळूहळू माझी खादाडी माझ्या शरीरावर लोंबताना.. ओघळताना दिसू लागली.

पार मानेत रुतलेली हनुवटी, तिंबलेल्या ओल्या कणकेसारख्या थुलथुलीत पोटावरच्या सैल वळ्या.. आरशासमोर उभं राहण्याची इच्छासुद्धा होत नसे. एबला आवडणारी ती 'लहानखुरी, गोंडस छकुली' आता मी उरले नव्हते.

एब वेस्टर्न क्लासिकल म्युझिकचा वेडा होता. निदान तसं तो दाखवीत असे. प्रतिष्ठित शाळेच्या प्रिन्सिपॉलला कोणतं म्युझिक आवडावं, याचे निकष होतेच ना शेवटी?- एब बहुतेक नाटकच करीत असावा, पण ऐकत मात्र बसे. मला ते आवडायचं नाही. लिफ्टमध्ये उभं राहिल्यासारखं किंवा एखाद्या महागड्या हॉटेलच्या लॉबीत असल्यासारखं वाटे.

त्यातही समीक्षक ज्याची तारीफ करत अशा थोर संगीतकारांचंच म्युझिक ऐकण्याचा एबचा नियम होता. एखाद्याबद्दल आधी वाच-वाच वाचायचं आणि मग त्याच्या टेप्स आणून धडाका लावायचा.

ती रात्र बाखची होती.

मला वाटे, सर्वसामान्य माणसांना आवडणारं लोकप्रिय संगीत आपण का ऐकू नये? सायमन ॲण्ड गारफंकल, बीटल्स, मॅडोना, शिकागो किंवा मग गझला, तमीळ गाणी.. पण छे! ऐकायचा तर बाख किंवा बिथोवन, चॉपीन किंवा मोझार्ट; असा एबचा हट्ट असे. कधी कधी हे संगीत इतकं माझ्या डोक्यात चढे की, त्या कल्लोळाने डोक्यातून अक्षरशः वाफा निघत. रागाची नुसती धुम्मस होई!

त्या रात्री हातातलं पुस्तक बाजूला ठेवून दारातूनच एब स्वयंपाकघरात डोकावला.

"काय केलंयस आज?"

"व्हेजिटेबल पुलाव. दही वडे. फ्लॉवरचा रस्सा आणि मसाला भरलेली अंडी. पापड-लोणची आहेतच." एकेका पातेल्यावरचं झाकण उघडून त्याला दाखवत मी यादी वाचली.

"बास? एवढंच?" त्याच्या चेहेऱ्यावरचा वैताग पाहण्याची माझी इच्छा नव्हती. तो तडकून म्हणाला, "गेल्या वेळचाच मेनू आज परत? सगळ्यांना काय वाटेल? दर पार्टीत तेच तेच खायचं?"

आधीच दमले होते.

डोक्यात तिडीक गेली.

"हे बघ, मला जे जमलं ते मी केलंय. नसेल तुझ्या मनासारखं तर दे फेकून आणि तुला जे काही हवं असेल ते हॉटेलातून मागव." माझा पारा चढला होता,- "तीच माणसं येणारेत ना आजही हादडायला? मग जेवणही तेच असलं तर कुठे बिघडलं?"

...माझे तिखट शब्द ऐकण्याआधीच एब स्वयंपाकघरातून ताडताड निघून

गेला होता. माझी चिडचिड, संतापासह मी एकटीच चरफडत बसले.

त्या रात्री माझा चढलेला पारा चढतच गेला. माझ्या डोक्यात काहीतरी उकळत होतं. सल्फ्युरिक ॲसिड एरवी पाण्याचा कण न् कण शोषून घेऊ शकतं. पण त्या रात्री मी ॲक्वा रेगिया बनून उकळत होते. रसायनशास्त्राच्या परिभाषेत सोन्याला देखील वितळवू शकणारं रॉयल वॉटर. माझ्या मनातली सारी लाज आणि पश्चात्ताप वितळवून एबबद्दलचा राग तेवढा धगधगत ठेवणारं पाणी..

''हंऽऽऽ काय मस्त वास सुटलायऽऽ'' घरात पाऊल टाकता टाकताच डॅफने तिच्या किनऱ्या, मंजुळ आवाजात चित्कारली.

लिथियम गर्ल.

एबचा तिच्यावर 'डोळा' आहे हे माहीत असूनही ती मला आवडत असे. मी मनापासून हसून तिचं स्वागत केलं.

हळूहळू बाकीचेही जमले.

ब्रोमाईन प्रेमिला. लाफिंग गॅस झेवियर. टेट्रा सल्फर नवाझ. शंकर नारायण आल्या आल्या खोल श्वास घेत माझ्याकडे पाहून हसला. एकट्या आर्सेनिकचं-कलावतीचं तोंड तेवढं वाकडं होतं.

''पुलाव फार तिखट, तेलकट नाही ना? मला ना रात्री त्रास होतो'', हा आहेर कलावतीबाईंनी मला आल्याआल्याच देऊन टाकला होता.

हसरी डॅफने माझ्याशेजारी बसत म्हणाली, ''मी इकडे यायला निघाले, तर माझ्या घराजवळ रिक्षाच मिळता मिळेना. रात्री मला घरी सोडाल ना?'' साधा प्रश्न... पण त्यानंतर लगेच खुदखुदून हसणं.

एब तिच्याकडे कौतुकाने पाहात होता.

माझ्या मनात कळ उठली.

एबच्या नजरेत माझ्याकरता असं कौतुक अलीकडे कधी बरं झळकलेलं दिसलं?- आठवेना.

खरंच का झालं असावं असं?

आमच्या दोघांमधलं नातं इतकं का बदललं?

की मीच बदलले?

माझ्या अपेक्षा बदलल्या.. असं तर नाही?

''ओहोऽऽ संपूर्ण सोडवलेलं शब्दकोडं.. हंऽऽ'' एबनं नुकतंच खाली ठेवलेलं वर्तमानपत्र उचलत डॅफने कौतुकाने म्हणाली.

''रोजच्या रोज सरांना कसं सुटतं बाई कोडं? मॅगी, व्हॉट इज द सिक्रेट?'' डॅफनेचा प्रश्न.

मी हसून मान हलवली.

सकाळपासून शब्दकोश आणि डिक्शनऱ्या घेऊन शब्दकोड्यात डोकं खुपसून बसलेला एब मी पाहिला होता. सगळे शब्द आधीच शोधून ठेवायचे आणि रात्री येणाऱ्या पाहुण्यांसमोर कोड्याच्या चौकोनात शेवटचा शब्द भरायचा. जणू काही आत्ताच... अगदी हातासरशी सुटलं कोडं. आजही एबने तीच 'ट्रिक' केली होती. खरं काय ते सांगून टाकावं का सगळ्यांना?

-मी नुसतीच हसले आणि डॅफनेला म्हटलं, "मला नाही ठाऊक सरांचं सिक्रेट!"

"त्यात कसलं सिक्रेट? मला लहानपणापासून शब्दांचं वेडच आहे. पाच मिनिटांत सुटतंच कोडं" -डॅफनेसमोर कॉलर ताठ करत एब म्हणाला.

"डॅफने मॅडम, एखादी नवी कविता? ऐकवा बुवा काहीतरी.." शंकर नारायणने फर्माईश केली.

डॅफने कविता करायची. ढगांवर.. झाडांवर.. पाना-फुलांवर... कुणी थोडा आग्रह केला की, मग लाजत लाजत वही उघडून कविता वाचनाला सुरुवात! हे कवितेचं एक प्रकरण सोडलं तर डॅफने तशी बरी होती.

एव्हाना वही उघडलेली.

बरेच आढेवेढे घेऊन झाल्यावर ती म्हणाली, "खरं तर नुकतीच एक नवी कविता सुचलीय. पण कशी जमलीय कोण जाणे!"

"अगं, वाच ना वाच.. प्लीज! ऐकू तरी दे तुझ्या प्रतिभेचा नवा फुलोरा"- एबने एकेरीवर येत तिला हरभऱ्याच्या झाडावर चढवलं.

डॅफने वाचत राहिली.

तिची बालिश यमकं आणि अनुप्रास ऐकता ऐकता मला कंटाळा आला. कविता वाचताना तिचं लहान मुलींसारखं माना वेळावून वेळावून एबकडे पाहाणं तर असह्यच होतं. मी नेट लावून ऐकत राहिले. चेहेऱ्यावर उत्साह आणि कौतुक कसंबसं चिकटवून धरलं होतं. हा ताण सहन न होऊन मी फिस्सकन् हसेन आणि डॅफनेच्या बालिश कवितांची टिंगल होईल, अशी धास्ती सारखी वाटत होती.

कविता वाचन एकदाचं सुरळीत पार पडलं. मग शाळेतल्या लफड्या-कुलंगड्यांची चर्चा सुरू झाली. गॅमा किरण कधीचा घसा खाकरून तयारीत बसला होता. मिळालेल्या पहिल्या संधीवर झडप घालीत तो म्हणाला,

"तुमच्यापैकी किती जणांच्या लक्षात आलंय माहीत नाही, पण आपल्या शाळेत एका नवीन प्रेम-प्रकरणाची लागण झालीय."

एबच्या कपाळावर आठी चढली. शाळेतली एखादी गोष्ट आपल्याआधी

दुसऱ्याला कळलेली त्याला अजिबात आवडत नसे.

"कोण म्हणे हे नवे लव्हबर्डस?" डॅफने खुदखुदली.

एबने कान टवकारले.

"नववी 'ड' मधली निशा.."- डॅफनेचा चेहरा पडला. निशा तिची लाडकी विद्यार्थिनी, हे सगळ्यांना ठाऊक होतं. वादविवाद स्पर्धेकरता डॅफने तिच्यावर मेहनत घेत होती.

"..आणि अकरावी 'अ' मधला मन्सूर"- शंकर नारायण म्हणाला, "गेल्या काही महिन्यांपासून मी पाहतोय, दर मधल्या सुटीत दोघं बरोबर असतात. कोपऱ्यात जाऊन काय एकमेकांशी खुसुखुसु बोलतात कोण जाणे! एके दिवशी दोघांना मी चांगला दम दिला, "पुन्हा असे गप्पा मारताना दिसलात तर प्रिन्सिपॉलकडे तक्रार करीन" अशी धमकीही दिली. आता दोघे मैदानात दिसत नाहीत, पण निशा गुपचूप मन्सूरच्या वर्गातच जाते. बाकीची मुलं त्या दोघांना भेटवतात. मुलांचीही फूसच असणार. मला हे कळलं तेव्हा मी निशाला म्हटलं, "अकरावीच्या वर्गात तुझं काय काम? कशाला जातेस तिकडे?" तर मला म्हणे, "अकरावीतल्या मुली माझ्या मैत्रिणी आहेत, त्यांना भेटायला जाते. नववीतल्या मुलींनी अकरावीतल्या मुलांशी बोलू नये असा काही नियम आहे का?"- हेही वर उद्धटपणानं विचारलं. वेळीच लक्ष नाही घातलं तर हे प्रकरण हाताबाहेर जाईल."

"निशा तशी उद्धटच आहे,"- कलावतीने आणखी तेल ओतलं, "मी तिला एकदा म्हटलं, स्पर्धेत भाषणं देण्यापेक्षा जरा गणिताचा नीट अभ्यास कर; तर म्हणे, काय करायचं गणित? मी दहावीनंतर सोडूनच देणारेय.."

"निशा चांगली मुलगी आहे, मी सांगते,"- आपल्या लाडक्या विद्यार्थिनीच्या बचावासाठी डॅफने पुढे आली.

"असेल".. एब तिला तोडत शंकर नारायणकडे वळून म्हणाला, "परत दोघे एकत्र दिसले तर ताबडतोब मला रिपोर्ट करा. असला वाह्यातपणा माझ्या शाळेत मुळीच चालता कामा नये."

डॅफनेला विषय बदलायचा होता. तिने महिन्याभरावर आलेल्या सांस्कृतिक महोत्सवाची आठवण करून दिली. सगळे त्या विषयावर उत्साहाने बोलत राहिले. हसणं-खिदळणं, टाळ्या देणं-घेणं सुरू होतं.

"मॅगी, तू का गप्प?"- डॅफनेशिवाय कुणीही मला या नावाने हाक मारत नसे.

सगळ्यांच्या नजरा अचानक माझ्याकडे वळल्या.

"तिला गप्पा मारणं, चर्चेत भाग घेणं नाही आवडत फारसं"- माझ्यावतीने एबनेच उत्तर देऊन टाकलं. "तिची मतंही फार आग्रही नसतात. मग काय बोलायचं?"

खरंच,

काय बोलायचं?

का बोलायचं?

मी आतल्या आत चरफडत, धुमसत राहिले. समोर एब अगदी रंगात आला होता.

"थोडीफार कल्पनाशक्ती असतेच प्रत्येकाजवळ. ती फक्त नीट वापरता यायला पाहिजे"- समोर आलेल्या बशीतला खारा दाणा तोंडात टाकत एबने नवीन तत्त्वज्ञान पाजळायला सुरुवात केली होती.

शेजारी बसलेल्या झेवियरच्या मांडीवर थाप मारत एब म्हणाला, "इमॅजिनेशन! दॅट्स द की-वर्ड!! वाईट वाटून घेऊ नका; पण बहुतेक शाळांचे प्रिन्सिपॉल्स इंग्रजी किंवा इतिहासाचे शिक्षक का असतात; याचा तुम्ही कुणी कधी विचार केलाय? मी केलाय. अभ्यासच केलाय पद्धतशीर. ज्यांच्या शिकवण्यात नेहमी कल्पनाशक्तीचा संबंध असतो; ज्यांना विद्यार्थ्यांची मनं प्रज्वलित करता येतात; तेच शिक्षक शाळा उत्तम तऱ्हेने चालवू शकतात. हजारो वर्षांपूर्वी घडलेल्या युद्धांच्या इतिहासात किंवा एखाद्या सुंदर कवितेच्या रसग्रहणात मुलांना गुंगवून ठेवणं सोपं नसतं. त्याकरता फार मोठी कल्पनाशक्ती असावी लागते.. गणित किंवा जीवशास्त्र शिकवण्याइतकं सोपं नाही हे. रसायनशास्त्रासारखा कंटाळवाणा, नीरस विषय तर दुसरा नसेल! काही काही जणांना रसायनशास्त्र आवडतं, कारण त्यांना खेळण्यात मजा वाटते. हे + हे = ते! रसायनशास्त्र म्हटलं म्हणजे मला तरी एकच गोष्ट आठवते-कुजक्या अंड्यांचा घाणेरडा वास!"

सगळे हाः हाः हुः हूः करून खिदळले. खारे दाणे, वेफर्सचे बोकणे भरीत खिदळत राहिले.

संतापाने थरथरणाऱ्या ओठात दात घट्ट रोवून मी गप्प होते. एबन्झीर पौलराज नावाच्या महामूर्ख माणसाने रसायनशास्त्राची ही अशी खिल्ली उडवावी? रसायनशास्त्रातल्या मूलद्रव्यांचा उत्तेजक संभोग याने पाहिलाय कधी? याला ठाऊकेय रसायनांच्या पोटात नाचणारं, उचंबळणारं काव्य?

लिट्मस पेपरची जादूः आम्लात बुडवला की निळा लिट्मस लाल होणार.. अल्कलीत बुडवलेला लाल लिट्मस निळा होणार.. पाण्याच्या कुशीतून बाहेर काढल्या काढल्या पेट घेणारा आणि वायुरूपात क्षणार्धात अदृश्यच होणारा फॉस्फरस.. पोटॅशियम नायट्रेट, सल्फर आणि चारकोल या एकत्रित संयुगाच्या पोटात दडलेला विध्वंस... पारदर्शी कॅलसाईटमधून जाणवणारे विभ्रम आणि रंग- बेरिलियम कार्बाईडचा विटकरी लाल. सोन्याचा तेजस्वी पिवळा. युरेनियमचा चमकता चंदेरी... सारं सारं माझ्या ओठांशी आलं होतं.

वाटत होतं, सगळ्यांना सांगावं ओरडून- ''हा माणूस मघापासून 'इमॅजिनेशन'ची एवढी डिंग मारतोय ना, त्याच्या इमॅजिनेशनची पातळी पाहायची असेल तर शाळेच्या लायब्ररीतली पुस्तकं काढून जरा बारकाईने तपासा किंवा मग गावातल्या सर्कल लायब्ररीत जा. अगदी कोपऱ्यावरच्या सर्क्युलेटिंग लायब्ररीतली पुस्तकं जरी बारकाईने उलटी-पालटी करून पाहिलीत तर दुमडलेल्या पानांच्या कोऱ्या समासात तुम्हांला तुमच्या आदरणीय प्रिन्सिपॉल सरांच्या कल्पनाशक्तीचे प्रताप प्रत्यक्षच पाहायला मिळतील.''

एब कावेबाज होता. शाळेसकट तीन लायब्ऱ्यांमधून अशी पुस्तकं शोधून आणायचा की, ती प्रिन्सिपॉल महाशयांनी वाचण्याच्या लायकीची असतील अशी शंकासुद्धा कुणाला येऊ नये आणि मग रात्रीच्या अंधारात त्या पुस्तकांच्या पानांवर, कोऱ्या जागेत नग्न स्त्रियांची चित्रं काढत बसायचा. स्त्री-पुरुषांची गुप्तांगं चितारण्यात त्याचा हातखंडा होता. केसांच्या ओंगळ पुंजक्यांसकट तो गुप्तांगांची चावट चित्र गिरमिटून ठेवायचा. स्त्री-पुरुषांच्या नग्न शरीरांना भिडलेली किंवा नुसतीच एकेकटी लिंगं आणि एबच्या सह्यांनी बरबटलेल्या योन्या.. लिओनार्दो-दा-व्हिन्सी. एबन्झीर पौलराज. अफाट कल्पनाशक्तीचा चित्रकार.

एका पाशवी हास्याचा खुनशी गडगडाट माझ्या गळ्यातून धावत गेला. पण मी संताप गिळायला शिकले होतेच. स्वाभिमान तर कधीचा गिळला गेला होता. अचानक माझा जीव घुसमटला. लग्नाच्या बेड्यांनी माझं अस्तित्व पारच आवळत आणलं होतं.

त्या रात्री जेवणं आटोपल्यावर सगळे घरोघरी परतले. भांड्यांचा ढीग पडला होता. तो घासून थकूनभागून मी पलंगावर आडवी झाले. एब अजून झोपायला आला नव्हता. आतल्या आत फुटणारे रागाचे, संतापाचे ज्वालामुखी सोसत नेहमीच्या सवयीने मी शांत पडून राहिले. आणखी एक संध्याकाळ एबने नेहमीच्याच बेरकीपणाने अक्षरश: आपल्या खिशात टाकली होती. त्याचा क्षणाक्षणाचा बेरकीपणा मला आठवत होता. रसायनशास्त्रातल्या मूलद्रव्यांचं कवित्व माझ्या अस्वस्थ मनाभोवती फेर धरून उभं होतं. माझ्या आयुष्यातल्या गाडल्या गेलेल्या, पायदळी तुडवलेल्या, एबने सुरुंग लावून नष्ट केलेल्या कितीतरी चांगल्या गोष्टी.. जीव धरण्याआधीच मारलं गेलेलं माझ्या गर्भातलं मूल!.. मी माझे म्हणून जमवलेले छोटे छोटे आनंद.. काही म्हणता काही शिल्लक उरलं नव्हतं. ज्याच्या आधारावर भविष्याची स्वप्नं पाहावी, असं सारंच आपल्या हातातून घरंगळून गेलं आहे या जाणिवेचा सल मी मिटल्या ओठाने सोसत होते. पुन:पुन्हा एकच भावना वर उसळत होती.

एबन्झीर पौलराज या माणसाबद्दल कमालीचा राग! संताप!! द्वेष!!!

या रागाचं काय करणार मी आता?

काही कळत नव्हतं.

एबने खिडकीशी ठेवलेल्या काचेच्या बरणीतल्या पाण्यात गोल्डफिशची जोडी गरगरत होती. खालून वर सुळकांड्या मारणाऱ्या या इवल्या माशांकडे फक्त पंधरा मिनिटं एकटक बघत राहिलं तरी छान 'रिलॅक्स' वाटतं, अशी एबची आवडती थिअरी होती.

तेवढ्यात एब झोपायला आला आणि खिडकीतल्या माशांच्या बरणीसमोर उभा राहून एकदम चुकचुकला. आता काय झालं? मला कळेना. एखाद्या माशाची एखादी सुळकांडी चुकली बिकली की काय?

''बिच्चारा खादाड जेम्स''- एब हळहळत म्हणाला. ''काही दिवसांपासून जरा मंद झालाच होता. कसाबसा ओढत होता स्वत:ला. धीस इज अनफॉर्च्युनेट. खाऊन खाऊन मेला बिचारा! आता दुसरा एखादा जेम्स आणायला हवा..''

अनफॉर्च्युनेट?

दुसरा जेम्स?

मी पटकन मान उंचावून पाहिलं.

बरणीत गरगरणारा एबचा लाडका जेम्स मासा मरून पडला होता.

एबने त्याच्या माशांना जेम्स आणि जॉईस अशी नावं ठेवली होती.

तो जेम्स. ती जॉईस.

कुणाला सांगायचं नाही असं ठरवून एब त्याचा हा 'प्रायव्हेट जोक' ज्याला त्याला सांगे. मग प्रिन्सिपॉल महाशयांच्या विनोदबुद्धीवर सारे कौतुकाने हसत.

एबचा खादाड जेम्स मासा बरणीत मरून पडला होता. कशाने मेला असावा? एखादा रोग? की खादाडी हेच कारण?

पाण्याच्या पृष्ठभागावर जेम्सचा उताणा मृतदेह तरंगत होता.

आणि जॉईस?

ती नेहमीपेक्षा दुप्पट उत्साहाने बरणीभर इकडून-तिकडे हुंदडत सुटली होती. अत्यानंदाने उड्या मारीत होती. ही एवढी कशी खूष?

जोडीदार मेल्याचं दु:ख नसेल झालं हिला?

की हिने स्वत:च..?

माझा श्वास अडकला.

आणि मग हसू आलं.

एकाएकी संताप विरला होता. रागाने पेटलेले माझे ओठ खुनशी स्मित करताना जाणवले.

पुष्कळ वर्षांनी शांत वाटलं.

सुटल्यासारखं?

लाज? नव्हती वाटत?

स्वत:च्या विचारांची शरम?

वाटू दे वाटली तर.

प्रेमात आणि युद्धात काहीही घडू शकतं असं एबच नेहमी म्हणायचा.

हे तर युद्धच होतं..

***

माझ्या हाताला चव आहे. मनात आणलं तर मी मन लावून उत्तम स्वयंपाक रांधू शकते. गेल्या कित्येक वर्षांत स्वयंपाकात मन लावावंसं वाटलंच नव्हतं. चित्रकला आणि भाषेची ओढ असणारे विद्यार्थी माझ्या प्रयोगशाळेत नाइलाजास्तव रसायन शास्त्राचे प्रयोग करीत; तशा नाइलाजाची कळा माझ्या स्वयंपाकाला आली होती. करायचा म्हणून करायचा. जसा होईल तसा होईल.

यापुढे स्वयंपाकात जीव ओतायचा.

आगळीक नाही.

अळमटळम नाही.

मी पक्कं ठरवलं.

-पण एबला असा एकदम धक्का देऊन काही उपयोग झाला नसता.

आधी त्याची भूक चाळवायला हवी होती..

एब झोपायला आला. पलंगावर लवंडला. मी नेहमीसारखं झोपेचं सोंग पांघरून स्वस्थ पडले होते. गेल्या कित्येक दिवसांत आम्ही एकमेकांची नग्न शरीरं पाहिली नव्हती. संभोग केला नव्हता. कुणाची इच्छा आधी मेली? - मलाच आठवेना.

माझ्या थुलथुलीत शरीरावरच्या सैल वळ्यांची आणि दोन पायांत वाढलेल्या बेदरकार जंगलाची त्याला किळस आली?

की लहान मुलीला कुरवाळल्यासारख्या त्याच्या स्पर्शाला विटून मीच त्याच्याकडे तोंड फिरवलं?

- कोण जाणे!

त्या रात्री मात्र माझ्याशेजारी एब कलंडताच मी गर्रकन् त्याच्या बाजूला वळले आणि त्याच्या उघड्या, घामट गळ्यावरून माझ्या जीभेचा ओला शेंडा फिरवला. त्याच्या छातीवरल्या जंगलातून फिरणारी माझी बोटं बघता बघता खाली सरकली. कसे लाड केले म्हणजे तो पाघळतो हे मी अजून विसरले नव्हते. माझे ओठ त्याला

बिलगले. छाती त्याच्या उघड्या शरीरात रुतली. प्रेमाच्या या अनपेक्षित वर्षावाने चिंब भिजलेला एब हळूहळू 'जागा' झाला. त्याच्या शरीरातली अनावर आग माझ्यावर बरसू लागली. माझ्या शरीराने तेही लोळ शोषून, पिऊन घेतले. तो पुन:पुन्हा रिकामा होत राहिला.

माझं थकलं शरीर जिंकलं होतं.

भल्या सकाळी उठून मी स्वयंपाकघरात शिरले. 'युवर टाईम स्टार्टस् नाऊ..एब' म्हणत धडाक्याने कामाला भिडले.

एबसाठी सकाळचा नाश्ता.

तुपात तळलेल्या पुऱ्या, फ्लॉवर, मटार आणि बटाट्याचा मसालेदार रस्सा. दोन अंड्यांचा फ्राय आणि चांगला उंच ग्लास भरून साईसकट दूध, त्यात भरपूर साखर!

टेबलावर मांडलेला एवढा सरंजाम पाहून एब थक्कच झाला.

"हे काय आहे? एवढं खायचं मी? शक्य नाही. इंपॉसिबल!"

"एब, प्लीजऽऽ तुझ्यासाठी एवढ्या प्रेमानं बनवलंय...?" मी लाडाने त्याच्या गळ्यातच पडले. माझ्या बालिश लाडापुढे तो बळी पडणार हे स्पष्टच दिसत होतं.

"तुला किती काम पडतं, एब! पुरेसं खाल्लं नाहीस तर ताकद कशी येईल? शिवाय व्यायाम करतोसच की तू! भरपूर व्यायाम करणाऱ्या तुझ्यासारख्या तगड्या पुरुषाने पोट भरून खाल्लंच पाहिजे... ना?"

- मी त्याला पटवलं.

पटवलंच!

एबला गळाला लावणं फार कठीण नव्हतंच. एबची स्तुती केली की, तो भाळणार. खऱ्या- खोट्याचा विचार न करता बिनबोभाट मी म्हणेन तसा वागणार, असा अंदाज होताच.

तसंच झालं.

त्या सकाळी एबने पोट भरून नाश्ता केला.

- आणि मी सुटलेच.

असे कित्येक नाश्ते... सकाळची जेवणं.. रात्रीची जेवणं.. संध्याकाळी शाळेतून आल्यावर गरमागरम खाणं.. रात्री उशिरापर्यंत काम झालं तर झोपण्यापूर्वी आणखी खाणं..

मी शिजवत राहिले.

एब चापत राहिला.

एका रात्रीत चमत्कार घडावा अशी माझी अपेक्षाच नव्हती. बरणीतल्या बरणीत भिरभिरणाऱ्या जॉईसइतकं माझं काम सोपं नव्हतं. खूप दिवस वाट पाहाणं

मला भागच होतं.

माझी तयारी होती.

जवळपास वर्षभराने माझ्या अखंड मेहनतीला फळं येताना दिसू लागली. एबच्या शरीरावर चरबीचे थर चढू लागले होते. हळूहळू तो माझ्यासारखा होऊ लागला. त्याच्या घट्ट स्नायूंना ढिलेपणा आला. गळ्यावर, पोटावर सुरकुत्या चढल्या. धावणं कमी झालं. फर्लांगभर चालणंही अवघड झालं. श्वास लागू लागला. जिने चढताना धाप लागू लागली. पूर्वीसारखं मनात येईल तेव्हा शाळेच्या व्हरांड्यामधून चकरा मारणं त्याला आता झेपेनासं झालं. सकाळी एक राऊंड आणि संध्याकाळी एक. उरलेला वेळ तो आपल्या केबिनमध्ये खुर्चीवर बसून राहू लागला. पूर्वीची रुबाबदार चाल मंदावली. बदकासारखे फेंगडे पाय पडू लागले.

हळूहळू एब चांगलाच लठ्ठ झाला. सैलावला. मंदसा बसून राहू लागला. त्याच्याभोवतीचे चमचे पांगले. खाऊन खाऊन आलेल्या मांद्याने एबच्या व्यक्तित्वातली बोचरी धार पार बोथट करून टाकली. त्याच्या वाढलेल्या भुकेला मीच चांगलंचुंगलं खायला घालीत असे. त्याची जीभ मी इतकी लाडावून ठेवली होती की, तो झक्कत माझ्या कलाने वागू लागला. माझ्या भोवती भोवती वावरू लागला. त्याच्या थुलथुलीत, सैल शरीरालाही मी चटक लावून ठेवली होती. भूक लागली की, तो गोंडा घोळत माझ्याकडे येई. माझ्याशिवाय त्याचं पान हलेनासं झालं. या पांगळ्या, लाळघोट्या एबबरोबर एका घरात राहणं आता मला सुसह्य झालं होतं.

आश्चर्य म्हणजे या शरीरसंबंधांमधून मला दिवस गेले. मुलगी झाली. आता तर एबवरचा कब्जा पक्का आवळून त्याला ताब्यात ठेवणं जास्तच गरजेचं होतं. तो पुन्हा त्याच्या पूर्वीच्या अवतारात गेला असता तर मला जगणं मुश्कील झालं असतं. आता तर छोट्या मुलीची जबाबदारीही माझ्यावरच होती.

संथ झालेल्या, सैलावलेल्या जाड्या एबच्या शरीरातली आग हळूहळू विझत गेली.. आणि आमच्या आयुष्यातले वादविवाद, ताणतणाव एकदम थंडावले.

सल्फ्युरिक ॲसिडमध्ये पाणी ओतलं की, पहिल्यांदा ते तडतडून फुटतंच. पण हलके हलके पाण्याचा असर दिसायला लागतो. हळूहळू सल्फ्युरिक ॲसिडची शक्ती ढासळते. त्यातली आग थंडावते आणि पुढे पुढे तर ते निरुपद्रवीच बनत जातं.

फक्त सल्फ्युरिक ॲसिडमध्ये पाणी कधी ओतायचं आणि किती ओतायचं, हे कळलं पाहिजे.

❀❀❀

७

मी *कोण आहे?*

वात नसलेला दिवा. नवजात अर्भकं आणि नववधूंना दृष्ट लावणारी चेटकीण. वडिलांची मान खाली घालणारी थोराड मुलगी. धाकट्या बहिणींना भीती घालणारी मोठी.. अविवाहित बहीण. 'स्वतःच्या लग्नाचं काय?' असा प्रश्न धाकट्या बहिणींना माझ्यामुळे पडतो. माझ्यामुळे अम्मावर रडत बसण्याची पाळी येते. मी असेन तिथे माझ्या अशुभ सावलीने घरं झाकोळतात.

लांब दात विचकणारा आत्मा आहे मी.. उष्ट्या कपाच्या तळाशी साचलेला गाळ. कोणालाही नको म्हणून कुजत पडलेला दुकानातला माल. मागच्या फळीवर राहून गेलेला, कुणीही न उघडलेला डबा.

माझ्या नुसत्या श्वासानेही दूध नासतं. माझी नुसती नजर गेली तर कुठल्याही जिवंत वस्तूची राख होते. मी पाय ठेवला तर पाणथर जागाही कोरड्या, खडखडीत पडतात. माझा सुगावा लागला तरी पाऊस घेऊन आलेले ढग पांगतात. इतस्ततः निघून जातात. मी चेहऱ्यावर नुसता हात फिरवला तरी लहान मुलं किंचाळून रडतात. दर महिन्याला मला पाळी येतच नाही. न फळलेल्या संतापाची लाखो स्त्रीबीजं तशीच्या तशी माझ्या उदरात साठत राहतात. मी स्वप्नात जरी दिसले; तरी तरुण बायका खाडकन् उठून बसतात. वाऱ्यावर उडून बायकांना जीव नको करणाऱ्या स्कर्टची मी सळसळती धास्ती असते. मी एक अखंड शाप आहे. सैतानाची अशुभ सावली. दुसऱ्या बायकांचे नवरे कच्चे खाणारे एक पिशाच्च.

प्रचंड भीती, लोकापवाद, निंदानालस्ती याचं नकोसं ओझं पाठीवर घेऊनच चालते मी. माझ्या काळ्या कातडीतून काही म्हणता काही आत शिरत नाही. माझ्या

फुटक्या डोळ्यांना काही दिसत नाही. माझ्या आवाजाला एक विचित्र, कडवट धार आहे. माझ्या अंगाला डांबराच्या गोळ्यांसारखी घाण येते. माझं नाव मोठ्यानं उच्चारलं तरी हरल्यासारखं वाटतं.

- आपल्या बर्थवर अखिला निजली होती. डोळे जड झालेले पण झोपेचा पत्ता नव्हता.

मार्गारिट कोईम्बतूरला उतरून गेली. त्याआधी साडी नीट करून केसांवर कंगवा फिरवता फिरवता ती अखिलाला म्हणाली होती,

"हे बघ, माझ्यात सगळ्यात मोठ्ठा कुठला गुण असेल, तर तो म्हणजे निर्लज्ज होता येणं. निगरगट्टच! आपण असे झालो की, लोकांना आपल्यात रसच वाटेनासा होतो. आपण कितीही, काहीही बोललो तरी समोरच्याला त्याचं काहीच वाटत नाही म्हटल्यावर बोलणारा आपोआपच गप्प बसतो. बायकांच्या तर तोंडात खेटरंच बसतात. कोणी काहीही म्हणो, मला अजिबात फरक पडत नाही. तूही माझ्यासारखीच निर्लज्ज हो असं माझं म्हणणं नाही, पण तशी झालीस तर सुखाने जगशील; हे मात्र नक्की!'

कोईम्बतूर स्टेशनवर उतरता उतरता अखेरचा संदेश द्यावा तशी मार्गारिट म्हणाली,

"एक लक्षात ठेव - स्वत:साठी जगावं. फक्त स्वत:चाच विचार करावा. शेवटी तुलाच तुझी काळजी करावी लागणार... दुसरी कुणीही व्यक्ती करणार नाही.. कळलं?"

तिला निरोप देता देता अखिला हसली. जी बाई आपल्याला आवडली की नाही, याचा निर्णयच अजून झालेला नाही, तिच्या सल्ल्यावर आंधळा विश्वास कसा ठेवायचा? खरं तर अखिलाला मार्गारिटचं आश्चर्य वाटत होतं. भीतीही वाटत होती. समाजाला गुंडाळून ठेवून एक बाई अशी स्वत:च्या मनाप्रमाणे जगू शकते? खरंच ती अशी जगली असेल? कुण्णाची पर्वा न करता? मार्गारिट खरंच इतकी धाडसी असेल की, आपल्याला दाखवण्यापुरता मुखवटा चढवला असेल तिने?

विचार करता करता अखिला एकदम थबकली. चमकलीच. या सगळ्या बायका- जानकी, शीला, मार्गारिट... सगळ्या जणी स्वत:च्या वागण्याचं समर्थन करतच जगतात की! थोडीशी उत्सुकता दाखवलेल्या आपल्यासारख्या अनोळखी बाईला सारं सांगतात. परिस्थितीशी झगडून आपण कसं स्वत्व टिकवलं, जे झालं ते कसं अपरिहार्यच होतं; हीच तर कहाणी आहे प्रत्येकीची.

या बायकांपेक्षा मी तरी कुठे वेगळी आहे? - अखिलाने स्वत:लाच प्रश्न केला.

मीही तेच तर करतेय-

माझ्या आयुष्याची संगती लावण्याचा प्रयत्न!

माझ्या सुखदु:खांशी समांतर धावणाऱ्या रेषा इतरही बायकांच्या आयुष्यात शोधतेय मी.

काही ना काहीतरी साम्य सापडेलच.

धागा जुळेलच.

तसं झालं तर निदान माझ्या जीवाची चुटपुट तरी कमी होईल. मनाला पोखरणारा अपराधीपणाचा डंख तरी बोथट होईल. मी जे केलं; त्याला दुसरा पर्यायच नव्हता. अनेक बायकांना तेच करावं लागतं हे सिद्ध झालं; तर मला स्वत:बद्दल वाईट तरी वाटणार नाही.

अखिला कुशीवर वळली.

कूपेचा लोखंडी पत्रा एव्हाना गार पडला होता. मार्गरिट काय बरं म्हणाली होती?

"प्रेम हे एक रंगहीन मूलद्रव्य आहे. ते पेट घेतं, पेटवतं आणि अखेरीस जळून राख करतं. मागे काही म्हणता काही उरत नाही - ना धूर. ना राख. अखंड नशेचं प्रलोभन दाखवून कब्जात घेणारं प्रेम हे विषच ठरतं अखेरीस."

- प्रेम असं असतं?

असा होतो त्याचा शेवट?

असा?

आपण ज्या पुरुषावर जिवापाड प्रेम केलं, त्याच्याशी लग्न केलं असतं तर आपलीही दशा मार्गरिटसारखीच झाली असती? आपलंही प्रेम तिच्यासारखं विषारी, कडुझार झालं असतं? ज्याची इतकी इच्छा धरली तोच माणूस प्रेम आटल्यावर आयुष्यात एकदम नकोसाच झाला असता? - पुरेसं प्रेम वाट्यालाच आलं नाही तर हे सारं कसं कळणार?

जंगलातल्या वाघाला दोरी लावून दारात आणून बांधावं तशी खेळी करण्याकरता मार्गरिटनं प्रेमाचं नाटक केलं. प्रेमाची जबरदस्ती करून नवऱ्याला पाळीव प्राण्याची रया आणली. पण त्यानंतर हे जे झालं तेच तिला हवं असेल? असं दुबळं, लंगडं, पाणचट प्रेम? थंडगार निवलेलं आयुष्य?

- अखिला विचारात पडली.

समोरच्या बर्थवर झोपलेल्या दोघींचे चेहरे दिसत होते. जानकीआजी आणि शीला.

सुरक्षिततेलाच प्रेम समजून आयुष्य घालवलेल्या जानकीआजींना आता या उतारवयात खऱ्या प्रेमाची आस लागली होती.

आणि शीला?

कोण काय म्हणेल याचा विचार न करता, आयुष्य झोकून देण्याची कला शिकायला तिने सुरुवातही केली होती.

गेल्या अनेक वर्षांत पहिल्यांदाच अखिलाला हरीची आठवण झाली.

हरी.

तिच्या आयुष्यातलं पहिलं प्रेम.

***

नोकरीला लागल्यावरची अगदी पहिली पहिली वर्षं. अखिलाचा जम अजून नीटसा बसला नव्हता. त्याच त्या रूटीनमध्ये जान कशी भरायची हे कळत नव्हतं.

अंबाचुर स्टेशनवरून तिला सकाळी सात-वीसची ट्रेन पकडावी लागे. म्हणजे घरातून बरोब्बर सात वाजता निघायचं. भल्या सकाळी उठल्यानंतर घराबाहेर पडणं मात्र अखिलाला फार आवडे.

स्वच्छ, प्रसन्न सकाळ. विझत जाणारी चंद्रकोर आणि उगवत्या सूर्यबिंबाची भेट घडवणारं शुभ्र, निळं आकाश... झोपेतल्या झाडांना हलकेच जागं करणाऱ्या गार वाऱ्याच्या झुळका... आणि झोपेतून उठून नव्या उमेदीने नवा दिवस सुरू करणारं गाव. प्रत्येक दारापुढे सडा-सारवण आणि त्यावर रेखलेल्या कोलमची नाजूक शुभचिन्हं!

सकाळी अखिला घराबाहेर पडे तेव्हा सुनसान रस्त्यांवर कोणी दिसत नसे. अधूनमधून भेटत ते पेपरवाले आणि दूधवाले. 'क्रिष्णॉयलऽऽ' अशा आरोळ्या ठोकत मोठ्ठा गाडा ओढत जाणारा एक रॉकेलवाला अखिलाच्या ओळखीचा झाला होता. डोक्यावर टोपली घेऊन घाईघाईने गावात शिरणारा एक खडेमीठवालाही अधूनमधून दिसे. कोपऱ्यावरच्या वळणावर एक सार्वजनिक हातपंप होता. तिथे पाणी हापसून हापसून हरमळलेली बाई आणि उघड्या छातीवर साबणाच्या फेसाचे गोळे थापून अंघोळ करणारा तिचा नवरा... हे दोघे अखिलाला नेहमी दिसत. ओळखीची नजरानजर होई. एखादं हसू... क्वचित एखादा शब्द. व्यायामासाठी म्हणून भल्या सकाळी घराबाहेर पडणाऱ्या श्रीमंतांपैकी ही बाई नव्हे; याची त्या जोडप्याला जाणीव होती. रोज उठून कामावर गेलं नाही तर आपल्यासारखेच हिच्याही घरी खायचे वांधे होणार हेही त्यांना माहीत असावं. म्हणूनच कदाचित हातपंपावरच्या त्या जोडप्याला अखिलाबद्दल विशेष 'लगाव' होता.

''एवढ्या सकाळी काय गं तुझी कटकट?''-

रोज पहाटे उठताना पद्माची किरकिर चाले. आपण घराबाहेर पडण्यापूर्वी घरात सगळ्यांनी उठून आपापल्या कामाला लागलंच पाहिजे, असा अखिलाचा कटाक्ष होता.

"अगं, सात-वीसच्या लोकलमध्ये बसायला जागा तरी मिळते. नंतरच्या ट्रेन्स किती भरून येतात..." पद्माची समजूत घालत अखिला म्हणे.

रोज सकाळच्या या रेल्वे प्रवासाची अखिलाला लवकरच सवय झाली. वाटेतलं प्रत्येक स्टेशन, रेल्वे रुळालगतच्या सर्व इमारती, झाडंझुडपं, वाटेत लागणारी लेव्हल क्रॉसिंग्ज.... सारं तिच्या ओळखीचं झालं होतं. पुढे पुढे तर या प्रवासाची इतकी सवय झाली की, कोराट्टूर गावात ट्रेन शिरण्याआधीच खोल श्वास घेऊन अखिलाच्या नाकपुड्या मिनिटभरासाठी बंद होऊ लागल्या. तिथल्या मिल्क फॅक्टरीतून धावत्या ट्रेनमध्ये घुसणारा दुधाचा कुबट वास अखिलाला अजिबात सहन होत नसे. मद्रास सेन्ट्रल स्टेशनवर उतरून रस्ता क्रॉस केला की, मद्रास मेडिकल कॉलेजचा बस स्टॉप. तिथून नंगबक्कमची बस पकडली की, बरोब्बर पावणे नऊ वाजता अखिला तिच्या ऑफिसात पोचत असे.

भावंडं मोठी झाली, त्यांनी लग्न करून आपापले संसार मांडले तरी अखिलाचं रुटीन तसूभरही बदललं नाही. याखेरीज वेगळं कसं जगतात, ते ती विसरून गेली होती.

एकच अपवाद.

आठवडाभराचा.

का? ते आता तिलाही आठवत नाही. पण सोळा वर्षांत पहिल्यांदाच त्या सकाळी सात वीस आणि सात पस्तीस अशा दोन्ही ट्रेन्स चुकल्या. आता स्टेशनवर जाऊन उपयोग नाही या विचाराने अखिला लगबगीने बस स्टॉपवर पोचली. सगळ्या बसेस ओसंडून वाहात होत्या. रिकाम्या बसची वाट पाहायला वेळ नव्हता. बसेस समोरून जात होत्या, थांबत होत्या. त्यातल्याच एका बसमधल्या गर्दीत ती जीवाच्या कराराने कशीबशी घुसली. आत पाऊल ठेवायला जागा नव्हती. मागच्या लोंढ्याने तिला इतक्या जोरात पुढे ढकललं की, समोरच्या लोखंडी खांबावर ती चेपली गेली. जीवाच्या भीतीने ती मागे फिरली आणि आख्ख्या लोंढ्याचा भार स्वत:वर घेत पाय रोवून उभी राहिली.

भोवती निरनिराळ्या वासांचा, रंगांचा समुद्रच उसळला होता. गर्दीत काही बायकाही होत्या. पण अखिलाला जाणवले ते खोबरेल तेलाचे, लाईफबॉय साबणाचे आणि तंबाखूचे उत्तेजक पुरुषी वास! अप्पा गेल्यानंतर या पुरुषी वासांशी तिचं नातंच तुटून गेलं होतं.

कित्ती वर्षांनी...

तिच्या अंगावर कसलासा अनाम शहारा फुटला.

डोळे मिटून बसमधल्या पुरुषी गर्दीचा वास ती स्वत:मध्ये भिनवून, मुरवून घेत राहिली.

तेवढ्यात कुणाचा तरी हात तिच्या उघड्या कमरेशी हुळहुळला. तिने तो स्पर्श झिडकारला. पण फार मनावर घेतला नाही. एवढी गर्दी आहे, चालत्या बसमध्ये थोडं इकडे-तिकडे होणारच.

तेवढ्यात पुन्हा...

पुन्हा ती हुळहुळ जाणवली.

आता तो हात जरा जास्तच धीट झाला होता. तो कमरेशी आला आणि तिथेच कडेला विसावला. अखिला शहारली. त्या शहाऱ्याचा अर्थ त्या हातालाही जाणवला असावा.. दूर हो, दूर हो माझ्यापासून! - शॉक बसल्यासारखा तो हात क्षणभर दूर झाला.

पुन्हा होता तिथेच येऊन विसावला.

अखिलाच्या उघड्या कमरेवर.

अखिला बेंबीच्या खाली दोन बोटं साडी नेसे. ब्लाऊज आणि साडीच्या मध्ये जवळपास आठ इंचांच उघडं अंतर आणि त्यावरून फक्त पदर... त्या उघड्या अंगावरच, पदराच्या आडोशाने 'तो हात' येऊन बसला होता.

धीट झाला होता.

हुळहुळू... खेळू लागला होता.

काहीशा खरबरीत स्पर्शाची पाच बोटं. चार बोटं बोथट. नीट नखं कापलेली. करंगळीवरचं नख मात्र इंचभर लांब वाढवलेलं. टोकदार. कडेला आत वळलेलं. सभ्य, सुसंस्कृत हातावरची रानटी खूण. ते नख अखिलाच्या त्वचेवर रुतत होतं... नाजूक त्वचेवर ओरखडे काढत होतं. वेगात चालणाऱ्या श्वासांमधल्या उष्ण वाफांचा अर्थच अखिलाला कळेना. याआधी असं काहीच तिनं अनुभवलं नव्हतं. श्वासांचा वाढता वेग... मणक्यावरून धावणारे गरम घामाचे टपोरे थेंब... आणि आतल्या आत हलकेच उमलणारं, विलगणारं शरीर...

त्या गर्दीत अखिला तश्शीच खिळून उभी राहिली. अधिकाधिक धीट बनत चाललेल्या त्या हाताला रोखण्याचं सामर्थ्य तिच्यात उरलं नव्हतं. तो हात तिच्या शरीराला कुरवाळत होता, हाकारत होता...

जवळपास पंधरा दिवस हा स्पर्शाचा खेळ सुरू राहिला. कितीही गर्दी असो, रोज सकाळी अखिलाचे पाय त्याच बसमध्ये चढत राहिले. ओसंडत्या गर्दीत ती कुठेही उभी राहिली; तरी 'तो हात' तिला शोधत बरोब्बर तिच्या मागे येऊन उभा राही... आणि हलकेच पदराच्या आडोशाने तिच्या उघड्या कमरेला लुचू लागे. सुरुवातीला त्या स्पर्शात थोडा संकोची हळवेपणा होता. मात्र संभाव्य विरोधाची, झिडकारलं जाण्याची भीती संपल्यावर हात अधिक धीट झाला आणि स्पर्श जरा जास्तच आक्रमक. हळूहळू नुसत्या स्पर्शाने चाळवलेली भूक वाढू लागली. पाची

बोटांना आणखी नव्या इच्छा फुटल्या. पाठीच्या कण्याच्या सर्वांत शेवटच्या मणक्यावर पुरुषी अंगठ्याचा दाब अखिलाने अनुभवला. ती कळवळली. सुखावली. तिच्या कमरेची वळणं शोधत फिरणाऱ्या बोटांचे सांधे ओळखीचे झाले. करंगळीवरच्या लांब नखाने उघड्या कमरेशी गिरवलेले इंग्रजी आठचे आकडे तिला कळू लागले. सुखाने छळू लागले. एके दिवशी त्या हाताची तर्जनी भसकन् पुढे पोटाशी आली आणि तिच्या बेंबीभोवती गोल करून, आतला खळगा चाटून गेली.

अखिलाचं शरीर चटावलं होतं.

त्याला अस्फुट हुंकार फुटले होते.

मागून लगटणाऱ्या त्या अनोळखी पुरुषी देहावर स्वत:ला झोकून देऊन ती बसच्या गर्दीत उभी राहू लागली. तिचा भार असा अवचित आला की, एरवी भांबावणारा 'तो हात' आता तिला झेलू लागला होता.

बसमधून बाहेर पाऊल टाकताक्षणी 'तो हात' आणि 'त्या हाताने' शरीरभर उठवलेला मोहोर अखिला मनातून निपटून काढी. एखाद्या निर्लज्ज, धंदेवाल्या बाईसारख्या आपण वागतो आहोत हे तिला समजत होतं. पण तिचा इलाज नव्हता. भुकेल्या शरीराच्या मागण्या नाकारणं सोपं नव्हतं आणि इतक्या बिनबोभाट मिळालेली भूक भागवण्याची संधी झिडकारणंही! तिला त्या स्पर्शाची आस लागली होती. 'स्त्री'त्वाच्या रहस्याचा एक पदर असा उलगडत असताना, सुखाच्या तात्कालिक लाटांवर झुलणारी अखिला वेडावली होती.

कधी कधी तिला वाटे, चालत्या बसमधल्या गर्दीत निदान एकदातरी मागे वळून पाहावं.

कोण असेल तो?

'त्या' हाताचा धनीक?

- पण तत्क्षणी असला अभद्र विचार ती मनातून झटकून टाकी.

कशाला उगीच?

एका सकाळी त्याच बसमधल्या त्याच गर्दीत, तोच हात तिच्या उघड्या कमरेशी चाळे करत असताना जोराचा धक्का बसला,

आणि हिंदकळणारी बस एकाएकी थांबली.

अखिलानं चमकून वर पाहिलं.

तिच्याकडे नजर रोखून पाहात होता.

बसचा कंडक्टर.

त्याच्या नजरेतला राग आणि तुच्छता तिच्या नजरेशी भिडली. अखिलाने शरमून नजर खाली वळवली. तिच्या पदराच्या आडोशाने पाठीमागून तिच्या कमरेशी विळखा घालणारा 'तो हात' कंडक्टरने पाहिला होता... आणि तिच्या

चेहेऱ्यावरलं स्वागताचं सुखही त्याच्या नजरेतून सुटलं नव्हतं. किती निर्लज्ज असेल ही बाई? खुश्शाल त्या पुरुषाला लिबर्टी घेऊ देते म्हणजे काय?

'ओ बाईऽऽ समोर शीट रिकामी आहे... पाहिली नाय का? बसा तिथे. उभ्या कशाला ऱ्हाताय?'

- कंडक्टरने बोट लांबवून अखिलाला रिकामी सीट दाखवली.

शरमिंदी झालेली अखिला कशीबशी जाऊन त्या सीटवर बसली. गर्दीत त्रास देणाऱ्या पुरुषी हातांच्या कचाट्यातून सोडवल्याबद्दल कंडक्टरविषयी कृतज्ञतेचा खोटा पडदा चेहेऱ्यावर ओढला; तरी तिच्या नजरेतली शरम लपता लपत नव्हती. 'शी:! काय करतेय हे मी? लाज कशी नाही वाटली? इतकं कसं निर्लज्ज झालं मन? एका प्रतिष्ठित घराण्यातली इभ्रतदार बाई असून.. कसं विसरलो आपण?'

"बायकांसाठी सीटा असतात राखीव. त्यावर बसत जावं. उगीच इथे पुरुषांच्या गर्दीत कशाला उभं ऱ्हाता? आधीची बस पकडा. त्यात गर्दी नसते एवढी.."

- स्वत:च्या सीटवर बसून संस्कृतिरक्षक कंडक्टर अखिलाला उपदेशाचे डोस पाजीत होता.

तिचं लक्षच नव्हतं.

दुसऱ्या दिवशी अखिला मुकाट्याने स्टेशनवर गेली. सात-वीसच्या ट्रेनचे फेरे पुन्हा सुरू झाले. तिने फर्स्ट क्लासचा पास काढला. फर्स्ट क्लासचा डबा तसा रिकामाच असे. पुरुष तर नसतच फारसे. कुणी मोहात पाडायला नको आणि कुणी टोचूनही बोलायला नको.

पंधरा दिवसांचा थरार संपला.

अखिलाची 'सात-वीस' ट्रेन पुन्हा पहिल्या रुळांवरून धावू लागली.

ट्रेनमध्ये समोरचीच विंडो सीट पकडून बसणाऱ्या 'त्या' व्यक्तीकडे कित्येक दिवस अखिलाचं लक्षच गेलं नाही. संध्याकाळी परतीची ट्रेन मद्रास सेन्ट्रल स्टेशनवरूनच सुटे. त्यामुळे फर्स्ट क्लासच्या डब्यातल्या सीट्स बहुधा रिकाम्याच असत. कुणी कुठेही बसावं. ज्याची-त्याची आवडती सीट ठरलेली असे. अखिलाने स्वत:करता खिडकीजवळची एक सीट निवडली होती. त्या सीटवर ती; आणि समोरच्याच सीटवर तो. पण अखिलाचं लक्षच गेलं नाही.बसमधल्या त्या भोचक कंडक्टरने अचूक तिच्या निर्लज्ज मुस्काटीत भडकावल्यापासून; कुठल्याही पुरुषाच्या चेहेऱ्याकडे पाहण्याची अखिलाला हिंमतच होत नसे. कुणी नको ते पाहील का? आपली लायकी काढील का?- असले प्रश्न सतावू लागले की, तिला गळफास लावून घ्यावासा वाटे.

एका संध्याकाळी स्टेशनवर पोचेतो अखिलाला थोडा उशीरच झाला होता. तिला वाटत होतं, आता कसली 'आपली' सीट मिळते? एव्हाना बळकावलीच

असेल कुणीतरी. ट्रेन उभीच होती. ती धावतच आत घुसली. नेहमीच्या सवयीनं लक्ष गेलं; तर तिच्या सीटवर एक मॅगझीन ठेवलेलं. त्यावर एक हातरुमाल.

बसणार असेल कुणीतरी.

आधीच अडवून ठेवलीय सीट.

ती मुकाट्याने दुसऱ्या सीटच्या शोधात वळणार, तेवढ्यात मागून कुणीतरी तिला हाकारलं- तिची सीट 'तिच्यासाठीच' राखून ठेवणारा 'तो' म्हणत होता,

"नेहमीच्या वेळेवर तुम्ही आला नाहीत. म्हटलं कामात अडकलेल्या दिसताय. उशीर झाला तर उगीच गैरसोय नको, म्हणून मीच अडवून ठेवलीय तुमची सीट. बसा ना प्लीज..."

- त्याने आपलं मॅगझीन आणि रुमाल उचलून तिच्यासाठी जागा करून दिली.

"थँक यू.." बसता बसता अखिला संकोचून म्हणाली, "तुम्हाला उगीच त्रास..."

"त्रास कसला?" तो म्हणाला, "गेले कित्येक दिवस पाहतोय; तुम्ही रोज न चुकता याच सीटवर बसता. म्हटलं खिडकीजवळची जागा तुमची आवडती दिसतेय. राखून ठेवावी... त्रास कसला त्यात?"

तो तिच्यापेक्षा बराच तरुण- बऱ्याच वर्षांनी लहान. नरसीएवढा असेल. पण हसतमुख होता. प्रामाणिकही असावा. नरसीच्या चेहऱ्यावरची खुन्नस, सतत भक्ष्याच्या शोधात फिरणाऱ्या लांडग्याची वखवख आणि आक्रसलेल्या भुवयांमधला वैताग अजिबातच नव्हता त्याच्या चेहऱ्यावर. तो अगदी मुलगेलासाच दिसत होता. कोवळा. नाजूक. स्वच्छ नजरेचा आणि उत्सुक. अखिलाने सुटकेचा श्वास टाकला. पुरुष खुनशी असतात; हा तर मुलगाच आहे अजून!

"नाव काय?"

-"तुझं म्हणावं का तुमचं?"- हा घोळ तसाच ठेवून अखिलाने मोठ्या बहिणीच्या आवाजात त्याची चौकशी केली.

"हरी"- तो म्हणाला.

"नुसतंच हरी? हरिप्रसाद.. हरिकुमार काहीतरी असेल ना?"

""नाही... नाही.. नुसतंच हरी!" तो हसून म्हणाला.

"तुमचं?"

त्याच्या या प्रश्नाला काय उत्तर द्यावं?

अखिला? अखिलनंदेश्वरी? ईश्वरी?

"अखिला-" ती म्हणाली.

'अक्का' सारखंच वाटतं. त्याच्याशी मोठ्या बहिणीचं नातं जोडून टाकण्याची अखिलाला घाई झाली होती.

अक्का.

मोठी बहीण.

तू लहान भावासारखाच दिसतोस मला.

त्याच नजरेने पाहा. मी 'बाई' नाही. उगीच घोळ घालू नकोस. तसं झालं तर पुन्हा खपली निघेल.. आणि माझ्या भुकावल्या स्त्रीत्वाची भळभळ थांबवता थांबवता मुश्कील होईल.

काही दिवसांतच त्या दोघांमध्ये चांगली मैत्री झाली. आपसुखच घडत गेलं सगळं. एकमेकांसमोर बसून रोज पस्तीस मिनिटांचा प्रवास करता करता मैत्रीचे धागे कधी विणले गेले, कळलंही नाही.

मग सकाळच्या ट्रेनची वेळही दोघांनी जमवून घेतली.

सकाळी पस्तीस मिनिटं.

संध्याकाळी पस्तीस मिनिटं.

अखिलानं स्वत:बद्दल थोडंफार सांगितलं. हरी तर स्वत:च्या जगण्याविषयी बोलतच होता भरभरून.

वय वर्षं अठ्ठावीस.

रेल्वेच्या इंजिनियरिंग डिपार्टमेंटमध्ये ड्राफ्टसमन म्हणून काम.

नॉर्थ इंडियन.

मध्यप्रदेशातल्या एका खेड्यात त्याचं घर होतं. पण जन्मल्यापासून तो अंबात्तूर जवळच्याच आवाडी नावाच्या गावात राहिलेला. वडिलांचं मिठाईचं दुकान आणि बहीण क्वीन मेरीज कॉलेजात. हिंदी इतकंच तमिळही उत्तम बोलता येतं, हे तो पुन्हा पुन्हा अभिमानाने सांगत होता. आई-वडिलांनी लग्नाचा लकडा लावलेला. 'मनाजोगी मुलगी बघून लवकर एकदाचं लग्न कर' हे रोजचं पालुपद. पण मुली बघणं, पसंती-नापसंती या सगळ्या प्रकाराचा त्याला रागच होता.

"एखाद्या मुलीकडे नुसतं एकदा बघून तिच्याशी लग्न करायचं? कसं शक्य आहे?" - त्याने वैतागून विचारलं.

"मग त्यात काय?"- अखिला खांदे उडवून म्हणाली, "हीच तर पद्धत आहे. सगळे असंच करतात. तुला नसेल आवडत तर मग प्रेमात पड; एखाद्या मुलीच्या. तिच्याशी बोल. तिला नीट समजून घे आणि सांग तुझ्या आई-वडिलांना...."

"मी सांगून ते ऐकतील असं वाटतं?" हरीने परत तोंड वाकडं केलं, - "मी स्वत: मुलगी निवडली तर तिच्यात हजार दोष काढतील ते..."

"असं असेल तर मग ते निवडतील त्या मुलीशी मुकाट लग्न कर. लग्नानंतर वाटेल प्रेम. हजारो लोक असंच तर करतात!" - अखिला म्हणाली.

रोजच्या नीरस रहाटगाडग्यातली अखिलाची संध्याकाळ अचानक प्रसन्न होऊन

दरवळू लागली.

कारण?

हरी.

रोज संध्याकाळी ट्रेन प्लॅटफॉर्मला लागण्याआधीच दोघे ठरवल्यासारखे स्टेशनवर पोचू लागले. आधी नुसत्याच अवघडलेल्या गप्पा होत. हरीने एक नवीनच गोष्ट सुरू केली. स्टेशनच्या दारात भेटल्यावर दोघांनी मिळून चालत चालत रेल्वे कॅंटीनशी जायचं. एक प्लेट सामोसे आणि प्लॅस्टिकच्या कपात कॉफी. गर्दीकडे पाठ फिरवून दोघांनीच शांतपणे उभं राहायचं आणि गप्पा मारत मारत एकेक सामोसा खायचा. बरोबर पुदिना आणि चिंचेची चटणी. हरीचा सामोसा चटणीत पार भिजलेला; तर अखिलाचा कोरडा. तिखट तिखट सामोसा आणि गरमागरम कॉफी.

हरी सारखा बोलत.. बोलतच राही.

ऑफिसमधले सहकारी, नोकरीतला वैताग, आपल्या मैत्रिणीची भाची त्याच्या गळ्यात बांधायला निघालेली एक दूरची आत्या, काल रात्री पाहिलेला सिनेमा... अखिलाला वाटे, त्यानं असंच अखंड बोलत राहावं. त्याचे विषय संपू नयेत आणि त्याचा-आपला पस्तीस मिनिटांचा सहवासही. स्टेशन आलं की, त्याच्या समोरून उठून जाणं अखिलाच्या जीवावर येई. ''उद्या भेटू'' म्हणत पाय उचलताना एक दिलासा असेच मनाशी– उद्या भेटेलच तो. नक्की!

हलके हलके अखिलाचं अस्तित्वच हरीभोवती फिरू लागलं. प्रत्येक क्षणी त्याचा... त्याचाच विचार! कामात बुडालेली असताना हरीने सांगितलेला एखादा पीजे तिला अचानक आठवे आणि मग ती एकटीच हसत बसे. रस्त्यावर लावलेलं साधं जाहिरातीचं होर्डिंग बघितलं तरी तिला हरीच्या कुठल्यातरी चमकदार वाक्याची आठवण येई. आखडलेले सांधे सरळ व्हावेत म्हणून अम्मा हातापायांची बोटं मोडताना दिसली, तरी तिला हरी आठवे. ट्रेनमध्ये बसल्या बसल्या तो असंच करतो. मासिकं चाळत असली तर कुठल्यातरी पानावरला कुणाचा तरी चेहरा थेट हरीसारखा... कुणी अनोळखी माणूस हसताना दिसला, तरी त्याचं हसू हरीसारखं... तो हसतो तेव्हा त्याचे डोळे केवढे लकाकतात!

एखाद्या दिवशी हरी आलाच नाही तर त्याच्याशिवाय एकटीनं प्रवास करणं अखिलाच्या जीवावर येई... दिवसभर कळ काढावी लागे. संध्याकाळी अखिलाच्या स्वागतासाठी हरी तिच्या आधी स्टेशनात हजर. लांबून तो नुसता दिसला तरी तिला आनंदाचं अनावर भरतं येई.

हा मूर्खपणा आहे.

अशी कशी वागतेस तू?

- अखिला स्वत:लाच दरडावत होती. सावध करत होती. हरी वयाने आपल्यापेक्षा

लहान आहे. तो कदाचित मोठ्या बहिणीच्या नात्यानेच इतक्या मोकळेपणाने वागत असेल आपल्याशी. दुसरं काही मनातही नसेल त्याच्या!

एका संध्याकाळी ट्रेनमध्ये फारशी गर्दी नव्हती. फर्स्ट क्लासच्या डब्यातल्या बहुतेक सगळ्या सीट्स रिकाम्याच होत्या.

बोलता बोलता हरी अचानक गप्प झाला.

"काय झालं?" - अखिलाला कळेचना.

"काही नाही."- तो म्हणाला.

"नाही कसं? एरवी तू असा गप्प कशाला बसशील? मला नाही का सांगणार?"- अखिला म्हणाली.

"अखिला, प्लीज!" - तो एकदम म्हणाला, "मला तू जे हे असं लहान भावासारखं वागवतेस ना, बस्स कर आता!"

"म्हणजे काय हरी? अरे, माझ्या लहान भावापेक्षाही लहान आहेस तू!"

"ते खरंय अखिला. पण म्हणजे मी काही बच्चा नाही, कळलं ना? हे असं किती दिवस चालू देणार आहोत आपण?" - हरीचा आवाज घायकुतीला आला होता.

"काय?" - अखिलाचं मन धसकलं. तिच्या आत कुठेतरी टोल पडला होता.

"तू माझ्याकडे एक पुरुष म्हणून पाहा अखिला, प्लीज! मी तुझा धाकटा भाऊ नाही. मी एक पुरुष आहे. मला तू आवडतेस. मी तुझ्या प्रेमात पडलोय"- हरीच्या मोकळ्या आवाजाला एक घोगरा बेस आला. बाकी कुणाच्या कानावर जाऊ नये म्हणून तो श्वास रोखल्यासारखा बोलत होता.

- अखिलाला खरं तर आनंद व्हायचा.

याच क्षणाची स्वप्नं रंगवली होती गेले कित्येक दिवस!

- पण स्वत:च्याही नकळत तिच्या आवाजाला कोरडी धार आली, "स्टॉप इट हरी! वाट्टेल ते बोलू नकोस. वेडेपणा करशील तर आपली मैत्री तुटेल. सारं संपून जाईल हरी... प्लीज!"

"संपून जाईल? काय?"- हरीला जवाब हवा होता.

"हरी..", ती शांत, समजुतीच्या स्वरात म्हणाली, "तू काय बोलतोयस, तुला तरी कळतंय का?"- स्टेशन जवळ येत होतं. आता थांबेलच ट्रेन याचा अंदाज घेऊन अखिला म्हणाली,

"असं काही झालं हे विसरून जाऊ आपण. हरी, प्लीज!"

"मी नाही विसरू शकत."

- हरीच्या आवाजातला थंड निर्धार पाहून अखिलाला वाटलं, आता एक क्षण इथे थांबलो तर रडू फुटेल!

अखिलाचं स्टेशन आलं.

ट्रेनचा वेग कमी झाला तशी अखिला उठली.

"प्लीज, विचार कर अखिला."- हरी कळवळून विनवत होता.

ती खाली उतरून प्लॅटफॉर्मवर चालायला लागली.

शेजारून सरकत्या ट्रेनच्या खिडकीतून हरी पुन्हा ओरडला, "विचार कर... प्लीज!"

सगळ्यांच्या नजरा अखिलाकडे वळल्या.

जणू काही झालंच नाही अशा घाईत ती स्टेशनातून बाहेर पडली.

दुसऱ्या दिवशी सकाळी सात-वीसची ट्रेन गाठण्याकरता तिने घराबाहेर पाऊल ठेवलं; तर रोजचा रॉकेलवाला कोपऱ्यावरूनच ओरडला,

"आजही कामावर चाललात? कळलं नाही का तुम्हाला?"

"काय? काय झालं?"- रस्त्यावर नेहमीइतकीही वर्दळ दिसत नव्हती. अखिलाला कळेना, झालं काय?

"पुरायची थलाईवर गेले. आज पहाटेच गेले ते. आता काय धुमशान होईल ते सांगता येत नाही. घरात पुरेसं सामान भरून ठेवा." रॉकेलवाला सांगत होता, "अण्णा दुराई गेले तेव्हा गावात दंगल उसळली होती. आज तर त्याहून भयंकर परिस्थिती होईल. एखादी गोष्ट हवी असेल तर विकत घ्या आणि अशाच्या अशा घरी जा. मी पण चाललोच आहे."

–आपली गाडी पळवत रॉकेलवाला वेगाने दिसेनासा झाला. अखिला पाहातच राहिली.

आता काय करायचं?

–क्षणभर तिला काही सुचेचना.

फरकॅप घालणाऱ्या आणि कायम काळ्या काचांचा गॉगल लावणाऱ्या त्या माणसाशी माझा काय संबंध?

पुरायची थलाईवर. क्रांतिकारक नेता. मुख्यमंत्री.

तो गेला म्हणून मी कामावर जायचं नाही, हा कुठला न्याय?

अखिलाचं डोकं भिरभिरलं.

आज सात-वीसची ट्रेन चुकवून कसं चालेल? आज जायलाच हवं. हरी वाट पाहील... त्याला सांगायचंय, तू माझ्या धाकट्या भावासारखाच राहा. 'मित्र' हो फार तर. पण बाकी कुठली अपेक्षा ठेवू नकोस. उगीच वेडा हट्ट धरशील तर आपल्यात जे आहे, तेही संपून जाईल.

अखिला स्टेशनकडे निघाली.

शेजारून जाणारा दूधवाला तिला पाहून थांबला.

"आज ऑफिसला जाऊ नका मॅडम. गावात फार गर्दी जमतेय. संध्याकाळपर्यंत माणसांचा पूर येईल."

अखिला रस्त्यातच भांबावून उभी होती.

तेवढ्यात खडे मीठ विकणारा आला.

"कधीतरी हे होणार ठाऊकच होतं. माझ्यासारख्या गरिबांचा वाली गेला. असा माणूस परत नाही मिळणार", त्या मीठवाल्याला हुंदका आवरेना. पाठीवरचं मीठाचं पोतं खाली ठेवून तो रडू लागला. "आता काय उरलं? थलाईवर गेले. आता कोण आम्हा गरिबांकडे बघणार?"

रेफ्रिजरेशन इंजिनियर होण्याकरता पॉलिटेक्निकमध्ये शिकणाऱ्या दूधवाल्याने अखिलाकडे पाहिलं. त्याच्या नजरेत स्पष्ट दिसत होतं,

"हे पाहा, हे असं होणार आता. रडत भेकत लाखो लोक एकत्र जमतील आणि एकच गोंधळ उडेल. त्या गर्दीवर काबू ठेवणं मुश्कील होईल. ऑफिसला जाण्याकरता निघाल तर वाटेतच अडकून पडाल. त्यापेक्षा इथूनच माघारी फिरा. घरी जा आणि दारं-खिडक्या बंद करून स्वस्थ बसा."

वाटेत किराणा आणि थोडी भाजी घेऊन अखिला घरी परत गेली. कोपऱ्या कोपऱ्यावर तरुण पोरांचे घोळके जमायला सुरुवात झालीच होती. अनेकांच्या हातात काठ्या दिसत होत्या. 'कोण हे? कुठून आले?' - अखिलाला आश्चर्यच वाटत होतं.

अचानक तिला आठवण झाली.

अखिलालाही भावना होत्याच.

तिलाही थलाईवरचे सिनेमे आवडत.

राजकीय नेता म्हणूनही अखिलाला थलाईवरबद्दल आदर होता.

पण ते गेल्याचं दुःख तिच्या व्यक्तिगत आयुष्यात इतकं आत घुसलं होतं की, आपल्या डोळ्यांत पाणी येतंय ते कुणासाठी?

थलाईवर गेले म्हणून?

की हरीचं काय झालं असेल या काळजीने?

- हेच तिला समजेना.

आपण कुणासाठी रडतो आहोत?

जो गेला त्याच्यासाठी?

की जो जिवंत आहे त्याच्यासाठी?

'कसा असेल हरी?-' अखिलाला काळजी लागली होती. 'आपण त्याचा पत्ता कसा विचारला नाही? निदान हरीच्या शेजारी राहणाऱ्या त्याच्या काकांचा फोननंबर?- हरीची खुशाली कशी कळणार?"

एकेक क्षण एकेका युगासारखा वाटत होता.

घरात बसून थलाईवरचं सुतक पाळता पाळता तिचा निश्चय ढासळला. निर्धार मोडून पडला. तिला हरी हवासा झाला. तो हवाच होता... तातडीनं. त्याला भेटणं.. त्याच्याबरोबर असणं याच्या इतकं महत्त्वाचं काही नाही. काहीच नाही.

हरी?

तो गेला असेल स्टेशनवर?

आपली वाट बघेल?

आपण दिसलो नाही म्हणून आपल्याला शोधत फिरेल?

आपली काळजी करेल?

अशा प्रसंगी जमाव वाट्टेल तसा वागतो. जुनं शत्रुत्व उकरून काढून हिंसक होतो.

डोळ्यांत खून उतरलेल्या जमावाचं हरीकडे लक्ष गेलं तर? तो 'नॉर्थ इंडियन' आहे हे त्यांना कळलं तर? ते हरीला घेरतील... मारतील.. त्याचं तोंड फोडतील???'

सर्वत्र शोकाचा सागर उसळला होता. दुःख इतकं तीव्र होतं की, कुणाला काही कळायच्या आत उद्रेक झाला. जमावाने दुकानं, बाजारपेठा पेटवून दिल्या. उरलासुरला माल लुटला गेला. विरोधी पक्षातले लोक भीतीने गांगरले होते. संतप्त जमावाला घाबरून अक्षरशः लपून बसले होते. थलाईवरच्या वियोगाचं दुःख इतकं तीव्र होतं की, त्या भरात अनेकांनी स्वतःला जाळून घेतलं.

वर्तमानपत्रांची पानंच्या पानं याच बातम्यांनी ओसंडून वाहात होती. थलाईवरनं काम केलेल्या सिनेमातल्या गाण्यांचे कार्यक्रम रेडिओवर अखंड सुरू होते. निवेदक सारखं थलाईवरचं नाव घेत होता. मक्कल थैलगम. पब्लिकच्या गळ्यातला ताईत. सुपरस्टार!

थलाईवरच्या मृत्यूनंतर आठवडाभरात वातावरण निवळलं. सगळे व्यवहार हळूहळू सुरू झाले.

संधी मिळाली, त्या पहिल्या सकाळी घाईघाईने घरातलं आवरून अखिला स्टेशनच्या दिशेने धावत सुटली. ट्रेन प्लॅटफॉर्मला लागते न् लागते तोच फर्स्ट क्लासच्या डब्यात घुसली...

तर समोर हरी.

अखिलाला पाहताच प्रसन्न हसत तो उठून उभा राहिला.

तिला वाटलं, धावत जाऊन झोकून द्यावं स्वतःला त्याच्या मिठीत!

ती सावकाश चालत त्याच्या जवळ गेली. श्वास वेगात चालत होता. खूप बोलावंसं वाटत होतं, पण शब्द सापडत नव्हते. काय बोलावं? काय करावं?

- समोरच्या सीटवर बसण्याऐवजी ती स्वतःच्याही नकळत हरीच्या

शेजारी बसली.

“बदलला निर्णय?”- त्याने सूचक प्रश्न केला.

अखिलाने मान हलवली.

जे वाटत होतं; ते शब्दात मांडण्याची हिंमत होत नव्हती.

‘मग? आता?” आनंदाने वेडावलेला हरी हलकेच तिच्या कानात कुजबुजला.

अखिलाने त्याच्याकडे पाहिलं.

त्याच्या एकाही प्रश्नाला तिच्याजवळ उत्तर नव्हतं. “आता काय? -कोण जाणे! कसं कळणार?”

तिने पुन्हा हरीच्या डोळ्यांत पाहिलं.

तिथे जे दिसलं, ते पुरेसं होतं. कुणाही स्त्रीला आणखी काय हवं असतं पुरुषाकडून?

ती आनंदली.

दोघं एकमेकांशेजारी बसून राहिले.

नि:शब्द!

दोघांची शरीरं एकमेकांना बिलगली होती. मनात उठलेलं आनंदाचं वेडं तुफानाभोवती भिरभिरत होतं. लाखो काजव्यांनी भोवती फेर धरावा तसा मुकाट लखलखाट...

त्यांच्या नात्याला नवी पालवी फुटली.

शब्द सुचेनासे झाले. दुरावा सोसेनासा झाला. साध्या नजरा-नजरीला अर्थ फुटले. सहज झालेल्या नकळत्या, निसटत्या स्पर्शातून ठिणग्या पडू लागल्या. भुकावली शरीरं आक्रोश करू लागली... ‘मला घे ना घट्ट मिठीत! जवळ घे मला... प्रेम कर!’

रोज संध्याकाळी हरी अखिलाच्या ऑफिसात तिला घ्यायला येई. मग स्टर्लिंग रोडवरून दोघे रमत-गमत चालत राहात. हळूहळू दोघांमधलं अंतर आटलं. हातांत हात गुंफले गेले.

एका संध्याकाळी चालता चालता हरीने सहजच तिच्या कंबरेभोवती हात टाकला. त्याच्या चालत्या शरीराची धग तिला भिडत होती. उघड्या कंबरेवरच्या त्याच्या बोटांचा दाब वाढत होता. अखिला सुखावली. तिला वाटलं त्याच्या बाजूला वळावं आणि घट्ट मिठी घालावी... या क्षणी फक्त आपण दोघं आणि आपली मिठी... बाकी सारा रस्ता अदृश्य व्हावा.

अचानक एक सायकलवाला पोलीस त्यांच्या शेजारून झपकन् पुढे गेला. संशयाने थांबला.

मागे येऊन त्याने हातातली काठी अखिलाकडे रोखली आणि हरीला

दरडावून विचारलं,

"कोण?"

संध्याकाळच्या त्या अंधारात हरीच्या गळ्यावरली गळघाटी मागेपुढे हलताना अखिलाला दिसली. स्वत:ला सावरून, भीतीचा आवंढा गिळत हरी पटकन त्या पोलिसाला म्हणाला,

"माझी बायको."

पोलिसाने अखिलाकडे निरखून पाहिलं. काळे मणी लावलेल्या गळ्यातल्या सोन्याच्या साखळीकडे त्याचं बारीक लक्ष आहे हे अखिलाला कळत होतं. मंगळसूत्र नाही.. पण मंगळसूत्रासारखी सोनसाखळी! बाई पाहाताच तिच्या गळ्यावर रुतणाऱ्या लोकांच्या नजरा परतावण्यासाठी अखिला गेली अनेक वर्षं ती साखळी घालत होती.

"ही तुमची बायको? नक्की?"

पोलीसवाल्याच्या आवाजातला अविश्वास आणि नजरेतला छद्मी विखार अखिलाला टोचला.

हरी 'बायको' का म्हणाला?

मोठी बहीण.. आत्या.. शेजारीण.. असं काहीतरी सांगायचं!

"हे पहा.."- पोलीस दोघांना दरडावून म्हणाला, "तुम्ही दोघे खरंच नवराबायको असाल, तर इथे रस्त्यावर चारचौघांत चाळे करायची गरज नाही; कळलं? मुकाट घरी जा.. आणि चार भिंतींच्या आत खुश्शाल काय तो धिंगाणा घाला."

त्यानंतर काही दिवस अखिला आणि हरीला ट्रेनमध्ये एकमेकांच्या शेजारी बसायचाही संकोच वाटत राहिला. मग हळूहळू लोकांच्या नजरेत येणार नाही, कायद्याची घडी मोडणार नाही अशा 'सुरक्षित जागां'चा शोध सुरू झाला.

शहरातल्या प्रेमी युगुलांप्रमाणे समुद्रकिनारे आणि बागांमधल्या झाडांखाली भेटण्यावाचून पर्याय नव्हताच. संध्याकाळच्या अंधारात, झाडाझुडपांच्या आड, पदराच्या आडोशाने त्यांचं प्रेम बहरलं. त्यांच्यामधला मुक्त, खळाळत्या मैत्रीला चोरट्या प्रेमाचा अवघडला संकोच चिकटला.

शरीरांचे खेळ सुरू झाले.

अखिलाच्या शरीराने आसुसून हरीला कवेत घेतलं. त्याचे लाडकोड पुरवले. इच्छा पुरवल्या. भूक भागवली. हरीपेक्षा वयाने मोठ्या असलो; तरी आपलं शरीर त्याला पुरे पडण्याएवढं घट्टमुट्ट तरुण आहे हे जाणवून अखिला सुखावली.

सुरुवातीला सगळंच चुटपुटतं होतं.

अर्धवट. अधमुरं.

हलकीशी मिठी. निसटतं चुंबन.

उत्कट क्षणाशी पोचण्यापूर्वीच संस्काराचे बांध घातलेला प्रणय.

तेवढ्यापुरतं सुख वाटे. पण निरोप घेऊन घरी परतताना वाढलेल्या भुकेने दोन्ही शरीरं कासावीस होत.

चाळवली जात.

ही चाळवलेली उत्तेजना त्यांना वेड लावी.

सकाळी पुन्हा भेटेस्तो धीर निघत नसे.

साधा श्वास घेणंसुद्धा मुश्कील होऊन जाई.

अखिलाला वाटे, दोघांनीच जावं कुठेतरी आणि एक रात्र.. निदान एक रात्र मिळून घालवावी. उपभोगावी. पहाटेपर्यंत तिला हरीच्या कुशीत झोपायचं होतं. सकाळची त्याची शिळी दाढी आपल्या गालांवर टोचून घ्यायची होती. हरीबद्दल कितीतरी गोष्टी तिला माहीत नव्हत्या- तो झोपतो कसा? उजव्या कुशीवर की डाव्या? अंघोळीच्या आधी दात घासतो? की नंतर? सकाळच्या कॉफीत त्याला किती चमचे साखर लागते? वर्तमानपत्राचं पहिलं पान तो आधी वाचतो की शेवटचं? पडल्या पडल्या त्याला झोप लागते की, बिछान्यात खूप वेळ तळमळत असतो?

त्यांनी लग्न करायचं ठरवलं.

हरी म्हणाला, ''फक्त एक अडचण आहे. धाकट्या बहिणीचं लग्न होईपर्यंत आपल्याला थांबावं लागेल.''

हरीच्या बहिणीसाठी स्थळं बघणं चालूच होतं. दोनेक महिन्यांत तिचं शिक्षण संपलं की, लगेच लग्नच!

-अखिलाने हरीची अडचण समजून घेतली.

मोठ्या भावाची काहीतरी भानगड चालू आहे असा नुसता सुगावा लागला, तरी हरीच्या बहिणीला स्थळं मिळणं मुश्कील होईल, हे तिलाही समजत होतं.

''नक्की ना हरी? नक्की ना?''- कधी कधी तिला रडू फुटे; पण तोवर हरी तिचे हुंदके आपल्या जीभेने ओढून घेई.. मनातल्या शंकेचा जाळ तिच्या शरीराशी लुचत लुचत चोखून घेई.

हरीचा एकोणतिसावा वाढदिवस जवळ आला होता. मरीना बीच पार्कच्या एका अंधाऱ्या कोपऱ्यात दोघं बसले होते. समोर अस्ताला जाणारा सूर्य आणि तिच्या साडीत घुसलेला अवखळ वारा.

प्रेमात पडण्याआधी अखिला आणि हरी वाट्टेल त्या विषयावर तासन्तास बोलू शकत. पण आता मात्र नेहमीच्या शब्दांना वेगळे अर्थ चिकटले होते. अखिला मोजूनमापून, काळजीपूर्वक, शब्द निवडून बोलायला शिकली होती. उगीच एखादा वेडावाकडा शब्द निघून गेला तोंडातून.. आणि सारंच बिनसलं तर?

हरीबद्दल आपल्याला काय वाटतं? आपल्या प्रेमाचा अर्थ काय?- हे सांगण्याचा.. मनापासून सांगण्याचा तिने अनेकदा प्रयत्न केला. ती असलं काही बोलायला लागली की, हरी शून्य नजरेने तिच्याकडे पाहात बसे. लोकं प्रेमात पडतात. लग्न करतात. एकत्र राहातात; संपलं! त्यात एवढं चिकित्सा करण्यासारखं, विश्लेषण करून समजून देण्या-घेण्यासारखं काय आहे तेच त्याला कळत नसे. अखिला मात्र रोज काहीतरी बोलायला सुरुवात करी आणि भलतीकडे भरकटत जाऊन स्वत:च अस्वस्थ, दुखरी होई.

"तू फार विचार करतेस, अखिला!"

त्या संध्याकाळी अखिलाच्या नजरेत तरंगणारी अनाम भीती हरीला जास्तच जाणवली. आपल्याला असं विचित्र, कोंडल्यासारखं का वाटतंय हे खुद्द अखिलालाच समजत नव्हतं. सांगता येत नव्हतं. खरं तर आत्ता आपण आनंदी असायला हवं, हे तिला समजत होतं. तरीही अनावर प्रेमाच्या अबोल दडपणाखाली ती तशीच गुमसुम बसून राहिली.

"माझ्या वाढदिवसाला मला काय देशील?"- हरीने खट्याळ नजरेने विचारलं.

"सांग ना तूच! तुला काय हवं?"

अखिलाच्या उघड्या कोपरावरून नखाची बारीक रेघ फिरवत हरी म्हणाला, "मला जे हवंय, ते तू नाहीच देणार बहुधा."

"चेष्टा नको करू हरी. सांग ना, प्लीजऽऽ काय हवंय तुला?"- अखिलाची कळी जरा उमलली होती.

"माझ्यापुढे कपडे काढून तशीच.. नग्न.. उभी राहशील? आय वॉन्ट टू सी यू नेकेड!"

बेसावध गाठून कुणीतरी खाडकन् मुस्काटीत भडकावल्यासारखी अखिला एकदम तिरमिरलीच. कोण बोलत होतं ते?... अर्धवट वयाचा बालिश मुलगा.. मुलगाच! पुरुष असता तर त्याच्या प्रौढ जाणिवा असं भलतं सलतं बरळल्या नसत्या कदाचित!

"हे बघ, या वीकएण्डला माझ्याबरोबर येशील अखिला? प्लीज! महाबलीपुरमच्या रस्त्यावर एक मस्त बीच रिसॉर्ट आहे. आपण शुक्रवारी संध्याकाळी जाऊ. रविवारी रात्र व्हायच्या आत घरी परत.,"- हरीच्या मनात सगळी योजना तयारच होती. "माझ्या वाढदिवसाला एवढंच दे फक्त अखिला.. मला राहायचंय तुझ्याबरोबर."

अखिला गप्पच बसली.

हरी शेवटी काकुळतीला आला.

तऱ्हातऱ्हांनी तिला सांगत, विनवत राहिला.

अखिलाच्या मनावरलं प्रेमाचं ओझं वाढतच चाललं होतं. हरीच्या नजरेतला

व्याकुळ आग्रह ती मोडू शकली नाही.

अखिला 'हो' म्हणाली.

दोन दिवसांनी अखिलाने अम्माला सांगून टाकलं.

-या शनिवारी-रविवारी मी घरी नाही. ऑफिसमधल्या लोकांबरोबर सहलीला चाललेय.

"आम्ही सगळे म्हैसुरला जातोय."

-खोटं बोलणं इतकं सोपं असतं या जाणिवेने अखिलाला आश्चर्यच वाटलं.

"अगं, पण ना नात्याचे ना गोत्याचे, अशा लोकांबरोबर तू एकटी जाणार?"- अम्माने शंका काढलीच, "आधी तुझ्या भावांना विचार बाई. त्यांनी दिली परवानगी तर खुश्शाल जा."

"अम्मा, मी त्यांची मोठी बहीण आहे"- अखिला चिडलीच, "मी कशाला त्यांची परवानगी घेऊ?"

"तू मोठी असलीस तरी ते घरातले पुरुष आहेत, कळलं ना?"- अम्माच्या चेहेऱ्यावर तिचा ठाम नकार स्पष्ट दिसत होता.

"हा मूर्खपणा आहे अम्मा. मी त्यांची परवानगी घ्यायला मुळीच जाणार नाही. त्यापेक्षा मी ही सहलच रद्द करते. नाही गेले म्हैसुरला तर काय लगेच मरत नाही मी.."- अखिला रागाने तणतणत अम्मासमोरून निघून गेली.

दुसऱ्या दिवशीची सकाळ उजाडली ती घुश्श्यातच! अखिला एका अक्षराने बोलली नाही. या अबोल्याचा अम्मावर कसा परिणाम होतो, हे तिला चांगलं ठाऊक होतं.

"हे बघ, तू ज्यांच्याबरोबर सहलीला जायचं म्हणतेयस, त्या लोकांवर तुझा विश्वास असला तर माझी हरकत नाही,"- शेवटी न राहवून अम्मा म्हणाली, "पण जपून राहा. नीट काळजी घे. एकटी बाई तू. जरा जरी सैलपणा दिसला तरी लोकं लगेच अर्थ काढतात भलभलते.. कळलं ना?"

'अम्मा, माझं प्रेम आहे त्या मुलावर..'

अखिलाला वाटत होतं, सांगून टाकावं अम्माला खरंखरं काय ते..

तो मुलगा आपल्या नरसीच्या वयाचा आहे अम्मा, पण माझ्यावर वेड्यासारखं प्रेम करतो. तुला आठवतं, अप्पा कसे फिदा होते तुझ्यावर?– तसा. तस्साच अम्मा. तो वेडा आहे माझ्यासाठी. मी त्याच्याबरोबर निघालेय. आम्ही दोघे समुद्रकिनाऱ्यावरच्या एका रिसॉर्टमध्ये राहणार आहोत. त्याने मुद्दाम पौर्णिमेची रात्र निवडलीय. त्याला माझ्याबरोबर पौर्णिमेच्या रात्री वाळूत बसायचंय. चांदण्यात न्हायचंय. तो अप्पांइतकाच रोमॅन्टिक आहे, अम्मा. त्याच्या सहवासातलं सुख सांगू नये इतकं अपार असतं. मी 'स्त्री' आहे हे विसरूनच गेले होते. त्याने फुलवलंय

माझ्यातलं स्त्रीत्व. तू नाही म्हणशील अम्मा? विरोध करशील आमच्या प्रेमाला?

पण हे सारं कसं सांगणार अम्माला?

सांगूनही ती ते समजून घेऊ शकली नसतीच.

अम्माच्या जगाची रीत वेगळी होती. कायदेकानून कडक होते. पुरुषांनी आपल्याहून लहान वयाच्या स्त्रीशीच लग्न करायचं, हा प्रमुख नियम. लग्नाची पवित्र मोहर लागल्यानंतरच स्त्रियांनी आपलं शरीर पुरुषाला अर्पण करायचं हा दुसरा. जो आपला नवरा नाही अशा पुरुषाबरोबर सहलीला जाण्याचं स्वातंत्र्य अम्माच्या जगातल्या स्त्रियांना नव्हतं. त्यांना 'इच्छा' काय असते, 'काहीतरी हवंसं वाटतं' म्हणजे काय होतं, हेच ठाऊक नव्हतं.

पौर्णिमेच्या त्या रात्री खरंच परातीएवढा चंद्र आकाशात उगवला

जणू त्या दोघांसाठीच.

अखिला आणि हरी.

समोर चांदण्यात भिजलेल्या समुद्राच्या लाटा चांदीच्या फेसाळत्या रसासारख्या किनाराभर पसरलेल्या.. ते दोघं एकमेकांना बिलगून कितीतरी वेळ किनाऱ्यावरल्या वाळूत बसलेले..

अखिलाला वाटलं, याहून अधिक सुखाचा क्षण कसा असेल?- हाच!

खूप वेळाने दोघे त्यांच्या झोपडीकडे परतले. किनाऱ्यावरली ती देखणी झोपडी आज 'त्यांची' होती.

आजूबाजूच्या झोपड्यांमध्ये चाललेली ग्लासांची किणकिण आणि पुरुषी हसण्याचा खसफसाट अखिलाला ऐकू येत होता.

"मी थोडंसं ड्रिंक घेणारेय. तुला चालेल ना?"- हरीने तिची परवानगी विचारली.

'आजकाल सगळीच तरुण मुलं घेतात. त्यात काय झालं?'

अखिला म्हणाली, "प्लीज, घे ना तू!"

'नको' म्हटलं तर परत हरी तक्रार करील, 'उगीच ताईगिरी गाजवू नकोस'.. आणि मग सारा रंगच बिघडेल, ही भीती होतीच.

हळूहळू त्या चार भिंतींतल्या एकांताची अवघड सुरकुती अखिलाच्या अंगावर चढू लागली. 'मी इथे कशी आले? का आले?' तिच्या धुंदावल्या डोक्यात नव्या प्रश्नांचा धिंगाणा सुरू झाला..

हरीने सिगरेट पेटवली. हातातला ग्लास घेऊन तो सहज उठला आणि बाहेर बाल्कनीत जाऊन उभा राहिला.

अखिलाने आतला दिवा विझवला.

तीही हरीच्या शेजारी बाल्कनीत उभी राहिली. पौर्णिमेचा मंद चंद्रप्रकाश झरत होता. चांदण्यात भिजलेला हरीचा नि:शब्द सहवास...

स्वत:चं ओघळतं मन सावरीत आणि साडीचं टोक पावलांशी खेचत अखिला बिछान्यात शिरली.

हरी आला.

तिच्या शेजारी बसला.

त्याच्या श्वासांमधले अल्कोहोलचे मादक तरंग क्षणात तिच्यापर्यंत पोचले. त्या अनोळखी, उत्तेजक वासाने तिचा श्वास फुलला.

''अखिला असं काय?''- हरी लाडाने तिच्याजवळ जात म्हणाला, ''माझ्या वाढदिवसाची भेट?''

''म्हणजे..?''- उत्तर माहीत असलेला प्रश्न नकळत अखिलाच्या तोंडून निसटला.

''तुला माहितेय अखिला..''- हरीच्या आवाजातली खर वाढली होती.

अखिला एकेक कपडा उतरवत राहिली.

हरी अनिमिष नजरेने खुळावल्यासारखा तिच्या उघड्या होत जाणाऱ्या शरीराकडे पाहात होता.

त्या रात्री त्यांनी पहिल्यांदा संभोग केला.

आधीसारखे अर्धवट, चुटपुटते खेळ नव्हेत... शरीरांचं संपूर्ण मीलन!

वेदनांचा डोंब उसळला तशी अखिला कळवळली.. पण तशीच धुंदीत हरीबरोबर वाहात राहिली...आणि हलकेच अत्युच्च सुखाच्या लाटांवर झुलली... हिंदकळली!

सकाळी अखिलाला जाग आली.

हरी अजून गाढ झोपेत होता.

चांगलीच वर आलेली उन्हं बंद खिडकीतून आत घुसली होती. त्या फटफटीत उजेडात चुरगळलेल्या पलंगावरच्या दोन नग्न शरीरांकडे अखिला पाहातच राहिली. एकमेकांत गुंतून चादरीच्या बोळ्यात गुरफटलेले दोघांचे चार पाय, पलंगाजवळची शिळी फुलं आणि रात्रीच्या अनावर आवेगात हरीने ओरबाडून जमिनीवर फेकलेले दोघांचे कपडे..

हरी शांत झोपला होता. त्याचा चेहरा किती प्रफुल्लित...

खोलीतल्या आरशात स्वत:च्या डोळ्यांभोवतीची काळी वर्तुळं आणि गळ्यावरल्या सुरकुत्या अखिलाला दिसल्याच. ती ओशाळली. गेलेल्या दिवसांच्या, सरलेल्या तरुण वर्षांच्या खुणा तिच्या शरीरावर कायमच्या व्रणासारख्या उमटल्या होत्या.

कशी दिसेल आपली जोडी?

एक उमदा तरुण आणि एक वय उलटलेली, सुरकुतलेली, निबर, प्रौढ बाई.

आत्ताच हे असं विजोड.

दिवस उलटतील तसं सारंच बिघडेल. दोघांमधलं इतकं अंतर कसं सांधणार मग?

काल रात्री समुद्रावरून परतताना कानावर आलेली कुजबुज अखिलाला पुन्हा आठवली.

"ती त्याची मोठी बहीण असणार, नक्की."

"मोठी बहीण कशी? अशा हॉटेलात राहायला कुणी बहिणीबरोबर येतं का?"

"नवरा समाधान नसेल देत म्हणून हा तरुण पोरगा लावला असेल गळाला. मजा मारण्याकरता या बायका वाट्टेल ते करतील."

"तेवढाच चवीत बदल.."

कानावर आलेल्या या असल्या चुटपुटल्या, बोचऱ्या शब्दांनी तेव्हाच अखिलाचा चावा घेतला होता. हरी सोबतच्या बिछान्यातल्या नग्न पहाटे त्या शब्दांनी अखिलाला पुन्हा दंश केला.

त्या संध्याकाळी हरीच्या हातात हात घालून फिरताना हटकणारा तो पोलीसवाला.. बागेत, हॉटेलात, सिनेमा थिएटरच्या अंधारात, रेल्वेच्या डब्यात कुठेही बसलं तरी कुत्सित हसणाऱ्या लोकांच्या नजरा... त्या नजरेतला स्पष्ट संशय आणि टोमण्यांमधला उघड दंश..

आयुष्यभर हेच वाट्याला येणार.

काहीही बदलणार नाही.

'खरंच, हे हवंय आपल्याला?'- अखिलाने स्वत:लाच चाचपून पाहायला सुरुवात केली.

खरंच हवंय?- ही सततची भीती, लोकांच्या नजरेतून बोचणारा विखार, चारचौघांत वावरताना सततचा अवघडलेपणा आणि न पेलवणाऱ्या नात्याच्या भविष्याची टांगती तलवार?

आपण त्याच्याहून वयाने कितीतरी जास्त.. त्याच्या आधी म्हाताऱ्या होऊ.. त्याने दिलं सोडून तर? अजून काही वर्षांनी या सुरकुतलेल्या प्रौढ नात्याचं त्याला ओझं वाटलं तर? भावनेच्या भरात घेतलेल्या मूर्ख निर्णयाचा पश्चात्ताप झाला तर? न पेलवणाऱ्या या प्रेमाच्या ओझ्याखाली दबून काढला जन्म तर? अखेरीस काय उरेल आपल्या हाती?- कदाचित आपला स्वाभिमानही आपण गमावून बसू..

अखिलाने हरीला डोळे भरून पाहून घेतलं.

तो उजव्या कुशीवर झोपतो.

सकाळी उठल्या उठल्या पाठीवर वळून हातपाय लांबवून आळस देतो.

नंतर दात घासणं.

आधी डाव्या गालाची दाढी. मग उजव्या.

दाढी झाली की, अंघोळ.

मग चांगले दोन चमचे साखर घातलेली कडक कॉफी.

हरीने पेपर उचलला की, त्यातलं खेळाचं पान तो आधी वाचतो. मग पहिल्या पानावर नुसती नजर.

दिवसभर अखिला हरीच्या मागे मागे सावलीसारखी वावरली. रात्री बिछान्यातलं त्याचं प्रेम तिनं भरभरून पिऊन घेतलं आणि प्रेम करून झाल्यावर लगेच झोपून जाणाऱ्या हरीकडे तर ती किती वेळ बघत राहिली.

शांत झोप.

पाळण्यातल्या बाळासारखी.

परतीच्या प्रवासात ट्रेनमध्ये अखिला गप्पच होती. शेवटी उचंबळल्या मनाने हरीचे हात हातात घेऊन ती म्हणाली,

"हरी, ही आपली शेवटची भेट. गुडबाय."

हरीचा तृप्त चेहरा एकदम धक्का बसल्यासारखा कळवळला.

"काय झालं अखिला? असं काय बोलतेस? माझं काय चुकलं? काय चुकलं अखिला?"

"सगळंच चुकलंय हरी," - अखिला शांतपणाने म्हणाली, "इतके दिवस मी स्वत:ला समजावत होते, सगळं नीट होईल. आपल्यामधलं वयाचं अंतर आपण प्रेमाने भरून काढू. पण ते इतकं सोपं नाही हरी, खरंच सोपं नाही. आपण दोघं बरोबर असतो तेव्हा सगळ्यांच्या नजरेतले प्रश्न मला खुपतात - इतक्या प्रौढ, जून बाईबरोबर एवढा तरुण, कोवळा मुलगा? - या नजरा नाही मला सहन होत, हरी. मी तुझ्यापेक्षा खूप मोठी आहे, म्हातारी आहे हे नाही मला विसरता येत. तू तरुण आहेस हरी. तू तुझ्या वेगाने जगत पुढे निघून जाशील. मी एकटी मागे राहीन. हे असलं नातं कसं निभावणार आपण? काही वर्षांनी तू मला दुरावशील, माझ्याशी जखडून घेतल्याचा तुला पश्चात्ताप होईल, वैताग येईल अशी भीती सारखी माझ्या मनात सरपटत राहते. असं झालं तर शेवटी काय उरेल माझ्यापाशी? ना तू, ना माझे नातेवाईक."

"झालं बोलून?"

- हरी वैतागला होता. दुखावला होता. रागावला होता. पण अखिलाने सूत्र सोडलं नाही. पक्क्या निर्धाराने, वडिलकीचा अधिकार गाजवल्यासारखी ती म्हणाली,

"हो, झालं बोलून. संपलं सगळं. मी पुन्हा कधीही तुला भेटणार नाही. प्लीज, तूही माझ्या ऑफिसमध्ये येऊ नकोस. फोनही करू नकोस. तू हट्ट केलास तर मला

हे शहर सोडून जाण्यावाचून दुसरा पर्याय उरणार नाही. माझं प्रेम आहे तुझ्यावर, हरी. तुझी जागा कधीच कुणी घेऊ शकणार नाही. पण.... इथेच थांबूया आपण.''

''अखिला प्लीज... मला एक संधी तर दे''- हरी कळवळत होता.

पण त्याच्याकडे पाठ फिरवून अखिला उठली आणि एकदाही मागे वळून न पाहता दुसऱ्या डब्यात निघून गेली.

...स्टेशन आल्यावर उतरून गेली.

त्या रात्री अखिलाने कॅथरीनला पत्र लिहिलं.

दोघींमध्ये पत्रव्यवहार चालू होताच अधूनमधून. पण अखिलाने आपल्या पत्रात हरीबद्दल एक शब्दसुद्धा कधी लिहिला नव्हता.

त्या रात्री अखिला भरभरून लिहीत राहिली.

अनावर प्रेमाचा तो थरार, त्याच सुखाला घेऊन आलेली काळजी आणि अखेरीस पदरात उरलेलं न पेलवणारं दु:ख! नक्की काय झालं? मी कशी वागले? का वागले?... हे सारं कॅथरीनला समजावं म्हणून अखिला स्वत:लाच चाचपडत... शोधत... प्रश्न विचारत... उत्तरं लिहीत राहिली.

'खरंच, कॅथरीन घेईल का समजून? तिला पटेल का आपली बाजू? आपल्या जागी ती असती तर कशी वागली असती?' - या प्रश्नांनी भंडावलेली अखिला अखेर थकून झोपी गेली.

सकाळी उठल्यावर तिचं तिलाच भान आलं.

कॅथरीन कितीही जवळची मैत्रीण असली तरी तिला नाही सांगता येणार हरीबद्दल. नाहीच. नकोच सांगायला.

रात्री एवढ्या कष्टाने लिहिलेलं पत्र अखिलाने फाडून फेकलं. ऑफिसात फोन केला. ''अम्मा फार आजारी असल्यामुळे मी येऊ शकत नाही,'' असं सांगून सरळ दोन आठवड्यांची रजा टाकली.

अम्माला काय सांगणार?

''रजा खूप साठली होती, ती संपवायला हवी,'' असं सांगून तिने तोही प्रश्न मिटवला.

पंधरा दिवस विश्रांती घेतली.

स्वत:ला नीट सावरलं... तिचे आणि हरीचे सारे क्षण गोळा करून एकीकडे ठेवून दिले.

सुटी संपली त्या दिवशी अखिलाने लवकरची ६.५५ ची ट्रेन पकडली आणि ऑफिसातून परतताना नेहमीची सोडून उशिराची.

त्या दोघांच्या प्रवासाच्या वाटा कधीही एकमेकांच्या पायांत आल्या नाहीत.

कधी स्टेशनवरच्या गर्दीत अखिलाला अचानक एखाद्या गोबऱ्या गालाची

कोवळी कड दिसे... किंवा भरपूर केस असलेल्या डोक्याचा 'तो' आकार... क्षणात तिच्या काळजात कळ उठे.. हरी!

पण प्रत्यक्षात तो हरी नसेच.

तो तिला कधीच दिसला नाही.

दिसला असता; तरी त्याच्याकडे पाहून न पाहिल्यासारखं करीत अखिलाने आपला रस्ता धरला असता.

***

सुसाट धावणाऱ्या ट्रेनच्या धडधडत्या बर्थवर पाय पोटाशी घेऊन झोपलेली अखिला टक्क जागी होती. अचानक एकुटपणाची एक विचित्र सावली घेरून आली. हरीची साथ सोडली हे चुकलं का आपलं? की जे केलं ते बरोबरच होतं? तो इतका कळवळत होता, आपण का तोडून टाकलं त्याला? का 'नाही' म्हणालो? आता आयुष्यभर वाटत राहणारा हा पश्चात्ताप कसा झटकू शकणार आहोत आपण?

...कदाचित आपल्याही नशिबात सुख लिहिलं असेल. जे गेलं ते संपलं. हातून सुटलं. इतकं सोसून झालंय आता की, येणारे दिवस आपल्यासाठी सुखाचा श्वास घेऊन येतीलही कदाचित. अजून आयुष्य नाही सरलेलं. फार उशीरही नाही झालेला.

अखिला स्वत:लाच समजावत होती.

एक संधी हातून निसटली खरी,

पण दुसरी येईलच.

जानकीआजी आणि मार्गारिटलाही आयुष्यानं नवा डाव मांडू दिला; तसा आपल्यालाही....

अखिला अचानक दचकली.

दुसरी संधी आली होती....

तिला आठवलं.

ती 'संधी' आहे, हे तेव्हा कळलं मात्र नाही...

***

पाच वर्षांपूर्वी अम्मा गेल्यावर अखिलाचं आयुष्यच एकदम थबकल्यासारखं झालं. आता काय करायचं? एकटीनं कसं जगायचं?

घरात खूप चर्चा झाल्या.

शेवटी असं ठरलं की, अखिलाने बदली मागून घ्यावी. एकतर त्रिचीला किंवा

मग बंगलोरला. त्रिचीला नरसीबरोबर राहावं किंवा बंगलोरला पद्माजवळ. नारायणची दर वर्षाने बदली होणार, त्यामुळे त्याच्याबरोबर राहायला जाण्याचा प्रश्नच नव्हता.

अखिलाच्या सेक्शन सुपरिटेंडंटने सूत्रं हलवली आणि तिच्या बदलीची ऑर्डर आली.

आता अबात्तूममधला मुक्काम हलवून बंगलोरला पद्माकडे राहायला जायचं.

सोपं होतं.

आपल्या वस्तू बॅगेत भरायच्या आणि घराची किल्ली नारायणच्या स्वाधीन करायची. घर भाड्याचंच होतं. घरातलं सामान नारायण आणि नरसीच्या संसारात वाटून गेलं की, खेळ संपला.

संध्याकाळी उशिरापर्यंत धडपडून आतल्या खोलीतलं स्टीलचं कपाट अखिलानं आवरलं. ते कपाट घरी आलं; तो दिवस अखिला अजून विसरली नव्हती. 'सगळ्यांच्या घरी गोदरेजचं कपाट असतं; तसं आपल्यालाही हवं,' म्हणून अम्माने अप्पांजवळ कधीचा हट्ट धरला होता. लग्नात माहेराहून मिळालेल्या लाकडी कपाटाकडे एक नाराज कटाक्ष टाकून ती म्हणे, ''गोदरेजचं नसलं तरी चालेल. एखादं स्वस्तातलं घेऊ आपण, पण स्टीलचं कपाट असलं म्हणजे नवे कपडे, तुमची कागदपत्रं... सगळं कसं नीट राहील...''

शेवटी हप्त्यांनी कपाटं विकणारं एक फर्निचरचं दुकान अप्पांनी शोधून काढलं. डिपॉझिट भरावं लागणार नव्हतं. सहा हप्त्यांची रक्कम फक्त एकदम भरायची आणि कपाट घरी घेऊन जायचं. उरलेले पैसे अठरा महिन्यांच्या हप्त्यात भरायचे.

स्टीलचं ते मोठ्ठं कपाट घरी आलं तेव्हा सगळी मुलं आपापल्या वस्तू घेऊन धावली. पण खुशीने वेडावलेल्या अम्माने लटक्या रागात सगळ्यांना दटावलं, ''तुमचा पसारा ठेवायला हे काय जुनं कपाट आहे का? या कपाटात आपण फक्त नव्या वस्तू ठेवू. माझ्या सिल्कच्या साड्या... अप्पांचे शर्ट... त्यांचे कामाचे कागद...''

कपाटाला एक लॉकरही होता.

त्यात अप्पांनी त्यांची कागदपत्रं ठेवली आणि ''कुणीही या लॉकरला हात लावायचा नाही'' असं फर्मान काढलं.

अप्पांच्या मृत्यूनंतर तो लॉकर अखिलाच्या ताब्यात आला.

अख्खं कपाट आवरून झाल्यावर अखिलाने लॉकर उघडला. आपल्या 'सर्व्हिस रेकॉर्ड'ची महत्त्वाची फाईल बाहेर काढली.

फायलीच्या खाली एक तपकिरी रंगाचं पाकीट होतं. अखिलाने ते उघडलं.

नववर्षाची पाच ग्रिटिंग्ज.

दरवर्षी हरीने आठवणीने पाठवलेली.

- अखिला भरल्या डोळ्यांनी पाहात राहिली.

काय करावं?

फेकून द्यावीत का आता?

इतकी वर्षं कशाला ठेवली जपून, कोण जाणे!

पाच वर्षांपूर्वीचं 'पहिलं' ग्रिटिंग अखिलानं सहज उघडून पाहिलं. सगळीकडे हरी.. हरी.. हरी लिहिलेलं. सर्वत्र त्याच्या सह्या. नंतर दरवर्षी नेमाने केलेली आर्जवं. परत बोलावणं. हाका. पण अखिलानं सारं मनाआड केलं. एकदा विषय संपला तो संपला, पुन्हा नको! दरवर्षी ती स्वत:ला बजावत राहिली.

शेवटच्या ग्रिटिंगमध्ये हरीचा पत्ता होता आणि फोन नंबर. 'सध्या मी फारसा घरी नसतो–' हरीने लिहिलं होतं.

ते कार्ड आलं तेव्हा अखिलाला फार इच्छा झाली, फोन फिरवावा. हरी भेटेल. बोलेल.

पण तिनं स्वत:ला रोखलं. सुरळीत चाललेल्या आयुष्यात जुनं तुफान नव्याने उठवण्याची तिची इच्छा नव्हती. हरीला शेवटचं भेटून पाच वर्षं झाली. दोघांमधलं 'अंतर' तसंच राहणार... आता तर ते अजून वाढलं असणार. कशाला उगीच?

अखिलाने सारी कार्डं फाडायला सुरुवात केली.

फाडून जाळून टाकू... मनाशी ठरवलं.

मग अचानक काय वाटलं कुणास ठाऊक, ऑफिसातल्या सहकाऱ्यांचे पत्ते लिहून घेण्याकरता आणलेली छोटी वही तिने पर्समधून काढली आणि मधल्याच एका पानावर काळजीपूर्वक हरीचा पत्ता टिपून घेतला.

नाव.

पत्ता.

फोन नंबर.

-आपल्या आयुष्यातली हरीची जागा.

एवढीच.

तिनं स्वत:ला बजावलं.

मित्रमैत्रिणींच्या अनेक नावांमधलं एक नाव.

अचानक अखिलाला सारसामामी आणि जयाची आठवण झाली.

कित्ती वर्षांत भेटलो नाही आपण! जाण्यापूर्वी त्या दोघींना भेटून यायला हवं.

संध्याकाळी अखिला निघाली. सारसामामीच्या घराकडे जाताना तिला अपराधी वाटत होतं. ''इतक्या वर्षांत का नाही गेलो आपण? अम्माचा रागच होता, तिला नसतंच आवडलं आपण गेलेलं; तरी सारसामामीशी आपण असं तोडून टाकल्यासारखं

नको होतं वागायला.''

सारसामामीचं घर आलं तशी अखिला एकदम थबकलीच. आंब्याच्या पानांच्या हिरव्या तोरणाने सजलेलं असे सारसामामीचं दार. आज बोडकं होतं.. आणि बंद! उंबरठ्याशी रांगोळीही नव्हती रेखलेली. झालं काय मामीला? इतकी बदलली ती? थोड्याशा उघड्या खिडकीतून टी.व्ही.च्या चकचकीत पडद्याची निळी भगभग दिसत होती आणि कलकलाट. अखिलाला आश्चर्यच वाटलं. सारसामामीच्या घराचं दार सदैव खुलं असे; पण आज मात्र बंद दाराच्या डोक्यावर 'बेल' ठोकली होती. अखिलानं बटण दाबलं... आत किलबिलाट झाला.

''येस?'' कोणातरी अनोळखी माणसाने दार उघडलं.

अखिलाला घामच फुटला. हे जयाचं 'गिऱ्हाईक' तर नसेल?

''सारसामामी..'' अखिलाने चाचरत विचारलं, ''सारसामामी आहे घरात?''

चक्करल्यासारखा तो माणूस अखिलाकडे पाहातच राहिला. मग सुस्कारा टाकत म्हणाला,

''इथे सारसामामी नावाचं कुणी राहात नाही. आम्ही चार वर्षांपूर्वी या घरात राहायला आलो. त्याआधी सहा-आठ महिने हे घर रिकामच होतं. घरमालकाला कुणी चांगला भाडेकरूच नव्हता म्हणे मिळत. का ते इथे आल्यावर कळलं. या गावात माझी बदली झाली. या घराचा 'उज्ज्वल इतिहास' मला कुठून ठाऊक असणार?'

...'पण इथलं बिऱ्हाड कुठे गेलं... काही ठाऊकेय का तुम्हाला?' या प्रश्नाखेरीज अखिलाला दुसरं काही सुचलंच नाही.

दारात उभ्या माणसाने वैतागून खांदे उडवले, ''कोण जाणे? कुणीतरी माझ्या बायकोला सांगत होतं.. हे घर खाली करून ते लोक बहुतेक..'' -आठवल्यासारखं करत तो म्हणाला, ''कोदम्बक्कम.. कोदम्बक्कमला गेले.''

अखिलाची मान शरमेने खाली गेली.

त्या माणसाच्या तिरक्या नजरेतला तुच्छ वैताग वाढलाच होता. वाढणारच. वेश्यांच्या बाजारासाठी प्रसिद्ध असलेल्या, कोदम्बक्कमच्या बदनाम गल्लीत राहायला गेलेल्या बायकांची, इतकी आस्थेने चौकशी करणाऱ्या पांढरपेशा बाईकडे पाहणाऱ्या तिरक्या नजरेत कुत्सित तुच्छता असणारच.

''पण तुमची-त्यांची काय ओळख?''- त्या अनोळखी पुरुषाने शेवटी विचारलंच. 'त्या प्रश्ना'तला अर्थ स्पष्ट होता. तुम्ही इतक्या सभ्य दिसताय, तुम्हाला कशाला नसत्या चौकशा?

काय सांगायचं?

अखिलाला कळेना.

“ते लोक आमच्या घरातलेच होते..”

अखिला म्हणाली,

“आमची ओळख होती, पण फार जुनी...” अचानक स्वत:चा स्वर सुधारून घेत अखिला थोड्या अधिकच कोरड्या त्रयस्थपणाने म्हणाली, “गेल्या कित्येक वर्षांत भेट नाही. काही खबरच नव्हती, म्हणून..”

“मला वाटलंच. अलीकडचे त्यांचे व्यवहार म्हणूनच ठाऊक नसणार तुम्हाला. घरातल्या तरुण मुलीने शेवटी शेवटी तर उघडपणे धंदाच खोलला होता म्हणतात..”

त्या माणसाला ‘तो’ शब्द उच्चारवला नाही.

वेश्या.

पण अखिलाला यायचं ते ऐकू आलंच.

अखिला परत फिरली.

इतका उशीर का केला आपण?

याआधीच का नाही हिंमत करून भेटलो सारसामामीला?

आणि आता येऊन तरी काय साधलं?

सकाळ झाली की निघायचं या घरातून..

आदल्या रात्री अखिला जागीच होती.. आता पुन्हा या वास्तूत परतून येणे नाही. संबंध संपला.

लग्नाच्या आदल्या रात्री नववधूला असंच वाटत असेल का?

पहिली कळ उठली की, पूर्ण दिवसांच्या गर्भार स्त्रीच्या मनात हा असाच कल्लोळ उठत असेल का?

जीवघेणी भीती.

आणि उत्सुकता.

एकीकडे नि:शब्द, मुकं आक्रंदन आणि दुसरीकडे अनावर भावनांच्या लाटांचा हिंदकळता समुद्र..

उद्यापासून माझं आयुष्य बदलणार आहे.. पूर्वीसारखं काही घडणार नाही, असणार नाही. नवी कोरी सुरुवात.

मंत्राचा जप करावा तशी अखिला मनातल्या मनात तेच पुटपुटत राहिली.

‘इडापिडा टळो..

सारे भोग सरोत..

नवी सुरुवात, नव्याने होवो..’

***

अखिलाला मिळालेला फ्लॅट सर्व अर्थांनी 'शासकीय' होता. चौकोनी कुटुंब मावेल असा. एवढाच. नवरा-बायको आणि त्यांची दोन मुलं.

लोकसंख्येच्या अक्राळ-विक्राळ राक्षसाला बाटलीत कोंडण्याकरता सरकारला केवढं काय काय करावं लागतं..

अखिलाला हसूच आलं.

कुटुंबनियोजनाची ती छोटी, चटपटीत घोषवाक्यं. ट्रकच्या मागे, कचराकुंड्यांवर, बस स्टॉपच्या पत्र्यावर.. जिकडे-तिकडे रंगवलेले लाल, उलटे त्रिकोण आणि त्याच्याखाली ती वाक्यं-

हम दो हमारे दो.

छोटे कुटुंब सुखी कुटुंब.

बाळंतपणाच्या रजांवर घातलेली मर्यादा.

सरकारी नोकरीतल्या स्त्रियांना बाळंतपणाची रजा फक्त दोन वेळाच मिळणार. नंतर मग गर्भपात करायचा असला तरच रजा.

नंतर तर कहरच झाला.

पुरुषांना धरून न्यायचं आणि जबरदस्तीने नसबंदी! आधीच बजबजलेल्या या देशात आणखी मुलांची भर घालण्यास असमर्थ ठरल्याबद्दल वरून बक्षीस काय?- तर प्लॅस्टिकची बादली आणि पन्नास रुपये!

फ्लॅटचा हॉल बऱ्यापैकी लांब-रुंद होता.

एक सोफा, दोन खुर्च्या आणि त्यांच्यामध्ये एक टीपॉय बसेल एवढी जागा.. शेजारी भिंतीशी थोड्या दाटीवाटीने का असेना, एक जेवणाचं टेबल. चौघांच्या चौकोनी कुटुंबाला एकत्र बसून टी.व्ही. पाहता यावा, दोन-चार पाहुण्यांचं आगतस्वागत करता यावं एवढी जागा हॉलमध्ये.

हॉलला लागूनच एका बाजूला शेजार-शेजारच्या दोन खोल्या. मोठमोठ्या खिडक्या आणि भिंतीतली कपाटंवाल्या बेडरूम्स.

हॉलच्या दुसऱ्या बाजूला लांबलचक, चिंचोळं स्वयंपाकघर.

शिवाय अर्ध्या जाळीने झाकलेला व्हरांडा आणि मागच्या बाजूला संडास-बाथरूम.

तळमजला होता; त्यामुळे तिन्ही बाजूंनी अंगण म्हणावं अशी रिकामी जागा आणि चौथ्या बाजूला इकडल्याच फ्लॅटची तिकडली प्रतिकृती. सयामी जुळ्यांसारखे एकमेकांना चिकटलेले, एकमेकांसारखेच दोन फ्लॅट्स. त्यांच्या डोक्यावर अशाच दोन फ्लॅटचा मजला. त्यांना अंगण नाही, म्हणून मग टेरेस त्यांचा!

चार काडेपेट्या एकमेकांवर रचाव्यात तशी ती इमारत... बांधायला सोपी आणि स्वस्त! त्या चार चौकोनांत कोंबले गेले म्हणजे सरकारी नोकर गपगुमान

राहतील; शिवाय सामायिक भिंतीच्या ओल्या पोपड्यांमधून, एकमेकांत मिसळणाऱ्या चार स्वयंपाकांच्या चार वासांमधून राष्ट्रीय एकात्मता साधेल; ती वेगळीच!

अखिलाला मात्र या कशाशी काही घेणं नव्हतं. स्वत:चं असं स्वतंत्र घर, आपल्याला एकटीला राहायला मिळणार या नुसत्या कल्पनेनेच ती मनातून आनंदली होती. उशिरा का होईना, आपल्या आयुष्याला आपल्या मनासारखा आकार देता येईल. स्वत:ला आनंद वाटेल अशा रीतीने जगता येईल म्हणून अखिला हरखली होती.

तेवढ्यात पद्मा म्हणाली,

"जुन्याच पद्धतीची आहे जागा. स्वयंपाकघर बघितलंस? ओट्याशेजारी स्टेनलेस स्टीलचं सिंक या सरकारी घरात कुठून असणार म्हणा, पण निदान पाणी जायच्या मोरीला टाईल्स तरी असतील लावलेल्या, असं वाटलं होतं. पण तेही नाही. ओटाही साधा सिमेंटचाच आहे. त्याच्यावर कडाप्पासुद्धा नाही टाकलेला.

अखिला काही बोलली नाही.

पद्माने कितीही नाकं मुरडली तरी तिला आपलं छोटंसं, साधंसुधं घर मनापासून आवडलं होतं. पद्माची टकळी सुरूच होती. बोलता बोलता ती म्हणाली,

"ते काही असो, पण घर आहे छान. आपण सगळे छान ऐसपैस राहू शकू."

आपण?

आपण सगळे?

-अखिला एकदम चमकलीच.

तिला वाटलं जीव तोडून ओरडावं, आपल्या आयुष्यात घुसू पाहणाऱ्या या लोचट, स्वार्थी माणसांना हाकलून लावावं..

पद्माचं स्वप्नरंजन चालूच होतं.

"या घरात आपण सगळे सुखात राहू. मुलींची शाळा तर इथून इतकी जवळ आहे की, त्यांना सोडा-आणायला मला चालतसुद्धा जाता येईल. दुकानं अगदी कोपऱ्यावर आहेत. इथून जवळच भाजी मिळते... आणि मुख्य म्हणजे शेजार फार चांगला आहे."

अखिलाचा चेहरा संतापाने फुलला होता.

तिला वाटलं होतं, बहिणीची कटकट जाणार म्हणून पद्मा खूष होईल.

सरकारी क्वार्टर मंजूर होण्याआधी जवळपास नऊ महिने अखिला पद्माच्या घरीच राहात होती. एकत्र राहण्याचा वैताग सोसत होती. जाता-येता टोमणे मारणारी, घुश्श्यात राहणारी आणि कारण असो-नसो मांजरीसारखी फिस्कारून अंगावर येणारी ही बाई आपली रक्ताची बहीण आहे, यावर विश्वास ठेवणं अखिलाला कठीण झालं होतं. तरी तिनं सारं मुकाट सोसलं. संसाराचा गाडा

ओढताना होणारी पद्माची चिडचिड समजून घेतली. पण एकत्र राहणं मात्र दिवसेंदिवस अवघड होत चाललं होतं.

-आणि आता वेगळं होण्याची आयती संधी आली तर पद्मा म्हणत होती, "आपण सगळे सुखात राहू या घरात!"

पद्माच्या घाणेरड्या घरातला राडा अखिलाला आठवला. टूथपेस्टच्या चिकट गोळ्यांनी आणि केसांच्या गुंतवळांनी तुंबलेलं वॉश बेसिन. पद्माच्या मुलींनी चितारलेल्या भिंती... रंगवलेली, फाडलेली मासिकं.. अखिलाने नीटनेटक्या लावलेल्या तिच्या बिछान्याचा रोज होणारा अस्ताव्यस्त चुथडा.. तिला न विचारता घेतलेल्या आणि पिदडल्यासारख्या वापरून तशाच फेकलेल्या साड्या.. चोवीस तास गळत राहणारा टी.व्ही., घाणेरडे वास.. कसले कसले आवाज.. आणि भांडणं!

-ते सारं आठवून, बेसिनमधलं चिकट गुंतवळ घशात साचल्यासारखं अखिलाला झालं.

"मूर्तीला आवडेल? मेव्हणीच्या घरात राहण्याची कल्पनासुद्धा त्याला अपमानास्पद वाटेल बहुतेक," -स्वत:च्या आवाजातली नाराजी, राग लपवत अखिलाने एक खडा टाकून पाहिला.

मूर्तीच्या-पद्माच्या नवऱ्याच्या लाचार, लाळघोट्या शरीरात स्वाभिमानाने ताठ उभं राहील असं एकही हाड असणं शक्य नाही हे पुरेपूर माहीत होतं, तरी अखिलाने धूसर शक्यतेचा तेवढा एकमेव धागा आधारासाठी पकडला.

"मूर्ती? तो तर खूषच होईल उलट.." पद्मा आनंदाने उसळत म्हणाली, "एकदा का त्याला बढती मिळाली की, मग फिरती लागणारच त्याच्या मागे. आज मद्रास.. दोन दिवसांनी हैद्राबाद.. पुढल्या आठवड्यात लगेच हुबळी! तो असा फिरत राहणार; मुलींना घेऊन मी कुठली एकटी राहतेय? शिवाय एकाच गावात दोन-दोन घरं कशाला चालवायची? उगीच वायफळ खर्च आणि तू तरी एकटी कशी राहशील?"

-पद्माच्या आवाजातल्या अधिकाराने अखिला गरगरलीच. पद्माची नजर घरावरून फिरत होती. कुठलं सामान कुठे ठेवावं.. पडदे कोणत्या रंगाचे करावेत हे तिच्या मनात नक्की होताना अखिलाला स्पष्ट दिसत होतं.

'पण..'

-अखिला शेवटचा प्रयत्न करणार तेवढ्यात पद्माने हुकमाचा एक्का काढला. डोळ्यांत पाणी आणून ती म्हणाली,

"मी एकटी नाही राहू शकणार अक्का. माझ्याच्याने नाही ओढवणार सगळं.."

-अखिलाला वाटत होतं, तेव्हाच बोललो असतो स्पष्ट तर बरं झालं असतं. माझ्या घरात मला एकटीलाच राहायचंय, हे सांगूनच टाकायला हवं होतं पद्माला.

-पण त्या मोक्याच्या क्षणी अखिला गप्प राहिली.

या अशा गप्पा राहण्याने अखिलाला जन्मभर दंश केला होता. स्वत:ची इच्छा कधीच स्पष्ट न बोलू शकलेल्या मौनाची धार नेहमीच तिची चामडी सोलत राहिली होती. पुन्हा तेच झालं... आणि तीच उद्ध्वस्त करणारी पश्चात्तापाची होरपळ अखिलाच्या नशिबी आली! स्वत:च्या आयुष्यातून पद्माचा लोचट, गबाळा संसार ओढून फेकावासा वाटत असताना, अखिलाने तिला आपल्या नव्या घरात येऊ दिलं. मुक्त, मोकळ्या श्वासाऐवजी वाट्याला आली नव्या पश्चात्तापाची नवी घुसमट.

नंतर प्रश्न आला अंड्याचा.

पद्माच्या घरी राहात असतानाचे तब्बल नऊ महिने अखिलानं अंडं पाहिलंसुद्धा नव्हतं. स्वत:च्या इच्छेवर लगाम घालणं भागच होतं.

पण आता?

आता का म्हणून?

आपल्या घरात राहात असताना आपल्या इच्छा का मारायच्या?

अखिलानं ठरवलं, आता रोजच अंडं खायला सुरुवात करायची.

"हे काय चाललंय; काय?"

-कॅथरीनने दिलेला अंडी ठेवायचा बॉक्स अखिलाने नुसता बाहेर काढला, तर पद्मा किंचाळलीच.

"काय असेल असं वाटतं तुला?"

-अखिलाने शांतपणे विचारलं.

"तेवढी अक्कल आहे मला." पद्मा शहारून म्हणाली, "पण हा अंड्याचा बॉक्स इथे कशाला? ब्राह्मणांच्या घरात? अं?"

"या ब्राह्मणाच्या घरात राहणाऱ्या एका व्यक्तीला अंडी खाणं आवडतं म्हणून!"

"कोण? कोण?" पद्मा पुन्हा किंचाळली.

"तू खातेस अंडी? अक्का?"

-अखिलाने तिच्याकडे लक्षच दिलं नाही.

"लाज नाही वाटत? लाज नाही वाटत तुला अक्का?"- संतापाने पद्माचा तोल सुटत चालला होता.

"लाज? कसली लाज? अंडं तर आहे..."

"ब्राह्मणाच्या जातीत जन्माला आलीस तू चांडाळणी, धर्म बाटवतेस?," पद्मा उभी पेटली होती.

"तुझ्या मुलींच्या तब्येती सुधारत नव्हत्या, म्हणून डॉक्टरांच्या सांगण्यावरून दुधाबरोबर कच्चं अंडं तूच दिलंस ना त्यांना? तेव्हा नाही बाटला धर्म?" आता

अखिलालाही वाद घालण्याची खुमखुमी आली.

"ते वेगळं कारण होतं. तुझ्यासारखी गंमत म्हणून नाही खाल्ली अंडी माझ्या मुलींनी. अम्मा आज जिवंत असती तर तिला काय वाटलं असतं? कधी केलास विचार?"

"अम्माला माहीत होतं पद्मा. तिला काऽऽही वाटलं नाही. एका शब्दाने बोलली नाही कधी."

"कशी बोलेल बिचारी अम्मा? तुझ्यापुढे ब्र उच्चारायची तिची हिंमत तरी होती का? तू फाडून खाल्लं असतंस तिला. घरात इतकी त्याज्य गोष्ट तिने कशी सहन केली असेल कोण जाणे!" पद्मा फटकारली.

तो दंश अखिलाला घायाळ करून गेला.

खरंच असं झालं असेल?

आपल्याला घाबरून अम्मा गप्प बसली असेल? आपण कोण राक्षस आहोत की भूत?

अखिला कळवळली. तिला वाटलं, पद्माला विचारावं धडधडून– बाई गं, मी मोठी बहीण आहे तुझी. कळलं ना? मोठी बहीण. अख्खं तारुण्य खर्ची घालून, मन मारून अप्पांचा संसार सावरला.. तुम्हा भावंडांना वाढवलं; त्याचं हे फळ? मला वाटत होतं, प्रेम असेल माझ्याबद्दल तुमच्या मनात.. आदर असेल.. पण भीती? माझी भीती वाटते तुम्हाला?

-पद्माच्या नजरेतली विजयाची विखारी चमक बघून अखिला थरकलीच. अक्काच्या वर्मी घाव बसलाय हे पद्माला ठाऊक होतं. पद्माच्या त्या खुनशी आनंदाने पेटलेली अखिला उलटा फटका मारत कडाडली–

"हे माझं घर आहे.. माझ्या मालकीचं.. कळलं? मी इथे अंडी खाईन, नाहीतर नागडी नाचेन. माझी मर्जी. ज्यांना हे पटत नसेल, त्यांनी खुशाल घर सोडून जावं. मी अडवणार नाही."

तत्क्षणी पद्माला हुंदका फुटला.

तिची हुम्मस कानी पडताच अखिला गप्प बसली. यावेळी आपण बाजी मारलीय हे ती पक्कं ओळखून होती.

नंतरची तब्बल चार वर्षं हे असंच घडत.. बिघडत राहिलं. तडाखे सोसण्याखेरीज, फटके उलटवल्यावर धुम्मस निभावण्याखेरीज अखिलाला काही पर्यायच उरला नव्हता.

शेजारपाजारी ओळखी काढून पद्माने हळूहळू आपलं बस्तान बसवलं. नवरे ऑफिसात गेल्यावर घरी रिकाम्या बसणाऱ्या बायका-बायकांचं सूत जमायला कितीसा वेळ? सगळ्या साळकाया- माळकाया एकमेकींच्या घरी जमू लागल्या.

गप्पा सुरू झाल्या की, हातखंडा विषय ठरलेला असे- ‘बाई’ म्हणून जगायला अखिला कशी नालायक आहे, हे उदाहरणांनिशी प्रत्येक शेजारणीला पटवून देणं. शेजारच्याच फ्लॅटमध्ये राहणारी, धर्माप्पा नावाच्या सरकारी बाबूची बायको आपला नवरा कामात किती हुशार आहे, पण घरी आला की कसा लहान मुलासारखा वागतो आणि एवढ्या मोठ्या सरकारी अधिकाऱ्याला घरगुती व्यवहारातलं काही म्हणता काही कसं कळत नाही, हेच जिला-तिला सांगत बसे.

“स्वत:करता कपभर चहा करून घ्यावा म्हटलं तर तेवढंसुद्धा जमत नाही आमच्या ह्यांना..,” असा प्रारंभ करून झाला की, पुढची कहाणी ठरलेली.

“त्यांचं सगळं म्हणजे सगळं मलाच पाहावं लागतं. टेबलावर ताटं घेतली, अन्न मांडून ठेवलं तर स्वत:चं स्वत: वाढूनसुद्धा घेणार नाहीत. सारखी समोर बायको हवी.”

-एका संध्याकाळी हाच डायलॉग बाहेरच्या खोलीतून ऐकू आला, तेव्हा आत आराम करणाऱ्या अखिलाचे कान टवकारले. सौ. धर्माप्पाच्या सुरात सूर मिसळून पद्मा सांगत होती,

“आमची अक्कासुद्धा अगदी अश्शीच आहे. ऑफिसात पाहावं तर बाईसाहेबांचा कोण तोरा. पण घरी...? माझी सात वर्षांची माधवी बरी. चार कामं करते तरी! अक्का?- विचारू नका. ताटावरून पाटावर, पाटावरून ताटावर. घरातलं काही म्हणता काही येत नाही. तिचं सगळं मलाच पाहावं लागतं. जेवायला वाढा... तिचं ताट उचला... बिछाना घाला... तिच्या साड्यांना इस्त्री. ब्लाऊजचं बटण तुटलं तर तेवढंसुद्धा लावता येत नाही अक्काला. काय सांगू??”

चोवीस तास स्वयंपाकघराभोवती फिरणाऱ्या बायकांना दुसरं काही सुचत कसं नाही?-अखिला संतापाने नुसती धुमसत होती.

घरातल्या कटकटीतून अक्का सुटली, आपण अडकलो म्हणून पद्माची चिडचिड होत असणार या विचाराने अखिला सुरुवाती सुरुवातीला काही बोलत नसे. संसारात पद्माची घुसमट होतच असणार. तिचीही स्वप्नं असतील. अक्कासारखं आर्थिक स्वातंत्र्य नाही, म्हणूनही तिची चिडचिड होत असणार!

पण हळूहळू अखिलाच्या लक्षात आलं,

प्रश्न इतका सोपा नाही.

‘स्त्री’ म्हणून अक्का किती अधुरी आहे हे स्वत:शी, इतरांशी सारखं घोकत राहिल्याखेरीज पद्माला स्वत:च्या पूर्णत्वाचा आनंदच होत नाही. तो व्हावा म्हणून घरीदारी अक्काचा उद्धार. तिला दूषणं.

एका संध्याकाळी तापाने फणफणलेली अखिला जाडजूड पांघरूण घेऊन आतल्या खोलीत झोपली होती. बाहेरच्या हॉलमधली गप्पाष्टकं कानावर पडायला

लागली, तशी अखिला जागी झाली. कॉलनीतल्या पाच ब्राह्मण बायकांचा एक गट पद्माने जमवला होता. दर मंगळवारी कुणाच्या तरी घरी जमून मीरेची भजनं गायची, असा या गटाचा नेम. आज पद्माने सगळ्यांना घरी बोलावलं होतं. कुणाचा तरी प्रश्न अखिलाला ऐकू आला.

"पद्मा, तुझ्या अक्काला बोलाव ना. तिला आवडत नाहीत का भजनं?"

"ती कशी येईल? आजारी आहे म्हणून घरी थांबलीय" कुणीतरी समजुतीनं म्हणालं.

"ती नाही हो यायची. तिला नाही आवडत भजनंबिजनं." -पद्मा.

अखिलाने क्षणात आवाज ओळखला.

"आवडत नाही म्हणजे?"- पहिलीने विचारलं.

"ती वेगळीच आहे. आपल्यासारख्या बायकांना ज्यात ज्यात म्हणून आनंद वाटतो, त्यातली एकही गोष्ट तिला आवडत नाही," पद्माने आपली रेकॉर्ड सुरू केली. "एकटी एकटीनं राहायलाच आवडतं तिला. कध्धी कुणात मिसळायची म्हणून नाही. आग्रह केला तर उलटा राग येतो. मी काही तिला बोलावण्याच्या फंदात पडणार नाही. उगीच तुम्ही तिच्या भानगडीत पडू नका."- मोठ्या बहिणीच्या हटवादीपणापुढे हात टेकल्याच्या आविर्भावात पद्मा सांगत होती.

"देवावर पण श्रद्धा नाही तिची?" त्या 'पहिली'चा भोचकपणा भलताच होता, "मीरेची भजनं गातो आपण. त्यात न आवडण्यासारखं काय आहे?"

"कोण जाणे बाई! देवाची भक्ती तर सोडाच; तिचा आपल्या धर्मावर विश्वास तरी आहे का, याचीही शंकाच येते मला. कधी देवापुढे दिवा लावणं नाही, नमस्कार नाही. देवळात तर गेलीच नसेल कधी. एवढंच काय, पाळीचा विटाळसुद्धा पाळत नाही. पाळी चालू असली तरी घरभर वावरते. झाडांना पाणी घालते. काही म्हणायला गेलं तर माझ्यावरच उलटी खेकसते. मी तरी काय करू?"

-पद्माचं गुऱ्हाळ सुरू होतं.

"एवढं असेल तर तुम्ही कशाला राहता अशा बाईबरोबर? जा सोडून. ती जाणे, तिचं नशीब जाणे.' -'पहिली'नं मुद्द्याला हात घातला.

"मला तर एक क्षण या घरात राहण्याची इच्छा नाही. आत्ता जाईन सोडून."- पद्मा म्हणाली, "पण ही एकटी बाई. ना लग्नाचा पत्ता, ना नवऱ्याचा. आम्हीही तिला वाऱ्यावर सोडून गेलो तर दुखलंखुपलं कोण बघणार हिचं?"

"ते ठीक आहे हो, पण किती सहन करायचं? त्यालाही मर्यादा हवी की नको?"

"माझे यजमानही हेच म्हणतात अगदी."- पद्माला कंठच फुटला होता. "ती कशीही का वागेना, माझी मोठी बहीण आहे. मला कर्तव्याला चुकून चालेल का,

सांगा बरं? आपल्या धर्मातही तेच सांगितलंय, फळाची अपेक्षा धरू नका. कर्तव्य करीत राहा.'' -पद्माच्या हौतात्म्याबद्दल कुणाला शंका येणं कठीण असा तिचा बेमालूम आव होता.

भजनं गाऊन या बायका घरोघरी गेल्या की, हे सगळं रामायण अख्ख्या कॉलनीभर होणार हे अखिलाला कळून चुकलं. अखिला कशी धर्मभ्रष्ट आहे, केवढी तिरकस आणि हटवादी आहे, गरीब बिचारी पद्मा कर्तव्य म्हणून कशी मोठ्या बहिणीची थेरं निभावून नेते... एक ना दोन!

अखिला असे अनेक घाव सोसत राहिली. तिच्या आयुष्यातली भोचक, अगोचर लुडबुड सहन करत राहिली... पण कठीण होत्या त्या रात्री! पद्माचा नवरा-मूर्ती घरी असेल त्या रात्री त्यांच्या खोलीचं दार लवकर बंद होई आणि बाहेरच्या एकाकी धगीत होरपळणारी अखिला भुकावल्यासारखी रात्रभर टक्क जागी असे.

त्या रात्री पद्माच्या दोन्ही मुली- प्रिया आणि माधवीची रवानगी अखिलाच्या बिछान्यावर होई. सकाळी शाळेत डुलक्या काढण्याऐवजी रात्री त्यांनी लवकर झोपावं म्हणून दिवे मालवले की, काळोख्या शांततेत शेजारच्या खोलीतले कुजबुजते आवाज सरपटत आत येत.

चढलेले श्वासोच्छ्श्वास... हुंकार... चित्कार.. धसमुसळ्या चुंबनांची ओली सळसळ.. कधी कुजबूज.. शूऽऽ जरा हळूऽऽऽ ती ऐकेलऽऽ

भिंतीकडे कुशी वळवून कानांवर चादर ओढली तरी ते आवाज अखिलाचा पाठलाग करीत. अशा अस्वस्थ, एकट्या रात्री हरीच्या आठवणींनी अखिला कासावीस होई. तो कुठे असेल या क्षणी? त्याचं प्रेम झिडकारलं.. चूक केली का आपण? त्याला पुन्हा भेटलो आपण; तर त्या पूर्वीच्या भावना अजून जिवंत असतील का त्याच्या मनात? हरी.. हरी... अखिला उन्मळून रडत राही.. का तुझी साथ सोडली मी? का नाही तेव्हाच हिंमत केली?

पद्माच्या संसारसुखाचा मत्सर वाटत होता का अखिलाला? तसं नव्हतं. स्वत:च्या कुंवार नजरेसमोर धाकट्या बहिणीचा संसार फुलताना ती पाहात होती. पद्माच्या नागड्या पायांत गुंतलेले मूर्तीचे बलदंड पाय.. तिच्या कमरेभोवतीची त्याची मिठी.. त्याच्या उघड्या रुंद छातीवर विसावलेलं तिचं मस्तक.. तिचा फुलता-फळता गर्भाशय.. दुधाने टचटचून भरलेले तिचे पुष्ट स्तन... तिच्या मुलांची किलबिल.. घरी परतणाऱ्या नवऱ्याची वाट पाहणारी अधीर संध्याकाळ.. मुलाबाळांबरोबरचे, नवऱ्याबरोबरचे रोजचे साधे साधे क्षण..

हे सारं एकट्या पद्माच्या नशिबी आहे, याचा तीळमात्र विषाद नव्हता... पण ते सारं उधाण आपल्या अवतीभोवती पाहात, अनुभवत राहणं अखिलाला सोसवेनासं झालं होतं. दर दिवसागणिक पद्माचं संसारचित्र रंगताना, बहरताना दिसत होतं...

आणि स्वत:चे एकटे, एकाकी, कुंवार दिवस मात्र कोरडे. वठलेले. निबर. ना कसलं सुख, ना कसलं दु:ख! काल- आज- उद्या- परवा.. एक अखंड निरर्थक प्रवास!

***

एक धक्का देत ट्रेन थांबली. कुठलंसं स्टेशन आलं होतं. प्रवासाची गती तुटल्यावर एकदम कसलेकसले आवाज कानावर यायला लागले. अखिला जागी झाली. आपण कुठे आहोत हेच तिला क्षणभर कळेना. घाबऱ्याघुबऱ्या मनाला नीट जाग आल्यावर मग तिचं तिलाच हसू आलं. बर्थवर पालथी होत मान उंचावून तिने खिडकीतून बाहेर नजर टाकली.

रेल्वेच्या सगळ्या स्टेशनांचे प्लॅटफॉर्म केवढे सारखे दिसतात! गळणाऱ्या नळांखाली साचलेली पाण्याची डबकी.. ओढलेल्या चेहऱ्यांचे थकले-भागले, कंटाळलेले प्रवासी.. माणसांनी लडबडलेली बाकडी.. लाल डगल्यांमधले हमाल.. चहा-कॉफीच्या किटल्या, बिस्किटांचे पुडे आणि चकचकीत इंग्रजी मासिकं घेऊन स्टेशनभर धावणारे विक्रेते.. चॉकलेटचे रंगीत कागद.. केळ्यांची सालं.. रेल्वे रुळांच्यामध्ये तुंबलेल्या गुलाबी- हिरव्या प्लॅस्टिकच्या पिशव्यांचे वारा भरलेले बुडबुडे..

पलक्कड.

-अखिलाला स्टेशनच्या नावाची पाटी दिसली. पश्चिम घाटाचं प्रवेशद्वार. पलक्कड हे जंक्शन. म्हणजे गाडी बराच वेळ थांबणार.

अखिलाने डब्यात एक नजर फिरवली. प्रभादेवी सोडून सगळ्या झोपल्या होत्या. वरच्या बर्थवरून खाली उतरता उतरता प्रभादेवी म्हणाली, ''गुड मॉर्निंग.. रात्री लागली का झोप?''

मान हलवत अखिलाही उठून बसली.

''मला चहा घ्यायचाय. घेणार?''

जानकीआजी अजून झोपेत होत्या. त्यांच्याकडे पाहात अखिला म्हणाली,

''हाक मारायची का? त्यांना एर्नाकुलमला उतरायचंय. त्या मुलीलाही उठवायला हवं. तीही एर्नाकुलमच म्हणत होती रात्री.''

''वेळ आहे अजून. थोड्या वेळाने मारू हाक.'' प्रभादेवी म्हणाली, ''तू काही खाणार? पलक्कडला छान गरमागरम, ताजा नाश्ता मिळतो.''

''नाश्ता कुठला करतेय? दातही नाही घासले अजून.''- अखिलाने आळस दिला.

"म्हणजे काय? दिवसभर उपाशी राहणार की काय तू? जा, चूळ भरून ये. प्रवासात उगीच स्वच्छतेचे नखरे नाही करू." प्रभादेवीला भूक लागली होती.

मग दोघीही उठल्या.

तोंड धुऊन, चुळा भरून जरा तरतरीत झाल्या. केस विंचरले. साडी नीट केली. आता काहीतरी खावंसं वाटत होतं.

"काय खाणार?"- अखिलाने विचारलं.

"अप्पम. व्हेजिटेबल कुर्मा आणि केळ्यांची शिकरण. घरी आपण करतोच बाकीचं. तेच खायचं तर मग कसला प्रवास? नाही का?"- प्रभादेवीने खिडकीतून हात बाहेर काढत एका विक्रेत्याला बोलावलं.

क्षणभर विचार करून अखिला म्हणाली, "मीही तेच घेईन. अप्पम. कुर्मा आणि शिकरण."

"आता कसं? चल, जरा मजा करू."- प्रभादेवी हसली.

वर्तमानपत्राच्या कागदात बांधलेली दोन पुडकी खिडकीतून आत आली.

केळीच्या हिरव्या पानात गुंडाळलेले पांढरेशुभ्र, गरमागरम अप्पम.

"केळीच्या पानात गुंडाळलेल्या गरम अन्नाचा वास मला फार आवडतो"- ते वाफाळतं पुडकं नाकाशी धरत खूष होऊन प्रभादेवीने विचारलं,

"तुला?

-केळीच्या पानांचा वास?

अखिलाला काही आठवेचना.

तिने कधी विचारच नव्हता केला.

हातातल्या अप्पमचा हिरवा वास घेत ती पटकन म्हणाली, "खरंच खूप मस्त आहे! मला माहितीच नव्हतं. पण आपल्याला काय आवडतं, काय आवडत नाही हे दुसऱ्या कुणीतरी सांगितल्यावर कळावं... केवढं आश्चर्य आहे ना?"

"त्यात कसलं आश्चर्य? अगं सगळ्यांचंच असं होतं!"

"पण तू तशी नाहीस, प्रभादेवी. आपण कोण आहोत, आपल्याला काय हवं-नको हे तुला बरोबर कळतं"- अखिला म्हणाली.

कुर्म्यात बुडवलेल्या अप्पमचा घास चवीने घेणारी प्रभादेवी थोडी थबकलीच.

"तुला अशी दिसते मी?"

"तुझ्याइतका आत्मविश्वास आजवर मी कुणातही पाहिला नाही."- मोकळ्या मनाने कबुली देता देता अखिलाने अप्पमचा तुकडा अलगद जीभेवर ठेवला.

तशी खळखळून हसत प्रभादेवी म्हणाली,

"बघ, इतकं काही वाईट नसतं बाहेरचं अन्न! नसतं नं?"

-दोघी मन लावून कुर्म्याचा तिखट स्वाद घेत राहिल्या.

नाश्ता संपवून, हात धुऊन आल्यावर प्रभादेवी म्हणाली, ''खरं सांगू?- मीही तुझ्यासारखीच होते आधी. इतरांचा विचार करायचा. स्वत:चं मन मारायचं. काही नवीन करायची, वेगळा अनुभव घेऊन पाहण्याची हिंमतच व्हायची नाही. शेवटी माझा मलाच कंटाळा यायला लागला. एके दिवशी ठरवलं, बास! इथून पुढे बदलायचं स्वत:ला.. आणि बदलले.''

''इतक्या सहज?''- अखिलाचा विश्वास बसेना.

''वाटतं तितक्या सहज काही होत नाही अखिला. प्रत्येक गोष्टीमागे कारणं घडतात. पुढे त्याचे परिणाम भोगावे लागतात. माझ्या बाबतीत एवढंच होतं की, माझ्या प्रश्नाचं कारण मीच होते आणि परिणामही!''

❀❀❀

८

सप्टेंबरमधली एक निवांत संध्याकाळ. आठवडाभरापूर्वीच चाळिसावा वाढदिवस उलटून गेलेल्या प्रभादेवीच्या मनात काहूर उठलं होतं. ती सहज काही गुणगुणायला गेली तर आवंढा अडकला. असं का? स्वत:च्या आवाजाचा 'स्वर'सुद्धा आपल्याला आठवत नाही? ती चमकलीच.

आपला आवाज.

कसा आहे?

खणखणीत? चिरका? गोळीबंद? की किनरा?

मधुर.. मंजुळ?.. की खरखरीत.. कर्कश?

तिने तिच्याही नकळत स्वत:चं नाव उच्चारून पाहिलं.

प्र-भा-दे-वी

रेशमी चादरीने आच्छादलेल्या गुबगुबीत गादीवरून प्रभादेवी पटकन उठली. खिडक्यांवरच्या जाड जाड पडद्यातून पाझरणाऱ्या ओलसर दमट अंधाराला वैतागून तिने भराभर पडदे बाजूला केले आणि सगळ्या खिडक्या फटाफट उघडून टाकल्या. एअर कंडिशनरची गार घरघर बंद केली. बाहेर उतरत्या उन्हातलं हिरवंगार लॉन चमकताना दिसत होतं. कसल्यातरी ओढीने प्रभादेवी बाहेर पडली. तिच्या अनवाणी पायांखाली लुसलुशीत हिरवं गवत चुरत होतं. मान उंचावून तिने खोल श्वास घेतला. मावळत्या सूर्याचं तेजस्वी ऊन पिऊन घ्यायला तिचे तहानले ओठ आक्रोशत होते.

कोरड्या ओठांवरून ओली जीभ फिरवत तिने पुन्हा एकदा स्वत:चंच नाव

उच्चारून पाहिलं. गेल्या जन्मीचं कुठलं संचित तिच्या पोटातून ओठांवर आलं नकळे, पण अचानक तिच्या अंधुक, गोंधळल्या नजरेसमोर ठसठशीत, टोकदार प्रश्नचिन्ह उभं राहिलं- काय केलं मी इतक्या वर्षांत?

ती तोच प्रश्न पुन्हा पुन्हा चिवडत राहिली.

काय केलं? इतक्या वर्षांत?

ते प्रश्नचिन्ह टोचत, बोचत, प्रभादेवीला डिवचत होतं. आधीच्या असाहय्य, अस्वस्थतेतून ती बघता बघता बाहेर पडली आणि तिने स्वत:लाच खडसावून विचारलं,

केलंस काय तू इतक्या वर्षांत?

जन्माला आली तेव्हा तिच्या वडिलांना प्रभादेवी 'नकोशी'च होती. शहरात पाचवी पेढी उघडायच्या विचारात असलेल्या त्या 'अस्सल' व्यापाऱ्याला पाचवा मुलगा हवा होता. मद्राससारख्या मोठ्या शहरात पाच पेढ्या झोकात चालतील या गणिताने सुरू झालेले त्यांचे प्रयत्न, पाचवी 'मुलगी' आहे हे समजल्यावर गळाठले. प्रभादेवी मुलगा असती तर सारं कसं हिशेबात बसलं असतं- पाच पेढ्या, पाच मुलगे.

प्रभादेवीची आई मात्र मुलीच्या जन्माने खूष होती. ही आपल्या हाताखाली स्वयंपाक शिकेल.. आपण तिला सगळे पदार्थ शिकवू.. आपल्या किमती साड्या नेसून मिरवेल... आपल्यामागे आपल्या दागिन्यांचा सांभाळ करेल... मोठेपणी सासरी सर्वांना सांगेल, 'माझी आई अशी होती.. माझ्या आईकडे हा पदार्थ अशा पद्धतीने करीत..' आपलं नाव घेणारं, आपली आठवण काढणारं कुणीतरी आपल्यामागे असेल या जाणिवेनेच प्रभादेवीची आई भरून पावली होती.

नुकत्या जन्मलेल्या त्या लालस बाळाकडे पाहात प्रभादेवीचे वडील तिरसटलेल्या स्वरात बायकोला म्हणाले, ''कार्टीने माझी पेढी तर लावलीच उधळून, तूही वैतागली असशील ना? मुलगी म्हणजे लचांड नुसतं.''

प्रभादेवीच्या आईने एक दुखरा श्वास टाकला. नवऱ्याशी मनातलं बोलण्यात काही अर्थच नव्हता. चार मुलग्यांना जन्म देऊन वाढवलं ते गेलं कुठेच, पाचवी मुलगी लगेच 'लचांड' झाली?

प्रभादेवीच्या आईने दुपट्यात घट्ट गुंडाळलेली लेकीची पुडी मांडीवर घेतली आणि ब्लाऊजची बटणं उघडून दुधाने टच्च भरलेला स्तन बाळाच्या तोंडी लावला. छातीवरची गच्च गोरी वर्तुळं नवऱ्याला नादी लावायला पुरेशी आहेत; हे ओळखून असलेली ती अनुभवी स्त्री धूर्तपणाने म्हणाली, ''हे पहा, आपल्याला चार मुलगे आहेत. एक मुलगी झाली म्हणून फार काही बिघडत नाही. पेढीची कसली चिंता

करता? तुमची पाचवी पेढी पुढे चालवील असा जावई शोधा म्हणजे झालं!''

खरंच की!

आपल्या बायकोकडे कौतुकाचा कटाक्ष टाकीत प्रभादेवीचे वडील गालात हसले. त्यांनी नवजात लेकीच्या गालाला हात लावला.. बाळंतीण बायकोचे गच्च स्तन अधाशीपणे कुरवाळले आणि पटकन् खोलीबाहेर पडले.

प्रभादेवी लाडाकोडात वाढली. तिच्या आईने काही म्हणता काही करायचं बाकी ठेवलं नाही. सोनेरी केसांच्या आणि निळ्या डोळ्यांच्या महागड्या बाहुल्या सिंगापूरहून आणवल्या. लेकीची हौस भागवण्याकरता आपल्या रेशमी साड्या फाडून तिला परकर-पोलकी शिवली. तिच्याकरता भातुकलीचे खेळ मांडले.. एवढंच काय, लेकीबरोबर भातुकली आणि लपंडाव खेळता खेळता ती लेकीहून लहान झाली. चारही मुलग्यांना वाढवताना झालेलं सगळं सुख एकत्र केलं, तरी मुलीला वाढवतानाचं सुख पुरून उरेल असं तिचं मत होतं. पण हे ती कुणाशी बोलली मात्र नाही. स्वत:चं वेगळं मत असणाऱ्या आणि ते मांडण्याची हिंमत करू धजणाऱ्या बाईकडे कसं तिरस्काराने पाहिलं जातं, हे इतक्या वर्षांच्या अनुभवातून ती शिकली होती. त्यापेक्षा गप्प राहावं हे बरं. प्रभादेवीची आई गप्प राहिली. तिला त्याहून वेगळी सवयच नव्हती.

पंधरा वर्षांची होईतो प्रभादेवी घरच्याच संस्थेने चालवलेल्या शाळेत शिकत होती. नंतर तिच्या वडिलांनी तिला कॉन्व्हेन्टमध्ये घातलं. कॉन्व्हेन्टमधल्या नन्स भलत्याच कडक होत्या.

''चांगली शिस्त लागेल तिला'', प्रभादेवीचे वडील खूष होत म्हणाले, ''शिवाय उद्या लग्न करायची वेळ येईल तेव्हा, चांगला नवरा शोधायचा म्हणजे हिला इंग्रजी बोलता आलं पाहिजे नीट. कॉन्व्हेन्टमध्ये जरा फॅशनेबल राहायला शिकेल. काकूबाई बायको कुणाला आवडणार यापुढे?''

प्रभादेवी तिच्या मित्र-मैत्रिणींबरोबर पहिल्यांदा मॅटिनीला जायला निघाली तेव्हा तिची आई धास्तावून म्हणाली, ''उगीच भलते हट्ट नको करू. तुझे वडील देतील का परवानगी सिनेमाबिनेमाला?''

–पण 'परवानगी मिळाली' तेव्हा प्रभादेवीपेक्षा तिची आईच थक्क झाली.

''हे पाहा, सिनेमाला जा, पण उगीच गावभर भटकत राहिलीस तर मला चालणार नाही. दर शनिवारी सकाळी दोन तास मित्रमैत्रिणींबरोबर बाहेर जात जा. मी अडवणार नाही. चारचौघांत मिसळू शकणाऱ्या, आत्मविश्वासाने सर्वांशी बोलणाऱ्या मुलीच आजकालच्या मुलांना आवडतात. मुलांशी मैत्री चालेल.. पण 'मैत्री' च्या नावाखाली वाहावत जाशील तर खबरदार.. कळलं?''

–प्रभादेवीच्या वडिलांनी असा दम भरला.

पण तो एकदाच!

दिसामासाने प्रभादेवी वाढली, मोठी झाली.. ती थेट तिच्या आईसारखीच! डिट्टो प्रतिकृती!!

भरतकाम, विणकामात प्रवीण! टाके इतके नाजूक की कापडाला स्पर्श झाला न झाला! इडल्यासुद्धा इतक्या मऊ आणि हलक्या की, जिभेवर ठेवताच विरघळाव्या. बाईची खरी कसोटी लागते ती दही लावण्यात. त्यात तर प्रभादेवीचा हातखंडाच. तिच्याइतकं गोड आणि घट्ट दही विरजणं तिच्याखेरीज फक्त तिच्या आईला जमे. पूजेनंतरच्या आरत्या गाव्यात तर त्या प्रभादेवीनेच, इतका आवाज मधुर आणि मंजुळ. बोलणं हलकं, चालणं खाशा डौलात... आणि मस्तक कायम नम्रतेनं वाकलेलं... नजर सदैव झुकलेली!

तिच्या वयातल्या बाकीच्या मुली-मैत्रिणी मुरुमांनी हैराण, पण प्रभादेवीची गोरी, सतेज त्वचा मात्र नजर लागावी इतकी स्वच्छ.. तुकतुकीत! अती लाडाकोडाचा आणि दुर्लक्षाचा परिणाम तिला मनोमन ठाऊक होता. प्रभादेवी चॉकलेट खात नसे. तिला आवडत नसे ती चव. दर दोन आठवड्यांनी चेहऱ्याला लेप लावणं मात्र कधी चुकलं नाही. हिरव्या चण्याचं पीठ, संत्र्याची वाळवून कुटलेली सालं आणि चंदनाची पावडर आंबट दह्यात कालवून चेहेऱ्यावर लावायची. तासाभराने लेप धुतला की कापलेलं अर्ध लिंबू चेहेऱ्यावरून, मानेवरून, गालावरून, नाकाभोवती नीट चोळून लावायचं.

–आईने शिकवलं होतं तस्सं!

दर पंधरा दिवसांनी. न चुकता करायचं.

प्रभादेवीला अठरावं लागलं आणि लगेचच्या एका संध्याकाळी तिचे वडील आनंदाने उसळतच घरी आले. त्यांनी आपल्या लेकीसाठी उत्तम स्थळ शोधलं होतं. प्रभादेवीच्या भावांनी आणि वहिन्यांनी आनंदाने सुटकेचा श्वास टाकला. तरुण, अविवाहित बहीण घरात असणं म्हणजे प्रत्येकालाच काळजी. शिवाय तिला उजवणं वडिलांनी इतक्या लांबणीवर का टाकावं, हाही त्यांना प्रश्नच होता. पण प्रभादेवीच्या वडिलांनी हा निर्णय अखेरपर्यंत आपल्या एकट्याच्याच अखत्यारीत ठेवला. त्याबद्दल घरात कुणाशी चर्चा, विचारविनिमयाचा प्रश्नच नव्हता. त्यामुळे त्यांनी आणलेल्या स्थळाबद्दल कुणी अवाक्षराने चौकशी केली नाही. प्रभादेवीचा विवाह जगदीशशी होणार हे ठरूनच गेलं. जगदीशमध्ये नावं ठेवण्यासारखं काही नव्हतंच. बड्या हिरे व्यापाऱ्याचा एकुलता एक मुलगा. लेकीचं कोटकल्याण. शिवाय चार पेढ्यांमध्ये हिरे विकण्याची नवी संधी! आणखी काय हवं?

प्रभादेवीची आई मात्र मनातून हिरमुसली. इतका देखणा, श्रीमंत आणि प्रतिष्ठित घरातला जावई मिळाला म्हणून आपण खरं तर खूष व्हायला हवं, हे

तिलाही समजत होतं. लेकीचं सासर बंगलोरला, म्हणजे तसं जवळच! मुंबई-दिल्लीला जाती तर वर्षा-वर्षात भेट होणंही मुश्कीलच झालं असतं.

पण प्रभादेवी सासरी गेल्यावर येणाऱ्या रिकामपणाचं काय?- या प्रश्नाचं उत्तर शोधणं मुश्कीलच होतं. लेकीला वाढवणं म्हणजे पूर्ण वेळाचं काम.. हर क्षणी लेकीची काळजी! मुलगे फार लवकर सुटे होतात. त्यांची आयुष्यं फार झरझर आईपासून सुटतात.. बदलत जातात. आधी वडील.. मग मित्र... मग बायको.. मग स्वत:ची स्वप्नं, महत्त्वाकांक्षा. पण मस्तकावर अक्षता पडेस्तोवर मुलगी आईच्याच पदराखाली, तिच्याच आधाराने वाढते. हा आधार संपला की आपण एकट्या पडू, या 'रिकामपणा'च्या भीतीने प्रभादेवीची आई धास्तावली होती. ही भीती 'विचित्र' आहे, हेही तिला कळत होतं. लग्नाला आलेल्या मुलीच्या जबाबदारीतून सहीसलामत सुटण्यासाठी बायका किती धडपडतात, हे तिनं पाहिलं होतं. आपल्या मनातली भीती मैत्रिणींजवळ, बहिणींजवळ बोलून दाखवली तर त्या आपल्याला वेड्यात काढतील.. 'तरण्याताठ्या लेकीला जन्मभर घरातच बसवून ठेवणारेस का?' म्हणून धारेवर धरतील याचीही तिला कल्पना होती. म्हणून गृहकृत्यदक्ष लेकीने विणून दिलेला रुमाल डोळ्याला लावून प्रभादेवीची आई एकटीच मुसमुसत राहिली. सगळ्यांना वाटलं, लेकीने नशीब काढलं म्हणून आनंदाचेच अश्रू असणार!

कोरड्या पडलेल्या फिक्या ओठांच्या कडेने गुलाबी लिपस्टिकची 'आऊटलाईन' रेखण्यात प्रभादेवी दंग होती. नंतर गडद रंगाच्या दुसऱ्या कांडीने तिने ओठांवर रंग भरला. भुवयांपासून दोन सेंटीमीटर वर, कपाळाच्या बरोबर मध्यभागी टिकली लावली. भांगामध्ये सिंदूराची सरळ ठळक रेघ रेखली. कानातले सोन्याचे झुमके नीट केले. कपाळावर आलेली चुकार बट सावरण्याच्या बहाण्याने पुन्हा कपाळावर ओढली. डोक्यावरचा पदर सारखा केला. सोन्याचा पट्टा असलेलं मनगटावरलं नवं कोरं घड्याळ चमकत होतं. त्यात पाहिलं तर पहाटेचे जेमतेम साडेपाच वाजलेले. अख्ख्या घरात अजून तशी निजानीजच होती. समोर पलंगावर नवरा. तोही झोपेत. त्याने एकदम कूस बदलली आणि छातीशी ओघळलेलं पांघरूण पार अगदी हनुवटीपर्यंत ओढून घेतलं. लाळेचा आवंढा गिळता गिळता त्याच्या गळाघाटीतला कंठमणी वरखाली हलताना दिसला. प्रभादेवी स्वत:वरच खूष होती. गाढ झोपलेल्या नवऱ्याच्या तृप्त चेहेऱ्याकडे पाहता पाहता तिच्या मनात अपार प्रेम दाटून आलं- खूपसं प्रेम, थोडी भीती, आशा, अपेक्षा.. नव्या नवरीच्या कोऱ्या मनात याहून वेगळं काय असणार?- प्रभादेवीच्या लग्नाला तर अजून चोवीस तासही झाले नव्हते. ती वाट पाहात राहिली.

आणि पुढची कित्येक वर्षं तेच तिचं प्राक्तन झालं. अखंड वाट पाहाणं..

जगदीश घरी कधी येईल याची वाट पाहाणं.

गरोदरपणात मुलांच्या जन्माची.

मग मुलं कधी बोलतील याची.

कधी चालायला लागतील याची.

फक्त वाट पाहाणं.

दिवसांमागून दिवस जात राहिले.

आणि त्या निरर्थक, कंटाळवाण्या वेळापत्रकात काहीतरी वेगळं घडण्याची वाट पाहात राहाणं एवढंच शिल्लक उरलं.

या कंटाळवाण्या, बेचव प्रवाहात वाहत जाता जाता चुकार सुखाच्या काही लाटा प्रभादेवीच्या मनाशी अचानक धडका देत एवढंच! कोळ्याची चिकट जाळी भेदून अचानक स्वच्छ प्रकाशाचा थेंब सांडावा तसं होई आणि प्रभादेवीला स्वत:च्याच सुखाचा हेवा वाटे.

प्रभादेवीच्या लग्नानंतर दोनेक महिन्यांनी कुटुंबातल्या कुणा जवळच्या नातेवाइकाचा मृत्यू झाला. प्रभादेवीच्या सासू-सासऱ्यांना सांत्वनासाठी जाणं भाग होतं. नव्या सुनेच्या हाती घराची जबाबदारी सोपवून निघायचं ठरलं.

''हे बघ, नोकरमाणसं आहेत, ती सगळी कामं वेळच्या वेळी करतील. तू फक्त नीट लक्ष ठेव.'' स्वत:च्या कमरेचा चाव्यांचा जुडगा प्रभादेवीच्या हवाली करत जगदीशची आई म्हणाली.

सासूबाईंच्या कमरेला लटकणाऱ्या चांदीच्या भरभक्कम चाव्या प्रभादेवीने स्वत:च्या कमरेशी खोचल्या. त्या पहिल्यावहिल्या जबाबदारीचं वजन आणि सत्तेची चमक इतकी भारदस्त होती की, प्रभादेवीला अडखळायला झालं.

नव्या सुनेचा हा गोड गोंधळ पाहून सासूबाई कौतुकाने हसल्या.

''नीट काळजी घे. जगदीशला वेळच्या वेळी जेवू घाल.'' सासूबाईंनी जाता जाता बजावलेले शब्द प्रभादेवीच्या कानात शिरतात न् शिरतात तोच तिचं धांदरं, उत्सुक मन अंगणातल्या लीलीच्या तळ्यात बुडी मारायला पळालं होतं.

स्वातंत्र्याचा पहिला श्वास घेताक्षणी प्रभादेवीने कमरेला खोचलेला किल्ल्यांचा जुडगा उपसून, टेबलाच्या वरच्या खणात नीट ठेवून दिला. सहज स्वयंपाकघरात डोकावली तर तिथे नोकरांची फौज काम करत होती. फडताळ रिकामं करून साफसफाई चालली होती. प्रभादेवी हलक्या पावलांनी, आपल्या मागे दार बंद करत बाहेर लीलीच्या तळ्याकडे पळाली. त्या छोट्याशा तळ्यात पांढऱ्या लीलीची शुभ्र फुलं, हिरवे बेडूक.. केवढं मोठं जग होतं. गुडघ्यापर्यंत साडी वर ओढत प्रभादेवी हलकेच तळ्यात शिरली. तळ्याच्या दुसऱ्या काठाला, कारंजं सुरू करण्याची मोटार लपवण्यासाठी दगडांची मोठी रास रचली होती. प्रभादेवीच्या गोऱ्या पायांभोवती

येऊन लुचणाऱ्या पाण्याच्या लाटा त्या दगडांवर आपटत राहिल्या. नुसतं एक बटण दाबताच, अंगणातल्या या तळ्यात उसळत्या पाण्याचा नाच कसा सुरू होतो, ते प्रभादेवीने अनेकदा पाहिलं होतं. त्यापेक्षा उघड्या पायांखाली धावणारं नाचरं पाणी, लीलीच्या जाड जाड पसरट पानांचा गार गुबगुबीत स्पर्श हे सारंच तिला जास्त रोमांचक वाटत होतं. तेवढ्यात छोट्या छोट्या माशांची फौज तिच्या पावलांभोवती भिरभिरू लागली.

खूप दिवसांनी प्रभादेवीला खुदखुदून हसू आलं. धसमुसळ्या वाऱ्याने तिचे केस उडवले होते... कानामागून आलेल्या बटा नाकाशी हुळहुळत होत्या. ती तळ्यात मधोमध शिरली तसे पाण्याच्या पोटातले लीलीचे कांदे पायांना टोचू लागले. छोट्या माशांची गोबरी पोटं पावलांवरून फिरतानाची सुरसुर तर रोमांचकच होती. प्रभादेवीने आनंदाच्या भरात मान उंचावून आकाशाकडे पाहिलं... स्वच्छ, मोकळा श्वास घेत ती मोठमोठ्याने हसत राहिली.

संध्याकाळी जगदीश घरी आला. त्याची अंघोळ, कपडे बदलणं झाल्यावर प्रभादेवीने त्याचा हात धरला आणि ती जगदीशला अंगणातल्या तळ्याशी घेऊन गेली.

“अगं काय.. काय हे?” तो पुरताच गोंधळला होता.

“शूऽऽ बोलू नकोस”, प्रभादेवी कुजबुजली, “मी सांगते तेवढं कर..”

संध्याकाळच्या सावल्यांनी तळ्याचं पाणी काळपट हिरवं दिसत होतं. प्रभादेवीच्या आग्रहाखातर जगदीश पाण्यात पाय सोडून तळ्याच्या काठावर अस्वस्थसा बसला. थोड्या वेळाने त्याने पाय बाहेर काढला तर खाली ही पाण्याची धार..

“बाबाजींना कळलं तर ते भयंकर रागावतील.”

—त्याच्या स्वरातली नाराजी लपून राहिली नाही.

“त्यांना सांगायचंच कशाला, आपण इथे तळ्याकाठी बसलो होतो ते?”- प्रभादेवी लाडिक हट्टाने त्याला कुरवाळत म्हणाली, “एकदाच जगदीश.. फक्त एकदाच. असं समज की आपली ही बाग खूप मोठ्ठी आहे. सिनेमात असते तशी. त्यात नाही का हिरो आणि हिरॉईन हातात हात घालून प्रेमाची गाणी म्हणतात..” तिच्या आवाजातून प्रेम ओसंडत होतं. नोकरचाकर पाहतील याची पर्वा न करता तिने हलकेच जगदीशचा हात हातात घेतला.

जगदीश थक्क होऊन प्रभादेवीच्या डोळ्यांत पाहातच राहिला. हे काय चाललंय? ही आपल्याला भलत्या मोहात तर नाही पाडत?

“हे बघ, बायकाच नवऱ्यांना भलत्या मोहात पाडतात आणि त्यांच्या नादाने पुरुष भरकटतात. त्यांना कुटुंबाचं, जबाबदारीचं भान राहात नाही. तुझी बायको अशीच निघेल असं नाही, पण...” लग्नाच्या आधी काही दिवस जगदीशच्या आईने त्याला बजावलं होतं, “बायकोने काहीही हट्ट केला... तरी योग्य काय, अयोग्य

काय हे ठरवण्याची जबाबदारी शेवटी तुझी आहे. प्रेमात आंधळा होऊन बायकोपुढे दर वेळी मान तुकवशील तर मग कठीण होईल.''

प्रभादेवीचा हट्ट.. हातात हात... बागेतलं प्रेम.. काय योग्य? काय अयोग्य?– तेवीस वर्षांच्या जगदीशच्या तरुण रक्ताने एक बंडखोर उसळी मारली.

एकदाच.. फक्त एकदाच.. काय हरकत आहे?

–तो उसळत्या उत्साहाने दगडांच्या राशीमागे धावला आणि तिथलं बटण दाबलं. तळ्याच्या पोटातले दिवे लखलखले आणि क्षणार्धात पाण्याचे नाचरे तुषार सरसरत वर धावले. बघता बघता तळ्याचं रूपच पालटलं. नुकती उमललेली लीलीची शुभ्र फुलं नाचू लागली. मासे चौफेर धावत सुटले.. आनंदाने बेभान झालेल्या बेडकांनी खर्जातल्या आलापांचा कहर मांडला. बेभान झालेल्या जगदीशने प्रभावतीला जवळ खेचलं. तिच्या ओल्याचिंब चेहेऱ्यावरून हलकेच बोट फिरवता फिरवता, अचानक त्याने तिचे ओठ चुंबले.. त्याच्या जिभेचा शेंडा कितीतरी वेळ तिच्या ओठांभोवती उसासत राहिला. अतीव सुखाने प्रभादेवी शहारली..

जेमतेम महिनाच झाला असावा.

प्रभादेवीला अत्यानंदाने वेड लागायची वेळ आली.

जगदीश तिला न्यूयॉर्कला घेऊन चालला होता. न्यूयॉर्कमधलं त्याचं काम आटपलं की परत येताना दोघं लंडनला थांबणार होते.

आपल्या नशिबावर प्रभादेवीचा विश्वासच बसत नव्हता.

मुंबईच्या इंटरनॅशनल एअरपोर्टवर ती पोचली तेव्हा नजरेसमोरच्या चकचकीत मासिकांत तिचं लक्षच लागेना. फ्लाईटला थोडाच वेळ उरलेला. जगदीश महत्त्वाचे फोन करायला गेला होता.

तेवढ्यात प्रभादेवीच्या मनगटाला कुणीतरी हलकासा स्पर्श केला..

'प्रभादेवी?'

तिने चमकून पाहिलं तर समोर शाळेतली मैत्रीण-शर्मिला.

वर्गातल्या सगळ्या मुला-मुलींमध्ये सर्वांत हुशार. प्रत्येकाला तिचं केवढं कौतुक. शर्मिला खूप शिकणार, खूप मोठी होणार याची प्रत्येकाला खात्रीच होती. एकतर डॉक्टर, आय.ए.एस ऑफिसर किंवा तशीच कुणी बडी.

...ती इथे कशी?

प्रभादेवी पाहातच राहिली.

घामाने थबथबलेली.. थकली भागली.. विस्कटल्यासारखी दिसणारी हैराण शर्मिला तिच्यासमोर उभी होती. सोबत चाकाच्या बाबागाडीत एक वात्रट पोर आणि प्रत्येकाकडे संशयाने पाहणारी एक खाष्ट म्हातारी.

"या माझ्या सासूबाई.."

शर्मिलाच्या एका वाक्यात प्रभादेवीला तिच्या आयुष्याची अख्खी कहाणी ऐकू आली.. 'हीच ती बाई. या बाईचा मुलगाच आता माझा सर्वेसर्वा आहे. श्वाससुद्धा त्याला विचारूनच घ्यावा लागतो. दुपारच्या जेवणाला भात शिजवू की पोळ्या भाजू, भाजी ही करू की ती करू, वॉशिंग मशिनमध्ये आधी पांढरे कपडे घालू की रंगीत घालू.. एवढाच विचार मी सध्या करते.'

काय करावं हे न सुचून शर्मिलाच्या सासूबाईंकडे पाहून प्रभादेवी कसनुसं हसली.

"न्यूयॉर्कला जाताय?"

–प्रश्न मूर्खच होता. न्यूयॉर्ककडे निघालेल्या एकाच विमानात बसणारी माणसं आणखी कुठे जाणार?

"हो, न्यूयॉर्क, तिथून मग न्यूजर्सीला," शर्मिला म्हणाली, "एक मिनिट हं, मी जरा या दोघांना नीट बसवून येते."

–प्रभादेवी पाहातच राहिली.

एअरपोर्टवरल्या सामानाच्या ढीगातून वाट काढत रिकाम्या खुर्च्या शोधणारी शर्मिला!

शेवटी कोपऱ्यात थोडी रिकामी जागा मिळाली. तिथे सारं सामान रचून, सासू आणि मुलाला तिथल्या खुर्च्यांवर बसवून, स्वत:ची सुटका करून घेतल्यासारखी शर्मिला परत आली.

"छान दिसतेयस, प्रभा.." प्रभादेवीच्या अंगावरल्या नव्याकोऱ्या शर्टपॅन्टकडे पाहात शर्मिला म्हणाली, "तू असे वेस्टर्न कपडे घातलेले तुझ्या नवऱ्याला चालतात?"

"त्याचे आई-वडील जरा जुन्या मताचे आहेत. तो नाही. त्याला आवडतं," प्रभादेवी म्हणाली. परदेश प्रवासासाठी नवे कपडे घेताना जगदीशला केवढा मस्का मारावा लागला. ते तिला पटकन आठवून गेलंच.. तिकडे अमेरिकेत कुठे कोण ओळखणारेय आपल्याला? मी कुठलेही कपडे घातले किंवा समज नाहीच घातले, तर काय असा फरक पडतो?- या सडेतोड युक्तिवादावर जगदीश नमला आणि अखेरीस शर्ट-पॅन्टची खरेदी झाली.

"तू काय म्हणतेस? आणि लग्न कधी केलंस?" प्रभादेवीने मैत्रिणीची चौकशी केली. "आम्हाला सगळ्यांना वाटत होतं, तू अमेरिकेत शिकायलाच गेलीस.."

शर्मिलाची नजर झुकली.

वैतागून ती म्हणाली, "घरातल्यांनीच कट केला. शिकायला म्हणून मला अमेरिकेतल्या काकांकडे पाठवलं. मला एका अंडर ग्रॅज्युएट कोर्ससाठी ॲडमिशन मिळाली, स्कॉलरशिपसुद्धा मिळाली. मध्येच हा नरेश आला. काका म्हणाले, असा मुलगा परत मिळणार नाही. 'हो'च म्हण. नरेशही मागे लागला.

'लग्नानंतर शिकलीस तरी चालेल' म्हणाला. लग्न कधी झालं माझं, मलासुद्धा कळलं नाही.''

''कुठल्या युनिव्हर्सिटीत शिकतेयस सध्या?''

लग्न, संसार, मुलगा, सासू आणि अभ्यास... एवढं सगळं शर्मिला कसं सांभाळत असेल, या विचारानेच प्रभादेवी थक्क झाली.

''आर यू किडिंग?''- शर्मिलाच्या वैतागातला अमेरिकन ॲक्सेन्ट प्रभादेवीला नीटसा कळला नाही. ''अगं, कसला अभ्यास नि कुठली युनिव्हर्सिटी? माझी सासू.. ही बाई गेली दहा वर्षं अमेरिकेत राहतेय; पण इंग्रजीचा ओ की ठो कळत नाही. तिच्या भरवशावर मुलाला सोडून कशी जाऊ मी?''

–या वाक्यावर अगदी ठरल्यासारखा प्रतिसाद आला– शर्मिलाच्या मुलाची किंकाळी!

एका कागदावर घरचा फोन नंबर लिहून, तो तुकडा घाईघाईने प्रभादेवीच्या हातात कोंबत शर्मिला म्हणाली, ''ए प्रभा, नक्की फोन कर हं. तुम्ही दोघं नक्की जेवायला या माझ्याकडे. मी वाट पाहीन. प्लीज..''

प्रभादेवी 'हो' म्हणाली.

हा फोन आणि हे जेवण यातलं काहीच घडणार नाही, हे दोघींनाही माहीत होतं. फक्त रिवाज सांभाळला गेला एवढंच!

विमानात जाण्याची वेळ आली.

प्रभादेवी जगदीशच्या पाठोपाठ जात राहिली. हातातल्या छोट्या बॅगा, दोघांचे पासपोर्ट, बोर्डिंग पासेस हे सगळं सांभाळायला जगदीश होताच. खांद्यावरची छोटी पर्स आणि विमानात वाचायला घेतलेली मासिकं सांभाळत जगदीशच्या मागे जाणं एवढंच प्रभादेवीला करायचं होतं. बोर्डिंग गेटबाहेरच्या गर्दीतून आत शिरताना तिला शर्मिला दिसली. विमानात स्वत:ची सीट शोधणं, मुलगा आणि सासूला नीट बसवणं, डोक्यावरच्या कॅबिनेटमध्ये न मावणारं हातातलं सामान कसंबसं आत कोंबणं.. हे सारं स्वत:चा तोल ढळू न देता शर्मिला एकटी करत होती.

प्रभादेवीला कसंसंच झालं.

तिच्यासाठी पहिला वहिला रोमांचक अनुभव असणारा हा प्रवास शर्मिलासाठी मात्र एक अखंड त्रास होता. प्रभादेवीने स्वत:च्याही नकळत सुटकेचा श्वास टाकला.

जगदीशला विमानात मागच्या सीट्स मिळाल्या होत्या. 'टेक ऑफ' ची अनाऊन्समेन्ट होताच जगदीशने प्रभादेवीचा हात घट्ट पकडला, ''घाबरू नकोस,'' तिला धीर देत जगदीश म्हणाला, ''विमान वेगानं वर जातं, क्षणभर चक्कर आल्यासारखं वाटेल.. नंतर सगळं ठीक होईल.''

–प्रभादेवी खूष होत हसली.

ती घाबरली नव्हतीच. पण जगदीशचा हात हातात घेतल्यावर तिला

बरं वाटलं.

अमेरिकेहून परतताना प्रभादेवी बरंच काही काही घेऊन आली. ॲपल ग्रीन रंगाचा महागडा डिनर सेट, परफ्युमच्या असंख्य बाटल्या, मेकअपचं सामान आणि साबणाच्या बुडबुड्यांसारखी मऊ फेसाळ लेस लावलेल्या 'सेक्सी' पॅन्टीज, ब्रेसिअर्स.. घरात काही ना काही आणि ओळखीच्या प्रत्येकासाठी एक या हिशेबाने 'गिफ्ट्स'!

पण तिच्याबरोबर आणखीही काही होतं. सामानात नव्हे, तिच्या शरीरात! ठासून भरलं होतं–

–स्वातंत्र्याची आस!

न्यूयॉर्कमध्ये पाहिलेल्या स्त्रियांसारखं आयुष्य चाखण्याची आस मनात घेऊनच प्रभादेवी मायदेशी परतली. खांद्यापर्यंत कापलेले सोनेरी केस मोकळे सोडून विलक्षण आत्मविश्वासाने सर्वत्र वावरणाऱ्या तिथल्या स्त्रियांनी, प्रभादेवीच्या कुटुंबवत्सल मनाला भुरळ घातली होती. या स्त्रिया स्वत:चे निर्णय स्वत: घेत असणार, स्वत:चं आयुष्य स्वत:च्या मर्जीने जगत असणार आणि त्याकरता लागणारी हिंमतही स्वत:ची स्वत: कमवत असणार हे त्यांच्या चेहेऱ्यावरच प्रभादेवीला स्वच्छ दिसलं होतं. असा आत्मविश्वास... असं स्वातंत्र्य... असा रुबाब... आणि इतकं देखणं सौंदर्य... हे सारं काही प्रभादेवीला हवंसं झालं होतं.

तिने सुरुवात केली.

आपलं चालणं 'तसं', तितकं रुबाबदार हवं.

ताठ खांदे, अभिमानाने झुलणारी पुष्ट छाती पुढे आणि हलकेच हिंदकळणारे नितंब..

न कळत प्रभादेवी 'तसं' चालायला लागली.

तीन इंच उंच टाचांचे सॅण्डल्स घातले म्हणजे आपोआप जाणवणारा रुबाबदार रोमांच तिने पहिल्यांदाच अनुभवला. सपाट टाचांच्या चपला घालून अमेरिकन रुबाबात चालणं शक्य नाही, हेही तिच्या लक्षात आलं.

आता चेहरा.

अमेरिकेची 'मॉल संस्कृती' प्रभादेवीला पटकन पाठ झाली 'मेसी'ज् च्या कॉस्मेटिक काउंन्टरवर तीनदा खेपा घालून तिने 'मेकअप कसा करावा' याचे तंत्र आणि मंत्र शिकून घेतले. तिच्या साध्या भारतीय डोळ्यांमधून अमेरिकन स्वप्नाळू नजर पाझरू लागली.. राणीमाशीने डौलात डंख करावा तसे तिचे ओठ सदैव उत्तेजक आणि लालस दिसू लागले.

अमेरिकन टी.व्ही.वरचे टॉक शोज आणि सोप ऑपेराज पाहून पाहून प्रभादेवीने

डौलात मान उडवण्याचे असंख्य प्रकार आत्मसात केले. बोलता बोलता अर्ध वाक्य तोडून, आश्चर्याने विस्फारलेल्या डोळ्यांनी अर्थपूर्ण 'पॉज' घेणंही तिला सरावाने जमू लागलं.

संपूर्ण कायापालटाचा हा प्रयोग कपड्यांविना अखेर अधुराच! भारतात परतल्यावर प्रभादेवीने घरी नेसायच्या साड्या बासनात बांधून टाकल्या आणि गळ्याभोवती देखणी नक्षी असलेले रेशमी कफ्तान घालायला सुरुवात केली. सासूबाईंना कितपत आवडेल याबद्दल सुरुवातीला थोडी शंका होती, पण कफ्तानवरचं भरतकाम पाहून त्या खूषच झाल्या. सुनेच्या गळ्याभोवती बोट फिरवत म्हणाल्या, "मला वाटलंच होतं, ही मशीनची वीण असणार. छान आहे की हा प्रकार. आजकालच्या बायका हे असले झगेच घालतात घरात. मॅचिंग ब्लाऊज शिवा, परकर आणा, कटकटच नको. छान सुटसुटीत दिसतं. फक्त पुरुष माणसांसमोर जाताना छातीवर एखादी ओढणी घे म्हणजे झालं.'

–प्रभादेवी खूष झाली.

न्यूयॉर्कमधल्या 'स्वातंत्र्या'ची झलक तिच्या चालण्या-बोलण्यात, वागण्या-वावरण्यात स्पष्ट दिसू लागली. साडीच्या पदराचं वजन तर सुटलंच होतं खांद्यावरून!

जगदीश काळजीत पडला होता. प्रभादेवीच्या व्यक्तिमत्त्वातला, वागण्यातला बदल त्याच्या नजरेतून सुटणं शक्य नव्हतं. ही अशीच वागत राहिली तर घरीदारी केवढं वादळ उठेल? आई-वडील काय म्हणतील? या सगळ्याचा परिणाम शेवटी आपल्यालाच भोगावा लागणार.. काय होईल? कधी ना कधी ठेच लागणार याचा त्याला अंदाज होताच.

–आणि ठेच लागलीच.

एका रात्री बिछान्यात प्रभादेवीने जाहीर केलं. मला मूल नको.

जगदीशचा श्वासच अडला.

"मूल नको म्हणजे इतक्यात नको," नवऱ्याच्या चेहेऱ्यावर क्षणार्धात धावलेल्या रेषा जोखून प्रभादेवीने घाईघाईत खुलासा केला.

"इतक्यात नको म्हणजे?"

–या संतप्त प्रश्नावर काय करावं ते प्रभादेवीला क्षणभर उमगेना. अंगावर साडी आणि डोक्यावर पदर नसल्याचा तिला पहिल्यांदाच पश्चात्ताप झाला. एका पदराचे किती उपयोग असतात. नीट न बसणारा गबाळ ब्लाऊज, अचानक तुटलेलं उघडं बटण झाकायचं तरी पदर हवा! कडकडीत उन्हात सावली म्हणून आणि रिमझिम पावसात आडोसा म्हणून! अपमानाने जाळणाऱ्या एखाद्या अवघड प्रसंगी टोचून घायाळ करणाऱ्या नजरेपासून स्वत:ला वाचवायचं तर पदराएवढा प्रतिष्ठित पर्याय कुठला? शिवाय सदैव हाताशीच असलेलं पदराचं टोक डोळे टिपायला,

घाम पुसायला, अस्वस्थ क्षणी चुरगळायला आणि काय करावं कळत नाही तेव्हा उगीचच चाळे करायला.

–प्रभादेवीच्या डोक्यावर ना पदर होता, ना अस्वस्थ हातांशी पदराचं टोक! शेवटी बेडशीटचा कोपरा चुरत, चुरगाळत नवऱ्याच्या प्रश्नाचं उत्तर शोधत ती पुटपुटली.

"रोज संबंध ठेवूनही गरोदरपण टाळता येतंच की. आजकाल उपाय करतात.."

"काय करायचं?" - जगदीश गुरगुरला.

"तुम्ही कॉण्डोम का नाही वापरत?... निरोध.. किंवा..."

रागाने फणफणलेला जगदीश स्वत:च शरमला. काय निर्लज्ज बाई आहे! रात्रीच्या अंधारात, पातळ पांघरूणाच्या आत नवरा-बायकोने पटकन् उरकून टाकण्याची गोष्ट... सेक्स.. त्याबद्दल ही बाई असं उघड बोलते? बिछान्यात बसून बायको आपल्याला कॉण्डोम वापरायला शिकवते? - जगदीशला हज्जाराव्यांदा पश्चात्ताप झाला, उगीच या बाईला अमेरिकेला घेऊन गेलो. तिथून परतल्या दिवसापासून ही अशी चळ लागल्यासारखी वागतेय!

जगदीश पाहातच राहिला.

खांद्यावर दोन बारीक नाड्यांनी अडकवलेला अमेरिकन नाईट गाऊन घालून, अर्धी छाती उघडी टाकलेली प्रभादेवी त्याच्या बिछान्यात बसली होती. पूर्वी नवऱ्याबरोबर झोपणं तिला 'नकोसं' वाटे. त्याच नजरेत आता वासनेचा हावरट ठिपका लखलखताना स्पष्ट दिसत होता. जगदीशने पाठच फिरवली. कुशीवर वळून डोळे मिटले.

... पण झोप येणं शक्य नव्हतं.

उघड्या पाठीवर, मानेवर, गळ्यावर हुळहुळणाऱ्या तिच्या गरम श्वासांनी त्याचं शरीर जागं झालं. झटक्यात कूस बदलून, उघड्या छातीच्या प्रभादेवीला तो जवळ खेचणार तोच ती स्वत:हूनच त्याला बिलगली. त्याच्या कमरेभोवती हात टाकत तिने आपले उघडे पाय त्याच्या पायात गुंतवले.

जगदीश म्हणाला,

"हे बघ, आपल्या लग्नाला आता वर्ष होत आलं. घरात सगळे नातवंडाबद्दल बोलतात. अजून कशाला वाट बघायची?"

"मला पण मूल हवंच आहे. फक्त मूल झालं की 'मजा' जाते"- त्याच्या कपाळावरचे केस मागे सारत प्रभादेवीने जगदीशला आपल्या कुशीत ओढलं. हलके हलके झुलवत, त्याच्या डोळ्यांवर ओठ टेकत ती म्हणाली, "आज नको. उद्या आधी 'तयार' हो. मग करू.."

नंतर जवळपास तीन महिने प्रभादेवी त्याच धुंदीत होती. दिवसेंदिवस अधिकाधिक

आक्रमक होत जाणाऱ्या तिच्या सौंदर्याची लोक न राहवून तारीफ करीत, तेव्हा ती ऐकूनही न ऐकल्याचे खोटे बहाणे करी. आपण जिथे जाऊ तिथे साऱ्यांच्या नजरा आपल्याकडे वळतात, हे तिला ठाऊक होतं. ती स्वत:चं सौंदर्य जास्तीत जास्त आक्रमक रीतीने 'दाखवायला' शिकली होती. आपल्या नजरेने घायाळ होणारे पुरुष पाहताना रोमांचित होत होती.

म्हणून तिला कवडीइतकी किंमत न देता, तिच्याकडे सरळ दुर्लक्षच करणाऱ्या प्रमोदचा तिला राग यायला लागला. त्याच्या बेदरकार नजरेत आव्हान दिसू लागलं. दर शनिवार-रविवार जगदीश टेनिस खेळायला क्लबात जाई. त्याच्याबरोबर प्रभादेवी गेली की, तिची हटकून प्रमोदशी गाठ पडे. हळूहळू तिला एक विचित्र आकर्षण वाटू लागलं. जगदीश खेळायला गेला की लॉनशेजारच्या खुर्च्यांवर बसून, मासिकं चाळत लिंबू सरबत पिता-पिता प्रभादेवी स्वत:च्याही नकळत प्रमोदची वाट पाहू लागली. जगदीश आसपास असला तर प्रमोद गप्पांना थांबे. प्रभादेवी एकटीच असली तर एक कोरडं 'हॅलो' म्हणून सरळ आला तसा निघून जाई. असं कसं? - दुखावलेल्या प्रभादेवीला हळूहळू राग यायला लागला. आपल्याशी इतकं उद्धट वागतो हा? इतकं दुर्लक्ष? - स्वतंत्र व्यक्ती म्हणून आपली काही किंमत आहे की नाही? की फक्त जगदीशची बायको?

प्रमोदमध्ये काही फरक पडेना, तसे प्रभादेवीच्या कळत-नकळत तिच्या नजरेचे, शरीराचे खेळ सुरु झाले. डोळ्यांची, चुकार स्पर्शाची भाषा आक्रमक झाली. साध्या संभाषणातले अर्थपूर्ण अर्धविराम 'बोलू' लागले. प्रभादेवीच्या उत्तेजक ओठातलं गूढ हास्य जाता-येता प्रमोदसाठी सांडू लागलं.

'तू प्रमोदला गळाला लावण्याचा प्रयत्न करतेयस, त्याला फशी पाडतेयस.' असा थेट आरोप करून, काय चाललंय ते कुणी प्रभादेवीच्या लक्षात आणून दिलं असतं तर ती खवळलीच असती.

'मी फक्त गप्पा मारते त्याच्याशी. त्यात काय चुकलं?' - असं म्हणून तिनं खुलाशादाखल आपलं मंगळसूत्र नाचवलं असतं. स्वत:च्या विवाहित असण्याची आठवण करून दिली असती. ती जे करत होती, त्याचा अर्थ काय होतो हे तिचं तिलाही नव्हतंच कळत.

पण हे कुणाच्याच लक्षात आलं नाही.

अगदी जगदीशच्यासुद्धा.

तो खेळून आला की इतका दमूनभागून घामाने निथळत खुर्चीवर बसे की, समोर काय चाललंय त्याचा अर्थ कळण्याएवढं त्राणच नसे त्याच्यात.

प्रभादेवीच्या शस्त्रांनी घायाळ झालेल्या प्रमोदचा सुरुवातीचा उर्मट ताठा केव्हा गळून पडला, हे त्याचं त्यालाही कळलं नाही. तो पुरता पाघळला. प्रभादेवीच्या पुढे

पुढे झुलू लागला. या पुरुषोत्तमाला पादाक्रांत केल्यावर प्रभादेवी आणखीच चेकाळली. उन्मत्त झाली. प्रमोदने केलेल्या कौतुकासाठी, प्रशंसेसाठी जीव टाकू लागली. या प्रवासात 'ती संध्याकाळ' अशी अचानक येईल, याची तिला कल्पनाच नव्हती.

दुपारचे तीन-साडेतीन वाजलेले. तासाभराच्या वामकुक्षीने ताजीतवानी झालेली प्रभादेवी नुकतीच उठली होती. भरपूर गरम पाणी घेऊन तिने मनसोक्त अंघोळ केली. कपडे बदलले. चेहेऱ्यावर हलकीशी रंगरंगोटी केली. जिना उतरून खाली हॉलमध्ये येणाऱ्या प्रभादेवीकडे प्रमोद पाहातच राहिला.... त्याला वाटलं, अशीच्या अशी उचलावी आणि अख्खी कुस्करावी. समोर प्रमोदला पाहून प्रभादेवी मात्र दचकली. तिच्या काळजाचा ठोकाच चुकला.... हा? इथे? आत्ता?

खाली कुणीतरी पाहुणे आलेत - एक पुरुष आणि एक छोटी मुलगी- हे सांगायला वर बेडरूममध्ये आलेली मोलकरीण घाईतच होती. प्रभादेवीनं पाहुण्यांचं नाव विचारलं तर ती म्हणाली, "नाव नाही सांगितलं. पण बड्या घरचे असावेत. तुम्ही ओळखता म्हणाले."

प्रभादेवीला जिन्यात पाहाताच वेडावलेला प्रमोद हात पसरूनच तिला सामोरा गेला. प्रभादेवी घाईघाईने निसटत त्याच्यापासून दूर झाली. कसनुशी हसत, आजूबाजूला कुणी नाही ना याचा अंदाज घेत ती म्हणाली, "तू कसा काय अचानक? माझ्या घरी? तुझ्याबरोबर एक छोटी मुलगी आहे नं? दिसत नाही ती?"

"माझी भाची. ती बाहेर झोपाळ्यावर बसून कॉमिक्स वाचतेय. ती नाही यायची आपल्यात... घाबरू नको." - घोगऱ्या आवाजात बोलता बोलता प्रमोदने पटकन् प्रभादेवीचा हात हातात घेतला.

विजेचा झटका बसल्यासारखा आपला हात सोडवून घेत, धास्तावलेली प्रभादेवी मटकन् खुर्चीत बसली. तिचे पाय थरथर कापायला लागले होते.

प्रमोदने दुसरी खुर्ची ओढली आणि प्रभादेवीच्या समोर बसत, तिच्या घाबरल्या नजरेत नजर रोखून म्हणाला, "मी एवढा भेटायला आलो... तुला आवडलं नाही?"

"असं कसं? बरं वाटलंय... फ्रेंड्स आर... ऑल्वेज... वेलकम"- चाचरत्या आवाजातली भीती लपवणं आता प्रभादेवीच्या आवाक्यात राहिलं नव्हतं.

"तू... चहा घेशील? की फ्रेश ज्यूस?"- तिला अचानक गृहिणीची कर्तव्यं आठवली. वाटलं, त्याने तरी संपेल हे विचित्र अवघडलेपण...

"फ्रीजमध्ये ताजी, गोड द्राक्षं आहेत. दोन मिनिटांत ज्यूस आणते मी आणि तुझी ती भाची? बिस्किटं आवडतात नं तिला?"- प्रभादेवी चाचपडत होती.

"हे बघ, मी इथे चहा किंवा ज्यूस प्यायला नाही आलो. मी तुला भेटायला,

तुझ्याबरोबर एकांतात अख्खी संध्याकाळ घालवायला आलोय.. कळलं?''- प्रमोदनं स्पष्टच सांगून टाकलं. ''काल तुझ्या सासू-सासऱ्यांना रेल्वे स्टेशनवर पाहिलं, तेव्हाच वाटलं; दुपारी एकटीच घरी असशील... मी किती वाट पाहिलीय या संधीची, माहितेय?''

- त्याच्या भुकेल्या, आसुसल्या नजरेला नजर न मिळवता प्रभादेवीनं विचारलं,

''तुला काय हवंय प्रमोद?''

- पुढला क्षण नि:शब्द होता. कुठे पाहावं.. हसावं, न हसावं..

एकदम फुटल्यासारखा प्रमोद म्हणाला, ''माझ्याशी अशी खेळू नकोस प्रभा. तुला माहितेय मला काय हवंय ते. मला तू हवीयस. अख्खी हवीयस. यू नो, आय लव्ह यू.''

- आपणच ओढलेल्या ठिणगीचा हा असा जाळ होईल आणि थेट घरापर्यंत पोचेल याची कल्पनाच नसलेली प्रभादेवी, एका विलक्षण भीतीने क्षणार्धात गळाठून गेली... आता काय करायचं? ही आग... कशी विझवायची?... हा प्रमोद... घरी कसा आला? - तिचा विश्वासच बसेना. त्याची ही असली भलती मागणी आपण पुरवू असं वाटलं तरी कसं त्याला?... आणि जगदीश? त्याला हे कळलं तर? आपण काय 'तसली' बाई आहोत? हा प्रमोद समजला तरी काय आपल्याला?

प्रभादेवीच्या मनात उठलेल्या या तुफानाची साधी कल्पनासुद्धा नसलेला प्रमोद थेट तिच्या शरीरालाच भिडला. तिच्या कमरेला विळखा घालत तो पुटपुटत होता, ''यू आर सो लव्हली..'' - प्रभादेवीचे तप्त कान जणू बंदच झाले होते. जाणवत होता तो रेशमी कफ्तानच्या वरून चाचपडणारा पुरुषी स्पर्श... शोधणारी, चेतवणारी, वळवळती बोटं.. भक्ष्याची तहान लागलेल्या अस्वस्थ कोळ्याने हुळहुळावं तसे त्याचे दोन्ही हात तिच्या शरीरावरून फिरत होते. अचानक पकडीत आलेले तिचे दोन्ही स्तन त्याने दाबले, तशी संतापाच्या तिरीमिरीत ती कळवळलीच.

प्रभादेवी अपमानाने, संतापाने बेभान झाली होती. तिला वाटत होतं या नालायक, बेशरम इसमाच्या तोंडावर एक ठोसा लगावून त्याचे दात घशात घालावेत... त्याला बोचकारून रक्तबंबाळ करावं, त्याचे हातपाय तोडावेत.. पण जे घडत होतं त्याचा धक्का इतका जबरदस्त होता की, तिच्या तोंडून शब्द फुटेना. हातापायांतलं बळच सरल्यासारखं झालं होतं. प्रमोद वेडावल्यासारखा तिला कवळत, कुस्करत सुटला. घोगऱ्या, उष्ण आवाजातली त्याची उत्तेजक बडबड तिला ऐकूच येईनाशी झाली. क्षणभर तिला वाटलं, हे असं कसं घडेल? घाणेरडं स्वप्नच असणार बहुतेक. आत्ता जाग येईल, आणि...

तेवढ्यात भिंतीवरल्या घड्याळात ठोका पडला.

एकदम भानावर आल्यासारखी सारं बळ एकवटून, प्रमोदचे हावरट हात झिडकारून लावत प्रभादेवी किंचाळली,

"चालता हो... चालता हो माझ्या घरातून! तुझी ही हिंमत? लाज नाही वाटत... नराधमा?"

"ओ ऽऽ कमॉन"- तिच्या पोटावर नखाने वर्तुळं रेखत प्रभादेवीला आपल्याकडे खेचत प्रमोद बेदरकारपणे म्हणाला, "आता पातिव्रत्याची नाटकं नको करूस. तूच मागे लागलीस माझ्या... तुझी ती नजर.. ते स्पर्श.. आठवून बघ जरा.. आता कशाला ओरडतेस? मला तू हवीयस, त्याच्या आधीपासून मीही तुला हवाच होतो. कशाला उगीच हे नखरे? किती ओरडलीस, किंचाळलीस तरी तुला खाज आहेच... मी तुला आज नाही ओळखत प्रभा, कळलं ना?"

जीव एकवटून प्रभाने प्रमोदच्या तावडीतून स्वत:ला सोडवलं आणि संतापाच्या भरात खाडकन् त्याच्या कानशिलात भडकावली,

"चालता हो... आत्ताच्या आत्ता चालता हो माझ्या घरातून. परत तुझं थोबाड बघायची माझी इच्छा नाही."

- संतापलेला प्रमोद पुन्हा तिच्यावर झडप घालणार तोच अंगणातून हाक आली. भानावर येत त्याने स्वत:ला आवरलं. प्रभादेवीच्या अंगावर तुच्छतेने थुंकत तो म्हणाला, "तुझ्यासारख्या बायकांना काय म्हणतात ठाऊकेय ना? तो शब्द उच्चारण्याची माझी इच्छा नाही..... हलकट साली!"

भाचीचं बखोट धरून तत्क्षणी मागे वळला आणि ताडताड निघून गेला.

- प्रभादेवी एकटीच उरली.

गुडघ्यात डोकं खुपसून खुर्चीत सुन्नशी बसली.

जे घडलं त्याची भयानकता पहिल्यांदाच जाणवल्यासारखी ती पार हादरून गेली होती. आसपास नोकरमाणसं असती तर? प्रमोद आपल्या अंगचटीला आला, ते कुणी बघितलं असतं तर? जे झालं ते जगदीशला कळलं... सासू-सासऱ्यांच्या कानावर गेलं... तर? आपली बाजू ऐकून न घेता, घरात सगळ्यांनी आपल्यालाच बदफैली ठरवलं तर? - नुसता संशय आला तरी घरातून हाकलूनच देतील. कुत्रंसुद्धा हाल खाणार नाही अशी भीषण अवस्था होईल.

शरमेने आणि भीतीने थिजून गेलेली प्रभादेवी तळहातात डोकं खुपसून कितीतरी वेळ असहाय्यपणे रडत राहिली.

कदाचित आपलंच चुकलं.

आपणच वाहावत गेलो.

आपल्या वागण्या-बोलण्यातून आपणच प्रमोदला नको ते इशारे दिले.

... तसा हेतू नव्हता मनात, पण मग हे कसं घडलं? आपोआप? आपल्याही नकळत? उलटसुलट विचारांनी प्रभादेवीचं डोकं भणभणून गेलं. कित्येक महिन्यांच्या प्रयत्नांनी कमावलेला तिचा आत्मविश्वास क्षणार्धात लुळा पडला.

त्या संध्याकाळी कितीतरी वेळ प्रभादेवी तशीच सुन्न बसून होती. रडून रडून अश्रू आटून गेले, तशी ती भानावर आली. नको त्या स्पर्शानं विटाळलेलं नकोसं शरीर आक्रसून गेलं होतं... ते पुन्हा फुलता कामा नये- प्रभादेवीने स्वत:च्या मनाशी निर्णय घेतला. शरीराच्या भाषेवर आपला कब्जा नाही. तो असता तर असला भलता प्रसंग ओढवला नसता. इतकी लाज निघाली नसती. अपमान झाला नसता. आता पुरे! प्रभादेवीच्या आक्रसल्या शरीराने स्वत:चं अस्तित्व पुन्हा प्रतिष्ठित घरंदाजपणाच्या शंखात ओढून घ्यायचं ठरवलं. गेल्या काही महिन्यांत जीवापाड प्रयत्नाने आत्मसात केलेल्या कित्येक गोष्टी विसरून जायच्या... तो आत्मविश्वास, स्वत:च्या मनासारखं भरभरून जगण्याची स्वप्नं उधळून द्यायची वाऱ्यावर. आपण जशा होतो तशाच बऱ्या. जगदीशशी लग्न करून सासरी आलो तेव्हा होतो तशा.

निष्कलंक.

आणि पवित्र.

पुन्हा एकदा कर्तव्यदक्ष, घरंदाज सुनेच्या रूपात प्रभादेवी परतली. नजर खाली झुकलेली आणि हात सदैव कामात गुंतलेले.. भरतकाम, विणकाम, लोणची-पापड, स्वयंपाकपाणी, झाडू-पोछा, आला-गेला, आगत-स्वागत, कुळधर्म, कुलाचार...

आणि एका मंत्राची स्वत:शीच अखंड पुटपुट...

हाच सुखाचा एकमेव मार्ग आहे. असंच राहायला हवं. असंच वागायला हवं.

कधी जगदीशला आश्चर्य वाटायचं. रात्रीबेरात्री जाग आली की, शेजारी शांत झोपलेल्या प्रभादेवीच्या गृहकृत्यदक्ष, सुशील चेहेऱ्याकडे तो अचंब्याने पाहात राहायचा.

उष्ण जिभेने आपली पाठ चुंबणारी, उघडे पाय आपल्या पायात गुंतवून कमरेभोवती हात टाकणारी 'ती' मदालसा गेली कुठे?- पहिलं मूल झालं आणि बदललंच सगळं. खरं तर ती 'कॉण्डोम' नको म्हणाली त्या रात्रीपासूनच! एकाएकी तिला मूल हवं झालं. आदल्या दिवशीपर्यंत ती भुकावल्या शरीराची, संभोगाची नशा अनुभवायला उत्सुक अशी स्त्री होती... त्या रात्री अचानक तिची नजर निवळलेली दिसली. हे कसं? आधी तिच्या शरीराच्या स्वतंत्र मागण्या असत, ती परत एकाएकी आपल्याला समर्पित कशी झाली?

प्रभादेवीने बिछान्यात आणलेला 'तो उष्ण थरार' विझल्यामुळे जगदीश काहीसा

नाराज झाला खरा, पण एकूणातला बदल बघून त्याने सुटकेचा श्वास टाकला. प्रभादेवी पुन्हा एकवार 'आज्ञाधारक पत्नी' झाली होती आणि समर्पित आई... विवाहित पुरुषाला आणखी काय हवं असणार?

विवाहित स्त्रीला तरी आणखी काय लागतं? सुखाचा संसार आणि गुटगुटीत मुलंबाळं.

या विचाराने निर्धास्त वाटलं की, जागा जगदीश बघता बघता सुखाने झोपून जाई.

***

सप्टेंबरातल्या एका दुपारी प्रभादेवी आपल्या खोलीत मोठ्या आरश्यासमोर उभी होती. बालवाडीतल्या गाण्यात भेटलेला एक प्रश्न अचानक तिच्या मनात तरळत आला....

"प्रभादेवी, प्रभादेवी, व्हेअर हॅव यू बीन?"

–"आय बिकेम अ वुमन, नीदर हर्ड नॉर सीन"- आरशातल्या प्रतिबिंबाने उत्तर दिलं.

"प्रभादेवी, प्रभादेवी व्हॉट डीड यू डू देअर?"

"-आय वेटेड अँड वेटेड टिल ॲश स्पेकल्ड माय हेअर"

- प्रभादेवी स्वत:शीच हसली - मरगळलेलं, गुदमरलेलं खिन्न हसू. वय झालं की बायकांचं हे असंच होतं... कर्माचे भोग दुसरं काय?- भरून आलेल्या डोळ्यांच्या कडांना चिकट खपली धरली होती....बाईच्या नशिबाचे अश्रू! प्रभादेवीच्या नशिबाचे अश्रू! तिचं जे काही झालं त्याचे अश्रू!!

भानावर येत प्रभादेवीने डोळे पुसले. तोवर टेनिसच्या कोचिंगला गेलेल्या तिच्या मुलाला आणण्याकरता क्लबात जायची वेळ झालीच होती. मुलं जन्माला आली. ती पाठीला पाठ लावूनच. पहिली मुलगी. मग मुलगा. दोघांमध्येही खानदानीपणाचं 'घरंदाज' रक्त होतं आणि जगदीशचा हिशेबी स्वभाव! कधी कसला हट्ट न करणाऱ्या सद्‌गुणी मुलांचं सर्वत्र कौतुक होई, तेव्हा मनातून हिरमुसल्या प्रभादेवीला प्रश्न पडे, सरळ रेषेत चालणाऱ्या 'सद्‌गुणी'पणाचा आनंद मानावा की दु:ख करावं? अगदी काही महिने का असेना, पण ज्या बेबंद स्वातंत्र्याची आस आपल्याला लागली, ती तहान या एकाही मुलात कशी नाही?

कॉलेजात जाणारी नित्या, अभ्यासात आणि मित्रमैत्रिणींत इतकी बुडालेली की, आईशी बोलायला तिला वेळच नसे. आपण अठरा वर्षांच्या होतो, तेव्हा पावलापावलावर आई लागे, आणि नित्या? - कॉलेजातून आली की तत्क्षणी घराबाहेर धावणारी तरुण मुलगी पाहाताना प्रभादेवी हिरमुसली होई. थोडासा का असेना, पण तिच्या

वाट्याला येई तो विक्रम. पंधरा वर्षांचा विक्रम धड ना लहान, धड ना मोठा अशा विचित्र टप्प्यावर होता. त्याला 'आई' सहन होई.

विक्रमचा 'गेम' संपायला अजून बराच वेळ होता. त्याची वाट पाहत ताटकळण्यापेक्षा जरा पाय मोकळे करू, म्हणून प्रभादेवी हिरवळीच्या कडेकडेने चालत राहिली. 'प्रमोद'ची भानगड पुन्हा उपटायला नको म्हणून बरीच वर्षं ती क्लबात फिरकलीच नव्हती. गरोदरपणं, बाळंतपणं आणि नंतर मुलांमध्ये ती इतकी अडकत गेली की, वेळही नव्हता. एक क्षणही तिच्या स्वत:करता रिकामा नसे. आधी अंगडी, टोपडी, दुपट्यांचे ढीग.. मग वह्यापुस्तकं, चित्रकलेच्या वह्या, रंगपेट्या आणि ब्रश, शाळेचे गणवेश, व्हिटॅमिनच्या गोळ्या, घरचा अभ्यास, परीक्षांचं टेन्शन आणि सुट्यांचं प्लॅनिंग...

त्या संध्याकाळी फिरता फिरता सहज प्रभादेवीच्या मनात आलं, आपण एवढा बाऊ का करतो प्रत्येक गोष्टीचा? विक्रमच्या जेवणाची वेळ पाच-सात मिनिटं मागे पुढे झाली, तर पोर भुकेने कळवळला असेल म्हणून जी धावपळ करतो आपण, खरंच त्याची गरज असते?

नसते.

नसतेच.

प्रभादेवीने एक खोल श्वास घेतला. एरवी ती विक्रमची वाट बघत बसे, आज टेनिस कोर्टकडे फिरकावंससुद्धा वाटत नव्हतं. वाट फुटेल त्या दिशेने प्रभादेवी चालत राहिली.

हिरवळीला पाणी पाजण्यासाठी सर्वत्र 'स्प्रिंकलर्स' लावले होते. त्यातून उडणाऱ्या पाण्याचे तुषार पिऊन तृप्त झालेलं ओलंचिंब लॉन संध्याकाळच्या उतरत्या उन्हात चमकत होतं. थेंबांच्या माळांनी सजलेल्या त्या हिरव्या तुऱ्यांच्या काठाकाठाने प्रभादेवी खूप वेळ चालत राहिली आणि अचानक समोर एक भिंत! गुलाबी, शुभ्र रंगाच्या बोगनवेलींनी मढलेल्या त्या भिंतीशी एक छोटंसं फाटक होतं...पलीकडे काय असेल? - प्रभादेवीच्या मनात उत्सुकता दाटून आली. स्वप्ननगरीच्या दाराशी उभ्या असलेल्या 'ॲलिस'सारखीच तिची अवस्था झाली होती.

उत्सुक प्रभादेवीने हलकेच फाटक उघडलं.

ती पलीकडे गेली, तर

निवळशंख पाण्याने भरलेला पोहोण्याचा तलाव!

त्या निळ्या सौंदर्याने भारल्यासारखी ती पुढे झाली. काठाशी बसून तलावातल्या पाण्याशी कितीतरी वेळ खेळत राहिली. आजूबाजूला कुणी नव्हतं. तलावाच्या एका काठाला गवताने शाकारलेली छोटीशी झोपडी उभारली होती. त्या झोपडीच्या सावलीत बसून प्रभादेवीने पाण्यात पाय सोडले. पावलांभोवतीची हलकी झुळझुळ

रोमांचक होती. ते स्वच्छ, सुंदर, निळं पाणी प्रभादेवीला बोलवत राहिलं...

ये ना! भिजून घे! चिंब हो!!!

त्या क्षणी प्रभादेवीने ठरवलं, काय वाट्टेल ते झालं तरी पोहायला शिकायचं...शिकायचंच!

त्या अद्भुत क्षणाचा थरार कुणाला तरी सांगावा, ती गंमत वाटून घ्यावीशी फार वाटत होती. पण कुणाला सांगणार? गार पाण्याची ती झुळझुळ, पावलांशी रुमझुमणाऱ्या हलक्या लाटा आणि गहिऱ्या, निळ्या जलाशयातून आलेली ती अनावर हाक!

जगदीशला सांगून काही उपयोग नव्हता.

आपली बायको पोहायला शिकायचं म्हणतेय हे ऐकून त्याला धक्काच बसेल. 'कॉण्डोम घाल' म्हटलं, त्या रात्री कसा चमकला होता; त्याहून कदाचित जास्तच होईल काहीतरी... -त्या आठवणीनेसुद्धा प्रभादेवीला हसू फुटलं. शाळकरी मुलीचा तो जुना थरार, कोण जाणे कुठून तिच्या मनात पुन्हा जागा झाला होता!

घाई करण्यात अर्थ नाही, हे प्रभादेवी अनुभवाने शिकली होती. घरात वर्षभराचं लोणचं घालावं, मोलभाव करून महिन्याची रद्दी विकावी किंवा मध्यभागी विरलेल्या टॉवेलचे धडके तुकडे कापून, त्यांच्या चारी बाजूंना शिवण घालून पायपुसणी बनवावीत, तशा चातुर्याने प्रभादेवीने योजना आखली.

पोहायला शिकायचं म्हणजे पोहण्याचा पोशाख हवा..स्वीम सूट! वर्षानुवर्षे ती एकाच दुकानातून 'आतले कपडे' घेई. तिथे जाऊन तिने छानसा स्वीम सूट निवडला...गर्द निळा रंग आणि कमरेवर जरा रुंदशी झालर.

''सायकलिंग शॉट्र्स हव्यात याच्याबरोबर?''- त्या दुकानातल्या नेहमीच्या विक्रेतीने प्रभादेवीला सुचवलं.. मग ती हलक्या आवाजात कुजबुजली, ''खूप बायका स्वीमसूटबरोबर या शॉट्र्सही घेतात. म्हणजे मांड्या उघड्या पडत नाहीत...आणि पाण्यात क्लोरीन असतं ना, त्याचं इन्फेक्शनही नाही होत.''

–या दुकानात खरेदी करताना नेहमी हे असं होई. तिथल्या अनोळखी सेल्सगर्लकडून असले खाजगी सल्ले देता-घेताना अचानक इतका मोकळेपणा कसा येतो, याचं प्रभादेवीला नेहमीच आश्चर्य वाटे. शेवटी काय, कपड्यांच्या आत दोघी बायकाच! आणि आतल्या कपड्यांच्या आतली सुखदु:खही सारखीच!! खांद्यावर रुतणारे ब्रेसियरचे बंद... कमरेशी घट्ट बसणाऱ्या चड्ड्या... उघड्या मांड्यांवरचे चट्टे... प्रेमाच्या स्पर्शासाठी आसुसलेलं शरीर आणि ओरखड्यांनी कळवळणारं हिरमुसलं मन!!

प्रभादेवीने दुकानातल्या ट्रायल रूममध्येच तिची नवी निळी खरेदी अंगावर चढवून पाहिली. समोरचा आरसा खोटं बोलणं शक्य नव्हतं. प्रभादेवीने स्वत:च्या

मांसल शरीरावरून हात फिरवला. ओथंबणाऱ्या अवयवांवर स्वीम सूट रुतून बसला होता.

'कुल्ल्यांचे भोपळे अजून आवाक्यात आहेत आणि पोटाची ढेरी अजून तरी छातीच्या बाहेर गेलेली नाही... पण समजा उद्या तसं झालं तर काय एवढं बिघडणारेय? गेल्या कित्येक वर्षांत पहिल्यांदा स्वत:च्या आनंदासाठी काहीतरी करायचं तू ठरवलंयस. आता वाट्टेल ते झालं तरी मागे हटू नकोस. कुणाला काय वाटायचं ते वाटू दे.'- प्रभादेवी स्वत:लाच पुन:पुन्हा बजावून सांगत होती.

पैसे द्यायला काउंटरपाशी गेल्यावर ती न विसरता म्हणाली, ''बिलावर तपशील नका लिहू. फक्त आकडे तेवढे टाका.''

जगदीश पैसे द्यायला कधी खळखळ करत नसे, पण खर्च झालेल्या प्रत्येक रुपयाचा हिशेब त्याला बिलासकट द्यावा लागे.

''बिल... बिल घे दरवेळी. कितीही छोटी खरेदी असली तरी बिल विसरायचं नाही.'' - प्रभादेवीच्या हातात नोटांची गड्डी ठेवताना दरवेळी तो न विसरता तिला आठवण करून देई.

स्वीम सूटची खरेदी झाल्यावर प्रभादेवीने क्लबच्या ऑफिसात सहज म्हणून चौकशी केली. क्लबमध्ये एक 'स्विमिंग कोच' आहे आणि तो रोज संध्याकाळी मुलांच्या बॅचला शिकवतो, एवढं तिला कळलं.

'मुलांची बॅच' ऐकून हिरमुसलेल्या प्रभादेवीकडे पाहात क्लार्क म्हणाला, ''डोंट वरी मॅडम, उन्हाळ्यात 'लेडीज बॅच' असते आपल्याकडे. तेव्हा तुम्ही नाव नोंदवा.''

- उन्हाळ्यात?

- प्रभादेवीच्या उत्साहावर एकदम पाणीच पडलं. पण तो क्लार्क बोलका होता. गप्पा मारता मारता त्याने सहज सुचवलं,

''रोज संध्याकाळी येऊन ते कोच मुलांना कसं शिकवतात, हे तुम्ही आधी पाहात का नाही? पोहायला शिकणं वाटतं तेवढं सोपं नसतं. गेल्या वर्षीच्या उन्हाळ्यात निम्म्या बायकांनी अर्ध्यावरच सोडून दिलं.''

काय होईल ते होवो, आपण स्वत:च पोहायला शिकायचं - प्रभादेवीने मनाशी निश्चय केला.

त्यात काय अवघड असणार?

बिछान्यात नवऱ्याला कसं अंगावर घ्यावं, हे कुणी शिकवलं नव्हतं तरी सरावाने जमलंच ना?

नुकत्या जन्मलेल्या बाळाला दूध कसं पाजावं हे माहीत नव्हतं. तरी नित्याला छातीशी धरलंच ना?

- वेळ आली की सगळं जमतं.

एवढ्या गोष्टी सरावाने शिकलो आपण, पोहणं काय असं अवघड असणार? नऊ महिने आईच्या पोटात होतो तेव्हा तर अखंड पोहतच जगलो की आपण!

- विक्रमला आणायचं निमित्त करून प्रभादेवी रोज तासभर आधीच क्लबात जाऊ लागली.

''इतक्या लवकर कशाला जातेस?''- एका सकाळी जगदीशने सहज विचारलं; तर ती पटकन म्हणाली, ''विक्रमसाठी. मी समोर असेन तर धड खेळतो. नाहीतर नुसती दंगामस्ती!''

जगदीश दुकानात निघून गेला खरा; पण प्रभादेवी मनातून चरकलीच. खर्च केलेल्या प्रत्येक पै न् पै चा हिशोब तर जगदीश घेतोच; आता मी जगते त्या प्रत्येक तासाचाही हिशोब मागायला लागला?

- आपली ही इतकी दयनीय अवस्था झालीय, लक्षातही कसं नाही आलं?

पूर्वी जगदीश नव्हता असा. कदाचित आपणच फार मऊ वागत गेलो, म्हणून आज ही अशी नवऱ्याच्या बोटांवर नाचण्याची पाळी आलीय!

आपलं आयुष्य गेलं...संपत आलं. पण नित्याच्या बाबतीत हे असं होता कामा नये. तिला आधीच सांगून ठेवायला हवं...

प्रभादेवीची विचारचक्रं सुरू झाली...

काय सांगायचं नित्याला?

कसं सांगायचं?

'हे बघ नित्या, लग्न झाल्याक्षणापासून तू स्वत:ला नवऱ्याच्या हाती सोपवून दे. घराच्या चार भिंतींपलीकडे तुला काही जमत नाही, हे त्याला एकदा जाणवून दिलंस की, प्रत्येक गोष्ट तो करील... पोस्टल ऑर्डर्स पाठवण्यापासून ते तुझी पासबुकं भरून आणण्यापर्यंत आणि रेल्वेची तिकिटं काढण्यापासून ते किराण्याची बिलं भागवण्यापर्यंत! हे करण्यात त्याचं 'पौरुषत्व' सुखावेल तोवर तो तुझे लाड पुरवत राहील. पण एकदा का तुझा निर्बुद्ध दुबळेपणा त्याला समजून चुकला की, तो तुझ्या अख्ख्या आयुष्यावरच अधिकार गाजवायला सुरुवात करेल. मग मात्र स्वत:च्या इच्छेने, स्वत:पुरता वेगळा श्वास घेणंही तुला शक्य होणार नाही.

याला आणखी एक पर्याय आहे. लग्नाच्या पहिल्या दिवसापासूनच स्वत:चं स्वातंत्र्य जपायचं. प्रत्येक गोष्ट स्वत:ची स्वत:च करायची. प्रत्येक निर्णय स्वत:चा स्वत: घ्यायचा. मग नवराही तुझ्या भरवशावर तुला सोडायला शिकेल... पण मग कधी तुला मदत लागली, आपल्या माणसाचा आधार घ्यावासा वाटला, तर त्यावेळी नवरा सोबत असावा अशी अपेक्षा करू नकोस. तो तुझ्याबरोबर नसणारच. कारण 'त्याची तुला गरज नाही' हे तूच त्याला सांगितलेलं असणार!'

मध्यम मार्ग?

'मला माहीत असता तर तोच तुला नसता का सांगितला?

माझ्या आईने मला आधीच हे शहाणपण शिकवलं असतं तर मोठ्या मनस्तापातून वाचले असते मी... पण तिलाही बहुतेक माहीत नसणार!

एकतर अल्याड किंवा मग पल्याड..'

कदाचित मध्यममार्ग नसणारच!

- डोक्यातला गोंधळ निस्तरता निस्तरता सुन्न झालेली प्रभादेवी कितीतरी वेळ तलावाच्या काठाशी नुसती उभीच होती.

"मॅडम, मुलांना घ्यायला आलात?"

- पाण्यावर हात मारत तिच्या दिशेने पोहत आलेल्या स्विमिंग कोचने विचारलं.

"नाही..नाही.."- ती हसून म्हणाली.

"मग इथे कशा? सहजच?"- त्याने पुन्हा हसून प्रश्न केला. आरडाओरडा करणारी मुलं आणि त्यांच्याहून हट्टी असलेल्या मुलांच्या आयांशी बोलून बोलून वैतागलेल्या कोचला, ही नवी पाहुणी पाहून जरा हायसंच वाटलं होतं. पाण्याला घाबरणाऱ्या चौदा वर्षांच्या पोरांच्या कलकलाटापेक्षा हा 'संवाद' बरा...

"मला पण शिकायचंय...पोहायला"

- पलीकडच्या 'शॅलो'..उथळ काठाला लावलेला स्टीलबार घट्ट पकडून पाण्यावर तरंगण्याचा प्रयत्न करणाऱ्या, जीवाच्या कराराने पाण्यात पाय मारायला शिकणाऱ्या मुलांवरची नजर न हटवता प्रभादेवीने आपली इच्छा बोलून दाखवली.

"...काय मॅडम, शिकलात की नाही शेवटी?"- काही दिवसांनी क्लबमध्ये भेटलेल्या कोचने तिची चौकशी केली.

"नाही अजून ... पण शिकेन!"- त्याच्या प्रश्नातली चेष्टा निपटून काढत ती पक्क्या निर्धाराने म्हणाली.

रोज संध्याकाळी तलावाच्या काठाशी जाऊन पोहायला शिकणाऱ्या मुलांची धडपड पाहात राहण्याचा प्रभादेवीने नेमच धरला.

पाण्याचे तुषार उडवत मुलं कसे पाय मारतात... हातांची वल्ही कशी वल्हवतात... हातांच्या हालचाली कोणत्या दिशेने करतात... पायांचा नेट लावून पाण्यात पुढे कसे सरकतात.. आणि हे सारं करताना श्वास टिकावा म्हणून स्वत:च्या छोट्या फुफ्फुसांमध्ये कशी हवा भरून घेतात! - सारं ती एकटक पाहात होती.

- प्रभादेवीने दीर्घ श्वसनाचा सराव सुरू केला.

पाण्यात पडल्यावर तेवढ्यासाठी अडून राहायला नको.

.. पण ती वेळच काही केल्या येईना. ऐन ऑक्टोबरात धो धो पाऊस आणि वादळाने थैमान मांडलं. नंतर सणासुदीचे दिवस आले. दसरा-दिवाळीच्या तयारीत प्रभादेवीला कुठला वेळ मिळायला? घरादाराच्या आणि जगदीशच्या तैनातीत ती पार पिचून गेली. पूजेच्या तयाऱ्या, नोकरांसाठी.. इतर व्यापारी आणि नेहमीच्या ग्राहकांसाठी मिठायांची ऑर्डर देणं, भेटींचे बॉक्सेस तयार करवून घेणं, नवे कपडे आणि फटाक्यांची खरेदी, पाहुण्यांच्या फराळाची तयारी, जगदीशबरोबर जोडीने कुठे कुठे जाणं.. पोहोण्याचा विचार दूर, श्वास घ्यायलाही प्रभादेवीला फुरसत नव्हती.

''झालंय काय तुला?''- जगदीश अचानक तिच्यावर खेकसला, ''बरं वाटत नाहीये का? गेला आठवडाभर बघतोय, तुला कशात उत्साहच नाहीये. करायचं म्हणून करतेयस फक्त...''

''नाही हो.. काही नाही झालेलं''- प्रभादेवी म्हणाली, ''खूप काम आहे ना... दमलेय जराशी.''

- तिचा खुलासा न पटल्यासारखी मान उडवून जगदीश तरातरा फोन करायला निघून गेला.

दुखावलेली प्रभादेवी पाहातच राहिली.

हा असा का तिरसटासारखा वागतो?

आणि बोलण्याची ही कुठली तऱ्हा?

–प्रभादेवीच्या अचानक लक्षात आलं, आजच का; गेली कित्येक वर्षं जगदीश आपल्याशी असाच वागतो.. याच उर्मट स्वरात बोलतो. मग आजच का इतकं टोचावं?

कदाचित जगदीशलासुद्धा आता आपला कंटाळा आला असणार.

सदान्‌कदा आपण या अशा विझलेल्या चेहऱ्याने वावरतो. पूर्वीच्या चैतन्याचा अंशही नाही उरलेला आपल्यात. अशा बाईबरोबर उरलेलं अर्धं आयुष्य काढण्याच्या विचाराने कुठल्याही पुरुषाचा संतापच होईल.

...पण मग आता काय करायचं?

स्वत:ला बदलणं तर नाहीच शक्य.

कसं टिकणार आपलं नातं?

प्रभादेवी पुन्हा विचारात बुडाली.

दिवाळी आटपून आठवडा झाला होता. एके दिवशी प्रभादेवीने निश्चय केला आणि नवऱ्याला सांगितलं,

''मी बेकिंग क्लासमध्ये नाव घातलंय. उद्यापासून तीन आठवडे रोज जायचंय.''

“बेकिंग क्लास? का?”

“का नको?” तिने उलटा प्रश्न केला.

–जगदीश चमकलाच.

त्या... पूर्वीच्या प्रभादेवीच्या नजरेतली चमक पुन्हा कशी परतून आली?– त्याला क्षणभर काही कळेचना. मान खाली घालून घरकाम उरकणाऱ्या आणि त्याचे हुकूम बिनतक्रार मानणाऱ्या बायकोचा त्यालाही नाही म्हटलं तरी कंटाळा आलाच होता.

अशा कंटाळवाण्या, सुरकुतल्या बायकोच्या नजरेत तीच पूर्वीची आव्हानात्मक, चेतवणारी चमक पाहून जगदीशला आश्चर्यच वाटलं. काहीतरी नवीन शिकण्याचं हे वेड मध्येच कुठून आलं, त्याला कळेना.

जगदीशची काय प्रतिक्रिया होईल, याचा विचारही प्रभादेवीच्या मनाला शिवला नाही. तलावाच्या निवळशंख पाण्यावर निःसंग तरंगण्याची तहान आता दुसरं काही सुचूच देत नव्हती.

बोगनवेलींच्या भिंतीचं फाटक उघडून तलावाच्या दिशेनं जाताना पोटात खड्डा पडल्याचं प्रभादेवीला जाणवलं. थोडीशी भीती.. थोडीशी अधीर हुरहुर! त्या अवस्थेत लग्नानंतरच्या पहिल्या रात्रीची आठवण येऊन ती स्वतःशीच हसली. त्या रात्री फुलांनी सजवलेल्या पलंगाकडे जाताना ‘आत’ असंच धडधडत होतं. तेव्हा जगदीश आपली वाट पाहत होता... आणि आज हे तलावातलं पाणी!

पोहायला पाण्यात उतरण्यापूर्वी कपडे बदलण्याच्या खोलीत गेल्यावर काय करावं, ते प्रभादेवीला कळेना. ब्रेसियर आणि चड्डी काढायची की, तशीच राहू द्यायची?- प्रश्नच होता. शेवटी तिने सगळे कपडे उतरवले आणि शॉर्ट्स घालून त्यावर स्वीम सूट चढवला. अख्ख्या शरीराला भरपूर सनस्क्रीन लोशन चोपडलं.. कपाळावरची टिकली मात्र तशीच राहू दिली. केस भिजू नयेत म्हणून प्लॅस्टिकची टोपी घालून अंगाभोवती टॉवेल गुंडाळलेली प्रभादेवी काहीशा अवघडल्या अवस्थेतच बाहेर आली... आधारासाठी रबरी टायर घेऊन थेट तलावाशी गेली.

तिथे फारशी गर्दी नव्हती. तलावाचा ‘अटेन्डन्ट’ मात्र प्रभादेवीकडे आश्चर्याने पाहातच राहिला. तो बघत असताना अंगावरचा टॉवेल काढून पाण्यात कसं उतरायचं ते तिला समजेना.

“इथे काय करताय तुम्ही? दुसरं काम नाही का तुम्हाला?” प्रभादेवी उगीचच त्याच्यावर खेकसली.

“मी इथे ड्युटीवरच आहे मॅडम. मी लाईफ गार्ड म्हणून काम करतो इथे.” तो ठासून म्हणाला.

–आता त्याच्याकडे दुर्लक्ष करण्यावाचून पर्यायच नव्हता. प्रभादेवी पाण्याच्या

दिशेने निघाली.

''एक्स्यूज मी, मॅडम-'' तो 'अटेन्डन्ट' तिच्यामागून आलाच. ''पोहायला पाण्यात उतरण्यापूर्वी तुम्ही शॉवर घ्यायला हवा. तसा नियम आहे.'' समोरच्या भिंतीवर ठळक लाल अक्षरात लिहिलेल्या मोठ्ठ्या नियमावलीकडे त्याने बोट दाखवलं..

लांब केसांवर कॅप घाला.

शॉवर घेणे अत्यावश्यक आहे.

खाण्यापिण्याचे पदार्थ आणण्यास सक्त मनाई.

नियमानुसार योग्य मापाचे कपडे घालणे आणि स्वच्छ वर्तणूक ठेवणे अत्यावश्यक.

बारा वर्षांखालील मुलांना प्रवेश नाही.

काही अपघात घडल्यास व्यवस्थापन कोणत्याही प्रकारे जबाबदार नाही.

''मी शॉवर घ्यायलाच चाललेय. तुम्हांला काय वाटलं, मला ठाऊक नाही?'' त्या 'आगाऊ' अटेन्डन्टवर खेकसत प्रभादेवी तरातरा 'शॉवर एरिया' लिहिलेल्या ठिकाणी पोचली. तिथे आडोसा नव्हताच.

तिने हिंमत करून अंगाभोवती गुंडाळलेला टॉवेल काढला आणि थंडगार पाण्याच्या शॉवरखाली जाऊन उभी राहिली. नळ फिरवताच धावत आलेल्या पाण्याच्या उसळत्या झोतानं, परपुरुषासमोर अर्धनग्नावस्थेत वावरण्यातली लाज बघता बघता धुऊन टाकली.

तलावाच्या उथळ बाजूला आत उतरण्यासाठी एक स्टीलचा उतरता आधार होता. कसं जायचं आत? पाण्याकडे तोंड करून आत उतरायचं की पाठ करून?- जे काय करायचं ते स्वत:च्या भरवशावर करणं भाग आहे. काही भलतं सलतं झालं तर क्लबवरसुद्धा जबाबदारी ढकलता येणार नाही. स्वत:च स्वत:ला समजावत, मन घट्ट करत प्रभादेवी एकदाची पाण्यात उतरली.

पाणी प्रचंड गार होतं.

तिच्या अर्ध्या उघड्या अंगावर उठलेली शिरशिरी अक्षरश: क्षणार्धात मेंदूपर्यंत पोचली. ''जा आत.. उतरा पाण्यात.. श्वास रोखून खोल बुडी मारा. एकदा शरीर रुळलं की मग नाही थंडी वाजणार–'' कोच आरडाओरडा करून मुलांना कसं पाण्यात ढकलतात, ते तिला आठवलं.

प्रभादेवीने खोल श्वास घेऊन डोकं पाण्यात बुडवलं. वर आली तर नाकातोंडात पाणी गेलेलं आणि प्रचंड धाप! एवढी साधी गोष्ट आपल्याला जमत नाही, कशा शिकणार आपण पोहायला?- त्याही परिस्थितीत तिला प्रश्न पडला.

आता पुढे काय?

स्टीलची दांडी पकडून तिने काठाकाठाच्या पाण्यावर स्वत:ला झोकून दिलं.

हातपाय मारायचे प्रयत्न जिद्दीने सुरू ठेवले.

घरी निघायची वेळ झाली, तेव्हा प्रभादेवीच्या शरीरातली नस न् नस प्रचंड ठणकत होती. भिजल्या वाळूची पोती बांधावीत तसे दोन्ही पाय कमालीचे दुखत होते. पाण्यात उतरत्या रेलिंगला धरून वर चढणंही तिला मुश्कील झालं.

नंतर तीन दिवस प्रभादेवी फक्त पाण्यावर हात-पाय मारत, रेलिंगला लटकून कशीबशी तरंगत राहिली. खोल श्वास घ्यायचा आणि हात वर्तुळाकार फिरवत दोन्ही पायांनी पाण्यावर ठॉक ठॉक आवाज करत राहायचा. हातपाय हलवून दमायला झालं की, चेहरा पाण्यात बुडवून डोळे उघडता येतात का ते पाहायचं. क्लोरिन घातलेल्या पाण्यामुळे डोळे चुरचुरले, लाल झाले; तरी 'कधी ना कधी जमेल' या आशेवर प्रभादेवीने प्रयत्न सोडले नाहीत. नंतर नंतर ती रेलिंगला धरून पाण्यावर पालथं पडायला शिकली... आधाराला धरून का असेना, पण आपण पाण्यावर तरंगू शकतो एवढं सुख तिची हिंमत टिकवून धरायला पुरेसं होतं.

चौथ्या दिवशी प्रभादेवीच्या लक्षात आलं की, रेलिंग घट्ट पकडून ठेवायची गरज नाही... नुसत्या बोटांनी आधार घेतला तरी आपल्याला पाण्यावर तरंगता येतं! फक्त श्वास रोखून धरणं जमलं पाहिजे.

पाचव्या दिवशी प्रभादेवीने निश्चयच केला. आज वाट्टेल ते झालं तरी रेलिंगचा आधार घ्यायचा नाही. पायांनी तलावाच्या भिंतीला घट्ट पकडत तिने दीर्घ श्वसन करून दोन्ही फुफ्फुसं हवेने भरून घेतली आणि रबरी रिंगच्या आधाराने स्वत:ला पाण्यात झोकून दिलं. रिंगवर मजबूत पकड ठेवली तर पाण्यावर तरंगता येतं हे लक्षात आल्यावर तिने क्षणभर हिंमत करून रिंगही सोडून दिली... काही क्षण; तेवढ्या काळात तिला ब्रह्मांड आठवलं.. आता आपण बुडणार, संपलं सगळं अशी भीती इतक्या पटकन् घेरून आली की, तिने निकराने हातपाय मारले. पाण्यावर आली तशी तिने झडप घालून रिंग पकडली आणि पटकन् जाऊन रेलिंगच्या आधाराने श्वास घेतला. एवढ्यात नसतं धाडस करण्यात अर्थ नाही.. प्रभादेवीने स्वत:शीच ठरवलं.

सहाव्या दिवशी प्रभादेवीने तलावाच्या उथळ भागात पोहण्याचा प्रयत्न केला. श्वासाचा तकवा संपल्यावर ती थकून वर आली.

काठावर उभा राहून तिच्याकडे आश्चर्याने पाहणारा कोच म्हणाला,

"ती रिंग द्या फेकून मॅडम, मुलं वापरतात ती रिंग!"

"अहो, पण तिच्या आधाराशिवाय मला कसं पोहता येईल?" प्रभादेवीने विचारलं.

"पण मॅडम, आत्ताही तुम्ही त्या रिंगशिवायच तरंगताय की पाण्यात" कोचला

गमतीने हसू फुटलं होतं.

–''ओऽऽ'' प्रभादेवीच्या लक्षात आलं. पण रिंग न घेता आपण उतरू शकू का पाण्यात? आणि घुसमटलो तर?

''अहो, पण रिंग असेल तर ऐन वेळी आधार तरी वाटतो... म्हणून...'' तिने खुलासा करायचा प्रयत्न केला.

तोवर तलावाच्या काठाकाठाने चालत कोच तिच्या जवळ आला होता.

''तुमची उंची किती?'' त्याने विचारले.

''पाच फूट दोन इंच-'' प्रभादेवी म्हणाली. पोहण्याचा आणि उंचीचा संबंध काय? हे तिच्या लक्षातच येईना. खेळाडूच्या वजनावर टेनिसच्या रॅकेटचं वजन किती हवं ते ठरवतात असं विक्रम म्हणाला होता एकदा. पण पोहण्याशी काय संबंध?

''मग कसली एवढी काळजी करता?'' कोच म्हणाला, ''हे पाहा, तलावातलं पाणी जेमतेम चार फूट खोल आहे आणि तुम्ही पाच फूट दोन इंच. समजा, नाकातोंडात पाणी गेलं आणि तुम्ही बुडायला लागलात तर तुमचे पाय आपोआप तलावाच्या तळाशी टेकतात. नुसत्या उभ्या राहिलात तरी चालत याल पाण्याबाहेर! द्या ती रिंग इकडे.''

प्रभादेवीने मुकाट हातातली रबरी रिंग कोचला दिली.

''ओके कॅरी ऑन. दोन दिवसांनी मी चक्कर मारतो. तोवर जमेल तुम्हाला,'' कोचने जाता-जाता तिला धीर दिला.

''थँक्यू..''- ती म्हणाली.

कोचने तिचा प्रश्न चुटकीसरशी सोडवला होता. पाण्यात बुडण्याची तिची भीती क्षणार्धात पळाली. नंतर जवळजवळ तासभर तिने कुठल्याही आधाराशिवाय हातपाय मारत पाण्यावर तरंगण्याचा प्रयत्न केला. दोन-तीनदा श्वास फुलला. धाप लागली. नाकातोंडात पाणी जाऊन ठसका लागला.

... पण शेवटी जमलं!

सातव्या दिवशी प्रभादेवीने विश्रांती घेतली. त्या रात्री कसं कोण जाणे, तिचं शरीर अचानक 'जागं' झालं. आसुसलं, तहानलं! कितीतरी दिवसांनी बिछान्यात ती स्वत:हून बहरली होती... एका विलक्षण ओढीने ती कुशीवर वळली आणि जगदीशला बिलगली. तो अर्धवट झोपेत होता. तिच्या शरीराच्या उबेने तो चाळवला. जागा झाला. गेल्या कित्येक दिवसांत ती अशी बिलगली नव्हती आणि आज... पूर्वीचा जोम ओसरला, त्यालाही आता काळ उलटला होता. जगदीशला ती हवीशी होई तेव्हा पटकन् दोन शरीरं एकत्र येत. 'तो क्षण' सरला की दूर होत आणि झोपून

जात. जगदीशच्या दृष्टीने 'सेक्स' म्हणजे केवळ शरीराची गरज उरली होती आणि प्रभादेवीच्या दृष्टीने कर्तव्य! त्याला हवं असेल तेव्हा मुकाट स्वाधीन होणं! त्याचा कार्यभाग आटपला की संपलं.

–पण आजच्या रात्रीला वेगळाच गंध होता.

जगदीशने तिच्याकडे पाहिलं आणि तो थरारलाच!

त्याच्या कुशीत प्रभादेवी लखलखून उठली. तिच्या शरीरातलं उधाण तिला आवरेनासं झालं होतं. कण न् कण आक्रोशून उठला होता. हलकेहलके ती त्या वादळात घुसत गेली..

"काय गं? काय करतेयस काय?"

तिच्या उधाणल्या शरीरावर चौफेर बरसता बरसता जगदीश शेवटी म्हणालाच.

"काही नाही... तरंगतेय... लाटांवर तरंगतेय!'- अर्धमिटल्या डोळ्यांनी प्रभादेवी हुंकारली. शरीरातल्या कधीच्या मेलेल्या जाणिवा पुन्हा अशा जाग्या झालेल्या पाहून तीही भरारली होतीच.

हे असं उधाण कधी अनुभवलं होतं यापूर्वी? प्रभादेवीला आठवेना.

तिच्या लखलखत्या, उसासत्या शरीराला जगदीश आवेगाने भिडला होता.

नग्न शरीरांच्या दोन ज्वाळा पाहता पाहता एक झाल्या... उसासते बिंदू चाखत चोखत लवलवणारी त्याची जीभ.. कुस्करत, चेतवत, पेटवत अंगभर भुळभुळणारी त्याची बोटं.. स्तनांभोवती टोचणारी त्याच्या लुचणाऱ्या मिशांची टोकं.. त्याच्या कानाची गरम पाळी... आणि केसात घुसलेले त्याचे धावते श्वास..

तिच्या ओघळत्या छातीवरची घट्ट टोकं त्याच्या छातीत रुतली... आत सुखाच्या कळा उठत होत्या... अजून! अजून!!- शरीर आक्रोशात होतं... सुख पीत होतं... तेवढ्यात एक जीवघेण्या सुखाची कळ मणक्यातून धावत गेली. उसळती लाट फेसांडली.. सुखाचा हिंदोळा बघता बघता आकाशात भिरकावला गेला आणि तो क्षण सहन झालेली सुखावली गात्रं एकमेकांच्या विळख्यात फडफडत पेटली...

प्रभादेवीच्या कानात पाण्याच्या लाटांचा कल्लोळ उठला होता. नाकातोंडात पाणी गेलेलं.. एक असह्य घुसमट... जीवाच्या कराराने मारलेली उसळी.. आणि पुढच्या क्षणी जमिनीला टेकलेले पाय!

थकून गेलेला जगदीश क्षणात झोपेच्या कुशीत शिरला.. आज प्रभादेवीने त्याचं विझलं तारुण्य कित्येक वर्षांनी पुन्हा चेतवलं होतं. तो पूर्वीचा जोश.. ती धग.. आणि ते अपार सुख!!

–झोपून गेला तरी जगदीशच्या चेहऱ्यावरचा उष्ण सुखाचा तवंग निवला नव्हता.

प्रभादेवीला मात्र खूप वेळ झोप आली नाही. बिछान्यातल्या सुखाच्या लाटांवर तरंगू शकणारं आपलं शरीर तलावाच्या पाण्यात कधी टिकाव धरेल?– 'त्या' क्षणाची आस लागलेलं तिचं मन आता स्वस्थ बसायला तयार नव्हतं.

दुसऱ्या दिवशी सकाळी प्रभादेवी क्लबात गेली आणि तलावाच्या खोल पाण्यात जाऊन उभी राहिली. काल रात्रीच्या उधाणल्या संभोगाने तिला नवं शहाणपण शिकवलं होतं. 'आपल्यालाही प्रेम करावंसं वाटतं.. पुढाकार घेऊन तुझे कपडे उतरवावेत, तुला चाळवावंसं वाटतं' हे जगदीशला सांगितलं तर त्याला काय वाटेल, याचा फक्त विचार करण्यात प्रभादेवीचं निम्मं आयुष्य गेलं. त्याला राग येईल... घृणा वाटेल... तो संतापून आपल्याकडे पाठ फिरवील असा प्रभादेवीचा समज होता.

–पण काल रात्री नेमकं उलटं घडलं.

साद घातली तर... तरच प्रतिसाद मिळतो. जेवढं देऊ करावं, त्या पटीत परत मिळतं. हे तिनं पहिल्यांदाच अनुभवलं होतं. प्रमोदचं नकोसं प्रकरण घडल्यापासून मिटून घेतलेलं शरीराचं कमळ उमललं... आणि जे घडलं ते अक्षरश: स्वप्नवत होतं.

प्रभादेवी खूप वेळ पाण्याकडे पाहात राहिली. एका क्षणी दीर्घ श्वास घेऊन कसल्याशा विलक्षण ओढीने तिने स्वत:ला पाण्यावर झोकून दिलं. तलावाच्या तळात लावलेल्या निळ्या टाईल्स चमकताना दिसत होत्या. पाण्याच्या रेशमी स्पर्शाची झुळझुळ तिच्या शरीराशी नाचत होती.

पाण्यावर तरंगता तरंगता प्रभादेवीला एकदम हलकं वाटलं. जणू सारा भूतकाळ विरघळला होता... सुख-दुःखाची जुनी ओझी गळून पडली होती... आधी खूप मागण्या करणारं, सुखासाठी तडफडणारं आणि नंतर हिरमुसल्यासारखं एकदम मिटूनच गेलेलं शरीर एका सरळ रेषेत पाण्यावर तरंगू लागलं... काळावेळाचं भान सरलेली, साऱ्या आठवणी मिटून गेलेली एक वजनरहित स्वर्गीय अवस्था!

हलके हलके विजयाची भावना प्रभादेवीच्या मनाला स्पर्शू लागली.

मी तरंगते आहे... माझ्या शरीराचं ओझं सरलं... भीती संपली... मला हवा होता तो हा.. हाच क्षण!

बघता बघता अख्खा तलाव पोहून प्रभादेवी पलीकडच्या काठाला पोचली.

...हलत्याडुलत्या पाण्यात ताठ उभी राहिली. भूतकाळाचं सावट हटलं होतं.

नव्या धाडसाची नवी चव ओठांवर होती.

या एका क्षणाची सर अख्ख्या आयुष्याला नाही!

–प्रभादेवीने अत्यानंदाने डोळे मिटले.

❀❀❀

१

खिडकीतून पळणारा निसर्ग पाहता पाहता अखिला भान विसरून गेली होती. त्या अनुपम दृश्याने तिचे डोळे निवले. हिरव्या रंगाच्या इतक्या असंख्य छटा तर तिने आयुष्यात कधी पाहिल्या नव्हत्या. भातशेतीच्या खाचरांच्या कडेकडेने ट्रेन धावत होती. सारी शेतं पिकून पिवळी झालेली... भरगच्च दाण्यांच्या लोंब्यांनी वाकलेली. भाताची पिवळी जर्द केसरं, मध्येमध्ये मळलेल्या भातगोट्यांच्या सोनेरी राशी, आजूबाजूची हिरवी गर्द झाडी आणि क्षितिजापर्यंत पसरलेली काळपट तपकिरी जमीन... एकाच ऋतुचक्राचे अखंड बदलते रूपरंग!... पृथ्वीच्या पोटात हे सारं अखंड घडत राहतं. जुनं मोडतं, नवं घडतं. पण मग माणसालाच का बदलाची एवढी भीती वाटते? छोट्या छोट्या गोष्टींवरून का एवढे वादंग? का नाही माणसं एकमेकांना समजून घेऊ शकत? आपल्याशी रक्ताचं नातं सांगणारे कुटुंबीय, का असे जन्माचे वैर घेतल्यासारखे वागतात? माझं मन का त्यांना समजू शकत नसेल?

...अखिलाचे विचार अखंड धावत होते.

* *

जेमतेम पंधरा-वीस दिवसांपूर्वीची गोष्ट. एका सुपरमार्केटमध्ये खरेदी आटपल्यावर अखिला कुठल्याशा 'लकी ड्रॉ'चं कुपन भरत होती. नाव, पत्ता लिहून झाल्यावर पुढला मुद्दा होता– वय. त्यापुढच्या चौकोनात अखिलाने यांत्रिकपणे आकडा लिहून टाकला-४५.

पंचेचाळीस?

–ती थबकलीच.

४५ वर्षं उलटली; अजून तर काहीच नाही आपल्या मनासारखं!

इतकी वर्षं केलं तरी काय आपण?

भरभरून वाहणाऱ्या बास्केट्स मिरवत, अख्ख्या दुकानभर बायकांच्या झुंडीच्या झुंडी खरेदीत मश्गूल होत्या. खरेदीच्या बास्केटकडे बघितलं तरी कळतोच स्वभाव, वृत्ती आणि आयुष्याचे रूपरंगही येतातच सहज ओळखता. अखिलाच्या मनात आलं, बाकीच्या बायकांच्या बास्केट्स भरून वाहणाऱ्या; तिच्या हातातली मात्र तिच्यासारखीच कोरडी.. गुमसुम! जेमतेम तीनच वस्तू. चेहऱ्यावरच्या सुरकुत्या घालवण्याची 'गॅरंटी' देणारं फेस क्रीम, 'बेजान बालोंमें' जान डालनेवाला एक महागडा शाम्पू आणि इन्स्टंट स्टार्च पावडरचं पाकीट!

खरं तर या वस्तू नेहमीच्या किराणा दुकानातूनसुद्धा घेता आल्या असत्या. पण तिथली खरेदी म्हणजे मागे पद्माचं शेपूट चिकटलेलं असणार. ती तिथे उभी राहून गल्ल्याशी मांडलेली प्रत्येक बरणी उघडणार.. आतल्या वस्तूचा वास घेऊन पाहणार... त्यावरून उगीचच दुकानदाराचं डोकं खाणार... आणि आपण घेतलेल्या वस्तू पाहून, उद्दामपणे नाक उडवत सगळ्यांच्या देखत कुऱ्यानं टोमणे मारणार... 'माझी चाळीशी येईल तेव्हा मी नाही बाई असली क्रिमं-बिमं फासत बसणार तोंडाला. केसांना महागडा शाम्पू चोळा, नाहीतर वरून आणखी रंग लावा; तारुण्य येणारेय का परतून? शेवटी बाईच्या चेहऱ्यावरचं तेज... तेच खरं!'

- पद्माच्या म्हणण्यात काही चुकीचं नसलं, तरी तिचे शब्द आपल्याला किती टोचतील, हे पुरतं ठाऊक असलेली अखिला थेट सुपर मार्केटमध्ये पोचली होती. पद्मापासून चार हात दूरच राहून मनस्ताप वाचवण्याची ही सवय आपल्याला कधी लागली, हे तिचं तिलाही सांगता आलं नसतं. पण तसं झालं होतं खरं!

चाळीशी उलटलीच आहे... यापुढे हातपाय थकत जातील आणि पद्मावर अवलंबून राहण्याची पाळी येईल, या भीतीने खरं तर अखिलाला धास्ती वाटावी. पण अशा टप्प्यावर अखिलाने चक्क स्वत:ची स्वतंत्र वाट शोधायचा निर्णय घेतला.

कारण?

वयाच्या पंचेचाळिशीतसुद्धा सतत कुणाच्यातरी दबावाखाली जगण्याचा, दुसऱ्याच्या मर्जीने वागण्याचा अखिलाला वीट आला होता.

- आणि दुसरी कारपागम.

अखिलाची शाळेतली मैत्रीण!

ऐन मोक्याच्या क्षणी सिनेमात एखाद्या महत्त्वाच्या पात्राने 'एन्ट्री' घ्यावी आणि अख्ख्या कहाणीला वेगळंच वळण द्यावं, तशा थाटात कारपागम अखिलाच्या

आयुष्यात आली... आणि गर्दीने ओसंडलेल्या सुपर मार्केटमध्ये, मागून तिच्या खांद्यावर हात टाकत आश्चर्याने, आनंदाने चित्कारली,

"अखिलनंदेश्वरी? तू?"

... भूतकाळाची हाक! अख्खी संध्याकाळभर आंब्यांच्या झाडाखाली हुंदडणाऱ्या नि:भ्रांत बालपणाने घातलेली!!

गोलाकार फिरत दोघी मैत्रिणींच्या फुलल्या श्वासांच्या उड्या सांभाळणाऱ्या दोरीमधून थेट सरसरत आलेली हाक!!

अखिलनंदेश्वरी....

तोच स्वर!

एकाच दोरीवर उड्यांमागून उड्या मारताना सोबतीने खिदळलेल्या मैत्रीचा!

मैत्री... घरापासून शाळेपर्यंत आणि शाळेपासून घरापर्यंतच्या रस्त्यावर फुललेली...एकमेकींची गुपितं जपणारी.. चिमणीच्या दातांनी पाच पैशांचं चॉकलेट वाटून घेणारी!

काळाच्या ओघात बालपण सरलं.

कारपागम लग्न करून सासरी गेली.

आणि अखिला?

अप्पांच्या मागे त्यांच्या अर्ध्या संसाराचं जू मानेवर उचलून नोकरीला लागली.

...तेव्हापासून ना गाठभेट. ना गप्पा.

- सुपर मार्केटमधल्या त्या कलकलाटात अचानक आपल्या नावाचा पुकारा ऐकून अखिला शहारलीच.

अखिलनंदेश्वरी...

गेल्या जवळपास पंचवीस वर्षांत अशा संपूर्ण नावाने तिला कुणी हाकच मारली नव्हती.

...भीती! भीतीच वाटली क्षणभर. कोण असेल?

जुन्या बुटांमधलं कोरडं चामडं चोहीकडून उचकटावं तशी घशाला कोरड ...

"कोण?"- अखिला गर्रकन् वळली.

"अगं ऽऽ ओळखलं नाहीस?"- समोरची आनंदाने उसळती स्त्री अखिलाचे खांदे गदागदा हलवीत होती, "मी कारपागम... विसरलीस?"

- अत्यानंदाने भारारलेल्या अखिलाला काय बोलावं अक्षरश: सुचेना!

"अगं... तू?.. इथं?..केवढं आश्चर्य..."

- खरेदीने जड झालेली हातातली बास्केट काउंटरवर ठेवत कारपागम म्हणाली,

"आहेच आश्चर्य! गेल्या कित्ती वर्षांत भेटलो नाही आपण! वीस वर्षं तरी झाली असतील, ना? पण तू अगदी तश्शीच आहेस अखिला. काही फरक नाही

तुझ्यात!.. आणि हे काय? तीनच वस्तू घेतल्यास.. झाली खरेदी?''

- कारपागमची नजर आपल्याला खोलवर पाहते आहे, हे अखिलाला जाणवत होतं... असं काय दिसतंय तिला?

समोरच लावलेल्या मोठ्ठ्या आरशातून एका भुतासारख्या दिसणाऱ्या जुनाट बाईने अखिलाला हटकलं... खोल गेलेले डोळे, बसके गाल, खाली ओघळलेलं.. लोंबतं तोंड...आणि सागाच्या खोडावर त्या झाडाचं वय सांगणाऱ्या रेषा उमटतात तशी मानेवर सुरकुत्यांची वर्तुळं...

अखिलाने सहज आपल्या केसातून हात फिरवला... दिवसभर मानेवर घातलेल्या सैलसर अंबाड्यात बांधलेलेच असत तिचे केस. रात्री उशिरा झोपताना अंबाडा सोडला की, दोन्ही खांद्यावरून केसांचे अशक्त, भुरकट ओहोळ धावत. दिव्याच्या प्रकाशाची किमया असेल किंवा एखाद्या लपवलेल्या चुकार स्वप्नाची उघडी चमक.. मोकळ्या केसांच्या महिरपीत कधीकधी अखिलाला 'तो' चेहरा दिसे...

तिचा..

अखिलनंदेश्वरीचा!

नाजूक चणीची, मंजुळ आवाजात बोलणारी मुग्ध तरुणी!

- आता तिच्या आवाजात आलेली कर्तव्याची, जबाबदारीची घोगरट आणि बसकी खरखर अखिलाला स्वत:लाच ऐकवत नसे.

अखिला चमकून दोन पावलं मागे सरकली; आरशातला चेहरा नाहीसा झाला. कोण ही बाई? आपण तिला ओळखतो?... हे शरीर तर ओळखीचं... अखिलनंदेश्वरीचं! पण ते असं होतं?

- छातीच्या उभाराखाली पेन्सिल ठेवली तर सपाट पोटाच्या तलम उतारावरून घरंगळत जाई. ना कसला डाग, ना कसला व्रण.. अशी स्फटिकासारखी स्वच्छ कांती होती!

...त्या शरीराचं काय झालं हे?

मांसल मांड्यांच्या पुष्ट, लोंबत्या गोलाईत, हिरव्या-काळ्या रेषांचं वय कधी इतक्या किचकट गुंत्यात गोठलं? साकळलं?

... हे असलं शरीर 'तिचं' कसं असेल?

तिचं?

...अखिलनंदेश्वरीचं?

कारपागमच्या नजरेतून स्वत:कडे पाहताना अखिलाला एक कमजोर, निर्जीव आणि निरुत्साही शरीर तेवढं दिसत राहिलं... विवाहाच्या, संसारसुखाच्या कुठल्याही खुणा नसलेली एक कोरडी, शिळी बाई! ना कपाळावर कुंकू.. ना भांगात सिंदुराची रक्तरेघ.. ना छातीवर डौलाने रुळणारी सोन्याची 'थाळी'.. ना पायात चांदीची

वेढणं!- सुपर मार्केटमध्ये मांडलेल्या वस्तूंच्या रांगांमधून काही न घेता उगीचच निरुद्देश फिरणारी रिकामटेकडी बाई!

"चल, कुठेतरी निवांत बसूया"-

कारपागमने अखिलाला सुपर मार्केटमधल्या कॉफी शॉपकडे ढकललंच.

कडेचं एक टेबल निवडून बसलेली अखिला जॅम रोल्स, सामोसे आणि गरमागरम कॉफीचा ट्रे भरून आणणाऱ्या कारपागमकडे पाहातच राहिली.

कारपागमच्या आयुष्यातलं सुख तिच्या शरीरावर लवलवताना, ओसंडताना दिसत होतं... पोटावरच्या मांसल, गोऱ्या वळ्या.. गळ्याशी खोल रुतलेली हनुवटी.. कोपरापासून मनगटापर्यंतचे थुलथुलीत, पुष्ट हात...

कारपागमच्या अंगावरची गर्द हिरव्या आणि पिवळ्या रंगाची बंगाली कॉटन साडी... चमकता सोनेरी ब्लाऊज.. तिच्या दागिन्यांची लखलख आणि कपाळावर लावलेलं रक्तवर्णी कुंकू!

- कारपागमच्या आयुष्यातली तेजस्वी, देखणी श्रीमंती नुसती चमचमत होती. लखाखते डोळे... हसऱ्या गालांवरच्या खोलगट खळ्या... काळ्याभोर केसांत मधूनच हसणारी एखादी चुकार चंदेरी बट!

सुखाने पिकलेल्या केशरी आंब्यासारखी दिसत होती कारपागम.

"मला खायला खूप आवडतं"- हातातल्या भरलेल्या ट्रेकडे समाधानाने पाहात कारपागम टेबलाशी आली, "डाएटिंगच्या वेडाने लोकं उपाशीबिपाशी कशी काय राहू शकतात, कोण जाणे! माझी मुलगी तर सदान्‌कदा 'डाएट'वरच असते. पहिला आठवडा काय, तर म्हणे फक्त फळांचा रस पिऊन राहायचं.. नंतरच्या आठवड्यात कच्च्या भाज्याच फक्त खायच्या! मूर्खपणा ... नाहीतर काय? एकदाच तर असा चांगला जन्म मिळतो. भरपूर खावं-प्यावं-मस्त ऐश करावी...काय?"

-अखिला कसनुशी हसली.

सामोशाचा घास घेऊन ओठाभोवती चिकटलेले कण पुसत कारपागम म्हणाली,

"अप्पा गेल्यावर तू केवढ्या हिमतीने अख्ख्या घराचा भार पेललास; आम्हां सगळ्यांना तेव्हापासूनच खूप कौतुक होतं तुझं. माझी अम्मा नेहमी तुझ्याबद्दल खूप बोलायची. म्हणायची, 'पाहा किती कष्ट करते ही पोरगी; नाहीतर ती जया!'- जयाचा फार राग होता तिला. तुला आठवते का गं जया?"

काय सांगावं ते न सुचून अखिलाने नुसतीच मान हलवली.

"सारसामामी, जया, तिची बाकीची भावंडं... त्यांचं पुढे काय झालं; काही कळलंच नाही नंतर. माझी अम्मा म्हणायची, 'अखिलासारखी कर्तृत्ववान मुलगी असली तर ठीक; नाहीतर घरातलं पुरुष माणूस गेलं की, संसाराची धूळधाणच होते.' "

- अखिला हसली.

जयाची काहीच खबरबात नव्हती तिच्याकडे... काय सांगणार?

"आता सांग, कशी आहेस तू?"- कारपागमने गरम कॉफीचा घुटका घेत विचारलं, "तुझी अम्मा गेल्यावर तू अम्बात्तुर सोडलसं एवढं कळलं होतं मला. बंगलोरला कशी आलीस? छान चाललं असेल नं तुझं?"

"कसलं गं? नेहमीचंच सगळं.. घर-ऑफिस-घर. ठरलेलं रुटीन. तुला पद्मा आठवते का? - माझी धाकटी बहीण. ती आणि तिचं कुटुंब - सगळे माझ्याचकडे राहतात. घरातलं सगळं तीच सांभाळते. माझं काय? नोकरी चालू!"- ज्यांची उत्तरं नव्हतीच, असे नेमके प्रश्न टाळून अखिलाने आपल्याबद्दल सांगितले.

- अखिलाचा हात हातात घेत कारपागम म्हणाली,

"अगंऽऽ अजून तू त्याच घोळात? मला वाटलं होतं, भावंडं मोठी झाल्यावर निदान आता तरी तू स्वत:साठी, स्वत:च्या मनासारखी जगत असशील! तुझ्या अप्पलपोट्या भावंडांना एवढीही अक्कल नाही का गं? तुझं... तुझ्या आनंदाचं काय?"

-सामोशाचा घास अखिलाच्या घशातच अडकला.

"आता कसलं काय? अगं, ते वय उलटून गेलं माझं..."

"वय उलटलं म्हणजे?"

- भुवया आक्रसून कारपागमने थेटच विचारलं.

"सुख म्हणजे काय? काय असतं सुख म्हणजे? काय केलं म्हणजे तू सुखी होशील...सांग मला!"

- अखिलाला क्षणभर काही सुचेचना.

टेबलाच्या चकचकीत फोरमायकावर उगीचच बोटांनी नक्षी गिरवत ती अवघडल्यासारखी बसून राहिली... सुख म्हणजे काय? आनंदाची व्याख्या कशी करायची?

दरवर्षी कॅथरीनला पाठवण्याकरता खरेदी केलेली ग्रिटिंग कार्ड्स तिला आठवली... आणि त्या कार्डांवरचा तो ठरलेला मजकूर..

'हॅपीनेस इज, बीईंग अलाउड टू चूज वन्स ओन लाईफ,

टू लिव्ह इट द वे वन वॉटस्...

हॅपीनेस इज, नोईंग वन इज लव्हड् अँड हॅविंग समवन टू लव्ह...

हॅपीनेस इज, बीईंग एबल टू होप फॉर टुमॉरो...'

स्वत:चं आयुष्य, स्वत:च्या मर्जीनं, स्वत:च्या मनासारखं जगता येणं... भरभरून प्रेम करणं आणि उद्याची आशा... स्वप्नं...

- अखिला नुसत्या विचारानेही थकून गेली.

"अखीऽऽ"- बालपणीच्या लाडक्या नावाने मैत्रिणीला हाकारताना कारपागम कळवळली, "थोडं तरी सुख मिळालं का गं तुला?"

"कसं सांगू?... खरंच खूप कठीण आहे... " अखिला पहिल्यांदा मनातलं बोलली.

"का? लग्न नाही केलंस म्हणून? नवरा.. मुलांची सोबत, सहवास नाही म्हणून?"

"नाही...तसं नाही अगं..." - आपलं हे बोलणं तिसरंच कुणी ऐकत तर नसेल, या शंकेने धास्तावलेली अखिला चाचरतच होती अजूनही.

मनात ठुसठुस आहे, ती नक्की कसली? कशाची? - अखिलाला वाटे, आपलं स्वतंत्र व्यक्तित्व, अस्तित्व नसणं याचाच प्रचंड त्रास होतो आपल्याला. दुःख आहे ते त्याचं! सदैव कुणाच्या तरी नात्याच्या संदर्भाने वागायचं.. वावरायचं! चंद्राची मुलगी, नारायणची आक्का, प्रियाची मावशी, मूर्तीची मेव्हणी.. कधी ना कधीतरी 'फक्त अखिला' म्हणून आपली ओळख असावी, असं अखिलाला फार वाटे. एवढी साधी इच्छाही कधी पूर्ण झाली नाही आणि कारपागम म्हणतेय 'सुखाची व्याख्या सांग!'

आपलं दुःख तिला कळेल का?

रेशमी कांजीवरम सारखं स्वतःचं लग्न, संसारसुख अंगोपांगी मिरवणाऱ्या कारपागमला कधीतरी आपल्या मनातली ठुसठुस समजून घेता येईल का? स्वतंत्र.. सुटी व्यक्ती म्हणून जरा मोकळंढाकळं जगण्याची आपली ओढ तिला कळेल का?- अखिला विचारात पडली.

तिला पुरुषाचा सहवास हवासा वाटत होताच.

तिच्यासाठी जीव टाकणाऱ्या, तिचं सर्वांग सुखाच्या बरसातीने चिंब भिजवणाऱ्या, आपलं अख्खं शरीर आणि आयुष्य तिच्याशी वाटून घेणाऱ्या पुरुषाची ओढ अखिलाला होतीच. पण तिला हवा होता तो सखा.. सहचर..

नवरा नव्हे.

पुन्हा एका नव्या नात्याच्या बंधनात अडकण्याची तिची इच्छा नव्हती.

जे स्वतःशी बोलण्याचीसुद्धा हिंमत झाली नव्हती, ते सारं अखिला कारपागमला सांगत राहिली. मनाच्या खोल गाठी उसवण्याचा प्रयत्न करत राहिली.

"पण मग तू तुझ्या स्वतःच्या घरात एकटी का राहात नाहीस अखिला? तुझी बहीण आता काही कुक्कुलं बाळ नाही. तिला तिचा नवरा आहे. संसार आहे. तिने पाहावा की आपला मार्ग! तू शिकलेली आहेस, अखी. नोकरी करतेस. चांगला पैसा कमावतेस. राहा ना जराशी मजेत"- केसांची सैल झालेली पिन काढून पुन्हा नीट लावत कारपागमने अखिलाला सुखाचा मार्ग सुचवला.

"आणि हे बघ.."- पुन्हा एकदा खुंटा ठोकून पक्का करत ती अखिलाला म्हणाली, "एकतर दर दोन मिनिटांनी घाबरल्यासारखं इकडे-तिकडे पाहाणं पहिल्यांदा बंद कर आणि लोक काय म्हणतील, याचा विचार करत बसू नकोस. सगळ्यात पहिल्यांदा तुझ्या बहिणीला हाताला धरून घराबाहेर काढ. तिला म्हणावं, फार झालं!"

- अखिलाने बसल्याबसल्या आजूबाजूला पाहिलं. सगळी टेबलं गर्दीने फुलली होती. लोक एकत्र बसून खातपीत होते. एकमेकांबरोबर खिदळत-मजा करत होते.

"पण कारपागम, मी एकटी राहू शकेन? आपल्या समाजात बाईनं एकटीनं राहाणं म्हणजे किती मुश्कील..." - तिच्या प्रश्नातली अगतिकता लपली नाही.

"माझ्याकडे बघ." अखिलाचा अगतिक प्रश्न उभा चिरल्यासारख्या खंबीर आवाजात कारपागम म्हणाली, 'मी एकटी राहू शकते; तर तू का नाही?"

"पण तुझं लग्न झालंय कारपागम. तू तुझ्या संसारात, मुलाबाळांत एकटी कशी?"- अखिलाने आश्चर्याने विचारले.

"माझं लग्न झालंय हे खरं अखिला," कारपागमने खुलासा केला, "पण माझा नवरा जाऊन आता बरीच वर्षं झाली. नवऱ्याशिवायची बाई एकटीच नाही का?... सांग!"

"ओऽऽ, आय ॲम सॉरी, पण..." - अखिलाला धक्काच बसला.

"मला माहितीय तू का इतकी चक्रावलीस ते...नवरा गेलेला असताना माझ्या भांगातला सिंदूर, रंगीत साडी, दागिने.. मी इतकी आनंदात कशी असं वाटतंय ना? एखादं पांढरं फटकूर नेसून, अर्धमेल्या बाईसारखी मी भकास दिसले असते तर तुला कदाचित एवढं आश्चर्य नसतं वाटलं. खरं की नाही?"

"तसं नाही गं" स्वत:चा स्वर सावरून घेत अखिला म्हणाली, "तुझ्या घरच्यांना काय वाटत असेल, असा विचार आला मनात."

"घरच्यांचा काय संबंध?" खोल श्वास घेत ठामपणे कारपागमने विचारले, "मी कसं राहावं, कोणते कपडे घालावेत, याच्याशी घरच्यांचा काय संबंध? मी आहे ही अशी आहे. मला सांग, लग्न होण्यापूर्वी आपण कुंकू लावतो, गजरे माळतो, रंगीत कपडे घालतो की नाही? प्रत्येक स्त्रीला सजावं-धजावंस वाटणारच मनातून. नवरा जिवंत असण्या-नसण्याशी त्याचा काय संबंध? कुणी केले हे मूर्ख कायदे? कुणी ठरवले नियम?-आपण मेल्यावरसुद्धा आपल्या बायकोकडे परपुरुषाची नजर जाऊ नये, म्हणून अप्पलपोट्या पुरुषांनी काय वाट्टेल ते ठरवलं असेल; मी का ते मानू?"

- कारपागम इतक्या सहज बोलत होती की, याआधी हजारदा हजार लोकांसमोर तिने नक्की हे भाषण ठोकलं असणार.. अखिलाची खात्रीच पटली.

- कारपागम आपली मैत्रीण. कुठे शिकली एवढं शहाणपण?... ती व्यक्तिस्वातंत्र्याच्या गोष्टी बोलते आहे, तशी जगते आहे आणि आपण?

आपण मात्र तळ्यात बसलेल्या आळशी, सुस्त म्हशीसारख्या कंटाळवाण्या चिखलात लोळतो आहोत... नातेवाईक नावाच्या किड्यांना आपल्या शरीरावर पोसतो आहोत... आपलं रक्त पिऊ देतो आहोत!

- अखिलाला स्वत:ची लाजच वाटली.

"मी गेली अनेक वर्षं एकटी राहतेय. माझी मुलगी आता तेवीस वर्षांची आहे. तीही माझ्यासारखीच आहे. स्वतंत्र. खमकी. आपण बायका खमक्या असतोच अखी. फक्त तसं राहायची, वागायची हिंमत करायला लागते."

"मी काय करू? काय वाटतं तुला?" - अखिलाने विचारले.

"जे तुला मनापासून करावंसं वाटतं ना, ते कर. एकटी राहा. स्वत:च्या मर्जीने जग. तुझ्या त्या बहिणीला आधी हाकलून दे. वाट्टेल ते करा म्हणावं."

- मनमोकळं हसत हसत स्वच्छ, स्पष्ट बोलणाऱ्या कारपागमने पर्समधून पेन काढलं आणि एका बिलाच्या मागे आपला पत्ता, फोन नंबर लिहून तो कागद अखिलाच्या हाती कोंबला.

"पत्र लिही नक्की. मीही लिहीन."

- अखिलाने तो कागद नीट जपून ठेवला.

सुपरमार्केटमधून बाहेर पडता पडता कारपागमचा हात हातात घेत ती म्हणाली, "खरं सांगू कारपागम, तुझ्या रूपाने आज कुणीतरी देवीच भेटली मला. एरवी मी अशीच जगत राहिले असते."

"अगं काहीतरी काय?...मी कसली देवी?"- कारपागम खळखळून हसली.

जगाचे सारे निर्बंध तोडून टाकणारं ते मुक्त, निर्भर हास्य अखिलाच्या मनात कोरलं गेलं.

जग गेलं खड्ड्यात!

- त्या हसण्यामागचा अर्थही उमगल्याशिवाय राहिला नाही.

***

दर रविवारी मुलींच्या केसांना बचकाभर तेल चोळून त्यांना न्हाऊ घालणं, हे पद्मासाठी मोट्ठं काम असे.

त्या दिवशी सकाळी तिने एका वाटीत तिळाचं तेल गरम केलं आणि मुलींना पुढ्यात घेऊन बसली. खसाखसा तेल चोळून चिकट झालेले केस गळ्यात घेऊन दोन्ही मुली घरभर फिरत होत्या. मग पद्मानं रिठ्याचं पाणी केलं आणि दोघींना खसखसून न्हाऊ घातलं.

अखिला पाहात होती.

कारपागम भेटली त्याला महिना होऊन गेला होता. या महिन्याभरात अखिलाने स्वत:शीच काही निर्णय घेतले... एकटी एकटीनेच धावपळ केली... ठरवलेल्या गोष्टी बिनबोभाट मार्गी लावल्या... स्वत:च्या सर्व्हिस फाईलचा बारकाईने अभ्यास केला. नोकरीची शिल्लक वर्षं आणि मिळणाऱ्या पगाराचे.. साठलेल्या पुंजीचे पुन:पुन्हा हिशेब घातले. अखेरीस निर्णय झाला.

आज ती तयार होती.

''पद्मा''

–मुलींचे केस खसखसून पुसण्यात मग्न असलेल्या बहिणीला अखिलाने हाक मारली. दोघींच्या डोक्यांची पार कणीक तिंबावी, आत कसले विचार फुटले असतील तर ते छाटले जावेत, इतका जीव खाऊन पद्मा दोन्ही मुलींची डोकी चोळ चोळ चोळत होती.

''पद्मा, मी घर घ्यायचा विचार करतेय.''

–पद्माने उत्सुकतेने.. छुप्या आनंदाने अखिलाकडे पाहिले.

''माझ्या पण डोक्यात होतंच कधीपासून,'' जरा सरसावून बसत पद्मा म्हणाली, ''मुली मोठ्या होतायत. उद्या त्या लग्नाला येतील तेव्हा आपल्याकडे मालकीचं घर तरी हवंच.. नाहीतर चांगली स्थळं कशी येणार?''

''पद्मा'.. जास्तीत-जास्त शांत राहायचा प्रयत्न करत अखिला म्हणाली, ''मी छोटा फ्लॅट घ्यायचा विचार करतेय. एका बेडरूमचा छोटा फ्लॅट.''

''अगं, एवढं छोटं घर कसं पुरेल आपल्याला? का? त्यापेक्षा मोठा फ्लॅट परवडणार नाही का तुला?''

''पद्मा..'' आता अखिलाच्या ठाम शब्दांना धार चढली होती, ''एका माणसाला किती जागा लागते?''

''एका माणसाला म्हणजे?''- पद्मा दचकलीच.

''मी माझ्यासाठी फ्लॅट घेणारेय. त्या जागेत मी एकटी राहीन. तुम्ही आता तुमची व्यवस्था बघावी, हे बरं.''

कित्येक वर्षांनी आज अखिला पद्माच्या नजरेला नजर देऊन बोलत होती. एरवी कुर्‍र्यात वावरणाऱ्या बहिणीचा ताठा क्षणार्धात उतरलेला बघताना तिला आतून आनंद होत होता. पद्मा एकदम गांगरलीच.

–''तू बरी आहेस नं अक्का?'' पदराला हात पुसत तिने विचारले, ''नाही म्हणजे या वयात पाळी जाण्याचा त्रास होतो म्हणतात. परवाच एका मासिकात वाचलं मेनोपॉज की कायसं! ते झालं की म्हणे हार्मोन्स कमी-जास्त होतात आणि बायकांचं डोकंसुद्धा फिरतं.''

"थोबाड बंद कर पद्मा, वाट्टेल ते बोलू नकोस." अखिलाने आवाज चढवला.

"स्वत: फार शहाणपणाचा आव आणून, तू माझ्याशी हे जे काही बोलतेस ना, त्याचा वैताग आलाय मला. खरं सांगायचं तर तुम्हा सगळ्यांबरोबर एकत्र राहायचाच वैताग आलाय. तुझ्या मुलींचा कलकलाट.. तुझी आणि तुझ्या नवऱ्याची दादागिरी.. नको झालंय मला हे सगळं. किती दिवस माझ्या जीवावर जगणार आहात तुम्ही?"

–पद्माच्या विस्फारल्या चेहऱ्यावर भीतीची रेघ दिसायला लागल्यावर अखिला थांबली.. तेवढा एक क्षण बरोबर उचलून पद्माने जीभेचा पट्टा सोडला. तिचे ते विषारी वाग्बाण झेलता झेलता अखिला घायाळ झाली..

"इतकी वर्षं तुला सांभाळलं. तुझी दुखणी-खुपणी पाहिली. आजारपणं काढली. दोन वेळा तुला नीट जेवू घातलं, त्याचं हे फळ दिलंस अक्का? आमच्याबरोबर राहायचा त्रास होतो तुला? तुला मत्सर वाटतो माझा.. जळतेस तू माझ्या सुखी संसारावर, ते सांग ना! उगीच खोटी कारणं कशाला?" संतापाच्या लाह्या खूप वेळ तडतडत राहिल्या.

"कारणं काही असोत, आपण आपले वेगळे मार्ग धरावेत हे बरं.."- अखिलाने शांतपणे आपल्या निर्णयाचा पुनरुच्चार केला.

"आणि भाऊ? त्यांचं काय? त्यांचा विचार केलास? नारायण आणि नरसी.. या वयात तुला एकटीला राहू देतील?" उत्तर जणू माहीतच असल्यासारखा पद्माने कळीचा प्रश्न काढला.

"हे बघ पद्मा, मी जे ठरवलंय ते मी करणार. मला कुणाच्या परवानग्या घेण्याची गरज नाही, कळलं? मी पंचेचाळीस वर्षांची आहे आता... मला माझं भलंबुरं कळतं."

"तू लाख म्हणशील, पण घरातल्या पुरुषांनी मान्य करायला हवं ना?"- पद्माच्या आवाजात आता रागाबरोबर तिरस्कारही ठासून भरला होता.

–मी का इथे उभी आहे?

–का या बाईचा मूर्खपणा ऐकून घेतेय?

अखिलाला प्रश्नच पडला.

पद्माला तशीच धुमसती सोडून ती सरळ आपल्या खोलीत निघून गेली... मनातल्या मनात अखिलाचा निर्धार आणखीच पक्का झाला.

नंतरचे काही दिवस घरात वादळापूर्वीची धुम्मस भरून राहिली होती. अखिलाला ऐकू जाईल अशा बेताने पद्माने मुलींवर आपला राग काढायला सुरुवात केली.

"प्रियाऽऽ" एकीचं बखोट पकडून ती ओरडे, "कविता पाठ करायची तर किंचाळतेस कशाला उगीच? ते पुस्तक दे फेकून आणि बस गुपचूप. फार फार तर

काय? नापास होशील ना! चालेल मला, पण बडबड करशील तर खबरदार.. अक्काला त्रास होतो, कळत नाही?''

''माधवीऽऽ'' जेवणाच्या टेबलावर ती दुसऱ्या मुलीची बखोटी धरे. ''ताट वाजवायचं नाही म्हणून कितीदा सांगितलं तुला? अक्काचं डोकं उठतं.''

टेबलावर झाकून ठेवलेलं अन्न.. वाळलेले कपडे काढून अखिलाच्या पलंगावर रचून ठेवलेल्या इस्त्रीच्या घड्या.. मरमर काम करायचं आणि मनातल्या मनात किती धुम्मस झाली तरी गप्प राहायचं- असा नवाच पवित्रा पद्माने घेतला. आपल्यामुळेच घर कसं शिस्तीत चालतं आणि आपण नसू तर घराचा कसा चुथडा होईल, हे अखिलाला दाखवून देण्याची एकही संधी पद्मा सोडत नव्हती. शेवटी अखिलाला त्याचीच चीड आली. पद्माचा हा मूर्ख राग, धुसफुस, आदळआपट आपल्याच घरात आपण का म्हणून सहन करतो आहोत, हेच तिला समजेना. पण योग्य दिवसाची वाट पाहात गप्प राहणं भाग होतं.

''अक्का, पण तू का हा निर्णय घेतेयस?'' धाकट्या नारायणने नेहमीच्या शांत, आर्जवी स्वरात अखिलाला विचारलं. एकटा नारायणच आपल्याबद्दल थोडा तरी सद्‌भाव बाळगून आहे, हे अखिलाला ठाऊक होतं. बाकीची दोघं- नरसी आणि पद्मा- लहानपणापासूनच पराकोटीच्या स्वार्थाने लडबडलेली. अप्पा गेले, नंतर अम्मा गेली. दोघांच्या मागे बहिणीने आपल्याला सांभाळलं, वाढवलं याची तसूभरसुद्धा जाणीव दोघांमध्ये नव्हती.. लहानपणी तेच, मोठेपणीही तेच. आपल्याखेरीज अन्य कुणाचा विचारच करायचा नाही. इतरांनी मात्र आपली काळजी वाहावी, असला तिरपागडा स्वभाव असलेल्या नरसी आणि पद्मा दोघांनीही अखिलावर यथेच्छ तोंडसुख घेतलं. दोघांची मतं ठाम होती आणि आरोप पक्के.

नरसी- ''बाईने एकटीने राहाणं चूकच आहे. समाज काय म्हणेल? आम्हीच तुला वाऱ्यावर सोडलं, असा आरोप करून नातेवाईक शेण घालतील आमच्या तोंडात. शिवाय चार लोकं चार तोंडांनी बोलणार. एकट्या बाईच्या चारित्र्यावर शिंतोडे उडवायला सगळेच पुढे असतात. उद्या काही म्हणता काही भलतंच होऊन बसलं, तर कुणाकुणाला खुलासे देणार तू? नलिनीच्या माहेरच्या लोकांपर्यंत या असल्या बातम्या पोचल्या, तर त्या घरी 'जावई' म्हणून तोंड दाखवायला जागा उरणार नाही मला, कळलं? उगीच भलत्या फंदात नको पडू.''

पद्मा– ''मी म्हणते या वयात तुला एकटं राहायची गरजच काय पण? इतकी वर्षं मीच सांभाळलं ना तुझं घर? नरसीअण्णा म्हणतो ते तर आहेच, पण निदान खर्चाचा तरी विचार कर. माझ्या पदरात दोन पोरी आहेत लग्नाच्या आणि माझ्या नवऱ्याची नोकरी ही अशी जेमतेम. मला वाटलं होतं अक्का आहे, मुलींच्या लग्नाला हातभार लावेल. तू हे मध्येच काय काढलंस घराचं?''

"ऐकलंस ना नारायण? नरसी आणि पद्माचं म्हणणं ऐकलंस?"– आवाजावर ताबा ठेवत शक्य तेवढ्या शांत पण स्पष्टपणाने अखिला म्हणाली,

"गेली सव्वीस वर्षं या कुटुंबासाठी मी एकटी झिजले. माझं सर्वस्व दिलं. बदल्यात कुणाकडूनही कुठल्याही गोष्टीची अपेक्षा केली नाही आणि आता इतक्या वर्षांनी मी माझ्या स्वत:च्या सुखाचा, आनंदाचा नुसता विचार केला तर, हे ऐकवतायत मला? तुम्हां तिघांपैकी एकालाही वाटलं नाही की, अक्काचा थोडा विचार करावा? तिच्या मनासारखं जगायचं म्हणतेय, तर निदान या वयात तरी तिला जगू द्यावं? आजही तुम्ही फक्त तुमचाच विचार करणार? तुमच्या सोयी, गैरसोयी किती दिवस पाहू मी? का पाहू?"

"नारायण, तू विचारलंस ना मगाशी, मी का राहतेय एकटी म्हणून? मला सांग, मी का नको राहू एकटी? शरीराने धडधाकट आहे. स्वत:ची काळजी घ्यायला समर्थ आहे. माझ्यापुरता पैसा मिळवतेय अजून.." बोलता बोलता अखिलाला हुंदका फुटला. भळभळणारे अश्रू पुसत ती म्हणाली,

"तुम्ही कुणी कधी माझ्या सुखाचा विचार केलात? मी एक स्त्री आहे. मलाही एक मन आहे. शरीर आहे. माझ्या म्हणून काही इच्छा असतील... स्वप्नं असतील... कधी लक्षात तरी आलं का तुमच्या?"

"अच्छा, आत्ता समजलंऽऽ," पद्मा एकदम फटकारत उसळली, "प्रेमात पडली असेल. बाहेरच्या भानगडी घरापर्यंत आल्या तर अब्रू जाईल म्हणून वेगळ्या घराची नाटकं, मजा मारायला! रान मोकळं हवं असेल ना बाईसाहेबांना? आम्हांला सांग तरी, कुणाशी जुळवलंयस सूत? आणि कुठे भेटला म्हणे हा पुरुषोत्तम?"

–संतापाच्या तिरीमिरीत अखिला एकदम पुढे सरसावली आणि तिने खाडकन् पद्माच्या मुस्काटीत भडकावून दिली. वर्षानुवर्षं साचून राहिलेला अपमान आणि रागाची, उपहासाची धुम्मस जणू 'त्या' एका क्षणाची वाट पाहात अखिलामध्ये मुरून राहिली होती.

'तो' क्षण आला, मग मात्र अखिलाने मागे-पुढे पाहिलं नाही. अवघडलेला, विचित्र सन्नाटा पसरला.

"हे पाहा, मला जे सांगायचं होतं ते सांगून झालं. याहून अधिक खुलासे देण्याची इच्छा नाही. तशी गरजही नाही. माझा निर्णय पक्का आहे. मला अडवण्याचा प्रयत्न करू नका. याउपर तुमच्या कुणाचं मी काही देणं लागत नाही."

"आम्हीच तुझं देणं लागतो अक्का, तू होतीस म्हणूनच घर सावरलं आपलं"- नारायणचा आवाज भरून आला होता. वातावरणातला तणाव निवळावा, कटुता सावरली जावी म्हणून अखेरचा प्रयत्न करत तो म्हणाला.

"मला तुझी काळजी वाटते अक्का. कशी राहशील तू एकटी? तुझ्यावर

अविश्वास नाही दाखवायचा मला. पण आपल्या समाजात अविवाहित बाईनं एकटं राहणं सोपं नसतं, तुला माहितेय.''

–नारायणच्या स्वरातली काळजी अखिलाच्या मनाला भिडली.. 'आत' काहीतरी हललं.. पण उत्तराचा टोकदार ठामपणा हिंदकळला नाही, ''हे पाहा नारायण, मी माझी काळजी घ्यायला समर्थ आहे. तुम्ही तिघंही लहान होतात तेव्हा तुम्हा तिघांसकट अख्खं घर सांभाळलंय मी. खूप केलं आजवर. आता मला फक्त माझ्यासाठी– अखिलनंदेश्वरीसाठी जगायचंय. ना कुणाची मुलगी, ना कुणाची बहीण, ना कुणाची बायको, ना कुणाची आई. फक्त मी एकटी. अखिलनंदेश्वरी.''

''अक्का प्लीज माझं ऐक. वेडा हट्ट करू नकोस.'' नारायण एकटा तिला विनवत राहिला. नरसी आणि पद्माला कळून चुकलं होतं, आता अक्काचं मन वळवणं मुश्कील आहे. ती तिला जे हवं तेच करील.

''अक्का, निदान तुझ्या मैत्रिणींशी तरी बोलून बघ. त्यांचा सल्ला विचार'' अखिलाचे हात हातात घेऊन नारायण पुन:पुन्हा सांगत राहिला.

नारायणच्या नजरेतली 'भीती' अखिलाला स्पष्ट दिसत होती. खोटी वचनं देऊन, थापा मारून बायकांना नादी लावणाऱ्या पुरुषांच्या जाळ्यात आपली बहीण अलगद फसणार, याची धास्ती नारायणच्या डोळ्यांत अखिलाला वाचता आली. एकटीने राहण्याचा निर्णय घेणारी आपली बहीण लांडग्यांच्या तावडीत सापडणार, म्हणून तो कळवळत होता. एका क्षणी अखिलाच्या काळजाचा ठोकाच चुकला.. खरंच आपण वेडा हट्ट करतो आहोत? मूर्खासारखे वागतो आहोत?

''ठीक आहे नारायण, तू एवढं म्हणतोयस तर मी बोलीन चार लोकांशी आणि योग्य सल्ल्यानेच माझा निर्णय घेईन.''– अखिलाने भावाला शब्द दिला.

चारचौघांचं ऐकेन म्हणतेय, म्हणजे अक्काचं डोकं कदाचित ठिकाणावर येईल, या आशेने एकेक करत तिघंही खोलीबाहेर गेले. अक्का कुणाशीही बोलली तरी प्रत्येक जण खात्रीने तिला एक गोष्ट नक्की सांगणार- बाईचं एकटं राहणं या समाजात अवघड.. अशक्यच! थोडा नीट विचार केला की, आपोआप अक्काचं डोकं येईल ठिकाणावर.. मग हे स्वतंत्र राहण्याचं खूळ विसरेल ती आपोआप!

अखिलाच्या चेहऱ्यावरचा नवा आत्मविश्वास मात्र मावळला नाही.

आणि कारपागमने दिलेला मंत्र..

दुनिया गेली खड्ड्यात!

***

आदल्या रात्री कुठल्याशा एका स्टेशनवर गाडीत चढलेली ती अखेरची प्रवासी स्त्री अखिलाच्या समोर बसली होती. बाकीच्या सगळ्या एव्हाना आपापल्या

मुक्कामी उतरून गेल्या होत्या. जाताना निरोपा-निरोपी... फोन, पत्त्यांची देवाणघेवाण... आणि अखिलाकरता सल्ले! मार्गदर्शन!!

एर्नाकुलमला उतरता उतरता अखिलाच्या पाठीवर हात ठेवत जानकीआजी म्हणाल्या, "हे बघ, जे काही करशील ते नीट विचाराने कर. एकदा काय तो निर्णय घे. मग मात्र वाट्टेल तो प्रसंग आला, तरी मागे हटू नकोस."

प्रभादेवीने आपल्या डायरीत अखिलाचा पत्ता लिहून घेतला. आपला फोन नंबर तिला देत म्हणाली, "नक्की भेटू आपण अखिला. एकाच शहरात राहतो आपण. विसरू नकोस. फोन तरी करूयाच एकमेकींना."

शीलाचं स्टेशन आलं तशी निघता निघता तिनेही अखिलाचे आभार मानले. म्हणाली, "थँक यू! माझं इतकं ऐकून घेतलंत तुम्ही.."

आता लेडीज कूपेमध्ये 'ती' एकटीच उरली होती.

सहावी.

तिच्याकडे लक्ष गेल्यावर अखिलाची विचारचक्रं सुरू झाली.

कोण असेल?

तेवढ्यात 'तिने' आपल्या बॅगमधून एक तमीळ मासिक काढलं. आधी नुसतं चाळलं.. मग त्यात डोकं खुपसून वाचायला सुरुवात केली.

–अखिला थोडीशी सावरून बसली.

खिडकीबाहेर पळणाऱ्या झाडामाडांत पुन्हा हरवून गेली.

एव्हाना गाडीतली गर्दी वाढली होती. प्रत्येक स्टेशनवर जवळपासच्या गावांना जाणाऱ्या गर्दीचे लोंढे आत घुसत होते. रिझर्व्हेशनच्या बोगी या गर्दीच्या तडाख्यातून वाचणं शक्यच नव्हतं. दारं आतून बंद असली तर लोक बाहेरून धडका मारून उघडायला लावीत. कुणी प्रवासी उतरणार असेल तर तेवढी संधी साधून भरारा आत घुसत. बघता बघता सगळे डबे माणसांनी भरून वाहू लागले. तिघांच्या बाकड्यांवर पाच-पाच माणसं. मधल्या जागेत ही गर्दीऽऽ. त्या तेवढ्या किचकिचाटात हातातले ट्रे आणि चहा-कॉफीच्या किटल्या सांभाळत इकडून-तिकडे फिरणारे विक्रेते... संत्र्याच्या साली, बिस्किट पुड्यांचे कागद आणि शेंगांच्या टरफलांचा कचरा.. स्टेशनावर गाडी थांबली की, मुतारी आणि संडासातून भरारा येणारी दुर्गंधी..

–अखिला एव्हाना थकून गेली होती.

कूपेत खच्चून गर्दी झालेली..

आणि चोहीकडे घामट कलकलाट.

कोट्टायम स्टेशनवर घेतलेलं खाऱ्या काजूंचं पाकीट अखिलानं उघडलं. जिभेवरची खारवट, गोडुस चव ती खूप वेळ तोंडात घोळवत राहिली.

एका रात्रीत किती बदललो आपण! एरवी स्वत:साठी काजूचं पाकीट?– एवढी चैन?– कधीच नसती केली. विचारसुद्धा नसता आला मनात! फार फार तर भाजलेल्या शेंगदाण्यांची एखादी पुडी घेतली असती!

अखिलाला स्वत:चंच आश्चर्य वाटत होतं.

पण आता बदलायचंच!

–तिने मनोमन निश्चय केला.

आतून कुठेतरी नवा आत्मविश्वास रुजल्यासारखं वाटत होतं. आपला निर्णय चुकलेला नाही याची पहिल्यांदाच खात्री वाटायला लागली होती. प्रभादेवीची कहाणी ऐकून तर अखिलाचे डोळेच उघडले... प्रभादेवीचं आयुष्य, तिची घुसमट. सगळं आपल्यासारखंच तर होतं! पण ती लढली. स्वत:मधली असहाय्यता हिमतीने मोडून काढली तिने! प्रभादेवी जर प्रवाहाविरुद्ध जाऊन पोहायला शिकू शकते, तर मग आपण का नाही? येणारी लाट अंगावर घ्यायलाच हवी आता.. नुसतं काठावर बसून आतल्या आत घुसमटणं फार झालं!

अखिलाच्या मनाशी काही पक्कं होत होतं.

–थोड्या वेळाने तिने सहज मान वळवली, तर समोरची 'ती' अखिलाकडेच पाहत होती. हातातलं मासिक वाचून झालं असावं.

'तिच्या'शी नजरानजर होताच अखिलाने सहज विचारलं,

''कुठे जाणार?''

''नागरकोईल'' ती म्हणाली.

''मी कन्याकुमारीला चाललेय'', तिनं विचारलं नव्हतं तरी अखिलानं सांगून टाकलं. ''तुमचे आईवडील असतात तिकडे?''

''नाही. मी एका परदेशी बाईबरोबर काम करते. ती डॉक्टर आहे. तिची बदली झालीय तिकडे, म्हणून घर लावायला मी चाललेय पुढे.. सामानाचा ट्रक पोहोचेलच माझ्या मागोमाग. त्या बाई आणि माझा मुलगा गाडी घेऊन निघालेत. ते दोघं उद्या सकाळपर्यंत पोचतील.''

''केवढा आहे तुमचा मुलगा?''

''तेरा वर्षांचा आहे'' ती म्हणाली.

''आणि तुमचे मिस्टर? ते काय करतात?,'' अखिलाने विचारलं.

''तुम्ही फार चौकशा करता..'' तिच्या चेहऱ्यावर नाराजी होती. काहीसा रागही.

अखिला शरमली. काल रात्री बाकीच्या साऱ्या जणी इतक्या मोकळेपणाने बोलत होत्या स्वत:बद्दल. तिला वाटलं ही अखेरची, पण..

''आय ॲम सॉरी-'' तिनेच अखिलाची माफी मागितली, ''मी थोडी उद्धटासारखी

बोलले खरी, पण काल रात्री तुम्ही सगळ्यांनी मला जवळजवळ वाळीत टाकल्यासारखं केलंत. कदाचित माझे हे असले कपडे, माझा चेहरा बघून तुम्हाला वाटलं असेल, कुणीतरी खालच्या जातीतली बाई दिसते! कशाला तिला 'आपल्यात' घ्या? ना?''

अखिला पुन्हा शरमली.

''सॉरी''... तसंच काही नाही, पण'' अखिलाला काही सुचेचना.

अखिलाकडे थेट रोखून पाहत 'ती' म्हणाली,

''माफी कशाला मागता? मी 'तुमच्यातली नाही' हे खरंच तर आहे. तुम्हां सगळ्यांशी माझा खरंच काही संबंध नाही. मी अडाणी आहे, गरीब आहे अशी तुमची समजूत असेल तर भाग वेगळा. पण तुम्ही सगळ्याच- अगदी तुम्ही स्वत:सुद्धा इतक्या नशिबवान आहात की, माझ्या दुर्दैवाचे दशावतार कसे जुळणार तुमच्याशी? काल रात्रभर मी जागीच होते. प्रत्येकीची कहाणी ऐकताना मला सारखं वाटत होतं, मोठ्या सुखातलं छोटं दुःख केवढं टोचतंय या बायकांना! सुखच इतकं दुखतंय, उद्या खरंच काही प्रसंग ओढवला तर काय करतील या? बाईच्या दुःखाची साधी चवही माहीत नाही यांना. कशाला नुसत्या गप्पा मारतात धैर्याच्या आणि पराक्रमाच्या?''

अखिला पाहातच राहिली.

'तिच्या' नजरेतून रागाचे, संतापाचे फुत्कार बाहेर पडत होते.

मांडीवरच्या मासिकाची गुंडाळी बॅगेच्या कडेला खोचत 'ती' म्हणाली.

''बायका दुबळ्या असतात, भेकड आणि पळपुट्या असतात असं मलाही नाही वाटत. त्या खंबीर असतात. वेळप्रसंगी पुरुषांपेक्षाही जास्त कर्तबगार असतात. मनात आणलं तर बाईला वाट्टेल ते साध्य करता येतं.. पण असं रडत बसून, उसासून, सुस्कारे टाकून नाही. स्वत:मधली 'शक्ती' बाईला स्वत:च शोधावी लागते. ओळखावी लागते.''

❀❀❀

१०

‘‘**मा**झं नाव मारीकोलान्थू. मी एकतीस वर्षांची आहे. कांचीपूरम जवळचं ‘पलूर’ हे माझं गाव. मला एक मुलगा आहे. नवरा नाही. आई-वडील खूप वर्षांपूर्वीच गेले. भाऊ आहेत, पण त्यांच्याशी मीच संबध तोडले. एका मिशन हॉस्पिटलमध्ये मी ‘हेल्पर’ म्हणून काम करते.

माझे वडील शेतकरी होते. त्यांना ना भाऊ, ना बहीण. त्यामुळे आजोबांची शेतीवाडी, घरदार सगळं माझ्या वडिलांनाच मिळालं. माझी आई अनाथ होती. तिच्या आत्याने तिला वाढवलं. आम्हाला फार नातेवाईक नव्हते. पैसाही बख्खळ नव्हता. पण आई-वडील आणि आम्ही तीन भावंडं- ईश्वरन, शिवकुमार आणि मी आम्ही तसे सुखी होतो. मी जेमतेम नऊ वर्षांची होते तेव्हा अचानक माझे वडील गेले. त्यांना कसला आजार झाला हे वेल्लोरच्या डॉक्टरांनासुद्धा शेवटच्या क्षणापर्यंत कळलं नाही.

ज्याच्याकडून आधाराची अपेक्षा करावी असं कुणीच नव्हतं. म्हणून एके दिवशी अम्मा सरळ चेट्टीयार वाड्यावर गेली. प्रचंड मोठं, तीन मजली घर. श्रीमंतांचा महालच तो. त्या महालाचं नाव ‘राज विलास’. पण आमच्या गावात... आजूबाजूच्या पंचक्रोशीत तो ‘चेट्टीयार कोट्टाई’ म्हणूनच प्रसिद्ध होता.

–चेट्टीयार वाडा!

किल्लाच होता तो महाल म्हणजे.

चेट्टीयार हे धनवान कुटुंब. आजही तीच शानोशौकत कायम आहे. रेशमाचे किडे पाळून चेट्टीयारने प्रचंड पैसा कमावला होता. मलबेरीची पानं खायला घालून घालून तो या किड्यांची पोटं इतकी फुगवायचा की, शेवटी अख्खं शरीर फुटेपर्यंत

ताणलं जायचं.. मग ऐन वेळी आपली लाज उघडी पडू नये म्हणून घाई केल्यासारखे ते किडे भराभर रेशमाचे धागे स्वत:भोवती गुंडाळायला लागत. पण चेट्टीयार इतका बनचुका की, तो तेवढीही उसंत त्या किड्यांना देत नसे. किड्यांनी आपल्या उघड्या अंगाभोवती रेशमाचा गुंडा तयार केला की, तो त्यांना उकळत्या पाण्यात टाकी आणि मेलेल्या किड्यांच्या अंगावरून सगळं रेशीम उचकटून, ओरबाडून घेई. अक्षरश: किलोवारी रेशीम! यातलं काहीच आमच्या गावातल्या कुणीच कधी पाहिलं नव्हतं. कारण चेट्टीयारची रेशमाच्या किड्यांची शेती लांब कुठेतरी होती. तिकडून येणारं-जाणारं कुणी कुणी तिथल्या गोष्टी सांगे.

चेट्टीयारच्या शेतावर उकळत्या पाण्यात बुडून मरणाऱ्या रेशमाच्या किड्यांचा नुसता विचार मनात आला, तरी मला कसंतरीच होई. आमच्या अंगणातली माती उकरणाऱ्या गांडुळांना मी नेहमी म्हणे; तुमच्याभोवती रेशमाचा कोश नसला तरी तुम्ही केवढे भाग्यवान! शिजून मरणं तरी तुमच्या नशिबी नाही!

मी लहानच होते. किड्यांशी... झाडांशी... दगडांशीसुद्धा बोलायची. आमच्या शाळेतल्या शिक्षकांनी एकदा फळ्यावर मोठ्ठा गोल काढला आणि ते म्हणाले, ''ही आपली पृथ्वी. हिच्या अर्ध्या भागावर सूर्याचा प्रकाश असतो, तेव्हा दुसऱ्या अर्ध्या भागावर अंधारी रात्र असते. आयुष्यातही असंच असतं. थोडं चांगलं, थोडं वाईट. आपण नेहमी चांगलं वागावं, म्हणजे रात्र असली तरी थोड्या वेळाने दिवस उजाडतोच! कळलं?''

सगळ्या मुलांनी मान डोलावली.

मीही.

आपण कध्धीच अंधाऱ्या भागात जायचं नाही, कायम उजेडातच राहायचं.. असा निश्चयच केला मी त्याक्षणी. लहान होते, अक्कल ती केवढी असणार?

चेट्टीयारच्या मालकीचे अक्षरश: शेकडो हातमाग होते. त्यावर खऱ्या सोन्याची तार लावलेल्या रेशमी साड्या अखंड विणल्या जात. मद्रास, कोईम्बतूर, सालेम, मदुराई... अगदी दिल्लीपर्यंतच्या दुकानांमध्ये ट्रक भरभरून या साड्या रवाना होत.

देवळाकडे जाणाऱ्या रस्त्याच्या एका बाजूला आमचं छोटंसं घर होतं. दोन रस्ते ओलांडले की, मोठ्ठी आमराई आणि पलीकडे चेट्टीयार कोट्टाई... गावातला सगळ्यात श्रीमंत महाल! माझी अम्मा सुगरण होती. तिच्या हाताची चवच इतकी प्रसिद्ध होती की, अख्ख्या गावातून सणासुदीच्या, समारंभाच्या निमित्ताने तिला स्वयंपाकासाठी बोलावणी येत. चेट्टीयारच्या बंगल्यावरही अम्मा खूपदा स्वयंपाकाला जात असे. पण माझे वडील गेल्यावर मात्र मुलांना जगवण्याचं तेवढं एकच साधन तिच्यापाशी उरलं- चेट्टीयारच्या बंगल्यावर 'स्वयंपाकीण' म्हणून काम करणं!

रोज सकाळी सातच्या आधी अम्मा घराबाहेर पडे, ती संध्याकाळी सहानंतरच

परत येई. त्यामुळे घरकाम सगळं माझ्याच गळ्यात! पण मला कधी त्याचा कंटाळा आला नाही. भातुकली खेळावी इतक्या हौशीने मी आमच्या घरचं स्वयंपाकपाणी पाहू लागले.

रोज सकाळी गावातल्या विहिरीवर खेपा घालून पितळेच्या हंडा-कळशीने पाणी भरायचं.. मग केरवारा... धुणी-भांडी... आणि स्वयंपाक. संध्याकाळी शाळेतून घरी आल्यावर मी आणि माझे भाऊ- आम्ही तिघेही गावभर गुरांमागे फिरायचो. टोपलीभर शेण जमवून आणलं की, गोवऱ्या थापायचं काम मात्र माझं एकटीचं. घरामागच्या भिंतीवर मी रांगाच्या रांगा गोवऱ्यांचे गोळे थापत असे. शेण सुकलं की, गोवऱ्या भिंतीवरून काढून ढिगात लावायच्या. त्यावरच आमच्या घरची चूल पेटे.

कधीकधी अम्मा मला जवळ घेऊन एकदम हुंदकेच द्यायला लागायची.

"माझी गुणाची बाई ती... खेळण्या-बागडण्याचं वय तुझं, संसाराच्या घाण्याला जुंपली मी तुला. पण मी तरी काय करू बाळा?"

—असं काहीबाही बोलायला लागली की, अम्माला रडू आवरता आवरत नसे. मला घरातलं काम इतकं आवडायचं, खरं म्हणजे अम्माला वाईट कशाचं वाटतं तेच मला समजत नसे.

असं म्हणतात की, ब्रह्मदेव प्रत्येकाच्या नशिबाची ललाटरेखा लिहितो तेव्हा, माणसाने सुख- दुःखाच्या सगळ्या अनुभवांतून जावं म्हणून, तो प्रत्येकाच्या आयुष्याचे छोटे-छोटे भाग करून माणसांचं भलं-बुरं दैव विभागून टाकतो. 'गृहिणी' म्हणून माझ्या नशिबात लिहिलेला काळ मी परकरी वयातच जगून संपवला. बाईला नवऱ्याच्या घरी जे-जे करावं लागतं, ते-ते सगळं मी आईच्या घरीच केलं. कदाचित, ब्रह्मदेवाने तेच माझ्या नशिबात लिहिलं असावं. पुढे मी घर सोडून गेले तरी अम्मा जिवंत असेतो जेव्हा जेव्हा परत आले आणि जितके दिवस राहिले, त्या त्या प्रत्येक वेळी घर मीच सांभाळलं. पुढे भावांनी त्या घरावर आपला हक्क सांगायला सुरुवात केली आणि मला बेदखल करून हाकलूनच दिलं, तो भाग वेगळा. पण ही घटना पुष्कळ पुढची.

तर मी सांगत काय होते?

मी चेट्टीयारच्या बंगल्यावर कामाला जायला लागले.

माझे वडील पक्के शेतकरी! त्यांचा चेट्टीयारवर फार राग होता. "ही काय पैसा कमावण्याची पद्धत झाली?" ते नेहमी चिडून विचारत.

"देवाने जन्म दिलेल्या निरपराध किड्यांना ठार मारायचं आणि त्यातून पैसा कमवायचा! शी!! नशीब, मी शेतकरी आहे. असली भयंकर कृत्यं करून पोट

जाळायची वेळ नाही येत माझ्यावर! नांगराखाली चिरडून जमिनीतले कृमि-कीटक मरत असतील तेवढेच, पण निदान त्यांच्या हत्येचं पातक तरी डोक्यावर नाही..''

आमची शेती गावापासून खूप दूर होती. पण वडिलांनी कधी तक्रार केली नाही. ते रोज तिथे जाऊन घाम गाळत. गावात सगळेच माझ्या वडिलांची खिल्ली उडवत, ''त्या खडकाळ जमिनीत रक्त ओकणं हा शुद्ध मूर्खपणा आहे. एकटा शण्मुगमच ते करू जाणे!'' जो-तो म्हणायचा.

गावातले बहुतेक सारे पुरुष चेट्टीयारच्या नोकरीत होते. ते चेट्टीयारला ईश्वराच्या पलीकडे मानत. पण माझ्या वडिलांना कधी चेट्टीयारच्या नोकरीचा मोह पडला नाही. शेतीचं उत्पन्न रोडावलं तेव्हा अम्माने त्यांच्यामागे लकडा लावला होता. तिला वाटे, शेतीत काय एवढं पडलंय? त्याच्या निम्म्याने श्रम चेट्टीयारकडे केले तर चार पैसे तरी मिळतील! माझ्या वडिलांनी सरळ सांगितलं, ''एकदा बोललीस, परत बोललीस तर खबरदार! त्या नालायक खुनी माणसाचं तोंडही पाहायची माझी इच्छा नाही.''

आमच्या मालकीची छोटीशी जमीन होती. माझे वडील त्यात आळीपाळीने पिकं घेत. भुईमूग, मिरच्या आणि तांदूळ ही त्यातली मुख्य. एक छोटासा तुकडा त्यांनी फुलशेतीसाठी राखून ठेवला होता. त्यात नेहमी कनकम्बरम्‌ची फुलं फुललेली असत. बहाराच्या दिवसांत भल्या पहाटे मी आणि अम्मा फुलं तोडायला जात असू. उन्हं वर यायच्या आत ताजी फुलं काढावी लागत. प्रत्येक झाडावरची दोन फुलं काढायची आणि घरी आल्यावर आम्ही आम्हा दोघींसाठी मोठ्ठे गजरे करीत असू. उरलेली सगळी फुलं देवळाजवळ बसणाऱ्या फुलमाळ्याला विकायची.

माझ्या अम्माचं नावही तेच होतं,

–कनकम्बरम्.

म्हणूनच तर तिच्या फुलांची शेती करायचो आम्ही! एके दिवशी रडून मी माझ्या वडिलांना विचारलं, ''तुम्ही माझं नाव रोझा किंवा चंपकम् का नाही ठेवलं?'' अम्मासाठी तिच्या फुलांची अख्खी शेती, आपल्याला मात्र काहीच नाही याचं खरंच मला खूप वाईट वाटत असे.

''माझं नाव रोझा असतं तर तुम्ही माझ्यासाठी गुलाबाची बाग तरी केली असती. मारीकोलान्थू.. शी! हे काय नाव झालं? मारीकोलान्थूचा अर्थ काय, तर म्हणे कुंपणासाठी लावतात त्या झाडाचं टोकेरी पान. शी!!!

''अगं माझ्या बाळा..'' अप्पांनी खो खो हसत मला जवळ घेतलं. ते म्हणाले, मारीकोलान्थूला शी म्हणतेस? त्या झाडांची सुगंधी पानं घातल्याशिवाय कनकम्बरमध्ये हार, गजरे कधी गुंफता येतात का, सांग बरं! मारीकोलान्थू नसेल, तर कनकम्बरम्‌ची नाजूक फुलं काय, पटकन सुकून जातील! पण तू म्हणत असशील तर पुढल्या

पावसाळ्यात आपण मारीकोलान्थूची पण शेती करू. खूष?''

कसल्याशा भयंकर रोगाने आपली मुळं अप्पांच्या शरीरात पूर्ण पसरली. त्या अखेरच्या क्षणापर्यंत अप्पा शेतात राबत राहिले. होता होईतो जमिनीचा छोटासा तुकडा त्यांनी जिवापाड राखला. पुढे डॉक्टरांची बिलं, औषधांच्या महागड्या याद्या आणि न परवडणाऱ्या तपासण्यांची संख्या वाढत गेली, तेव्हा मात्र ती वंशपरंपरागत जमीन चेट्टीयारला विकण्यावाचून अप्पांसमोर दुसरा पर्यायच उरला नाही. त्यांनी जमिनीचा व्यवहार पूर्ण केल. त्या पैशातून थकलेली बिलं भागवली आणि पुढे त्यांनी अंथरूण धरलं ते धरलंच. खंगत खंगत गेले. सुटले बिचारे!

दोनेक वर्षांनी अम्माने मलाही चेट्टीयारच्या बंगल्यावर कामाला लावण्याचं ठरवलं. गावातल्या शाळेत पाचवीपर्यंतचेच वर्ग होते. पुढे शिकायचं तर शेजारच्या शहरात जावं लागलं असतं.

''वेळ येईल तेव्हा तुझ्या भावांना पाठवू आपण शहरात शिकायला. पण माझ्या एकटीच्या पगारात कसं परवडणार आपल्याला?'' अम्मा म्हणाली.

''तुझं शिक्षण चालू राहणं अवघडच आहे. प्रश्न फक्त पैशाचा असता तर काहीतरी केलंही असतं आपण.. पण मुलीची जात, रोज एकटीने शहरात जाणं-येणं करीन म्हणशील तर मलाच नाही चैन पडायचं. दिवस हे असले..''

–मी एकटी जाणार-येणार, त्यात एवढं घाबरण्यासारखं काय हे त्या वयात मला कळणं शक्य नव्हतं.. पण मी आज्ञाधारक मुलीसारखी मान डोलावली. गावातल्या तंबूत ब्लॅक ॲण्ड व्हाईट सिनेमे लागत ते मी बघत असे. त्या सिनेमातल्या सगळ्या हिरॉईन्स आपल्या आईचं ऐकताना दाखवत. सावित्री, बी. सरोजा देवी, विजयाकुमारी आणि जयललिता या चौघी मला फार आवडत.

''तू म्हणशील तसं अम्मा. तुझ्यासाठी आणि दोघा भावांसाठी काहीही करायची माझी तयारी आहे.''

–प्रत्येक सिनेमात हिरॉईनच्या तोंडी हा डायलॉग असेच. तो प्रत्यक्षात बोलायला मिळाला म्हणून अभिमानाने माझा ऊर अक्षरश: भरून आला होता.

''चेट्टीयार फार चांगले आहेत... देवमाणूसच!''- अम्मा नेहमी आपल्या मालकांचं कौतुक करी. रेशमाच्या धाग्यासाठी जिवंत किड्यांना उकळत्या पाण्यात टाकून ठार मारणारा इसम 'देवमाणूस' कसा, हे कोडं मला काही केल्या उलगडत नसे.

''मूर्खासारखं वाट्टेल ते करू नकोस.''- चेट्टीयार कोट्टाईच्या फाटकाशी पोचून मी तिथून मागे फिरले, तेव्हा अम्माने दम भरून मला आत ढकललं.

''तुझे अप्पा जरा अतीच करत.''- ती फटकन् म्हणाली.

चेट्टीयारचा बंगला फार म्हणजे फारच भव्य होता. कितीतरी दालनं.. मी तोवर

फक्त सिनेमातच पाहिलेल्या मोठ्या मोठ्या वस्तू. सारखा थडथडणारा अवाढव्य फ्रीज... छतावर गोल गोल गरगरत फिरणारे पंखे... सिंहासनं वाटावीत अशा श्रीमंती खुर्च्या... आणि जगातली सगळी फुलं ठासून भरली असावीत अशा मऊ मऊ गाद्यांचे लांब-रुंद पलंग!

स्वयंपाक घरातल्या फोडणीच्या वासाने हल्ली अम्माला इतकं का मळमळतं, हे पहिल्याच दिवशी माझ्या लक्षात आलं. त्या घरात तिला एकच काम होतं- स्वयंपाक! सदान्‌कदा ती काही ना काहीतरी शिजवतच असायची. घरात एकूण बारा माणसं होती. त्यांच्यासाठी रोज सकाळचा नाश्ता आणि दोन वेळची जेवणं, मधलं चहापाणी.. एवढं सगळं एकट्या अम्मालाच बनवावं लागे. शिवाय रोज कुणी ना कुणीतरी पाहुणा जेवायला असेच.

"आजच्या दिवस ती माझ्याच हाताखाली राहू दे. एकदा या घरातली रीतभात शिकली की, मग करील तिची तिची कामं." स्वयंपाकाला लागण्यापूर्वी हात धुता धुता अम्मानं सांगून टाकलं. नाश्ता करून होतो ना होतो, तोच दुपारच्या स्वयंपाकाला लागायची वेळ झालीच होती.

"तुझ्या अम्माच्या जागी दुसरी एखादी बाई असती ना, तर तिने कधीच या घरातलं काम सोडून दिलं असतं."- अम्माच्या हाताखाली काम करणारी एक विधवा बाई मला पाहून धुसफुसत म्हणाली, "चुलीवर ठेवलेलं दूध उतू जाताना दिसत असलं तरी आमच्या नावाने शंख करतील इथली माणसं, पण स्वत: जाऊन विस्तव कमी करावा, हे काही कुणाच्याने होणार नाही. किती तो मेला आळस?"

ती माणसं.. त्यांचा आळस..

रुक्मिणी अक्का जाता-येता 'त्यांच्या'बद्दल बोलत होती.

"तुला काय वाटलं, ही स्वयंपाकाची कामं देऊन त्यांनी आम्हां दोघी विधवांवर उपकार केले? बातच सोड! त्यांना वाटतं, विधवा आहेत दोघी.. मसाल्याचं खाणं वर्ज्य. ना चिंच, ना तेल-तिखट. नवरे मेले म्हणजे जिभांच्या चवीही मेल्याच असणार! जाता-येता अन्न चाखून बघतील, चोरून खातील ही भीतीच नाही! चिमूटभर मीठ घालून भाताची पेज दिली की झालं!"

अम्माने दटावलं तरी रुक्मिणी अक्का तक्रारींचा पाढा वाचतच राहिली. मग माझ्या लक्षात आलं, दोघींचे स्वभावच एकमेकींच्या उलटे आहेत. रुक्मिणी अक्काचं तोंड सारखं फटाफटा वाजणार.. अम्मा आपली गप्प!

चेट्टीयारच्या स्वयंपाकघरात एखाद्या निर्जीव यंत्रासारखी अम्मा अखंड राबत असे. चिरा... कापा... फोडण्या द्या... मसाले वाटा... शिजवा... तळा... भाजा... कुटा.. सारखं चालूच! इतक्या कष्टांनी अम्माने शिजवलेल्या अन्नाला कशाची एवढी चव येत असेल?- तिच्या अश्रूंची? कडवट रागाची? तिच्या नशिबी

लिहिलेल्या भोगांची? अम्माच्या दुर्दैवाची?

मला माझं काम खूप आवडलं.

सुजाताअक्का खूपच आवडली, आणि तिचं छोटं बाळ-प्रभू-पापा पण!

मी जाता-येता सुजाताअक्काचं कौतुक करायला लागले, तशी एके दिवशी अम्मा रागावून म्हणाली, "इतका फार पटकन जीव लागू नये कुणाला. ते श्रीमंत लोक आहेत. एके दिवशी देतील तुला लाथाडून. त्या धक्यानं तुझं मन दुखावलं-फुटलं की बसशील रडत."

"मन कसं फुटेल? मन म्हणजे काय काचेची बांगडी असते?"- माझ्याच कल्पनेवर खूष होत मी खुदखुदून हसले. या माझ्या डायलॉगवर बी. सरोजा देवीसुद्धा नक्की लट्टू झाली असती. ईश्वरन् आणि शिवकुमार शेजारीच होते. ते दोघेही खो खो हसत सुटले.

अम्मा गंभीरच होती.

ती वैतागून तिथून निघून गेली.

पण त्या दिवसापासून रोज संध्याकाळी काम संपवून मी घरी आले की, माझे भाऊ मला चिडवत,

"मग? काचेची बांगडी फुटली की नाही आज?"

- आम्ही तिघं भावंडं पोट धरून हसत असू.

पण खरं सांगू? - आपलं मन खरंच एखाद्या काचेच्या बांगडीसारखंच असतं. थोडा निष्काळजी धक्का लागला तरी एका क्षणात नुसता चुरा! सगळ्यांनाच माहीत असतं की, बांगडी काचेची आहे. फुटणार..दुखणार! तरी आपण बायका हौसेने भरतोच ना बांगड्या. जुन्या फुटून गेल्या तरी वाटतं, नव्या अधिक चांगल्या असतील. जास्त टिकतील.

किती मूर्ख असतो आपण बायका! खरं तर आपण काळ्या, भक्कम पाषाणाच्याच बांगड्या घातल्या पाहिजेत आणि आपलं मनही तसंच कठोर, घट्टमुट्ट बनवलं पाहिजे.

...पण पाषाणाच्या बांगड्यांमध्ये ती लखलख कुठून येणार? आणि नाजूक काचांची ती रंगीबेरंगी, मधुर किणकिण.. ती तर नसणारच!

सुजाताअक्काने तिच्या जुन्या बांगड्या मला दिल्या आणि त्या बदल्यात मला जिंकूनच घेतलं. वापरून वापरून कंटाळली असेल किंवा त्या जोडातल्या खूपशा बांगड्या फुटून गेल्या होत्या म्हणूनही असेल, पण तिच्या बांगड्या 'माझ्या' झाल्या एवढं खरं! मी खूषच झाले एकदम. लाल, निळ्या आणि हिरव्या बांगड्यांवर

गुलाबी ठिपके होते आणि खूपशी चांदीची चमचम.

"इतक्या छान जोडातली एखादी बांगडी फुटली की, खूप वाईट वाटत असेल नं तुम्हांला?"- काचांचे रंगीत तुकडे जमवताना एकदा सहजच मी सुजाताअक्काला विचारलं. बांगडीच्या काचांनी घरी आम्ही तिघं भावंडं खूप खेळत असू.

"त्यात काय वाईट वाटायचं? काचेची बांगडी. कधी ना कधीतरी फुटणारच! फुटल्या की नवीन आणायच्या"- कपाटाच्या खणातून नव्या कोऱ्या बांगड्यांचा डझन काढीत सुजाताअक्का म्हणाली.

सुजाताअक्काची खरंच खूप चंगळ होती. घरात तिचे फार लाड होत. कुणी कश्शाला 'नाही' म्हणत नसे. काचेच्या बांगड्या असोत की, शुद्ध तुपातला म्हैसूरपाक. सुजाताअक्का म्हणेल ते तिच्यासाठी हजर होत असे. जिभेवर येताच विरघळणाऱ्या त्या म्हैसूरपाकाचा एखादा तुकडा माझ्याही वाट्याला येई... खरं तर कागदात बांधून मी तो घरी नेला असता तर माझ्या भावांनाही ती 'स्वर्गीय' चव चाखता आली असती. पण मी कध्धीच तसं केलं नाही. तो तुकडा तोंडात घोळवल्याशिवाय मला चैनच पडत नसे.

'सुजाताअक्का म्हणेल ते तिच्यासाठी हजर करा', असा म्हणे मोठ्या चेट्टीयारचा हुकूमच होता. ती होतीच तशी खास! दोन वर्षं का असेना, पण कॉलेजात शिकलेली. कोईम्बतूरसारख्या शहरातून आलेली चेट्टीयारची लाडकी सून. सगळ्यात महत्त्वाचं म्हणजे लग्नानंतर वर्षभरातच सुजाताअक्काने वंशाचा दिवा जन्माला घातला होता...मुलगा! चेट्टीयार नंतर त्या घरात सगळ्यात महत्त्वाची, मानापानाची व्यक्ती एकच होती- सुजाताअक्का!

चेट्टीयारला एकूण तीन मुलगे.

हातमागाचा व्यवसाय सांभाळणारा राजेंद्रअण्णा मोठा. त्याची बायको राणीअक्का आधीच भित्री- भागूबाई होती. पोटी सगळ्या मुलीच जन्माला आल्यामुळे ती आणखीच बावरलेल्या, अपराधी चेहऱ्याने वावरे. राणीअक्का माहेरची गरीब. तिची कुठली सुजाताअक्काशी बरोबरी? ती आपली खालच्या मानेने सुजाताअक्काच्या मागे मागे असे.

मधला मुलगा श्रीधरअण्णा, चेट्टीयारचा विशेष लाडका होता. तो कायम फिरतीवर असे. लांबलांबच्या शहरांतून बख्खळ धंदा मिळवून आणी. त्यामुळे त्याच्या लग्नाची वेळ आली तेव्हा चेट्टीयारने ठरवलं, हुंडापांडा थोडा कमी मिळाला तरी चालेल, पण मुलगी चांगली शिकलेली, हुशार आणि देखणी हवी. शिवाय चांगल्या घरंदाज कुटुंबातली हवी... तीच सुजाताअक्का!

धाकटा मुलगा रंगनाथनअण्णा. तो तिकडे वेल्लोरला डॉक्टरकी शिकत होता.

त्या घरात आणखी एक व्यक्ती होती. चेट्टीयारअम्मा. बंगल्याच्या सगळ्यात वरच्या मजल्यावर, पश्चिमेकडच्या एका खोलीत ती असे. तिथेच राही. चुकूनसुद्धा कधी आपल्या खोलीबाहेर पडत नसे.

"तिसऱ्या बाळंतपणात या बाईचं डोकं फिरलं. काय झालं कोण जाणे, पण नवरा नुसता दिसला तरी जोरजोरात किंचाळायची. मुलाला तर छातीलासुद्धा लावू देत नसे. शेवटी पोर भुकेनं कळवळायला लागलं; तेव्हा त्याच्यासाठी एक ओली बाळंतीण दाई म्हणून आणली. तिनं पोराला आपलं दूध पाजलं आणि वेड्या चेट्टीयारअम्माला सांभाळलं. तीच वदीवू. ती या कुटुंबाची कुणी नाही, पण चेट्टीयार तिला घरातल्या बाईसारखं मानाने वागवतात. ती आहे, म्हणूनच त्या खुळ्या बाईला सांभाळते तरी! एरवी घरातल्या सगळ्यांना वेड लागलं असतं"- रुक्मिणीअक्का अम्माला सांगत होती.

पौर्णिमेच्या रात्री वदीवू वरच्या मजल्यावरच्या सगळ्या दारं-खिडक्या घट्ट बंद करून घेते. घरातलं कुणी त्या रात्री तिकडे पाऊलसुद्धा ठेवत नाही. चेट्टीयारअम्मा फार धिंगाणा घालते त्या रात्री. मोठमोठ्याने ओरडते, अंगावरचे कपडे ओरबाडून फेकते.. रात्रभर नुसता गोंधळ! इतक्या जोरजोराने दाणदाण पावलं टाकत चालते की, खाली धपाधप आवाज येतात ऐकू. तिच्या पायाला लोखंडी साखळीनं बांधून ठेवलेलं असतं नेहमी. पौर्णिमेच्या रात्री कुठून एवढी ताकद येते तिच्या अंगात देव जाणे. पण हिसके देऊन देऊन त्या साखळ्यासुद्धा तोडते ती कधीकधी!'- रुक्मिणीअक्काच्या अंगावर भीतीचे शहारे होते.

"पण मग घरातल्यांच काय? वरती जाऊन त्या बाईला कुणी भेटतं-बिटतं की नाही?"- अम्माने विचारलं.

"चेट्टीयार आणि मुलं कधीतरी जातात वरच्या खोलीत. राणीअक्का नेहमी जायची पूर्वी. पण एकदा ती तिच्या छोट्या मुलीला घेऊन गेली, तर अम्माने त्या पोरीला हिसकावून घेतलं आणि वरून खाली फेकायलाच निघाली होती. कसंबसं वाचवलं त्या पोरीला. तेव्हापासून राणीअक्कानं वर जाणंच सोडून दिलंय'- रुक्मिणीअक्का म्हणाली.

पहिल्या पहिल्यांदा सुजाताअक्काला चेट्टीयार अम्माची फार कीव येई. ती सासूला भेटायला जाई. अधूनमधून चांगलेचुंगले पदार्थ करून घेऊन वर पाठवी. पण तिला मुलगा झाल्यापासून तेही बंद झालं. आपल्या मुलावर सासूची नजर पडली तर ती त्याला जीवे मारील इतकी भीती बसली. मग चेट्टीयारला सांगून सुजाताअक्काने मुलाला सांभाळण्याकरता नवी मुलगी कामावर ठेवली - तीच मी.

"सदान्कदा कसल्या इतक्या कामात असते कोण जाणे," रुक्मिणीअक्का माझ्या अम्माकडे बोट दाखवत म्हणाली, "...पण ही सगळा स्वयंपाक करते, मी

घरातली बाकीची कामं आवरते. झाडा-पुसायला, धुण्या-भांड्याला, वरकामाला माणसं आहेत, ती वेगळीच! पण चेट्टीयारच्या कसं लक्षात नाही आलं कोण जाणे! मुलगा सांभाळायला बाई हवी म्हटल्यावर लगेच सांगून मोकळे झाले. कुणीतरी तरुण मुलगी शोधा. कनकम्बरमची मुलगी येईल का विचारा...''

''चेट्टीयार त्या दिवशी सीतालक्ष्मीकडे जायच्या घाईत होते म्हणून पटकन् तुझं नाव आलं आणि नक्की झालं.''- नंतर एके दिवशी तांदूळ निवडता निवडता रुक्मिणीअक्का सहज मला म्हणाली.

''सीतालक्ष्मी कोण?''-मी विचारलं.

''आहे त्यांच्या नात्यातली''- अम्माने घाईघाईने खुलासा करत माझा प्रश्न अर्ध्यावरच तोडला.

''नातेवाईक कुठली? ठेवलेली बाई ती. चेट्टीयारची रखेल.''- रुक्मिणीअक्काने खरं ते सांगितलं.. मला काही कळेना.

''पोरीच्या डोक्यात वाट्टेल ते भरवू नकोस काहीतरी''- विळीवर भसाभस वांगी चिरता चिरता अम्माने रुक्मिणीअक्काला झापलं.

तांदळाचा एक दाणा पटकन् तोंडात टाकत रुक्मिणीअक्का म्हणाली, ''ती लहान नाही राहिलेली आता. आज ना उद्या तिला कळणारंच आहे सगळं.''

सीतालक्ष्मी ही चेट्टीयारची रखेली होती.

ठेवलेली बाई.

कुणी म्हणे, चेट्टीयार सीतालक्ष्मीच्या नादी लागले, त्या धक्क्यानेच चेट्टीयार अम्मा वेडी झाली.

कुणी म्हणे, बायकोला वेड लागलं म्हणूनच चेट्टीयारनी बाहेर आपली व्यवस्था शोधली.

''बाप्या माणसाची भूक घरात भागली नाही की, तो जाणारच बाहेर उकीरडा फुंकायला. त्यात काय विशेष?'- रुक्मिणीअक्काने नवीन दळण सुरू केलं. पण माझं लक्षच नव्हतं.

प्रभू-पापा उठला असावा.

त्याचं रडणं ऐकून मी पटकन् माडीवर धावले.

खरं सांगायचं तर सुजाताअक्काला पहिल्यांदा बघितलं, तेव्हाच मी तिच्या प्रेमात पडले होते.

इतकी गोरी, इतकी देखणी बाई त्याआधी मी कधी पाहिलीच नव्हती... लांबसडक केस, केशरी आणि हिरव्या रंगाची साडी, अर्ध्या खांद्यावर उतरलेल्या बाह्यांचा खुटखुटीत ब्लाऊज, नाकात चमकता तेजस्वी हिरा... आणि मनगटावर सोन्याच्या बिल्वरांमध्ये किणकिणणाऱ्या गर्भरेशमी हिरव्या काचेच्या बांगड्या!

सुजाताअक्काने वासाची पावडर लावली होती आणि केसात घमघमता गजरा! सिनेमातली हिरॉईन प्रत्यक्षच पाहिल्यासारखं झालं मला.. वेडावलेच... इतकी की, बघता क्षणी प्रेमातच पडले तिच्या.

पलंगावर बसलेली सुजाताअक्का पदराआड बाळाला पाजत होती. मी घाबरून थोडीशी लांबच उभी राहिले... बोलावल्याशिवाय कसं जायचं?

"ये..ये.."- सुजाताअक्काला माझी चाहूल लागली असावी, "तू कनकम्बरम् अम्माची मुलगी ना?"

- मी "हो" म्हणून हसले.

बाळाला आपल्या छातीपासून हलकेच दूर करून त्याला माझ्याकडे सोपवीत सुजाताअक्का म्हणाली,

"पोट भरलंय त्याचं. आता खांद्यावर घे आणि ढेकर येईपर्यंत हळूहळू थोपटत राहा."

- मी तसं करत राहिले.

थोड्या वेळाने बाळाने छान ढेकर दिली. त्याच्या तोंडातून गळलेला दुधाचा उष्ण थेंब माझ्या मानेवरून घरंगळत गेला, त्या क्षणी मी त्या घराची झाले.

सुजाताअक्का, तिचं बाळ, घरातली सगळी माणसं... अगदी वरच्या माडीतल्या वेड्या चेट्टीयारअम्मासकट सगळ्यांबद्दलच माझ्या मनात खूप प्रेम दाटून आलं.

...पण माझा स्वत:चा मुलगा जन्माला आला, तेव्हा मात्र क्षणभरही माझं काळीज प्रेमानं, मायेनं द्रवलं नाही. त्या बाळाबद्दल फक्त एकच भावना मनात उमटली होती - तिरस्कार. त्या पोराने दूध प्यावं म्हणून माझी अम्मा त्याला माझ्या छातीशी लावी, तर किळस वाटे! घृणा येई!! त्याला दूर ढकलून मी किंचाळे, "घेऊन जा त्याला माझ्या नजरेसमोरून..."

शेवटी अम्मा गाईचं दूध गरम करून, त्यात थोडं पाणी घालून त्या पोराला बोळ्याने पाजे. ते पोर वरचं दूध गटागट पिऊन गुपचूप झोपून जाई. वेळेवर भूक भागली की, मग त्याची काही तक्रार नसे.

'स्वत:ला 'आई' म्हणवून घेण्याचीसुद्धा माझी लायकी नाही हे मला चांगलं ठाऊकेय. माझ्यात मातृत्वाची काही भावना असलीच तर त्यातलं सगळं प्रेम, सगळी माया मी सुजाताअक्काच्या मुलावर कुर्बान केली होती. मला स्वत:ला मूल झालं तेव्हा काही म्हणता काही उरलं नव्हतं.

कदाचित हेही ब्रह्मदेवानेच माझ्या नशिबी लिहिलं असणार.

-पण मी मध्येच विषय बदलला.

काय सांगत होते मी? हं, तर चेट्टीयारच्या त्या मोठ्या बंगल्यात....

पुढली जवळ जवळ तीन-साडेतीन वर्षं मी अखंडपणे सुजाताअक्काच्या आणि प्रभु-पापाच्या भोवतीच भिरभिरत राहिले. त्यांच्याखेरीज माझ्या आयुष्याला दुसरा काही अर्थच नव्हता.

प्रभु-पापा पहिल्यांदा उपडा वळला, मी आनंदाने स्वयंपाकघरात धावले... एक असोल्या नारळ आणि एक कोरं कापड आणलं. त्या कापडावर बाळाला अलगद झोपवलं आणि घराच्या पायरीवर नारळ वाढवून भूमिदेवीला प्रार्थना केली,

"हे माते पृथ्वी, हा छोटा मुलगा आता मी तुझ्या भरवशावर सोडते आहे. तो चालायला लागल्यावर तुला पाय लावील, त्याला माफ कर. त्याला खरचटल्या जखमांची आणि तुटल्या हाडांची शिक्षा देऊ नकोस. एखादं पाऊल चुकून तो घसरला तर त्याला सांभाळ. अलगद तुझ्या कुशीत घे."

हे सारं कौतुकाने पाहणारी सुजाताअक्का खूष होत म्हणाली, "भलतीच हुशार दिसतेस तू मारीकोलान्थू, कुणी शिकवलं तुला हे सगळं?"

कपाळावर झेपावणाऱ्या बटा कानामागे खोचत मी म्हटलं, "अम्माने. माझा भाऊ ईश्वरन् जेव्हा पहिल्यांदा उपडा वळला, तेव्हा अम्माने ही प्रार्थना केलेली ऐकली होती.. नंतर शिवकुमारच्या वेळेस तर मीच केली पूजा... आणि प्रार्थनाही!"

सुजाताअक्काने कौतुकाने माझा गालगुच्चा घेतला आणि तिच्या कपाटातल्या नव्या-कोऱ्या, गर्द जांभळ्या बांगड्यांचा अख्खा डझन मला बक्षीस म्हणून दिला.

मी स्वयंपाकघरात अम्माकडे धावले. तिनं माझं बक्षीस कौतुकानं पाहिलं, मग म्हणाली, "नीट जपून ठेव. या दिवाळीत हातात घाल."

"देऊन देऊन काय दिलं, काचेच्या बांगड्या?"- शेजारी उभी असलेली रुक्मिणीअक्का खोचकपणे म्हणाली, "सुजाताअक्काला भीक का लागलीय? एखादा बरासा ब्लाऊजपीस तरी द्यायचा किंवा निदान पाच-दहा रुपये तरी! काचेच्या बांगड्या... हे काय बक्षीस झालं?"

"रुक्मिणीअक्काऽऽ" तिचा आवाज फारच वाढला, तशी घाबरून जाऊन अम्माने रुक्मिणीअक्काला दटावलं. उगीच कुणी ऐकलंबिकलं तर?

"हे बघ, मारीकोलांथू" - ओले हात साडीच्या पदराला पुसता पुसता माझ्याकडे वळून अम्मा म्हणाली,

"आपण फार अपेक्षा ठेवू नयेत. नाहीतर मग दुःखच येतं कायम वाट्याला, कळलं?"

"त्या मुलीच्या डोक्यात उगीच तुझं मूर्ख आणि भित्रट तत्त्वज्ञान भरवू नकोस; कळलं ना?"- रुक्मिणीअक्काने अम्माला उलटं झापत विचारलं, "तुझ्या लेकीने जन्मभर कसली अपेक्षा न करता दुसऱ्यांची सेवाच करावी, अशी इच्छा आहे का

तुझी? अशाने ती रेशमाचा किडा होईल. दुसऱ्यांना रेशीम द्यायचं आणि आपण मरून जायचं.''

-मी...आणि रेशमाचा किडा?

मला हसूच आलं.

तरीही अम्मा म्हणाली ते मी विसरले नाही.

म्हणूनच प्रभू-पापाने पहिलं पाऊल टाकलं तेव्हा मी माझ्या कर्तव्याला पुढे झाले... त्याबदल्यात कसलीही अपेक्षा न ठेवता!

''एक असोला नारळ देशील का?''- स्वयंपाकघरात जाऊन मी रुक्मिणीअक्काला विचारलं. ती नेहमीप्रमाणे काहीतरी खोचक बोलणार तेवढ्यात तिला मागे दारात आलेल्या सुजाताअक्काची चाहूल लागली असावी. तिने घाईघाईने आतून एक मोठासा नारळ आणला आणि टिचकीने आतलं पाणी वाजवून मला दिला.

नारळ घेऊन मी बाहेरच्या दाराशी गेले. हलवून पाहिलं तर नारळातलं पाणी खळखळ वाजत होतं. आत छान लुसलुशीत खोबरं असणार.. माझ्या तोंडाला पाणी सुटलं.

फाटकाबाहेर पाहिलं तर एक छोटा मुलगा खेळत होता.

''ए पिंटूऽऽ''- मी त्याला हाक मारली, ''जा, तुझ्या मित्रांना बोलाव. मी हा नारळ फोडतेय, मस्त खोबरं खायला मिळेल तुम्हाला.''

थोड्याच वेळात पिंट्याच्या मित्रांची फौज गोळा झाली.

सुजाताअक्काच्या मदतीने मी प्रभू-पापाला उंबरठ्यावर पाऊल टाकायला लावलं आणि डोळे मिटून प्रार्थना म्हटली,

''विनायका.. वेंकटेशा.. विघ्नेश्वरा.. गणेशा.. गणपती.. या मुलाचं प्रत्येक पाऊल योग्य वाटेवर पडू दे. यशाच्या दिशेने पडू दे. या मुलाचा सांभाळ कर परमेश्वरा..''

प्रभू-पापाच्या मस्तकावरून मी तीनदा नारळ ओवाळला, त्याची दृष्ट काढली आणि रस्त्यातल्या एका दगडावर नारळ जोराने आपटला.

-क्षणात नारळाचे तुकडे झाले, खोबऱ्याचं मोठं भकल मिळवण्याकरता पोरं तुटून पडली.

प्रभू-पापाला माझ्याकडे देत सुजाताअक्का म्हणाली, ''नारळ असा वाटून का टाकलास? खोबरं घेऊन गेली असतीस तुझ्या घरी..''

''असं कसं चालेल? मुलावरून उतरवलेला नारळ घरात नसतो आणायचा. सगळ्या दुष्ट शक्ती, वाईट नजरा असतात ना त्यात?'' एवढ्या शिकल्या-सवरल्या सुजाताअक्काला इतकी साधी गोष्ट कळू नये, याचं खरं म्हणजे मला आश्चर्यच वाटलं.

सुजाताअक्काने कोरी करकरीत दहा रुपयांची नोट माझ्या हातात देत म्हटलं, "ठेव तुला. जे हवं ते घे यातून."

बघ? आता?

-स्वयंपाकघरात जाऊन दहा रुपयांची नोट नाचवत मी रुक्मिणी अक्काला चिडवलं..

तिनं तोंडच फिरवलं. आंबट चेहरा करून म्हणाली, "बास? दहाच रुपये? सुजाताअक्कासाठी दहा रुपये म्हणजे नखातला मळ. देऊन द्यायचे तर निदान पंधरा-वीस रुपये तरी काढायचे पाकिटातून."

माझ्या हातातली नोट तोवर अम्माने वरच्या वर काढूनही घेतली होती. पैसे कनवटीला लावीत ती म्हणाली,

"उगीच हरवशील कुठेतरी. महिना अखेरीला उपयोगी पडतील."

...मी अम्माकडे पाहातच राहिले.

"ते माझे पैसे आहेत.. माझे... सुजाताअक्का म्हणाली, 'तुला हवी ती वस्तू घे.' " जोरात ओरडावंसं वाटत होतं.

पण मी काहीच बोलले नाही. डोळ्यातलं पाणी आवरीत मुकाट स्वयंपाकघरातून निघून गेले.

कुणाकडूनही काहीही अपेक्षा ठेवू नये, अगदी स्वत:च्या अम्माकडूनसुद्धा- हा धडा मी शिकले होतेच. पण कुणाला तरी स्वत:हून असं वाटलं की, मला बक्षीस द्यावं, तर? 'वस्तू द्या' म्हणायचं, चुकूनसुद्धा पैसे घ्यायचे नाहीत. हे शहाणपण मी नव्याने शिकले. कुणी देतच असेल बक्षीस तर आपल्याला हवी ती वस्तू सरळ मागून घ्यावी. नंतर उगीच अपेक्षाभंग नको!

तिने दिलेल्या बक्षिसाचं काय झालं, ते सुजाताअक्काला बहुतेक समजलं असावं. म्हणून सोन्याचं पाणी लावलेली निळ्या पदकाची एक नाजूकशी चेनच तिने मला 'दिवाळीची भेट' म्हणून दिली. नंतर पोंगल आला तेव्हा तिने माझ्यासाठी नवीकोरी पवडाई खरेदी केली... म्हणजे परकर! परकर-पोलक्यावर गळ्यात चेन घालून मी सुजाताअक्काच्या खोलीत गेले.

"अक्काऽऽ हे पाहाऽऽ," आनंदाच्या भरात मी गिरकी घ्यायला गेले आणि धडपडलेच. नवा परकर उंचीला खूपच जास्त होता.

"छान दिसतेयस.. पण परकराची उंची थोडी कमी कर मारीकोलान्थू. सगळा घोळ तुझ्या पायात येतोय."

मी काहीच बोलले नाही.

आपल्याला साधी हातशिलाईसुद्धा घालता येत नाही याची फारच लाज वाटत होती.

सुजाताअक्काच्या लक्षात आलं.

तिने सुई-दोरा शोधण्यासाठी आरशाच्या शेजारचे खण फटाफट उघडले. सुजाताअक्काच्या पावडरचा डबा, पफचा बॉक्स, स्नोची बाटली, कुंकू, कंगवे, केसांच्या पिना, तिच्या बांगड्यांचा डबा... सगळं त्या खणांमध्ये ठेवलेलं होतं. तिथली झाड-पुस रोज मीच करीत असे.

रिळाचा हातभर दोरा दाताने कचकन् तोडत सुजाताअक्का म्हणाली, ''आधी सुईत दोरा ओवायचा आणि टोकाला अशी चांगली घट्ट गाठ मारायची... कळलं?''

तिने मला आपल्या जवळ बसायला लावलं आणि परकराचे काठ आत दुमडून हलक्या हाताने छोटे-छोटे टाके कसे घालायचे, ते दाखवलं.

''आता?''- परकराला खालून शिवण घालून झाल्यावर मी विचारलं.

''आता काय आता? मगाशी गिरकी घेत होतीस नं, घे पाहू परत..''

-मी पुन्हा एकदा गर्रकन वळले, तशी माझ्या उघड्या पावलांकडे पाहात सुजाताअक्का म्हणाली,

''अजून फक्त एक गोष्ट हवी.. तेवढी घातली की, गावातली सगळ्यात सुंदर मुलगी म्हणून तुला मिरवता येईल.'' बोलता बोलता सुजाताअक्काने आरशाखालचा खण उघडला आणि त्यातून पैंजणांची एक जोडी बाहेर काढली.

मी पटकन ओळखले. ते तिचेच जुने पैंजण होते. थोडीशी चमक गेलेले आणि मधलेमधले घुंगरू पडलेले.. पण म्हणून काय झालं? इतके सुंदर पैंजण पायांत घालण्याचं स्वप्न पाहणंसुद्धा मला परवडलं नसतं आणि सुजाताअक्काने ते चक्क मला बक्षीस दिले!

माझे पैंजण!

पायात घालून पावलं टाकली तर त्या मधुर किणकिणाटाने सुजाताअक्काची अख्खी खोली भरून गेली.

उत्साहाने, आनंदाने ओसंडत मी स्वयंपाकघराकडे धावले. पायात पैंजणांची रुमझुम.. कमरेभोवती फुलाफुलांच्या लालचुटूक पावडाईचा नवा कोरा घेर आणि गळ्यातल्या सोनसाखळीत निळ्या खड्याची चमक.

''अम्माऽऽ हे बघ, अक्काने मला काय दिलंऽऽ,'' स्वत:भोवती गोल गिरक्या घेताघेता पैंजणांच्या नादाने भारावलेल्या माझ्या उत्फुल्ल जीवाला कसलं भानच उरलं नव्हतं.

रुक्मिणीअक्काची नजर अचानक बारीक झाली. माझ्याकडे रोखून पाहात तिनं अम्माला विचारलं,

''कनकम्बरम् अम्मा, तुझी लेक मोठी दिसते नाही?... तिची पाळी..''

-माझं लक्ष आहे असं पाहताच ती एकदम चपापून थांबली. पण तिच्या

अर्ध्यामुर्ध्या प्रश्नाचा रोख बरोबर लक्षात आल्यासारखी अम्मा पटकन म्हणाली,

"नाही अजून."

त्या दोघी कशाबद्दल बोलत होत्या, ते त्यावेळी कळलं नाही; पण पुढे महिनाभरात तो प्रसंग आलाच.

मोकळ्या केसात गजरे माळून घरभर हुंदडणारी, कुठेही पाय पसरून बसणारी, खदखदून हसणारी एक साधी-सरळ मुलगी- मारीकोलान्थू, त्या दिवशी अचानक स्त्री झाली.. वयात आली.. आणि तिचं सगळं जगच एकदम बदलून गेलं.

त्या दिवशी दुपारी मी बागेतून जुईच्या कळ्या काढून आणल्या आणि सुजाताअक्काच्या खोलीत वेण्या करायला बसले. सुई-दोरा न घेता, केळीच्या सोपाचे बारीक धागे काढून त्या धाग्यांच्या वेणीत कळ्या कशा गुंफतात, ते मी सुजाताअक्काला दाखवत होते. दोन बोटांभोवती सोपाचा धागा घ्यायचा, त्याच्या एका नाजूक गुंफ्यात एक कळी गुंफायची.- एका गुंफ्यात दोन कळ्या घातल्या तर पुढे दोन्ही फुलं कोमेजतात, म्हणून एका वेळी एकच कळी- आणि मग हलकेच एक नाजूकशी गाठ- की पुढे दुसरा गुंफा. पण सुजाताअक्काला काही केल्या हे जमायचं नाही. तिचे गुंफे सैल होत आणि कळ्या गळून पडत. म्हणून मग रोज संध्याकाळी मी सुजाताअक्काला जुईची वेणी गुंफून द्यायची, हे ठरलेलंच होतं.

त्या संध्याकाळी मात्र काय झालं कोणास ठाऊक? दुपारपासूनच माझ्या पाठीला ओढ लागली होती. ओटीपोटात दुखत होतं. अम्माला सांगितलं तर ती म्हणाली, आल्याचा तुकडा ठेच आणि मीठ लावून खा. बरं वाटेल.

-पण बरं नाही ते नाहीच वाटलं.

कमरेत नुसत्या कळा येत होत्या. पाय वळत होते. माझी चुळबुळ पाहून सुजाताअक्का म्हणाली,

"काय गं? काय झालं?"

"काही नाही," म्हणत मी सहज उठले, तर चड्डीच्या आतून माझ्या पायांवर ओले चिकट थेंब ओघळले.

हे काय?

मला कळेचना.

लघवी खूप वेळ तर नाही दाबून ठेवली गेली?

-एकदोनदा पूर्वी झालं होतं असं.

मी शरमून बाहेर पळणार, तोच सुजाताअक्का एकदम म्हणाली,

"थांब मारीकोलान्थू, इथेच थांब."

ती हसत बाहेर गेली आणि अर्ध्या मिनिटात परत आली. तर तिच्यामागे अम्मा आणि रुक्मिणीअक्का.

तिघी जणी माझ्याकडे चक्क कौतुकाने पाहात होत्या. मला कळेना, हसतात कशाला?

रुक्मिणीअक्का बजावून म्हणाली,

"हे बघ मारीकोलान्थू, आता उगीच घरभर धावायचं नाही.. कळलं? तू परकरी पोर नाही राहिलीस आता."

"आणि उद्यापासून खांद्यावरून देवाणी घ्यायची.. ओढणी. काय? छाती उंचावून चालायचं नाही," -सुजाताअक्काने सांगितलं.

"का?" खरं तर माझ्या डोक्यात प्रश्नांचे लाख किडे एकाएकी वळवळायला लागले होते, पण त्यातला एकच विचारणं शक्य होतं- 'का?'

"कारण चांगल्या घरच्या स्त्रिया चालीरीती पाळतात, मर्यादेने वागतात, म्हणून!" सुजाताअक्का बोलली तो डायलॉग तर सिनेमातला! पुष्कळदा ऐकले होते हे शब्द– चालीरीती, रिवाज आणि मर्यादा. दोन पायांतून ओघळणाऱ्या रक्ताबरोबर हे शब्द माझ्या शरीरात टोचले जातील, हे सांगितलंच नव्हतं कुणी तर कळणार कसं?

या एवढ्या एका घटनेनं माझं आयुष्य पार उलटंपालटंच करून टाकलं. त्या आठवडाभरातच माझ्या लक्षात आलं, सगळं बदललंय. पूर्वीचं काहीच आता उरणार नाही. स्वातंत्र्य संपलेलं, मोकळेपणा सरलेला. बाकी?- फक्त नियम.

भावांशी धसमुसळ्यासारखं वागायचं नाही

रात्री झोपताना भावांना कुशीत घ्यायचं नाही.

महिन्यातले 'ते चार दिवस' बाजूला बसायचं. दिवा लावायचा नाही. लोणची, मसाल्यांना, अंगणातल्या झाडांना शिवायचं नाही. स्वयंपाकघरात तर पाऊलसुद्धा ठेवायचं नाही.

न चुकता रोजच्या रोज दोन्ही खांद्यांवरून ओढणी घ्यायची. दर शुक्रवारी केसांवरून पाणी घ्यायचं. मुरुमं उठून चेहरा खराब होऊ नये म्हणून नहाण्याआधी हळकुंडं उगाळून चेहऱ्याला त्याचा लेप लावायचा आणि सगळ्यात महत्त्वाचं म्हणजे- तरणा असो की म्हातारा, प्रत्येक पुरुषापासून चार हात दूर राहायचं. पुरुष म्हटला की लांब! कुणावर विश्वास टाकायचा नाही. चारचौघांत पाय पसरून बसायचं नाही. उगीच खी-खी हसायचं नाही आणि ब्लाऊजच्या आत घट्ट बॉडी घालायची.

गावातल्या ओळखीच्या शिंपीणीकडून अम्माने शिवून आणलेली बॉडी इतकी घट्ट होती की, मला धड श्वाससुद्धा घेता येत नसे.

एका क्षणात सगळं इतकं बदललं, की बस!

पण हे सगळं मी तुला कशाला सांगत बसलेय? बाईच्या जन्माला आलेल्या प्रत्येकीच्या नशिबात हे भोग असतातच. तू सुद्धा भोगले असशीलच की! माझ्याबाबतीत सांगण्यासारखी वेगळी गोष्ट म्हणजे सुजाताअक्का...

सुजाता अक्काने तिला न बसणाऱ्या, जुन्या, सुती चड्ड्या मला वापरायला दिल्या. तिच्या लग्नातली खरेदी होती म्हणे ती. नाजूक लेस लावलेल्या त्या चड्ड्या माझ्याकरता जुन्या कसल्या, नव्याहून नव्या होत्या. सुजाताअक्काने तिच्या जुन्या ब्रेसियर्स मला घालायला दिल्यावर मात्र माझी घुसमट संपली. मी तत्काळ अम्माची ती घट्ट बॉडी अंगातून उपसून फेकली. किती दिवस छाती नुसती चिवळलेली... खालचा श्वास खाली, वरचा श्वास वर, अशी तऱ्हा!

एकटी सुजाताअक्का माझ्याशी नीट वागे. खांद्यावरची देवणी घसरली तरी बोलत नसे. जाता- येता 'मान खाली घालून चाल, हसू नको,' असं दटावत नसे. ती मला माझं-माझं, माझ्या मनासारखं जगू देई. अम्माने मात्र कहर मांडला होता. एव्हापासून माझ्या लग्नाच्या आणि हुंड्याच्या काळजीने तिने मला हैराण करून सोडलं होतं. पण इतकं सगळं बदललं, तरी सुजाताअक्कासाठी मात्र मी तीच, पूर्वीची होते- मारीकोलान्थू! एक व्यक्ती. ना मुलगी- ना बाई!

एके दिवशी काय झालं कोण जाणे!

परकरातून माझे पाय दिसायला लागलेत हे सुजाताअक्काच्या लक्षात आलं. पूर्वी ढगळ होणाऱ्या तिच्या जुन्या ब्रेसियरच्या दोन्ही वाट्या माझ्या ब्लाऊजच्या आत गच्च भरल्या आहेत, हेही तिला कळलं असावं. तिचा धाकटा दीर माझ्याकडे कशा अधाशी नजरेने पाहात असतो, हे माझ्याआधी सुजाताअक्काने ओळखलं. एरवी फायलीत डोकं खुपसून बसणारा तिचा नवरा मी खोलीत आले की, डाव्या-उजव्या कोपऱ्यातून माझ्या छातीवर नजर टोचतो हे पाहिलं, तशी सुजाताअक्का बिथरलीच. मग मात्र तिच्यासाठी मी पूर्वीची मारीकोलान्थू राहिले नाही.

सुजाताअक्काची एक आत्या वेल्लोरला राहात असे. तिच्या घरात दोन परदेशी गोऱ्या स्त्रिया भाडेकरू म्हणून राहात. त्यांना घरकामासाठी एक तरुण मुलगी हवी होती.

एके दिवशी कुणाचं लक्ष नाहीसं पाहून, माझ्या हातात शंभराची नोट खुपसत सुजाताअक्का म्हणाली,

"मी काय करू गं? दुसरा काही इलाज नाही. या घरात एवढे तरणेताठे पुरुष असताना तू.." -ती रडायलाच लागली.

"अगं, पण मी कुठे त्यांच्याशी बोलायला जाते?" मी तिला समजावत राहिले. वाटत होतं, सुजाताअक्का निर्णय बदलेल. मला तिच्याजवळ राहू देईल.

''तू चांगली मुलगी आहेस, मला माहितेय मारीकोलान्थू. पण कापसाच्या ढिगाजवळ जळती काडी कशी ठेवू मी? एखादी ठिगणी पडली तरी अनर्थ होईल.''

-सुजाताअक्काचा निर्णय आता बदलणं शक्य नाही हे जाणवून मी सुन्न मनाने उभीच राहिले.

बोलण्यासारखं काही उरलंच नव्हतं. माझ्या नशिबात काय वाढून ठेवलं होतं, कोण जाणे!

अशा अर्ध्या वयात माझं गाव सोडून जाणं अम्माला फारसं आवडलं नाही. पटत तर नव्हतंच. पण ती मोलाने राबणारी बाई, विरोध कसा करणार? अम्मा काही बोललीच नाही.

मी परक्या गावात- आणि तेही शहरात जाणार म्हणून आनंद झाला तो एकट्या रुक्मिणीअक्काला.

''नशीब काढलं पोरीनं.'' रुक्मिणीअक्का म्हणाली. मी काहीतरी सर्वोच्च धाडस करायला निघाल्यासारखं कौतुकभरल्या स्वरात तिने चार गोष्टी सुनावल्याच..

''हे बघ, तुला एवढी शहरात राहायची संधी मिळतेय. डॉक्टर बायांच्या हाताखाली तू काम करशील. कश्शाला नाही म्हणू नकोस. मिळेल तेवढा अनुभव गाठीशी बांधून घे. जेवण्यापूर्वी हात स्वच्छ धुवायला मात्र विसरू नकोस. नाहीतर नको ते रोग लागायचे उगीच! त्या दोघी बायका परक्या देशातल्या, गोऱ्या मडमिणी आहेत म्हणे! त्या कशा राहतात, काय करतात त्यावर नीट लक्ष ठेव आणि सुटीला घरी येशील तेव्हा मला सांग सगळं. ती गोरी माणसं मांसमच्छर खातात, त्याचा वास मारतो म्हणे त्यांच्या कातडीला आणि संडासात ढुंगण नाही धुवत म्हणे ते लोक. कागदाने पुसतात, शी:!! असलं काहीतरी घाणेरडं शिकू नकोस तिथे आणि मटण म्हणून गाईचं मांस शिजवशील तर याद राख! नीट काळजीने राहा. परत येशील तेव्हा त्या गोऱ्या मडमिणींबद्दल सांग हां! कशा राहतात, काय खातात, अंघोळ करतात का रोज, केसाला काय तेलाचा हातबित..'''

''गप्प बस बरं अक्का.''- सुजाताअक्काने तिला दटावलं. ''त्या गोऱ्या बायकांचं घर म्हणजे काय सर्कशीचा तंबू वाटला की काय तुम्हांला? ती माणसंही तुमच्या-माझ्यासारखीच असतात, कळलं?''

माझ्याकडे वळत सुजाता अक्का म्हणाली, ''त्यातली एक डॉक्टरीण गेली पाच वर्षं वेल्लोरमध्ये राहतेय. तिला थोडं थोडं तमीळ पण येतं बोलता. काही काळजी करू नकोस. त्यांच्या घरी मजेत राहशील तू!''

***

वेल्लोर शहर म्हणजे सगळीच गिचमिड होती. एकाला लागून दुसरं, तिसऱ्यानंतर

चौथं अशा घरांच्या नुसत्या रांगा आणि जिकडे बघावी तिकडे नुसती माणसंच माणसं. मी राहाणार ते घरही तसंच गजबजलेलं. वेल्लोर हॉस्पिटलमधले मूठभर पेशंट आणि त्यांचे ढिगभर नातेवाईक. तिथल्या घामट उकाड्याने माझा श्वासच घुसमटला. गावात मोकळ्या-ढाकळ्यात वावरायची सवय. वेल्लोरला मुंगी उभी राहील म्हटलं तरी तेवढी जागा नव्हती.. घरं, माणसं, रस्ते, दुकानं आणि अखंड कलकलाट.

बार्बरा स्ट्रीट अशा इंग्लिश नावाच्या रस्त्यावरल्या एका गल्लीत त्या दोघी डॉक्टरणी राहात. घराचं नाव-डॉक्टर्स हाऊस. तिथला म्हातारा माळी पेरियास्वामी, त्याने गेल्या गेल्या मला एक गोष्ट सांगितली. "शंभर-दीडशे वर्षांपूर्वी, शेजारच्या गल्लीतल्या कुठल्याशा घरात, एक नवी नवरी म्हणे एकाएकी आजारी पडली. सगळे उपाय थकले, पण गुण धरेना. शेवटी मरायच्या आधी म्हणाली, "मला वाटीभर रस्सम प्यायला द्या." दुपारची जेवणं कधीची होऊन गेलेली. भांडी घासून पालथी. रस्सम कुठून आणणार आयत्या वेळी? शेवटी ती तशीच गेली.. अतृप्त!"

रस्सम प्यायची इच्छा मागे ठेवून.

"ही गोष्ट त्या बाईच्या सासऱ्याला फार लागून राहिली. त्यानं प्रायश्चित्त घ्यायचं ठरवलं आणि घरात सांगितलं, 'बारा महिने चोवीस तास या घरात रस्समचं एक पातेलं उकळत ठेवा.' वेल्लोर गावात ज्याला रस्सम प्यावंसं वाटेल त्याने दिवसा-रात्री कधीही यावं आणि मनसोक्त रस्सम पिऊन आपली तहान तृप्त करावी."

"लहान होतो, तेव्हा रोज त्या घरी रस्सम प्यायला जायचो. तसं उत्तम रस्सम आख्ख्या आयुष्यात पुन्हा प्यायला नाही मिळालं."- म्हातारा पेरियास्वामी सांगत होता. 'जरा थांब बाबा, माझ्या हातचं रस्सम पिऊन पाहा, मग बोल' - मी मनात म्हटलं.

"एकदा मी तुला घेऊन जाईन हं ते रस्सम प्यायला. पण आता पूर्वीसारखी नाही राहिली चव."- पेरियास्वामी सांगत होता.

पेरियास्वामी हे मला तरी कोडंच वाटलं.

इतका म्हातारा, पण उंचीने बुटका. डोक्यावर पांढऱ्या, राठ केसांचे विरळ पुंजके आणि जिकडून तिकडून लोंबणारी वृद्ध, लिबलिबित कातडी. जाड जुन्या काचांमागे पांढऱ्या गोट्यांसारखे डोळे आणि छातीच्या पोकळ पिंजऱ्यात साठलेल्या कफाने सारखा वर-खाली होणारा श्वासाचा भाता. पेरियास्वामी इतका म्हातारा, आजारी दिसे की, मला वाटे हा माणूस कसा बागेत काम करणार? एखादं तण जरा जोराने उपटायला गेला, तरी मागच्या मागे पडेल!

'त्या' दोन गोऱ्या डॉक्टरणींना पाहिलं मात्र, त्यांच्या गोऱ्यापान तेजस्वी रंगावरून नजर हटता हटेना. वेल्लोरला त्यांच्या घरापर्यंत मला पोचवायची

व्यवस्था सुजाताअक्कानेच केली. मुनियान्दी नावाचा तिचा ड्रायव्हर मला सोडायला आला होता. ''हे बघ- '२४, डॉक्टर्स हाऊस, बार्बरा स्ट्रीट'- एवढं नुसतं विचार. कुणीही दाखवील''- आम्ही निघताना अक्का म्हणाली होती.

''हे बघ, उगीच कुणा भलत्यासलत्याशी बोलूबिलू नको. खालच्या मानेने गुपचुप तुझं काम कर आणि शहाण्या मुलीसारखी वाग, कळलं?''- निघतानाच्या क्षणापर्यंत अम्माचा उपदेश सुरूच होता.

''तू आम्हाला 'मिस्सी व्ही' आणि 'मिस्सी के' म्हण''- गेल्या गेल्या त्या दोघींनी माझा पहिला प्रश्न सोडवला. मिस्सी व्ही तरुण होती. हिरवे हिरवे डोळे आणि केस म्हणजे नुसतं सोनेरी रेशमाचं सळसळतं कारंजंच! दिवसा ती वेणी घालायची, पण संध्याकाळभर कमरेइतके केस मोकळे सोडलेले. वारा आला की त्या स्वर्गीय केसांची देखणी, मऊ सळसळ नुसती बघत राहावीशी वाटे. मिस्सी व्ही जेमतेम सहा महिन्यांपूर्वीच वेल्लोरला आली होती. तिला तमीळ भाषेचा गंध नव्हता. एखाद-दुसरा शब्द कळे, एवढंच! पण मिस्सी के मात्र उत्तम तमीळ बोलायची. आवाज जरा जास्तच करडा, पुरुषी होता. पण भाषा मात्र पक्की! आणि शुद्ध!! तिचं सगळंच टोकदार, टोचणारंसं होतं. करडी नजर, कानाइतके कापलेले भुरे केस, पुरुषासारखे लांबलचक... दणकट हातपाय आणि भुंड्या, बारीक नखांची जाडी जाडी बोटं.

''तुझं नाव काय?''

- मला सोडून सुजाताअक्काचा ड्रायव्हर परत गेल्यावर मिस्सी केने पहिला प्रश्न विचारला.

''मारीकोलान्थू''- आजूबाजूला सगळं नवीन पाहून मी इतकी गडबडले होते की, माझं नाव मलासुद्धा नीट ऐकू आलं नाही.

''व्हॉट डज दॅट मीन, केट?''- मिस्सी व्हीच्या आवाजात लहान मुलीची नाजूक किणकिण होती.

मिस्सी केने स्कर्टच्या खिशातून चतकोराएवढा पांढरा हातरुमाल काढून भुवयांवरचा घाम टिपला. पाऊस सुरू झाला तरी हवेत प्रचंड उकाडा होता. माझी घामाने भिजलेली पाठ आतून निथळण्याइतकी ओली झाली होती. मला अचानक घराची, गावाची आठवण झाली. तिकडली पावसाळी हवा किती धुंद ओली असते! ओलीचिंबं झाडं... आणि भिजल्या मातीचा तो तृप्त वास! इकडे पाऊस म्हणजे नुसती चिकचिक...

''मारीकोलान्थू इज द नेम ऑफ अ प्लांट''- मिस्सी के मिस्सी व्हीला समजावत होती. अचानक तिनं मला विचारलं, ''जाईसारखी फुलं येतात ना गं त्या झाडाला?''

- त्या संध्याकाळी दारावरून फुलवाला जाताना दिसला. त्याला थांबवून मी थोडी फुलं घेतली आणि मिस्सी व्हीच्या हातात ठेवत म्हटलं,

''मारीकोलान्थू.''

''केट, हे बघ काय...''- तिने खोल श्वास घेत डोळे मिटून ओंजळीतली फुलं हुंगली. मारीकोलान्थू म्हणजे जाई नव्हे, हे तिला कळलं असणार. ती मिस्सी केला सांगत होती,

''यू वेअर राईट. इटस् रादर लाईक द लव्हेन्डर बट नॉट लव्हेन्डर. सो मारीकोलान्थू, इज दॅट व्हॉट यू आर? सिस्टर टू द रियल थिंग?''

तिच्या प्रश्नाचा अर्थ काय ते मला मिस्सी केने तमीळमध्ये समजावून सांगितलं. मला हसूच आलं.

सिस्टर टू द रियल थिंग.

पडछाया?

कुणाला आवडेल हे असं? - मला तरी नाहीच आवडलं.

''बट वी कान्ट कॉल हर दॅट, केट''- मिस्सी व्ही सांगत होती, ''हर नेम ईज सच अ माऊथफुल. आय थिंक, वी विल कॉल हर मेरी.''

- माझं नवीन बारसं झालं.

'मेरी.'

छोटंसं नाव होतं.

मला मनापासून आवडलं.

छाया-पडछाया असली काही भानगड माझ्या नव्या नावाला चिकटली नाही, याचंही मनातून बरंच वाटलं.

''त्यांनी तुला बाटवून ख्रिश्चनब्रिश्चन तर नाही केलं? हे काय... मेरी.. हे कसलं नाव?''- पेरियास्वामीला माझं नवीन नाव अजिबातच आवडलं नाही.

''तू बाटलायस का?- बोल! तुला पण त्या दोघी 'पेरी'' म्हणूनच हाक मारतात की?''- मी त्याची चेष्टा केली.

तो म्हातारा माळी माझ्यापेक्षा वयाने तिप्पट तरी असेल, पण कशी कोण जाणे आमची छान दोस्ती जमली. खरं तर आमच्यात काहीच, कसलाच सारखेपणा नव्हता. पण एकमेकांना एकमेकांची गरज होती, एवढं खरं.

पेरियास्वामी असला काय, नसला काय, त्या दोघी मालकिणींना त्याची तशी फारशी गरज नव्हती. पण 'घराभोवती एखादा पुरुष असलेला बरा...'' असं म्हणून दोघी एकमेकींकडे बघून डोळे मिचकावत आणि खी खी हसत.

पेरियास्वामी स्वत:ला 'माळी' म्हणवून घेई, पण पडेल ते काम त्याला करावं

लागे. तण काढणं आणि कुंड्यांना पाणी घालणं यापलीकडे बागेत काही करणं त्याला झेपतच नसे.

बागेत खरी राबायची ती मिस्सी के. अप्पा जिवंत असते तर त्यांच्यासारख्या हाडाच्या शेतकऱ्यानेसुद्धा मिस्सी केची पाठ थोपटली असती. मातीत राबण्याची आणि झाडापेडांवर जीव ओतून प्रेम करण्याची अद्‌भुत शक्तीच होती तिच्यापाशी. तिची बाग नेहमी रसरसलेली असे आणि तिने फुलवलेले गुलाब हे असे जर्द लाल!!!

"मिस्सी केच्या बोटात जादूच असली पाहिजे"- बागेत फिरताना मी एकदा पेरियास्वामीला सांगितलं.

खरं तर मी किंवा पेरियास्वामी- आमच्या दोघांपैकी कुणीही तिच्या गुलाबांच्या वाफ्याजवळ गेलेलं मिस्सी केला अजिबात आवडत नसे. पण एकदा का दोघी हॉस्पिटलमध्ये गेल्या की, दिवसभर घरात.. बागेत माझंच राज्य! घर आवरण्याच्या निमित्ताने माझी त्या दोघींच्या सामानसुमानावर नजर असेच. तसं फार काही सामान नव्हतंच. सुजाताअक्काच्या तुलनेत तर काहीच नाही.

जरुरीपुरते कपडे, अंथरुणं-पांघरुणं... बास! एवढंच!! त्या घरातला फ्रीज मात्र मी आयुष्यात कधी न पाहिलेल्या चित्रविचित्र वस्तूंनी नेहमी भरलेला असे. त्यातलं थोडं-थोडं मी रोज चाखून पाहायची. एकच गोष्ट मला आवडली- दुधाची पावडर. मी चोरून चमचेच्या चमचे बकाणे मारत असे. जेव्हा आपल्याजवळ पैसे जमतील तेव्हा एक अख्खा डबा खरेदी करू आणि सगळीच्या सगळी पावडर आपण एकटीने फस्त करू असं मी ठरवलंही होतं मनात. एकदा मिस्सी व्हीच्या बाटलीतला थोडासा शाम्पू मी चोरून माझ्या केसांना लावून पाहिला. पण माझे केस काही मिस्सी व्हीसारखे सळसळीत झाले नाहीत. ते आपले राठ ते राठच!

एकदा सहज बागेतून फिरताना गुलाबाच्या लाल गेंदांकडे लक्ष गेल्यावर मी मोठ्याने पेरियास्वामीला म्हटलं,

"इतका लाल रंग अख्ख्या जगात कुठल्या गुलाबांना नसेल...ना?"

-पेरियास्वामी जवळपास ठार बहिराच होता. कधी कधी तर त्याला ढिम्म ऐकूच यायचं नाही. कधी कधी मात्र ऐकूनही सोयीनं न ऐकल्यासारखं करायचा. मी काय म्हणाले ते त्याला ऐकूच गेलं नाही, म्हणून मी पुन्हा जरा जोरानेच ओरडले,

"लाल रंग...गुलाबांचाऽऽऽ"

पेरियास्वामी नाक उडवून म्हणाला, "असा रंग जगातल्या कुठल्याच फुलांना नसेल असं म्हणतेयस ना? नसेलच! कसा असेल? का ठाऊकेय?"

माझ्याजवळ येऊन हलक्या आवाजात तो म्हणाला,

"ती बाई हॉस्पिटलातून नुकत्या जन्मलेल्या पोरांची नाळ आणते कापून हॉस्पिटलातून आणि बाळंतिणींची लाल, रक्ताळलेली वार. ते सगळे लिबलिबित

गोळे कापून घालते गुलाबाच्या झाडांना, कळलं? हे गुलाब इतके लाल दिसतात ना, ते रक्तावर वाढतात माणसाच्या! जगात हे असं करीत असेल का कुणी? - सांग!''

शी:! मला एकदम मळमळलं. ओकारीच आली. माझा विश्वास बसणार नाही अशा खात्रीने पेरियास्वामी माझ्याकडे पाहात होता. माझा नाहीच बसला विश्वास. मनात म्हटलं, 'या म्हाताऱ्याचं डोकं फिरलंय बहुतेक! वाट्टेल ते घाणेरडं काहीतरी सांगतो.'

''काहीतरी काय? शी: मला नाही खरं वाटत''- मी म्हणाले.

''तुला काय, कुणालाच नाही खरं वाटत. नाही तर नाही. मला काय करायचंय? मी जे पाहिलं ते सांगतो आणि एवढं नाक उडवून तोऱ्यात बोलतेस माझ्याशी, कितीसं जग बघितलयंस पोरी? अजून गुडघ्याएवढीसुद्धा नाहीयेस.'' पेरियास्वामी तिथून चालता झाला आणि माडाच्या तळीत उकराउकरी करायला निघून गेला.

त्या दिवशी अख्ख्या सकाळभर आम्ही दोघे घुश्श्यातच होतो पण दुपारी जेवायच्या वेळी मात्र आपण पेरियास्वामीवर रागावलोत हे मी विसरूनच गेले. रोज दुपारी आम्ही दोघे एकत्रच जेवायला बसायचो. पहिल्या काही दिवसांनंतर मी पेरियास्वामीसाठी म्हणून जरा जास्तच स्वयंपाक करायला सुरुवात केली. तो घरून डब्यात जे काही आणायचा, त्यात त्याची भूक भागत नसे हे दिसत होतं. मनाशी म्हटलं, घरात थोडा जास्तीचा स्वयंपाक केला तर मिस्सी बायांच्या कुठे एवढं लक्षात येईल?

- पण आलं.

मी काय करतेय ते एक दिवस दोघींच्या लक्षात आलं. दोघी एकमेकींकडे पाहून कौतुकभरल्या नजरेने म्हणाल्या,

''क्वाइट अ ब्लिडिंग हार्ट...''

ब्लिडिंग हार्ट?

म्हणजे काय, कोण जाणे?

- मला तर ओकारीच आली.

एक जुनासा पांढरा शर्ट घालून आणि कमरेला वेष्टी गुंडाळून पेरीयास्वामी रोज सकाळी कामाला यायचा. एकदा का फाटकातून आत आला की, अंगावरचे कपडे काढून झाडाच्या खोडावर मारलेल्या खिळ्याला लटकवायचा. मग गुढघ्यापर्यंत लोंबणारी खाकी चड्डी आणि कापडापेक्षा भोकंच जास्त असलेला बनियन घालून बागेत कामाला सुरुवात. संध्याकाळ झाली की, बागेतल्या नळावर हातपाय स्वच्छ धुऊन, आपले कपडे चढवून घरी!

आम्ही दोघे दुपारी मागच्या अंगणात जेवायला बसायचो. भात, कारा कोझाम्बु.. वथा कोझाम्बु किंवा मॉर कोझाम्बुपैकी काहीतरी एक, पॉरियल, लोणचं आणि ताक. कधी कधी मिस्सीज्साठी शिजवलेल्या मटणाचा वाटीभर रस्सा किंवा तळलेल्या माशांमधले काही तुकडे मुद्दाम उरवून मी ते पेरीयास्वामीसाठी बाजूला ठेवायची.

''इतक्या सुंदर चवीचं कालवण मी आयुष्यात कध्धीच खाल्लं नव्हतं''- एका दुपारी भाताच्या राशीवर जास्तीचं कारा कोझाम्बु वाढून घेत पेरीयास्वामी तृप्त समाधानाने म्हणाला. त्या क्षणी मी त्याला माफ करून टाकलं. गुलाबाच्या तळीत रक्त-मांस शिंपण्याचा तो विषय आम्ही पुन्हा कधी काढलाच नाही.

पेरीयास्वामी सांगायचा त्यातलं खरं-खोटं मला कळत नसे. पण तो मनातून दोन्ही गोऱ्या मडमिणींचा राग करतो हे स्पष्ट होतं. त्याला त्या बायकांचा तिरस्कार वाटे, पण त्यांच्याशिवाय दुसरं कुणी आपल्याला कामावर ठेवणार नाही, हेही त्याला ठाऊक होतं. त्या दोघी त्याला फारसा पगारही देत नसत, पण म्हाताऱ्या जीवाला तेवढाच एक आधार होता. पेरीयास्वामी समोरासमोर कधी काही बोलत नसे, पण त्या दोघींची नजर वळली की, त्यांच्या पाठीमागे असे काही संतापाचे फुत्कार टाकी, की बस्स! सारखा तोंडातल्या तोंडात काहीतरी बडबडत असे.

हळूहळू मला पेरीयास्वामी आवडायला लागला. झाडं कशी शिंपावीत, विजेचा बल्ब गेला तर तो काढून दुसरा कसा लावावा, गळका नळ कसा दुरुस्त करावा, वर्तमानपत्राच्या कागदाने काचा कशा पुसाव्यात.. अशा खूप गोष्टी पेरीयास्वामीने मला शिकवल्या. आणखी एक महत्त्वाचं-

लक्ष ठेवणं!

दोन्ही मिस्सी काय काय करतात, त्यावर बारीक लक्ष ठेवणं!

रात्री माझं अंथरूण घरातल्या मधल्या खोलीत असे. दोन्ही बाजूंच्या दोन खोल्यांमध्ये दोघी मिस्सी झोपत.

पण रात्री उशिरा निजानिज झाली की, मिस्सी के आपल्या खोलीतून बाहेर पडून, पाऊल न वाजता मिस्सी व्हीच्या खोलीत जाताना मला रोज दिसे. पहाटे पहाटे ती तशीच हलक्या पावलांनी पुन्हा आपल्या खोलीत परत जाई. हे सगळं इतक्या गुपचुप का चालतं याचं मला फारच आश्चर्य वाटे. मिस्सी के एकटी झोपायला घाबरते तर दोघींनी एकाच खोलीत, एकाच पलंगावर झोपायला हरकत काय, हे माझ्या लक्षातच यायचं नाही. घरात पुरुष असता तर गोष्ट वेगळी, पण बायका-बायकांत कशाला हवी एवढी लपाछपी? परदेशी बायकांची तऱ्हाच वेगळी! मनातून घाबरतात एकेकट्याने झोपायला, पण तसं मान्य नाही करायचं उघडपणे! वरून आव आणायचा मोठा धीटपणाचा, पण आतून हे सगळं असं गुपचुप!! मी

कधी बोलले नाही, पण रोज रात्री मला हे नाटक दिसे. मला वाटे, मूर्ख बायका! एकटीने झोपायला घाबरतात!!

अशी तब्बल तीन वर्षं गेली. दोघी मिस्सी, मी आणि म्हातारा पेरियास्वामी. दर दोन-चार महिन्यांनी मी अम्माला भेटून येत असे, पण त्या घरी जीव रमायचा नाही. कधी एकदा वेल्लोरला परत जाते असं व्हायचं. गावातल्या घरांचा, शेतांचा कंटाळा यायचा. छोट्या, अरुंद गल्ल्यांमध्ये फिरायला आवडायचं नाही. गावात ज्यात-त्यात कुंपणं! शेता-शेतांत, दोन घरांत, बाई आणि पुरुषात.. एवढंच काय, बाईनं तिच्या मनासारखं काही करावं म्हटलं तरी आडकाठी! मज्जाव!! मला हे नकोसं होई. श्वास घुसमटे.

दोघी मिस्सींनी मला इंग्रजी अक्षरं कशी लिहायची-वाचायची ते शिकवलं होतं. छोट्या छोट्या इंग्रजी वाक्यांचे तमिळमध्ये अर्थ सांगणारं एक पुस्तकही दिलं होतं वाचायला. बालवाडीतल्या छोट्या मुलांसाठी असलेली सोपी इंग्रजी पुस्तकं त्या दोघी माझ्याकडून मोठ्याने वाचून घेत. मला फारसं नीट काही येत नसे, पण जे काही तोडकं-मोडकं लिहा-वाचायला जमे तेवढ्यावर दोघी मिस्सी खूष होत्या. हळूहळू मलाही गोडी लागत होती. हातात घालण्याकरता काचेच्या बांगड्या जमवण्यापेक्षा, नव्या भाषेतला एकेक नवा शब्द जमवणं, शिकणं, पाठ करणं हे मला जास्त मजेचं वाटायला लागलं. नवीन काहीतरी शिकलो तर ते कायम आपल्या बरोबर राहील याची जाणीव झाली होती. डोकं थोडं थोडं चालायला लागलंय, याबद्दल आनंदही होत होताच.

मला अठरा वर्षं पूर्ण झाल्यावर दोघी मिस्सी म्हणाल्या, 'तुला हॉस्पिटलमध्ये चांगली नोकरी मिळते का ते बघूया.'

"हे बघ, तू घरीच अभ्यास करून पहिल्यांदा बोर्डाची परीक्षा पास हो. मग आम्ही तुला नर्सिंगच्या कोर्सला घालू. मनापासून अभ्यास केलास तर फार काही कठीण नाही."- एका सकाळी मिस्सी के मला म्हणाली.

नाश्त्याला केलेला उपमा खाता खाता मिस्सी व्हीने तिला अडवलं. म्हणाली, "केट, आधी तिला विचार तरी. प्रत्येकालाच नर्सिंग आवडतं असं नाही."

मिस्सी व्हीला उपमा, मेदूवडा, इडली-सांबार, डोसा-चटणी हे सगळं फार आवडायचं. मिस्सी के मात्र या पदार्थांना हातसुद्धा लावायची नाही. तिला फक्त ब्रेड आवडे. रोज सकाळी दोन स्लाइस भाजून खायची. एकाला तुपासारखं असणारं 'बटर' की काय ते फासायचं आणि दुसऱ्याला जॅम! झाला नाश्ता!! मिस्सी के रोजच्या नाश्त्याबरोबर दोन केळी खायची. मिस्सी व्हीला केळी अजिबात आवडत नसत. तिला पेरू, पपया किंवा आंबे.. असा रोज चवीत बदल हवा असे. दर

उन्हाळ्यात ती ताडगोळ्यांवर मनसोक्त ताव मारायची.

त्या दोघी फारच वेगळ्या होत्या.

काही म्हणता काही साम्य नाही.

मिस्सी व्ही हसरी होती.

मिस्सी के सदा ओठ मुडपून दुर्मुखलेली.

मिस्सी व्ही ला रोज नवा बदल हवा असे.

मिस्सी के मात्र इतकी जुनाट की, रोजच्या पलंगपोसावर एखादी नवी घडी दिसली तरी ती संतापून आकाशपाताळ एक करी.

मिस्सी व्हीला ताज्या, टवटवीत, प्रसन्न रंगांचे कपडे फार आवडत. हातात बांगड्या, कानात डूल, गळ्यात माळा असं काहीबाही घातलेलंच असे.

मिस्सी के मात्र कोरडी ठाक होती. जुनाट, मातकट कपडे अंगावर चढवले, की झालं! हात, कान, गळा.. सगळं भुंडं!

मिस्सी व्ही घरात नवरेशाही गाजवल्यासारखी आडदांडपणाने वागे. मिस्सी के नाजूक नवरीसारखी मिस्सी व्ही च्या भोवती भोवती असे.

अनेकदा काहीतरी भलतंच दिसे.

मिस्सी व्ही इतकी एकटक मिस्सी के च्या चेहऱ्याकडे बघत राही की बस्स! ती आपल्या नजरेनेच मिस्सी केचे मुके घेतेय असं मला स्पष्ट दिसे.

-काहीतरी विचित्रच होई.

माझ्याच अंगात का कोण जाणे, नुसत्या झिणझिण्या फुटत.

"का नाही आवडणार तिला नर्सिंग? सेवाभाव तिच्या स्वभावात आहेच. ती एरवीही किती चांगली वागते पेशंटशी, बघतेस नं?"- मिस्सी केने टोस्टचा तुकडा तोडत मिस्सी व्हीची शंका दूर केली.

"हो, मला आवडेल."- मी पटकन म्हणून टाकलं.

रक्ताची मला भीती वाटत नसे. गू-घाणीचंही फार काही नव्हतंच. मी स्वत:शीच खंबीरपणे ठरवलं, काही झालं तरी ही संधी सोडायची नाही.

"अठरा वर्षांची झाल्यावर मला नोकरी मिळाली तर नक्की करीन मी. बोर्डाची परीक्षा पण पास होईन. अभ्यास करीन."- हे सांगतानासुद्धा एका नव्या, चमकदार जगात प्रवेश करीत असल्याचा रोमांच माझ्या मनाशी सळसळत होता.

"चालेल. ठरलं तर मग."- मिस्सी के खूष होऊन म्हणाली.

मिस्सी व्हीला काही पटलं नसावं. तिने उगीचच खांदे उडवले. हे तिचं नेहमीचंच होतं. मनासारखं झालं नाही की फुरंगटून बसायचं. मिस्सी के कधीही असा चेहरा पाडत नसे.

आता मागे वळून पाहताना जाणवतं की, मिस्सी के च्या मनात होतं तसं घडलं

असतं तर किती बदलून गेलं असतं माझं आयुष्य! कुणीतरी वेगळीच झाले असते मी!

पण अचानक नवीनच वळण आलं.

अम्मा घरातच पडली आणि तिच्या पायाचं हाड मोडलं. डॉक्टर म्हणाले, 'महिनाभर जागचं हलायचं नाही.' मला घरी घेऊन जायला म्हणून माझे भाऊ वेल्लोरला आले. चार महिन्यांपूर्वीच दोघांना बघितलेलं. अचानक दोघे 'मोठे' झाल्यासारखे दिसत होते. दोघांचीही उंची माझ्याहून ताडमाड वाढलेली, आवाज घोगरे झालेले.. हे माझेच का धाकटे भाऊ?

"काय रे, किती उंच झालात?"- मी कौतुकाने म्हटलं.

"आता तरी कुल्ला कार्थिका आणि ओडाचु कडाला म्हणून चिडवू नकोस हं आम्हाला!"- दोघांनी कुरकुर केली.

-आमची लहानपणीची चिडवाचिडवी आणि भांडणं आठवून खूप हसू आलं.

"खरंय बाबा.. आता तुम्हाला ईश्वरन सर आणि शिवकुमार सरच म्हणायला पाहिजे नाही का?"- मी कबुली दिली, तसे दोघे खूष झाले.

अचानक गावाला, घरी जावंसं मनापासून वाटायला लागलं.

आम्ही निघालो.

महिनाभराच्या काळात चेट्टीयारच्या स्वयंपाकघरातली आपली 'हक्काची जागा' कायमचीच हिरावली गेली तर काय, या विचाराने अम्मा हैराण होती. अम्मा नाही म्हणजे चूल रुक्मिणीअक्काच्या हातात जाणार हे उघड होतं. फोडण्या घालताना आणि मसाले वाटताना अम्माने तिला जवळपास फिरकू दिलेलं नसलं, तरी इतकी वर्षं बरोबर काम केल्यामुळे आपल्या स्वयंपाकाची गुपितं तिला कळलीच असणार अशी भीती अम्माला वाटत होती. एकदा का चेट्टीयारच्या चुलीवर रुक्मिणीने कब्जा केला की संपलं.. 'मग मला पुन्हा कोण त्या दारात उभं करणार?'- अम्मा कळवळून विचारत होती.

अर्थ स्पष्ट होता.

अम्माच्या आजारपणाच्या काळात तिच्या जागी मी काम करायचं.

मी काही 'अम्मा' इतकी सुगरण नव्हते, पण निदान 'मारीकोलान्थू' तरी होतेच की!.. सिस्टर टु द रियल थिंग! पडछाया!! सुगरण नसेल तर सुगरणीची लेक!!!

"पण अम्मा, हे कसं जमणार मला? इतक्या माणसांचा स्वयंपाक..."- नुसत्या कल्पनेनेच माझे हातपाय गार पडले होते.

"घाबरतेस कसली? मी आहे ना..." अम्मा मला धीर देत म्हणाली. "हे बघ स्वयंपाकघरातलं सगळं वरकाम रुक्मिणी करील. कुत्र्याच्या शेपटीसारखी तिची

जीभ सारखी वळवळत असली, तरी ती कामाला तशी वाईट नाही. मनात आणलं तर माझं...तिचं...दोघींचं काम ती एकटी ओढून नेऊ शकेल. तेवढी संधी तिला मिळू नये म्हणून तू तिथे जा. चेट्टीयारच्या घरातल्या माणसांना आपल्या हातच्या स्वयंपाकाची चव लागलेली आहे. वाट्टेल ते झालं तरी त्या चवीची सवय तुटता कामा नये.''-अम्माने चंगच बांधला होता. माझं म्हणणं ऐकून घ्यायलासुद्धा ती तयार नव्हती.

अम्मा म्हणत होती ते काही खोटं नव्हतं.

इतक्या माणसांचा स्वयंपाक सरावाने हळूहळू जमायला लागला.

पण चेट्टीयारच्या त्या स्वयंपाकघरात काही केल्या माझं मनच रमत नव्हतं.

वेल्लोरला स्वयंपाक करताना मजा यायची. मी मनापासून रोज काहीतरी नवं शोधत असे. इथे म्हणजे नुसती भांडीच्या भांडी शिजवून चुलीवरून उतरवायची. दर क्षणी भुकेल्या माणसांची नुसती फौजच असे. त्यांच्या भुकेसाठी शिजवायचं. मग ती माणसं खात...पीत... ओरपत आणि वरून हावरटासारखी आणखी मागत.

तेलाच्या धुराने माझे केस चिकट झाले... बोटांना लसणीचा दर्प... अंगाला हिंगाचा वास! रोज रात्री मी घासून घासून अंघोळ करी. थोडा वेळ अंगाला लक्स साबणाचा वास येई तेवढाच. अंथरूणाला पाठ टेकेतो पुन्हा तेच फोडण्यांचे वास, हळद-तिखटाचे डाग आणि आल्या-लसणाचा दर्प.

मी अक्षरश: दिवस मोजत होते.

घरात माझं मन रमता रमत नव्हतं.

अख्खा दिवस कामाच्या धबडग्यात जाई, पण रात्र सरता सरत नसे. रिकाम्या मनाने मला त्रास द्यायला सुरुवात केली होती. वेल्लोरला दोघी मिस्सी आणि पेरीयास्वामीने मला मनाची मशागत करायला शिकवलं होतं. तिकडे चार लोकांशी गप्पा होत. रोज काहीतरी नवं शिकायला मिळे. इथे नुसते कामाचे रगाडे होते! सुजाताअक्काशी पहिल्यासारख्या गप्पा झाल्या असत्या तर कदाचित एवढं एकाकी वाटलं नसतं. पण दिवसभर स्वयंपाकाच्या रामरगाड्यात श्वास घ्यायला फुरसद नसे आणि रात्री मी इतकी दमून जाई की, कसलं त्राणच उरत नसे. कधी एकदा घरी जाते आणि अंघोळ करून अंथरूणाला पाठ टेकते असं होई.

घरी अम्मा आणि दोघे भाऊसुद्धा माझ्याशी अंतर ठेवून वागायला लागले होते. माझ्याच घरी मला परक्यासारखं वाटे.

दर रात्री मी स्वत:लाच धीर देई-फक्त सहा आठवडे. मग आपण वेल्लोरला परत जाऊ. तिथे दोघी मिस्सी आपल्यासाठी एक नवीन भविष्य घडवायला मदत करतील. आपण खूप कष्ट करू. दर रात्री मला स्वत:च्या पायावर उभं राहण्याची, सन्मानाने...प्रतिष्ठेने जगण्याची स्वप्नं पडत.

एक आठवडा उरला, तसा अम्माने हट्ट धरला.

"एवढी आलीच आहेस तर रहा आणखी थोडे दिवस. पोंगल झाला की जा परत. पुढच्या पोंगलला तू कुठे असशील कोण जाणे?" ती म्हणत होती.

एका संध्याकाळी अम्मा मला म्हणाली, "सुजाताअक्काने दिलेली नवी साडी नेसून तर पाहा. ती विचारत होती, तुला आवडली का म्हणून?'

आपल्याजवळ एक अस्सल रेशमाची कांचीपुरम साडी असावी अशी माझी फार इच्छा होती. पोपटी हिरवा रंग, अस्सल सोन्याच्या जरीने विणलेले लाल जर्द काठ आणि त्यावर आंब्याच्या पानांची, नाचऱ्या मोरांची नाजूक नक्षी! मी वेल्लोरहून परत आल्यावर काही दिवसांनी सुजाताअक्काने मला बोलावलं आणि एक धर्मावरम साडी दिली. माझा चेहरा उजळल्याचं बघून ती खूष झाली खरी, पण साडीच्या काठातल्या खोट्या जरीची बेगडी चमक माझ्या नजरेत खुपून लखलखली, हे तिच्या लक्षातच आलं नाही. मला साडी हवी होती, पण कांचीपुरम. धर्मावरम नव्हे! कांचीपुरमच्या तुलनेत धर्मावरम किती स्वस्तातली, खोटी साडी असते हे तर सगळ्यांनाच ठाऊक असतं!

ती साडी नेसण्याची माझी अजिबात इच्छा नव्हती. त्याऐवजी मी अम्माला विश्वासात घेऊन मिस्सी के माझ्याकरता काय काय करायला तयार आहे ते सांगितलं.

"ते ठीक आहे सगळं, पण मी तुझ्याकरता स्थळं बघायला सुरुवात केलीय, हे विसरू नकोस. चेट्टीयार म्हणालेत, मी करीन हुंड्यासाठी मदत म्हणून."-माझ्या वेणीत जाई-जुईच्या कळ्या गुंफता गुंफता अम्माने नवाच विषय काढला.

अप्पा गेल्यापासून 'केसात फुलं माळ...फुलं माळ' म्हणून अम्मा सारखी मागे लागे. रोज हे फुलांचे ढीग...मग गजरे...कधी वेण्या! एखाद्या दिवशी नाहीच मिळाली फुलं तर गावच्या जत्रेत घेतलेलं प्लॅस्टिकचं गुलाबाचं फुल तरी माझ्या वेणीत खोचल्याशिवाय तिला चैन म्हणून पडत नसे. फुलांशिवायचं स्वत:चं वैधव्य सोसण्याची ही वेडी धडपड होती का तिची?

"वेल्लोरला जाऊन त्या मडमिणींबरोबर राहायला लागल्यापासून तुझं स्वत:कडे लक्ष म्हणून नाही. त्यांच्यासारखं व्हायचंय का तुला? भुंडी भुतं नुसती! खप्पट चेहरे...नारळाच्या शेंडीसारखे खरखरीत केस आणि अंगावरची चामडी म्हणजे नुसतं कातडं! अशी होणारेस का तू?"

"तुझ्या वयातल्या मुलींनी केसात छान गजरे माळावेत, डोळ्यांत काजळ रेखावं, बांगड्या घालाव्यात हातभर आणि पैंजणांच्या तालावर डौलाने चालावं. नुसतं पाऊल पडलं तरी छुनछुन वाजली पाहिजे... नाहीतर तू! कधी पाहिलंस का आरशात? अजून लग्नकार्य व्हायचंय तुझं, आत्ताच विधवेची रया आलीय सगळी!"

-अम्मा फारच चिडली होती.

या असल्या नखऱ्यांना वेल्लोरच्या घरात काही स्थान नव्हतं. झाडांवरची फुलं तोडून केसात माळलेली मिस्सींना अजिबात आवडत नसत. पैंजणांचा आवाज नुसता ऐकला तरी मिस्सी केचं डोकं दुखायला लागे. भुंड्या हातापायांनी मी 'नन्' दिसते, म्हणून सुरुवाती सुरुवातीला पेरीयास्वामी मला चिडवायचा. पण पुढे पुढे त्यालाही माझ्या नव्या रूपाची सवय झाली. त्या घरात मी मेरी होते. घट्ट वेणीत केस आवळून बांधणारी. साधी. ना हातापायात काही, ना नाका-कानात. डोळ्यांत साधी काळजाची रेघही नाही आणि चेहरा कोरा करकरीत.

दर शुक्रवारी न्हाण्यापूर्वी, केसांना तेल लावून मी चेहऱ्यावर हळदीचा लेप लावे. त्याने तर दोघी मिस्सी घाबरतच. वेल्लोरच्या घरात पहिल्यांदा मी चेहऱ्याला लेप लावला, तेव्हा माझं ते ध्यान बघून मिस्सी व्ही किंचाळलीच, "काय ग? कावीळ? एका रात्रीत इतका कसा पिवळा पडला तुझा चेहरा?"

मिस्सी केने जवळ येऊन नीट पाहिलं तेव्हा खरं काय ते तिच्या लक्षात आलं. ती तर ओरडलीच माझ्या अंगावर. "मेरीऽऽ हा काय मूर्खपणा? धुऊन टाक आधी. तिला वाटतंय, तुला कावीळच झाली बहुतेक!"

-वेल्लोरच्या घरात माझं साधं, कोरं- करकरीत रूप त्या दोघींना पसंत होतं.

अम्माला मात्र ते अभद्र वाटे.

अम्माच्या टुमण्यामुळे हळूहळू मी बदलत गेले. मलाही नटावं, मुरडावंसं, सजा-धजावंसं वाटायला लागलं. अम्माला तारुण्याने रसरसलेली आणि आपल्या सौंदर्याची मोहिनी अख्ख्या जगावर टाकणारी उत्फुल्ल, प्रसन्न, हसरी मुलगी हवी होती. मी तशी झाले. माझ्या चालण्यात आक्रमक डौल आला, छातीचे कळे जास्त उभारले, नजरेत ठिणगी पेटली.

अम्माने पेटवलेल्या या ठिणगीच्या जाळात उभं तारुण्य जळून जाईल आणि अख्ख्या आयुष्याची माती होईल, असं तेव्हा स्वप्नातही येणं शक्य नव्हतं.

अम्मा बरी होऊन स्वयंपाकघरातल्या आपल्या कामावर रुजू झाली आणि मी साहजिकच सुजाताअक्काच्या व्यक्तिगत दिमतीला गेले. दिवसभर मी अख्ख्या घरात नुसती भिरभिरत असे.

राणीअक्काच्या धाकट्या भावाची नजर माझ्यावर पडली, ती तेव्हाच!

त्याचं नाव मुरुगसान. तो दिसायला नक्की कसा होता हे आठवायचा मी फार प्रयत्न करते. तसं त्याला पाहिलं होतं खूपदा; पण आज आठवतो तो नाक-कान-डोळे नसलेला एक भेसूर चेहरा! भुताचा चेहरा!! त्याचे फक्त हात तेवढे नीट आठवतात.

ते राक्षसी, निर्दयी हात.

आणि भुकावलेली, अधाशी बोटं.

हे सगळं तुला सांगावं की नाही, कोण जाणे! माझ्याहून मोठी असलीस तरी लग्नकार्य नाही झालेलं तुझं...काय वाटेल तुला...लाज...शरम...माहीत नाही, पण...तू हसतेयस मघापासून!

पोंगलच्या आदल्या दिवशी परंपरेप्रमाणे चेट्टीयारच्या अंगणात एक मोठी होळी पेटवायची असे. गावातल्या प्रत्येक घरातून माणसं जुन्यापान्या वस्तू घेऊन येत आणि त्या होळीत टाकत. होळी धडाडून पेडली की, सगळे मोठ्या आवाजात एकच कालवा करीत... 'भोगी! भोगी! जुनं सगळं फेकून द्या! जाळून टाका!! नव्याचं स्वागत करा! भोगी...भोगी! भोगी!!'

त्या दिवशी संध्याकाळी मला अंघोळ करून कपडे बदलायला घरी जायचं होतं. सुजाताअक्काने दिलेल्या मनगटी घड्याळात पाहात मी अम्माला म्हटलं, "घरी जाऊन येऊ का मी? सुजाताअक्का म्हणाली, 'आज रात्री इथेच रहा म्हणून.' "

"उशीर करू नकोस. कुणालातरी बरोबर घेऊन जा..." अम्मा म्हणाली.

-"सोबत कशाला अम्मा?" मी चिडले. "दोन रस्ते ओलांडले की, घर येईल. मी घरी चाललेय. वेल्लोरला नव्हे, कळलं ना? काही नको सोबत-बिबत!"

"अम्माशी या भाषेत बोलतात? लाज नाही वाटत?"- रुक्मिणीअम्माने मला झापलं. "तरणीताठी मुलगी तू. उगीच भलतासलता काही प्रसंग आला म्हणजे?"

"काय होणारेय भलतंसलतं?" माझ्या डोक्यात तिडीकच गेली होती.

"वेल्लोरहून आल्यापासून हे अस्सं चाललंय. काही सांगायला गेलं तर ऐकायचं म्हणून नाही"- अम्मा संतापून म्हणाली. "आली मोठी मडमीण, स्वत:ची काळजी स्वत: घेणारी! जीभ नुसती चुरुचुरु बोलतेय, उद्या खरंच काही प्रसंग ओढवला म्हणजे मग कळेल!"

-अम्मा फारच चिडली होती. तिच्या समाधानाकरता म्हणून मी शिवकुमारला बरोबर न्यायचं मान्य केलं. प्रत्यक्षात तो होळीभोवती नाचण्यात इतका गुंग होता की, दहादा सांगूनही आला नाही तो नाहीच.

जानेवारी.

थंडीचा महिना.

हिरव्यागार निसर्गाने रसरसलेल्या गावात सणासुदीची एकच धूम असते. पानांच्या भाराने वाकलेली झाडं आणि सर्वत्र फुलांचा बहर... सळसळत्या शेतांवरून वाहात येणारा गार वारा...नव्याने रंगरंगोटी केलेली देखणी, टुमदार घरं...आणि

उतरत्या संध्याकाळच्या अंधारात वेड्यासारखी बहरणारी शुभ्र जाईची वेल!

पुढे येणारा उन्हाळा आणि त्याच्या रखरखाटात कोमेजून जाणारं आयुष्य विसरायला लावणारे सुंदर, सुखाचे, देखणे...घमघमते दिवस!

जानेवारीत रात्र लवकर येते आणि संध्याकाळ उतरण्याआधीच सावल्या पायात घेरून येतात.

ओलं, हिरवं गवत तुडवत मी आमराईतल्या रस्त्याने घाईघाईत घरी निघाले होते. ती आमराई मला कधीच फारशी आवडली नाही. आमराईच्या एका टोकाला एक मोठ्ठं चिंचेचं झाडं होतं. लहानपणी आम्ही मुलं-मुलं पिकलेले आंबे पाडायला आमराईत घुसलो की, चिंचेच्या झाडावर बसलेल्या चेटकिणीची भीती घालून तिथला राखणदार काठी घेऊन आम्हाला हुसकावून लावी. त्या वयात इतकी भीती वाटे की बस्स! आमराईत नुसता पाय ठेवायचा तरी तिथल्या गर्द सावल्यांचा धाक वाटे. पुढे मोठेपणी कळलं, चिंचेच्या झाडावर चेटकीण वगैरे कुणी नसते. लहान मुलांना धाकात ठेवण्यासाठी मोठी माणसं काहीतरी कहाण्या रचतात, एवढंच!

-पण तरी आमराईची भीती मनातून गेली नाही ती नाहीच.

त्या संध्याकाळी घरी जाताना आमराईत पाय ठेवल्यावर मनात काहीतरी सरसरलंच. पण मी घाईघाईने घराकडे निघाले; तर लहानपणच्या स्वप्नात दिसे तसा मागून अचानक कुणीतरी खांद्यावर हात टाकला.

कोण?

त्या क्षणी मी किंचाळले का?

आठवत नाही, पण ओरडले तरी असणारच.

पण गावात सगळीकडे 'भोगी भोगी'चा कालवा सुरू होता. माझी हाक कुणाला कशी ऐकू जाणार?

खांद्यावरच्या त्या हाताने क्षणात माझं तोंड आवळलं आणि दुसऱ्या हाताने मला जोरात खेचलं. दोन्ही हात माझं शरीर कुस्करत नको तिथे घुसू लागले.

"सोड सोड मलाऽऽ" म्हणून किंचाळत मी वळले तर समोर मुरुगसान. राणीअक्काचा भाऊ. मी रडतभेकत त्याच्या हातापाया पडले. विनवण्या केल्या.

"अशी कशी सोडू तुला? तुझ्या नखऱ्यांनी मला घायाळ करीत होतीस. तेव्हाच करायचा होतास हा विचार!-" तो गुरगुरला. भस्सकन् दारूची घाण आली.

मी किंचाळत होते. पण त्याने तोंड दाबून मला गप्प केलं आणि ओढत-फरफटत आत आमराईत घेऊन गेला. तिथे झाडांच्या सावलीत त्याने मला ढकलून पाडलं आणि एकाच फटक्यात माझ्या अंगावरचे कपडे ओरबाडले.

"साली, मोठे नखरे करते. 'सोड' म्हणे...कशाला सोड? तुझ्यासारख्या नटव्या पोरींना चांगला ओळखतो मी. शेवटी रांडीचांनो तुमचं तारुण्य चेट्टीयारची

पोरंच कुस्करणार! त्यांना ‘लागू’ असता तुम्ही. त्यांच्याखाली झोपतेस ना, मग मी काय घोडं मारलं? गरीब असलो तरी शेवटी चेट्टीयारचा नातेवाईक आहे मी. त्यांचं खरकटं खाल्लं तर कुठं बिघडलं?''

-त्याचे खांदे धरून मी त्याला दूर लोटत होते. ''माझं आयुष्य नासवू नकोस. मला जाऊ दे.'' म्हणून विनवत होते.

शेवटी माझ्या अंगाला झटता झटता त्याने संतापून माझ्या कानशिलात भडकावली.

''गप्प बस भडवे. समजते कोण स्वत:ला? राजकन्या?''

-तेवढ्यात माझ्या मनगटावरच्या घड्याळावर त्याची नजर गेली. तो आणखीच भडकला.

''नोकरांच्या हातात या असल्या चैनीच्या गोष्टी? चेट्टीयारनी लाडावून ठेवलंय नोकरांना. माझ्या बहिणीनं तिचं लग्न होईतो घड्याळ कधी बघितलंसुद्धा नव्हतं. ठाऊकेय? लग्नाच्या पहिल्या रात्री निरागसपणे तिने नवऱ्याला विचारलं, ''किती वाजले ते ओळखायला मला शिकवाल का?'' तर ‘अडाणी’ म्हणून तिची केवढी चेष्टा झाली त्या घरात! नाहीतर तू! मोलकरीण साली, नखरे करते. थांब, तुला दाखवतोच तुझी लायकी काय ती!...''

त्याने माझ्या मनगटावरचं घड्याळ अक्षरश: उपसून काढलं आणि दूर अंधारात भिरकावून दिलं.

-तो माझ्यावर इतका का रागावलाय, ते कळत नव्हतं. त्याच्या बोलण्याचा अर्थही नीटसा लागत नव्हता. पण आता धडपड करून स्वत:ला त्याच्या तावडीतून सोडवलं नाही, तर आपल्या हाती काहीच उरणार नाही हे कळत होतं.

त्या भयानक अवस्थेत कुठून माझ्या अंगात एवढं बळ संचारलं कोण जाणे, मी त्वेषाने त्याचा चेहरा बोचकारला, जीव खाऊन त्याच्या पायाच्या नडगीवर एक जोराची लाथ हाणली आणि जोराने किंचाळले,

''तुला काय वाटलं, असलं पाप करून तू नामानिराळा राहशील? मी चेट्टीयारला सांगीन. आख्ख्या गावाला ओरडून सांगीन की तू...तू केलास बलात्कार माझ्यावर.''

''आणि लोक तुझ्यावर विश्वास ठेवतील?'' लोचट बोटं माझ्या उघड्या खांद्यात रुतवत त्यानं मला आणखी जवळ खेचलं. ''कुणी तुझं ऐकणार नाही. शेवटी तू त्या घरातली नोकर आहेस आणि मी चेट्टीयारच्या सुनेचा भाऊ, हे विसरू नकोस. कुणी मला जाब विचारण्याची हिंमत करणार नाही. लक्षात ठेव.''

क्षणभर मी चमकलेच.

तो म्हणत होता त्यात काही खोटं नव्हतं.

कुणीही माझ्यावर विश्वास नसताच ठेवला.

तेवढ्या हतबल क्षणासाठी माझा प्रतिकार लुळा पडला आणि त्या लांडग्याने तेवढी संधी साधली.

त्यानं मला जमिनीवर उताणं पाडलं. माझ्या उघड्या शरीरावर स्वत: झोपला. त्याचे घाणेरडे ओठ माझ्या ओठात खुपसले आणि परकराखालून हात घालून माझी चड्डी ओरबाडून काढली.

''शहरी नखरे आं! साली दीड दमडीची मोलकरीण, चड्डी आणि ब्रा घालते. नखरे पहा नखरे...''

तो आणखीच पेटून उठला.

माझ्या अंगाशी झटू लागला.

मी भीतीने घट्ट डोळे मिटून घेतले. हे जे काय चाललंय त्याच्याशी आपला संबंध नाही, हे स्वप्नच आहे घाणेरडं... खरं नाहीच. मी वेड्यासारखी स्वत:चीच समजूत घालत होते. तो नालायक माझ्या उघड्या छातीला चावून लुचत होता, माझं ढुंगण कुस्करत होता... पुढच्या क्षणी त्याने जबरदस्तीने माझे पाय फाकवले.

-डोळे घट्ट मिटलेले.

मनाशी म्हणत होते, हे स्वप्न आहे... घाणेरडं... पुढच्या क्षणी आपल्याला जाग येईल तेव्हा हे काही नसेलच घडलेलं प्रत्यक्षात...

-तेवढ्यात माझ्या कमरेत जीवघेणी कळ उठली.

तो बळजबरीने घुसला होता.

आयुष्यभराच्या अवहेलनेचे, अपमानाचे चिकट, पांढरट अश्रू माझ्या शरीरात गळत राहिले.

गावात गलका उठला होता. जिकडे तिकडे 'भोगी! भोगी!!' च्या आरोळ्यांचा कालवा ऐकू येत होता. त्या दिवशी पेटलेल्या होळीत माझ्या भूतकाळाबरोबरच माझं भविष्यही जळून खाक झालं.

मी काय करू शकले असते? माझ्याजागी तू असतीस तर काय केलं असतंस तू? आता वाटतं, त्या भयंकर प्रसंगानंतर तशाच अर्धनग्न अवस्थेत मी चेट्टीयारसमोर जाऊन उभं राहायला हवं होतं. कपडे फाडलेले...विस्कटलेले केस...माझ्या पायांतून गळणारे त्या राक्षसाच्या वीर्याचे थेंब...त्या अवस्थेत मी आत्महत्येची धमकी द्यायला हवी होती आणि हिंमत करून न्याय मागायला हवा होता. रडूनभेकून गोंधळ घातला असता तर चेट्टीयारचा, गावातल्या लोकांचा विश्वास कदाचित बसलाही असता माझ्यावर...

पण मी काही न बोलता गुपचूप घरी निघून गेले. अम्माला कळलं तर तिला काय वाटेल, एवढी एकच भीती त्या क्षणी माझ्या मनात होती.

"तरी मी सांगत होते तुला, एकटी बाहेर जाऊ नकोस म्हणून! आता? भोग आता आपल्या कर्माची फळं. तुझं आयुष्य नासवलंस पोरी, कोण तुला पत्करणार आता?"

-तिचं हे आक्रंदन सोसण्याची हिंमत माझ्यात नव्हती.

मी घरी गेले.

आणि भरपूर पाणी घेऊन स्वच्छ अंघोळ केली.

नारळाच्या किशांचा चोथा घेऊन, सगळं अंग सोलवटेपर्यंत घास घास घासलं. ते घाणेरडे स्पर्श मला धुऊन टाकायचे होते. माझ्या भडकलेल्या डोक्यात उलटसुलट विचारांचा जाळ पेटला होता- काय करायचं? आपण काहीच बोललो नाही तर कुणालाच काही कळणार नाही. गप्पच राहायचं. काही झालं नाही असंच वावरायचं.

काही झालेलं नाही.

काहीही वेडंवाकडं घडलेलं नाही.

चेट्टीयारच्या घरी धगधगून पेटलेली होळी विझत आली होती. अख्ख्या अंगणात जळका वास भरून राहिलेला.

'काही झालेलं नाही'. मी पुन्हा एकदा स्वत:ला बजावलं. 'काहीही वेडंवाकडं घडलेलं नाही.'

एकदा आपण वेल्लोरला परत गेलो की, आमराईतली संध्याकाळ आठवणीतून पार पुसून टाकायची. सात-आठ दिवसच तर उरलेत आता. जीव गेला तरी पुन्हा या गावात पाऊल म्हणून ठेवायचं नाही. मी स्वत:शीच निश्चय केला.

-पण आठवडा उलटला तरी चेट्टीयार कोट्टाईमधून माझी सुटका होण्याचं चिन्ह दिसेना. सुजाताअक्काची तब्येत अचानक बिघडली. तिला अन्न गोड लागेना. जीव थाऱ्यावर राहिना. सारखी मळमळ सुरू झाली. बघता बघता तिचे डोळे हळदीइतके पिवळेधम्म पडले. शेवटी तिच्या लघवीत टाकलेली भाताची शितंही पिवळी पडू लागल्यावर डॉक्टरांनी निदान केलं- सुजाताअक्काला कावीळ झाली. आता प्रभू-पापाकडे बघायला, त्याला सांभाळायला कुणीतरी हवं होतं.

कुणीतरी म्हणजे मीच!

"ठरल्या दिवशी मला येता येणार नाही" असा निरोप घेऊन वेल्लोरला गेलेले माझे भाऊ परतले, ते मिस्सी के किती रागावली हे सांगतच! तात्पुरती व्यवस्था म्हणून दोघींनी एक मोलकरीण कामाला ठेवली होती. पण दोघी तिला कंटाळल्या होत्या. "लवकरात लवकर परत ये" असा उलटा निरोप मिस्सी केने माझ्यासाठी पाठवला.

मी सुटकेचा श्वास टाकला.

निदान त्या दोघींना अजून तरी माझी गरज होती!

"पेरीयास्वामी कसाय? तुम्ही भेटलात का त्याला?" मी विचारलं.

"आम्हाला कसं कळणार?"

"बागेत काम करतो. म्हातारा माळी आहे पाहा," माझ्या मनात उगीचच पाल चुकचुकली.

"ते ठाऊकेय, पण दिसला नाही बा कुठे. आजारी असेल किंवा गेला असेल इकडेतिकडे" -शिवकुमार म्हणाला, "मेलाही असेल. म्हातारा माणूस तो. खात्री देता येते?"

-मी त्या दोघांकडे पाहातच राहिले.

वेल्लोरला पेरियास्वामी दिसला नाही, हे लक्षण काही ठीक नव्हतं. मी नसताना दुसरी कुणीतरी बाई त्या घरी काम करतेय, हेही मला आवडलं नाही. मी वेल्लोरला जाईन तेव्हा सगळं पहिल्यासारखं असायला हवं होत.. सगळं!... पेरीयास्वामी.. माझं काम.. माझं आयुष्य.. सगळंच!

दोन-तीन आठवड्यांत सुजाताअक्काची तब्येत सुधारली... पण मलाच अचानक कसंतरी व्हायला लागलं. अन्नावरची वासना उडाली. थकवा जाणवायला लागला. मी अम्माला म्हटलं, "मला पण सुजाताअक्कासारखी कावीळ झाली बहुतेक!"

"बघ तुला म्हटलं होतं मी; काळजी घे म्हणून! माझं काही ऐकशील तर शपथ!"- तिने वैतागून माझा चेहरा जवळ ओढला, "बघू डोळे.. अजून तरी स्वच्छ दिसतायत. लघवी पिवळी होतेय का? कावीळ असली तर फार पसरलेली नाही. काढा देते करून. तो आठवणीने पी चार दिवस, मग पाहू!"

दोन दिवसांनी भल्या सकाळीच अचानक मला जाग आली. पोटात काहीतरी मुरडत होतं आणि तोंडात नुसती मळमळ. आल्याचा तुकडा मीठाला लावून खाताना अम्माने पाहिलं तशी कामावर निघता निघता ती थबकलीच,

"काय गं? काय झालं?"

"मळमळतंय मला"- मी म्हटलं.

-काही न बोलता माझ्याकडे एक कटाक्ष टाकून अम्मा तशीच निघून गेली.

माझी तब्येत सुधारण्याचं काही चिन्ह दिसेना. माझा चेहरा उतरला. केस एकदम कोरडे झाले आणि घरात चुलीवर फोडणी पडली की, त्या वासाने जोराच्या उलट्या सुरू झाल्या. शेवटी एका सकाळी अम्माने मला धारेवरच धरलं,

"खरं सांग, शेवटची पाळी कधी आली होती?"

थोडावेळ विचार करून मी म्हटलं,

"दोन महिने होतील आता.."

हाताच्या ओंजळीत चेहरा लपवून अम्मा मटकन् खालीच बसली,

"चांडाळणी काय केलंस हे? कुठे शेण खाल्लंस?"

"मी काय केलं अम्मा?"- तिला एकदम रडताना पाहून मी घाबरलेच.

"कार्टे, तुला एवढी अक्कल नाही? दिवस गेलेत तुला! पोटात पाप वाढतंय तुझ्या. कोण आहे तो? नाव सांग.. नाव सांग त्याचं चांडाळणी."

"पण अम्मा, मी काही नाही केलं गं."

"वर खोटं नको बोलूस, थोबाड फोडून ठेवीन. नाव सांग तुझ्या याराचं. नाव सांग.."- अम्मा भ्रमिष्टासारखी रडत, ओरडत सुटली.

-मी खाली बसले.

जे झालं ते लपवण्यात आता अर्थ नव्हता.

"अम्मा, तुला वाटतंय तसं काही नाहीये, पण.."

-त्या रात्री आमराईत काय झालं, ते सगळं मी तिला सांगितलं. त्यानं कसं मला खाली पाडलं.. मी कशी किंचाळले.. उघड्या पाठीला दगड टोचले... मग त्याने कसे माझे पाय फाकवले.. तो घाणेरडा गार, चिकट स्पर्श.. कशी त्याने मला कुस्करली.. आणि माझा पार चोळामोळा करून तो कसा अंधारात पसार झाला...

मी सगळं सांगितलं.

अम्माच्या थरकापल्या चेहऱ्यावर हळूहळू संशयाची आठी चढताना मला दिसत होती. शेवटी तिच्या नजरेत इतका तिरस्कार भरला की, तिच्या समोरून निघून जावंसं वाटायला लागलं.

'तो' म्हणाला ते खरंच होतं, किती जीव तोडून सांगितलं तरी कुणी माझ्यावर विश्वास ठेवणार नाही.

"अम्मा, विश्वास ठेव माझ्यावर. मी खरं तेच सांगतेय"- मी डोळ्यांत पाणी आणून विनवणी केली.

"इतक्या दिवसांपूर्वी तुझ्यावर बलात्कार झाला आणि इतके दिवस तू गप्प बसलीस? एका पुरुषाने तुझी लाज लुटली आणि तुला वाटलं आपण काही बोललो नाही तर कुणाला काही कळणार नाही?.. वर म्हणतेस मी विश्वास ठेवू?"

-अम्मा अखंड रडत होती.

जमिनीवर हात आपटत होती. स्वत:च स्वत:ची छाती बडवून घेत होती. शेवटी तिला फीट आली. तरी उठून स्वत:चा गळा चिरून घ्यायला निघाली. बलात्कार झाल्याच्या रात्री मी जे करायला हवं होतं, ते सगळं अम्मा करत होती.

"खरं सांग, खरं सांग चांडाळणी.. कोण होता.. कोण होता तो?"- माझ्या झिंज्या धरून ती पुन्हापुन्हा मला तोच प्रश्न विचारत होती. "मुरुगसान असलं घाणेरडं कृत्य नाही करणार. माझा नाही विश्वास बसत. त्याच्या नावावर उगीच

वाट्टेल ते खपवू नकोस."

-पण तेच सत्य होतं.

मी गावातल्या कुणाचं नाव सांगितलं असतं, तर जातपंचायतीला मध्ये घालून त्याच्याशी माझं लग्न लावून अम्मा मोकळी झाली असती. चेट्टीयारच्या सुनेचा भाऊ? त्याला कोण जाब विचारणार?- त्या भीतीनेच अम्मा जास्त पिसाळली होती.

शेवटी नाइलाज झाल्यावर अम्माने हिंमत करून सुजाताअक्काला विश्वासात घेतलं आणि तिला सगळं सांगितलं.

"तुम्ही जरा बोलाल का तिच्याशी? कोण मुलगा ते ती सांगेल कदाचित तुम्हाला. ती वाट्टेल ती नावं घेऊन कुणालातरी पाठीशी घालतेय. कुणीतरी मुसलमान नाहीतर किरिस्ताव असायचा एखादा.."

-अम्माने सुजाताअक्काला गळ घातली.

मी पुन्हा एकदा सुजाताअक्कापुढे सगळा पाढा वाचून दाखवला. तिने शांतपणे माझी कहाणी ऐकून घेतली, मग अम्माला म्हणाली,

"ती खरं सांगतेय. माझा विश्वास आहे तिच्यावर. मुरुगसान आहेच तसला. मलाही त्याची नजर नाही आवडत. त्या राक्षसाने बरोबर डाव साधला. त्याला वाटलं असेल, या गरीब मुलीवर कोण विश्वास ठेवणार? आणि तसंच झालं पाहा; तुमची तुमच्या मुलीवरच विश्वास ठेवायची तयारी नाहीये!"

मला एकदम रडू फुटलं.

अम्माला तर काही सोसतच नव्हतं. मला जवळ घेत ती विव्हळल्यासारखी असहाय्यपणे म्हणाली, "आता काय करू आम्ही?"

"तेव्हाच का नाही सांगितलंस तू मला?"- सुजाताअक्काने विचारलं, "वेळेवर तमाशा झाला असता, तर निदान काही मार्ग तरी काढू शकलो असतो आपण!"

"कसं सांगू अक्का. जे झालं ते सगळं विसरायचं होतं मला... मी काहीच बोलले नाही तर आपोआप सगळं विसरलं जाईल असं वाटलं, म्हणून मी गप्प राहिले-" मी तोडकीमोडकी बाजू लढवण्याचा प्रयत्न केला.

"पण हे बघ, आज तू जे सांगतेस त्यावर कुणी विश्वास ठेवील का? सांग बरं? जे झालं ते त्याच रात्री मला सांगितलं असतंस, तर मी चेट्टीयारपुढेच तुला उभी केली असती. त्यांनी मुरुगसानला तुझ्याशी लग्न करायला भाग पाडलं असतं."

"अक्का, मला त्या राक्षसाचं तोंडसुद्धा बघायची इच्छा नाहीये", मी सुजाताअक्काला स्पष्ट सांगितलं, "त्याच्याशी लग्न करण्यापेक्षा मी विष खाऊन मरून जाईन."

अम्मा अचानक भडकली.

''पाहिलेत... पाहिलेत तिचे नखरे?'' उद्दाम, माजुरी कार्टी... तोंड नाही पाहायचं म्हणे. इथे अब्रू वेशीवर टांगण्याची वेळ आलीय आणि जीभ पाहा कशी चालतेय चुरुचुरु..''

अम्माच्या नजरेत संतापाचा जाळ पेटला होता. शक्य असतं तर तिथल्या तिथे तिने माझी होळी केली असती.

''आता कोण करील लग्न तुझ्याशी? सांग, कोण करील? आयुष्य नासवलंस चांडाळणी, आता गटारातल्या घाणीत लोळत पडण्याची वेळ येईल तुझ्यावर. संपलं तुझं आयुष्य.. संपलं...''

-ते मलाही कळत होतंच.

आयुष्य संपलं!

पण मुरुगसानच्या हाताने माझा उद्धार व्हावा, हे मला अजिबातच मान्य नव्हतं.

''मी घर सोडून जाते अम्मा,'' मी माझा निर्णय जाहीर केला, ''मी घर सोडून गेले म्हणजे तुमची बदनामी तरी टळेल. जिथे मला कुणी ओळखणार नाही अशा एखाद्या ठिकाणी जाईन, आणि संपवून टाकीन स्वत:ला.''

-मी जे बोलले ते खरंच माझे शब्द होते का?

यापूर्वी कितीतरी सिनेमात माझ्या आवडत्या नट्यांनी हा 'डायलॉग' म्हटलेला ऐकला होता.

...पण आज?

मी... स्वत:च?

''काय बोलतेस हे पोरी?'' अम्मा उन्मळून रडायला लागली. कुठल्यातरी अनोळखी गावात, कुत्र्यांनी कुरतडलेलं तिच्या लाडक्या लेकीचं बेवारशी प्रेत.. काय काय आलं असेल तिच्या नजरेसमोर?- मला अम्माची कणव आली. बिचारी. काय तिच्या नशिबात वाढून ठेवलं असेल?

आणि मी?

माझं काय होईल?

-विचार करून करून मला वेड लागायची पाळी आली होती.

''गप्प बसा बघू.. दोघी गप्प बसा''- सुजाताअक्काने आम्हा दोघींना दटावलं. खोलीबाहेर आवाज गेला असता तर भलती आफत ओढवली असती.

''शांत राहा. आपण जरा विचार करू. काहीतरी मार्ग सापडेलच.'' सुजाताअक्काने थोडा धीर दिला.

-पण परिस्थितीचा पेच इतका जबरदस्त होता की, सुजाताअक्का काहीच करू शकली नसती. एकतर सुजाताअक्काचा नवरा माझ्यावर विश्वास

ठेवायलाच तयार नव्हता.

"तिनंच त्याला नादी लावलं असेल. आता दिवस गेले म्हणून उगीच ती बलात्काराची गोष्ट रचून सांगतेय. तू उगीच त्यात पडू नकोस"- त्याने आपला निर्णय देऊन टाकला.

पण सुजाताअक्काने त्याचा फारच पिच्छा पुरवला, तेव्हा त्याने संतापून विचारलं,

"ठीक आहे, तू म्हणतेस तर ठेवला तुझ्यावर विश्वास. पण मग मी काय करू आता? एका दीड दमडीच्या मोलकरणीसाठी माझ्या भावाशी संबंध तोडू? त्याच्या सासरच्या माणसांना जाब विचारू? मी इतका मूर्ख नाही सुजाता. खबरदार, तू पुन्हा या विषयात पडशील तर! काय करायचं ते त्यांचं त्यांना ठरवू दे!"

शेवटी सुजाताअक्काचा नाइलाज झाला. अम्माला खोलीत बोलावून घेऊन ती म्हणाली, "माझ्या नवऱ्याने मला दम भरलाय. मारीकोलान्थुची काही चूक नाही हे मला माहिती आहे, पण मी तरी काय करू?"

-अम्मा रडायला लागली.

मुक्यानेच.

तिचा आक्रस्ताळा, हतबल संताप एव्हाना विझून गेला होता.

"हे पाहा, रडून काय होणार?"- सुजाताअक्काने अम्माला विचारलं. "मुरुगसानला शिक्षा करणं शक्य नाही. त्याचं नाव घेता येणार नाही आपल्याला. पण बाकीचे मार्ग आहेतच की! झाली गोष्ट माझ्या नवऱ्याखेरीज तिसऱ्या कुणाला ठाऊक नाही. तो कुणाला बोलणारही नाही. आपण गुपचूप तिचं पोट पाडून घेऊ. लांब कुठेतरी पाठवून तिला मोकळी करा. परत आली की ताबडतोब आपण तिला वेल्लोरला पाठवून देऊ. ती नर्सिंग का काय ते म्हणतेय ना, ते शिकू दे तिला. पोटापुरतं कमवून सुखात राहील. आता तिचं लग्न होणं अवघडच आहे. आपण लपवून ठेवलं तरी तिचं कौमार्य अखंड नाही हे तिच्या नवऱ्याला कळल्यावाचून का राहील? ती भानगडच नको. शिकली तर नोकरी करील. हवं कशाला नवऱ्याचं संरक्षण?"

नवऱ्याचं संरक्षण?

त्या शब्दाचा अर्थच मला लागला नाही.

ना सुजाताअक्काला तिच्या नवऱ्यानं कसलं संरक्षण दिलं, ना माझ्या अम्माला!

सुजाताअक्काला काय हवं.. नको ते सगळं चेट्टीयार पाहत होते आणि अम्माला तर स्वत:च जीव जाईस्तो काम करून घर चालवावं लागत होतं.

दोघींच्याही नवऱ्यांनी त्यांच्यासाठी काय असं विशेष केलं होतं?

–तर शून्य!

तरीही 'लग्न' ही बाईच्या आयुष्याची इतिकर्तव्यता!

जिचं लग्न झालं ती बाई भाग्यवान! बाकीच्या साऱ्या कमनशिबी!!

-असं काय काय डोक्यात भरकटत होतं. पण तेव्हा इतकी लहान होते मी की, त्या विचारांना काही अर्थ नव्हता.. नुसती जाळी जळमटं! असला काही विचार करण्याची पात्रता नव्हती, अक्कल नव्हती. चुकून काही बोलले असते त्यावेळी तर 'उद्धट', 'आगाऊ' म्हणून मारच बसला असता.

पेरीयम्मा.

माझ्या अम्माची आत्या.

फारच म्हातारी होती.

कानातल्या जड कुड्यांमुळे पाळ्यांची भोकं पार अगदी खांद्यापर्यंत लोंबत आलेली आणि लालभडक तोंडात चोवीस तास विड्याचा तोबरा भरलेला. पांढऱ्या केसांचं पार भुरकुल झालेलं आणि कातडी लोंबणाऱ्या, म्हाताऱ्या, सुरकुतल्या शरीरावर जुन्या पद्धतीने नेसलेली पांढरी साडी. पेरीयम्मा ब्लाऊज घालत नाही हे सुरुवातीला माझ्या लक्षातसुद्धा नाही आलं. तिच्या छातीवरच्या दोन लोंबत्या पिशव्या खुबीने साडीआड लपवलेल्या होत्या.

सेलम जवळच्या अर्सीकुप्पम नावाच्या एका खेड्यात पेरीयम्मा राहत असे. विधवा बाई. घरात एकटीच भुतासारखी राही. तिचे दोन्ही मुलगे सैन्यात होते. कुठेतरी उत्तरेकडे सीमेवर तैनात असत. चार वर्षं सलग दुष्काळ पडल्यावर गाव सोडण्यावाचून त्यांच्याजवळ दुसरा पर्याय तरी कुठे होता? जेमतेम दहावीपर्यंतच शिक्षण आणि मजबूत शरीरयष्टी एवढ्या भांडवलावर मिळणारी एकमेव नोकरी त्यांनी पत्करली आणि दोघे सैन्यात रुजू झाले. पेरीयम्माच्या मुली लग्नं होऊन आपापल्या सासरी नांदत होत्या. अडलेल्या बायकांची बिनबोभाट सोडवणूक करण्याकरता प्रसिद्ध असलेली पेरीयम्मा हा आम्हा दोघींसाठी शेवटचा आधार होता. मोठ्या विश्वासाने अम्मा मला तिच्याकडे घेऊन गेली.

आम्ही दोघी अर्सीकुप्पमला पोचलो.

मी मान खाली घालूनच बसले होते. अम्माने काय काय झालं ते थोडक्यात सांगितलं. तिच्या स्वरातला तिरस्कार मला टोचत होता. मला कशी कोण जाणे, शरम नावाची काही गोष्ट वाटतच नव्हती. अन्यायाच्या जाणिवेने मन पेटून उठलं होतं, राग येत होता सगळ्याचा. पण शरम?- नाही.

पेरीयम्मा माझ्याकडेच पाहत होती.

सहज तिच्या नजरेत नजर गुंतली, तर तिथे कणव दिसत होती– माझ्याविषयी.

कणव की दया?

काय वाटत असेल तिला माझ्याबद्दल?

म्हातारी पेरीयम्मा तिच्या कामात चोख होती. स्वत:ची आणि इतर शेकडो बायकांची बाळंतपणं तिने एकहाती निभावलेली. डॉक्टर, औषधं, हॉस्पिटल या गोष्टींवर तिचा अजिबात विश्वास नव्हता. पेरीयम्माने मला ताब्यात घेतलं. अम्माला म्हणाली,

''काळजी करू नको. मी बघते; काय करायचं ते! या कानाचं त्या कानाला कळणार नाही.''

अम्मा निश्चिंत मनाने परत गेली.

घरी माझे दोन्ही भाऊ एकटे होते. शिवाय अम्मा राहिली असती तर उगीच बभ्रा झाला असता. पेरीयम्मावर भरवसा टाकून अम्मा परतली.

पेरीयम्माने लगेच तिचे उपाय सुरू केले. पिकलेली पपई... गुळाच्या पाकात केलेले तिळाचे लाडू... कढीपत्ता आणि मोहरीच्या फोडणीत शिजवलेली कच्च्या फणसाची भाजी असं काय काय ती रोज मला खायला देऊ लागली.

एकदा तिने रुईची पानं तोडून आणली. देठातून पांढरा चिक गळत होता. मला म्हणाली,

''खाऊन टाक. दहा मिनिटात मरतं की नाही बघ पोटातलं पोर.''

-रोजच्या रोज आम्ही वाट पाहायचो.

कळा येतील... गर्भ पडून जाईल... माझ्या शरीरातलं विष एकदाचं गळून जाईल...

-पण काही झालं नाही.

सहा आठवडे उलटले तरी गर्भ पोटातच होता.

''आता काय करायचं?''- अम्मा आली ती काळजीतच पडली.

''हे बघ, काही झालं तरी ते पोर मरूनच बाहेर येईल एवढी औषधं घातली खायला. त्याच्यातून कसला वाचतो तो गर्भ!'' पेरीयम्माने खात्रीपूर्वक सांगितलं.

''पुढचं पुढे. आज तरी तो जिवंत आहे एवढं खरं. मला वाटतं, एखाद्या डॉक्टरच्या हातापाया पडून पोरीची सुटका करून टाकू.'' अम्मा आता आणखी वाट पाहायला तयार नव्हती.

''वेडी आहेस का? हॉस्पिटलात गेलीस तर अख्ख्या जगाला कळेल. अशा बातम्या कशा ना कशा फुटतातच बाहेर.''- पेरीयम्माने अम्माला धुडकावून लावलं.

''पण एरवीही पोटातलं पोर जिवंत बाहेर आलं तर कळेलच की जगाला!'' मी वैतागून बोलले. डॉक्टरांकडे जायला पेरीयम्माचा इतका विरोध का, ते मला कळत नव्हतं.

"हे पहा, पोर जिवंत राहिलं तर खुश्शाल त्याला इथे ठेवून जा. मी सांभाळीन. नाहीतरी मला म्हातारीला आहे कोण दुसरं?" आधीच रंगलेल्या तोंडात पानाचा नवा तोबरा भरीत पेरीयम्मा म्हणाली, "ते पोर पोटात मरेल. माझ्यावर भरवसा ठेवा."

अम्मा पुन्हा घरी निघून गेली.

आणि मी?

-पोटातल्या जीवाच्या मरणाची वाट पाहायला लागले.

हळूहळू माझं पोट दिसायला लागलं, पण पेरीयम्माला पर्वा नव्हती. 'या गर्भार मुलीला नवऱ्याने टाकून दिलंय,' असं ती ज्याला त्याला सांगे. दुसऱ्या बाईच्या नादाला लागून माझ्या नवऱ्याने मला कसं लाथाडलं, याची एक गोष्टच तिने बनवली होती. मी थोडीशी नाराजी दाखवली तेव्हा माझ्यावर करवादून म्हणाली, "काय खोटं आहे त्यात? त्या पोराने तुला वापरली आणि टाकलीच ना?- मी सांगते त्यावर तू फक्त मान हलव. चार लोकं उगीच चार तोंडांनी बोलतील नाहीतर."

"पण तू बाकीच्यांना जे कारण सांगतेस, तेच दवाखान्यात सांगितलं तर काय बिघडेल? चारच महिने झालेत फक्त. अजून होऊन शकेल गर्भपात.." मी शेवटचा प्रयत्न केला.

"दवाखान्यात नावं विचारतील.. काय सांगशील मग? तुझं नाव... नवऱ्याचं नाव... गाव... पत्ता... आहे का हिंमत खरं काय ते सांगायची? उगीच भलता विचार करू नकोस. मी सांगते तेवढं मुकाट ऐक. सुखरूप सुटका करते की नाही बघ.."

-पेरीयम्माने एका फटक्यात विषय संपवला, तो कायमचाच.

उन्हाळा सुरू झाला. ऐन मे महिन्यात बघता बघता हवा नुसती पेटली. जिकडे तिकडे गरम ज्वाळा धगधगू लागल्या. एका संध्याकाळी मी जमिनीवर पाणी शिंपडत होते, ते पाहून पेरीयम्मा म्हणाली.

"इतका दाह नाही बाई पाहिला कधी. बाकी कशाने मेलं नाही तुझं पोर; तर या आगीने तरी नक्की मरेल."

आणखी महिना उलटला.

मग मात्र आम्ही आशाच सोडली.

पोटातला गर्भ जिवंत होता. वाढत होता. पुढे काय, काही कळेना.

जाता येता मी पोटाचा फुगारा दाबायची. "मर.. मर.. सोडव मला"- त्याला विनवण्या करायची. आतून ते मूल लाथा मारायला लागलं होतं. मला नको वाटे. किळस येई.

दिवस भरण्याआधी महिनाभर मी बाळंत झाले. अख्ख्या शरीरात कळांचा आकांत उठला होता. मी कासावीस झाले तरी पोर पुढे सरकेना. पेरीयम्मा म्हणाली, ''बघ, मी म्हणत नव्हते?- पोर नक्की मेलेलं असणार.''

माझा जीव जायची वेळ आली.

कळा वाढतच चालल्या होत्या.

अखेर एक जीवघेणी कळ उठली आणि जादू व्हावी तसं वेदनांचं तुफान एकदम थांबलं.

-तेवढ्यात कुणीतरी जोरात केकाटलं.

पोर?

त्या क्षणी माझ्या अंधुक नजरेला पेरीयम्माच्या चेहऱ्यावर पसरलेला आनंद दिसला. मी चमकलेच.

तिनं काय केलं, ते एव्हाना मला कळून चुकलं.

पेरीयम्मा खोटं बोलली होती. पोटातला गर्भ पाडण्यासाठी तिनं जे करायला हवं ते केलंच नव्हतं. फक्त वरवरचे बहाणे केले आणि गर्भ जिवंत राहू दिला. मला मदत करण्याचं नाटक केलं फक्त.

''का? का केलंस तू हे?''- मी कळवळून तिला विचारत राहिले.

नुक्त्या जन्मलेल्या त्या लाल लाल जिवंत गोळ्याला छातीशी कवटाळत पेरीयम्मा म्हणाली,

''जन्म देणारा तो.. परमेश्वर! त्याच्या मनात असतं तसंच होतं पोरी. आपण ना कुणाला जन्माला घालू शकत, ना परमेश्वराच्या इच्छेने जन्मणाऱ्या जीवाच्या गळ्याला नख लावू शकत.''

एकदा का मूल जन्माला आलं की, त्याच्या नुसत्या स्पर्शाने मला वात्सल्याचा पान्हा फुटेल आणि सगळं काही नीट होईल अशा वेड्या समजुतीत पेरीयम्मा होती.

तसं झालं नाही.

तसं होणं शक्यच नव्हतं.

माझ्या मनात पेटलेल्या नफरतीची धग पेरीयम्माला कशी ठाऊक असणार?

''मुलाला छातीशी घे. त्याला पिऊ दे पोरी. तुझ्या मनात जो राग असेल तो सारा निवळेल.. घे.''

पेरीयम्मानं मुलाचं बोचकं माझ्यापुढे केलं.

''नाही, मी नाही घेणार त्याला''- मी ठामपणे म्हणाले, ''मूल मला नकोय हे मी आधीच सांगितलं होतं. माझा काही संबंध नाही त्याच्याशी. अजूनही वेळ गेलेली नाही पेरीयम्मा. भाताच्या गवताची एक काडी आवळ त्याच्या गळ्याभोवती. मारून टाक.. मारून टाक त्याला.''

संतापलेल्या पेरीयम्माने माझ्या पुढ्यातून ते पोर उचललं आणि स्वतःच्या छातीशी लावत म्हणाली, "दुष्ट आहेस तू चांडाळणी. तुझी लायकीच नाही 'आई' होण्याची.."

-मला दूषणं देत पेरियम्मा तडक निघून गेली.

मी कितीतरी वेळ छताकडे नजर लावून तशीच पडून राहिले. डोळे अखंड झरत होते. काय करावं, काही समजत नव्हतं. का माझ्यावरच अशी वेळ यावी? मला काय वाटतंय हे कुणीच का नाही समजून घेत?

अम्मा आली. माझं म्हणणं तिनं निदान ऐकून तरी घेतलं.

"ते पोर दे ठेऊन पेरीयम्माकडेच. नाहीतरी 'जिवंत जन्मलं तर मी सांभाळीन' म्हणालीच होती ती"- मी अम्माला सुचवलं.

"माझ्याकडे कशाला? तुझं तुझं पोर.. तू आपली घेऊन जा तुझ्याबरोबर"- पेरीयम्माने हात झटकले.

"हे बघ, आत्ताचा राग निवळला की तिला वाटेल प्रेम त्याच्याबद्दल. उद्या तू मेलीस की कुणाच्या सोबतीने जगेल तुझी पोर? तिचं स्वतःचं असं काहीतरी जगतं आहे; तर का नाही म्हणता तुम्ही?"

पेरीयम्माने नवाच मुद्दा काढून अम्माची समजूत घालायला सुरुवात केली.

"अम्मा, हे पोर मला नकोय."- मी स्पष्टच सांगितलं, "मला दवाखान्यात नेऊन वेळेवर मोकळी केली असती, तर हा प्रश्नच नसता उद्भवला. ही सगळी या बाईची चूक आहे. तिने आपल्याला फसवलंय."- मी रागाने पेरीयम्माकडे बोट दाखवलं, तशी अम्मा घाबरलीच.

'मोठ्या माणसांशी अशा मोठ्या आवाजात, बोट उगारून बोलतात? त्यांना जाब विचारतात?' अम्माच्या चेहऱ्यावरची नाराजी मला स्पष्ट दिसत होती. पण मी पर्वा केली नाही. मी सरळ सांगितलं,

"तिला चांगलं माहीत होतं, किरकोळ झाडपाल्याच्या उपायाने पोर मरणार नाही. ती मुद्दाम आपल्याला खोटं सांगत राहिली. फसवत राहिली. आता तिला म्हणावं, ते पोर घे ठेवून. त्याला सांभाळ, कचऱ्यात फेक, नाहीतर वाट्टेल ते कर त्याचं. मला पर्वा नाही.."

-यातलं काहीच अम्माला झेपणं शक्य नव्हतं.

पेरीयम्माने अम्माला सहज गुंडाळलं. दोघी खूप वेळ खुसुखुसु बोलत होत्या.

शेवटी ठरलं की, कुणा नातेवाइकाचं अनाथ पोर सांभाळायला आणलं, असं अम्मानं गावात सांगायचं. त्या पोराचे आईबाप अपघातात मेले, पोराला दुसरं कुणीच नाही. कोण सांभाळणार? म्हणून आणलं!

त्या दोघी हळूहळू त्या पोराशी खेळायला लागल्या. देवाघरचं मूल, त्याचा

काय दोष?- असं त्यांना वाटत होतं. माझ्या एकाकी आयुष्याचा आधार, माझ्या म्हातारपणाची काठी म्हणून तरी त्याला वाढवायला हवं असं अम्मानं ठरवलं.

उद्याच्या म्हातारपणासाठी..

पण माझ्या आजच्या आयुष्याचं काय?

माझ्याखेरीज हा प्रश्न कुणालाच छळत नव्हता. माझ्या नजरेसमोर वाढत राहिलं, तर ते पोर दर क्षणी आमराईतल्या त्या भयानक प्रसंगाची आठवण मला करून देत राहील.. त्याचं काय?

आयुष्यभराचा छळवाद!

मी तडक वेल्लोरला निघून गेले.

तात्पुरत्या कामाच्या बाईची छुट्टी झाली.

मी परत एकदा त्या घराची सूत्रं हातात घेतली. जणू काही झालंच नाही, अशा निर्लेप मनाने कामाला लागले.

मिस्सी मला नर्सिंग शिकवणार होत्या.

मी वाट पाहत राहिले, पण त्यांनी तो विषयच काढला नाही.

दोघी मिस्सींच्या आयुष्यातही बरंच काहीतरी घडून गेलं असावं. मिस्सी व्ही पूर्वीपेक्षाही अधिक गंभीर, दुर्मुखलेली दिसत होती. दोघींमध्ये आपसात काहीतरी बिनसलं होतं हे नक्की. रात्री भलतेच प्रकार सुरू झाले होते. एखाद्या रात्री मिस्सी व्ही आपल्या खोलीचं दार आतून लावून घ्यायची. मग मध्यरात्री कधीतरी मिस्सी के तिचं दार वाजवून विनवण्या करायची– ''व्हीव्ह, इट्स मी.. ओपन द डोअर..''

पण मिस्सी व्ही तिला दाद देत नसे.

मग कंटाळून, वैतागून नाराज मिस्सी के आपल्या खोलीत परत जायची. जाता जाता मध्येच थांबून ती वाटेत झोपलेल्या माझ्या शरीराकडे भुकेल्या, हावरट नजरेने पाहात राहते, हे माझ्या लक्षात आलं होतं.

रात्री त्या दोघींचं काय चालतं, तेही आता माझ्यापासून लपून नव्हतं राहिलं.

मिठ्या मारणं, एकमेकींच्या छात्या चोखून चित्कारणं, तोंडात तोंड घालून जिभा.. आणि दोन पाय फाकवून जिभेने..

ते सारं चोरून पाहताना मला नेहमी ती आमराईतली रात्र आठवे आणि अंगावर भीतीचा शहारा फुटे. त्या रात्री पुरुष नावाच्या त्या राक्षसी प्राण्याने माझ्याशी जे काही केलं, त्यापेक्षा दोघी मिस्सींमध्ये जे चाले ते कितीतरी चांगलं होतं. घाणेरड्या बलात्काराची किळसवाणी जखम जन्मभर शरीरावर वागवण्यापेक्षा या दोन बायका करतात ते बरोबर आहे, असंच मला वाटायला लागलं.

मी फक्त एकोणीस वर्षांची होते आणि अवस्था ही अशी.– गलिच्छ भूतकाळ,

वर्तमानाचा पत्ता नाही आणि भविष्याची तर खात्रीच नाही. जगण्यातून माझं मनच उडालं.

रोज रात्री मला भयंकर स्वप्नं पडत आणि मध्यरात्रीनंतर केव्हातरी मी किंचाळून जागी होई. रोजच्या तमाशाला वैतागून एके दिवशी मिस्सी व्हीने माझ्या हातात गोळ्यांची बाटली ठेवली. म्हणाली, ''रोज रात्री एक गोळी घे. छान झोप लागेल तुला.''

मिस्सी केला ते आवडलं नसावं. ती म्हणाली, ''कशाला तिला नको ती सवय लावतेस व्हीव्ह?''

''जाऊ दे केट''- मिस्सी व्ही तिला तोडून टाकत म्हणाली, ''बघतेस ना रोज रात्री कशी किंचाळून जागी होते ते. औषध नाही घेतलं तर तिला वेड लागेल एखाद्या दिवशी.'

''औषध हवंच आहे द्यायला.. पण हे?''- माझ्या हातातल्या बारीक पांढऱ्या गोळ्यांकडे पाहात मिस्सी के म्हणाली, ''या गोळ्यांची सवय लागली तिला, तर माहित्येय किती त्रास होईल?''

-कितीही त्रास होवो, मला पर्वा नव्हती.

मी रोज रात्री एक गोळी घ्यायला सुरुवात केली. अक्षरशः मेल्यासारखी झोप लागे. कसलं स्वप्न नाही... मध्ये जाग नाही.. अखंड झोप!

सकाळी उठल्यावर हातपाय जड होत. डोकं सुन्न होई आणि पापण्या जडावलेल्या. अख्ख्या दिवसभर मी तशीच.. भरकटल्यासारखी वावरत असे. सारखी झोप... नुसती झोप!

एक विचित्र गुंगी चढली होती.

त्या गुंगीतच माझं भान सुटत गेलं... आणि घरात काय चाललंय हे नीट समजलंच नाही... शेवटपर्यंत!

मिस्सी व्ही इंग्लंडला परत निघाली होती आणि मिस्सी केला ते अजिबात मान्य नव्हतं. दोघी सतत एकमेकींशी भांडत. मिस्सी केच्या चेहऱ्यावरचं कोवळं हास्य मावळून तिथे निर्मम आठ्या चढायला लागल्या होत्या. मिस्सी व्ही तर दिवसभर आतल्या खोलीत कसलेतरी कागद फाडत बसलेली दिसे.

पेरियास्वामीचा पत्ता नव्हता.

तो कुठे गेला, त्याचं काय झालं... कुणालाच ठाऊक नव्हतं. बागेत सगळीकडे तण वाढलेलं आणि झाडं बावलेली. मी परत आल्यावर जमलं तेवढं तण काढलं आणि रोज निदान पाणी घालायला सुरुवात केली. माळ्याचा हात न फिरलेली झाडं वेडीवाकडी वाढत चालली होती.

“मिस्सी, गुलाबांची छाटणी करायला हवीय”- एके दिवशी न राहवून मी मिस्सी केला म्हटलं.

काय तिच्या मनात आलं कोण जाणे, बागेच्या अवजारांमधली कात्री उचलून मिस्सी के तडक गुलाबांच्या वाफ्यात गेली आणि सगळी झाडं तिने वेड्यासारखी भराभर छाटून टाकली. जमिनीपासून पाच-सहा इंचाचे खुंट तेवढे उरले. नंतर तिने मागच्या अंगणात जाऊन कुदळ आणली आणि कुणाला काही कळायच्या आत गुलाबाची सगळी झाडं मुळासकट उपटून टाकली. एका क्षणात सारी बाग उद्ध्वस्त झाली... जिवापाड जपलेल्या झाडांची कत्तल!

“केट, काय झालंय काय तुला?”- बाहेरचं हिडिस दृश्य बघून थरकाप उडालेली मिस्सी व्ही खिडकीतूनच ओरडली.

“तू.. तुझ्यासाठी होती ही झाडं. आय डोंट वॉंट देम हियर रिमायन्डिग ऑफ यू”- वेड लागल्यासारखी मिस्सी के बेभान झाली होती.

मिस्सी व्ही मुकाट्याने आपल्या खोलीत निघून गेली. दार आतून धाडकन् बंद झालं.

बागेचा पूर्ण निकाल लावल्यावर घामाने थबथबलेली मिस्सी के घरात येऊन कितीतरी वेळ तशीच सुन्न बसून होती.

शेवटी ठरल्याप्रमाणे मिस्सी व्ही इंग्लंडला निघून गेली.

त्यानंतर काही महिन्यांनी मिस्सी केने मला समोर बसवलं. म्हणाली,

“मेरी, मी वेल्लोर सोडून जायचं ठरवलंय. इथून पुष्कळ दूर, बंगलोरच्या एका दवाखान्यात मी काम करायला जाणार आहे. तुझं काय? इथेच वेल्लोरमध्ये तुला दुसरी नोकरी शोधून दिली तर करशील?”

“पण मिस्सी, मला नर्सिंग शिकवणार होतात ना तुम्ही?”

मिस्सी के आधी काही बोललीच नाही.

नंतर हात उडवून, एक खोल सुस्कारा टाकत मला म्हणाली,

“हे बघ, तो विचार आता काढून टाक मनातून. तुला नाही जमणार नर्सिंग. तू आता लायक राहिली नाहीस त्या कामाला.”

“का? लग्नाआधी मला मूल झालं म्हणून?”- पटकन् माझ्या तोंडून निघून गेलं.

“तू पुष्कळ बदललीयस मेरी. पहिल्यांदा जेव्हा वेल्लोरला आलीस, तेव्हा कशी हसरी होतीस. आनंदाने गुणगुणत असायचीस. लोकांना मदत करताना केवढी खूष असायचीस तू. अशा स्वभावाची माणसंच नर्सिंग उत्तम करू शकतात, म्हणून आम्ही ठरवलं होतं की तुला शिकवू. पण आता सगळं बदललंय मेरी.” - मिस्सी के म्हणाली, “नर्सिंगचं कामच तसं असतं. सतत वेदनांमध्ये वावरायचं. स्वत:च्या

आयुष्यात आनंदी, समाधानी असलेली व्यक्तीच दुसऱ्याच्या दुःखात मदत करायला सक्षम असते. स्वभावानेच दयाळू, कनवाळू असणं ही गरज आहे त्या व्यवसायाची. पण तू तर...''

मिस्सी के अडखळली.

''मीच एकटी जबाबदार आहे का माझ्या या अवस्थेला?''- मी चिडून विचारलं.

''तसं नाही मेरी, पण..''

''दवाखान्यात काम करणारा प्रत्येक जण व्यक्तिगत आयुष्यात सुखी, समाधानी आणि म्हणून फार अगदी संतपदाला पोचलेला, दयाळू, कनवाळू असतो असं म्हणायचं का मग?''

''ते मलाही ठाऊक आहे मेरी.''- मिस्सी केचा स्वर थोडा चढला होता, ''आजकाल माणसाच्या स्वभावातलं कनवाळूपण संपतच चाललंय. पण सेवा करणाऱ्याच्या मनात वेदनेची कणव असेल तरच चमत्कार घडतात. तूही होशील बरी मेरी. सध्या कठीण मनःस्थितीतून जातेयस तू, म्हणून इतकी कठोर झालीयस. पण कधी ना कधीतरी तुला पोटच्या मुलाबद्दलचा तुझा राग गिळावा लागेल. मला वाटत होतं, आज तुला निदान त्याच्याकडे जावंसं वाटेल. त्याला भेटावंसं वाटेल. पण तू नावही नाही काढत त्याचं. जणू काही झालंच नाही असा खोटा दिखावा करण्याकरता तू किती धडपडतेयस मेरी. अशी होतीस तू पूर्वी? इतकी कठोर? तुला झालंय तरी काय? इतकी का निर्दयपणे, दुष्टाव्याने वागतेस तू?''

- मी तोंड फिरवलं.

खरंच, काय झालंय मला?

काय झालंय?

- ते मी कसं सांगू?

माझ्या नशिबात हे असले विचित्र भोग लिहून ठेवणाऱ्या तुझ्या त्या परमेश्वरालाच का नाही विचारत?

- प्रश्न अगदी तोंडावर आला, पण मिस्सी के तोवर बाहेर निघून गेली होती.

दुःख... आणि निराशा...

याखेरीज दुसरं होतंच काय माझ्या आयुष्यात?

अम्माचीही तीच तऱ्हा.

आमच्या दोघींच्या नशिबात फक्त भोगच लिहिले होते.

फरक इतकाच की अम्माच्या सहनशक्तीला मर्यादा होती. मी सतत दुःखातच लडबडलेली असे. सवयच झाली होती. कधी कधी वाटे, एकदम चमत्कार होऊन

हे दु:खाचं सावट हटलं तर त्याशिवाय जिवंतच नाही राहता येणार कदाचित.

चेट्टीयारच्या मृत्यूनंतर घर फुटलं. राजेंद्रनअण्णा कांचीपूरमला निघून गेला. रंगनाथनअण्णा मद्रासला. चेट्टीयार कोट्टाईमध्ये फक्त श्रीधरअण्णा आणि सुजाताअक्का उरले. तो भलामोठा वाडा, चौकातल्या खोल विहिरी आणि पश्चिमेकडल्या माडीवर कोंडून घातलेली एक वेडी बाई.

सुजाताअक्का मनातून सासूच्या मरणाची वाट बघतेय, हे मला ठाऊक होतं.

''वय वाढतंय तसे जास्तच वाढलेत त्यांचे चाळे. आता वदिवुलाही आवरत नाही. ती काम सोडायचं म्हणतेय. काय करू मी तरी? घराची मालकीण ती. तिला वेड्यांच्या दवाखान्यात टाकून देणंही चांगलं नाही दिसत. तिला सांभाळायचं तर मला मदत लागेल मारीकोलान्थू. तू येशील पुन्हा कामावर?''- सुजाता अक्काने अनपेक्षितपणे मला विचारलं.

- मी होकार दिला.

घरी राहाणं मला शक्यच नव्हतं. चोवीस तास ते पोर नजरेसमोर दिसत राहणार आणि वरून मिळवत्या झालेल्या भावांचे टोमणे, हिडिसफिडिस सहन करायची. मला ते जमलं नसतं.

दोघे भाऊ कमवायला लागल्यावर त्यांनी घराची जबाबदारी उचलली होती. अम्माने काम सोडलं होतं. तिच्या आयुष्यात आता एकच ध्येय उरलं होतं - नातवाला वाढवणं!

त्या घरात मी राहायला गेले असते तर अम्माने ते पोर माझ्यावर सोपवलं असतं. कधी ना कधीतरी मी त्याला 'आपला' म्हणीन अशी आशा होतीच नाहीतरी तिच्या मनात.

मिस्सी के म्हणत होती त्यात काही चूक नव्हतं. माझ्यातला दयाळूपणा, मृदूपणा, प्रेम, माया... सगळं आटून गेलं होतं. मी पार अगदी कोरडी ठाक पडले होते.. वेड्या बाईला सांभाळणं, एवढीच लायकी उरली होती आता.

''तू इथेच राहा. घरी जाऊच नकोस. सारखं कुणीतरी हवंच लक्ष ठेवायला.''- सुजाताअक्का म्हणाली.

- मी पुन्हा चेट्टीयारचं काम घेतलं हे कळल्यावर अम्मानं आकाशपाताळ एक केलं. कपाळ बडवून ती म्हणाली, ''मूर्ख पोरी, त्या वेड्या बाईला सांभाळणार तू? त्यापेक्षा वेल्लोरच्या दवाखान्यात लोकांची गू-घाण धुतलेली काय वाईट? चेट्टीयार अम्मा किती भयानक चाळे करते ठाऊकेय का तुला?''

''मला नाही कसली भीती वाटत अम्मा. शिवाय पैसेही चांगले मिळतील.''- मी निक्षून सांगितलं.

''मुथ्थु नजरेसमोर राहावा म्हणून तू या गावात परत येतेयस, खरं ना?''

- अम्माने डोळे बारीक करत उत्कंठेनं विचारलं.

तिची आशा अमर होती. जो नुसता नजरेसमोर दिसला तरी माझ्या डोक्यात भडका उडे, त्या मुलाला मी कधी ना कधी आपला म्हणीन अशी तिला खात्री वाटे.

अम्मा त्याला 'मुथ्थु' अशी हाक मारायची.

मुथ्थु... म्हणजे रत्न.

माझ्यालेखी तो फक्त 'तो' होता.

''हे बघ अम्मा, उगीच भलती स्वप्नं पाहू नकोस''- अम्मासमोरून उठत मी म्हटलं, ''माझ्या या निर्णयाशी 'त्याचा' काही संबंध नाही. कधी कधी वाटतं, मलाच वेड लागेल. त्यापेक्षा वेड्या बाईच्या संगतीत राहिले तर शहाणी होईनही कदाचित!''

- अम्मा वैतागली.

आकाशाकडे हात जोडत म्हणाली,

''परमेश्वरा, कधी या मुलीला माझी दया येणारेय.. कोण जाणे!''

पुढची काही वर्षं जशी आली तशी भराभर गेलीही. मिस्सी व्हीने दिलेल्या गोळ्या होत्याच. मी रोज रात्री एका ऐवजी दोन गोळ्या घ्यायला सुरुवात केली. हळूहळू इतकी गुंगी चढायला लागली की, आजूबाजूला वाट्टेल ते घडलं तरी मला काही फरक पडत नसे.

कालच्या दिवसावरून आज पुढे सुरू.

रोज तेच रहाटगाडगं.

ना कसला बदल. ना कसली हलचल.

माझ्या डोळ्यांवरची गुंगी उतरावी असं काही घडलंच नाही फारसं.

कधीतरी अचानक डोळ्यांपुढला विरळ पडदा हलल्यासारखा वाटे आणि वेगाने धावणाऱ्या काळाची पावलं कुठे कुठे खुणा उमटवून गेलेली दिसत.

माझ्या भावांची लग्नं झाली. त्यांच्या संसारात मी तासाभरासाठी गेले, तरी दोघांच्या मिशा रागाने थरथरताना दिसत. मी त्यांच्या बायकांशी बोललेलं त्यांना आवडत नसे.

उन्हाळा-पावसाळा-हिवाळ्याचं चक्र गोल फिरताना दिसे. 'तो' गावातल्या शाळेत जायला लागला होता. अम्माच्या हातात काठी आलेली मला दिसली. तिची पाठ सारखी दुखे. पूर्वीसारखं काम तिला झेपेनासं झालं होतं.

...या कशाचाच काही परिणाम होत नसे माझ्यावर.

पापणीची नुसती उघडझाप केली तरी तो गुंगीचा पडदा फिरून नजरेवर ओढला जाई...की पुन्हा सगळं सुन्न! माझ्या माझ्या जगात सगळं जसंच्या तसं होतं

- एक वेडी बाई आणि मी तिची राखणी.

रोज सकाळी चेट्टीयार अम्माला उठवून मोरीत न्यायचं. कधी कधी ती शांतपणे दात घासत बसे. कधी कधी मलाच जबरदस्तीनं तिचं तोंड धुणं करावं लागे. नंतर तिची अंघोळ. रोजच्या रोज तिच्या डोक्यावर किमान दहा बादल्या थंड पाणी ओतायचं असं एका आयुर्वेदाच्या वैद्यांनी बजावलं होतं. मी बादलीमागून बादली भडाभडा ओतत सुटे. नंतर तिचं अंग पुसून कोरडे कपडे घालणं. साड्या नेसवणं सोपं नव्हतं, म्हणून सुजाताअक्काने आपल्या सासूकरिता पायघोळ झगे शिवून घेतले होते. जन्मभर उत्तम रेशमाच्या साड्यांशिवाय जिच्या अंगाला दुसरा धागा कधी शिवला नाही अशी चेट्टीयार अम्मा स्वस्त, झुळझुळीत नायलॉनच्या झग्यात दिवसभर पडून असे.

कधी कधी चेट्टीयार अम्मा पुष्कळ शांत असे. परकऱ्या पोरीसारखी बडबड करी. कानाइतक्या कापलेल्या केसात 'जाईजुईचे गजरे माळा' म्हणून हट्ट धरून बसे. कधी वेडाचा झटका आला की, कपडा म्हणून अंगावर ठेवत नसे. माडीवरच्या त्या खोलीभर तशीच नागडी फिरे. चित्रविचित्र आवाज काढी. हातपाय आपटी. ताटातलं अन्न चिवडून माझ्या तोंडावर फेकून मारी. मी कधी तिला विरोध केला नाही. मारलं नाही. रागावून गप्प बसवलं नाही. ती जशी वागेल, तसं तिला वागू दिलं.

नाहीतरी तिच्या- माझ्यात काय असा फरक होता? आम्ही दोघीही वेड्याच होतो. पायाला बांधलेल्या लोखंडी साखळीच्या पाशातून पसार होऊन चेट्टीयार अम्मा 'तिच्या' जगात जगत होती. आणि पोटच्या मुलापासून स्वत:ची सुटका करून घेऊन मी झोपेच्या गुंगीत सुन्न होते.

ऑक्टोबरातल्या एका संध्याकाळी चेट्टीयार अम्मा गेली. सुटली.

माडीवरची ती खोली साफसूफ करून झाल्यावर मी सुजाताअक्काला विचारलं,

"अम्मा गेली, आता पुढे?"

"तू राहा मारीकोलान्थू, राहा तू. आपण तुझ्याकरता काहीतरी वेगळं काम शोधू."- सुजाताअक्का मला जाऊ द्यायला तयार नव्हती.

"हे पाहा, मी स्वयंपाक करणार नाही. अंगण झाड किंवा गोठा धू म्हणशील तर ते मला जमणार नाही. प्रभू-पापा गेला बोर्डिंग स्कूलमध्ये, म्हणजे त्याला सांभाळण्याचा प्रश्न नाही. या घरात माझ्यासाठी कुठे काम आहे?"- मी थेटच विचारलं.

सुजाताअक्का विचारात पडली. मी त्या घरातून जाऊ नये असं तिला वाटत असणार हे उघड होतं. खरं तर तिच्या भूतकाळाशी तिला जोडून ठेवणारा एकमेव दुवा म्हणजे मी.. या घरात तिने लाडाची सून म्हणून राज्य केलेले दिवस मी

तिच्याबरोबर जगले होते.

"हे बघ, तू नुसती माझ्याबरोबर राहा. मला पडेल ती मदत करायची, एवढंच तुझं काम."- सुजाताअक्का म्हणाली, "तू माझे कान आणि डोळे म्हणून काम कर. जे माझ्याच्याने होणार नाही ते माझ्यावतीने तू करायचं. मी जाऊ शकणार नाही, तिथे तू जायचं. आलं लक्षात?"

-ती काय सांगतेय, यावर माझा विश्वासच बसेना.

थोडक्यात मी तिची जागा घ्यायची.

सुजाताअक्काची सावली म्हणून त्या घरात वावरायचं.

-असाच होता का तिच्या सांगण्याचा अर्थ?

"खरं सांगतेस?" मी तरी विचारलंच.

खूप वेळ विचार करून सुजाताअक्का म्हणाली,

"हो. खरंच!"

-मी मान्य केलं.

म्हटलं, "ठीकेय. करीन तू म्हणशील ते!"

अम्माला मात्र माझा हा निर्णय अजिबात आवडला नाही. ती रागावणार, याचा मला अंदाज होताच.

"तुझी ती सुजाताअक्का स्वत:ला समजते कोण? महाराणी? हे कसलं भलतं काम? कुठली शहाणी बाई आपल्या घरात आपल्या जागी दुसरीला वावरू देईल?- मदतनीस म्हणे! ही कसली बोडक्याची मदत?'

अम्माची बडबड अखंड सुरू होती. शेवटी वैतागून म्हणाली, "तुझ्याजोगं चांगलं काम शोधणं त्या सुजाताअक्काला फार काही अवघड नाही. तुम्ही दोघींनी हा जो काही मूर्खपणा आरंभलाय ना, त्यातून शेवटी नको ते भोग वाट्याला येतील तुझ्या, लक्षात ठेव!"

-थोड्या वेळाने अम्मा शांत झाली.

पाझरणारे डोळे पुसून म्हणाली, "मुथ्थुला डोळा भरून बघावंसं नाही वाटत तुला? आत्ता येईल शाळेतून. हुशार आहे पोर. त्याचे मास्तर म्हणतात, मोठा झाला की कांचीपूरमच्या शाळेत घाला. नाव काढील."

"मला नाही भेटायचं त्याला"- मी फाटकन विषय तोडून टाकला. "त्याच्या खर्चापुरते पैसे देतेय; पुष्कळ झालं. बाकी त्याच्याशी माझा काही संबंध नाही."

"अगं पण, असं करून कसं चालेल पोरी?"- अम्मा परत रडायला लागली. "तू किती नाही म्हटलंस, त्याला किती झिडकारलंस तरी पोटचा पोरगा आहे तो तुझ्या. त्या चेट्टीयारच्या नातवांना खेळवतेस, स्वत:च्या मुलाला दूर लोटतेस? लाज कशी नाही वाटत चांडाळणी?"

-मी सरळ निघून गेले.

मला काम होतं.

सुजाताअक्काची सावली म्हणून वावरायचं. ती नसेल तर तिच्याऐवजी..

अम्माचा सल्ला आणि तो मुथ्थु; तिचा तिला लखलाभ!- माझा काय संबंध त्याच्याशी?

-पश्चिमेकडल्या माडीवर मी माझा बिछाना टाकला. खालच्या वर्दळीपेक्षा माडीवरची शांतता मला पहिल्यापासूनच हवीशी वाटे. दिवसभरात ठरलेलं काम असं काहीच नव्हतं, सुजाताअक्का सांगेल तेवढं फक्त करायचं. ठीक चाललं होतं सगळं. रात्री गोळ्या घेतल्या की मी माझ्या दुनियेत जायला मोकळी! सकाळच्या उन्हाची झाडू डोळ्यांवर फिरली की, मग कधीतरी नाइलाजाने अंथरुणाबाहेर पडायचं.

वर्षभर सगळं असं चाललं.

नंतर अचानक पुन्हा उलथापालथ झाली. माझ्या कोरड्याठक्क मनात पुन्हा भावनांची वादळं उभी राहतील असं वाटलं नव्हतं.

पण तसं झालं.

-कंटाळा आला असेल ना तुला? सांगू पुढे की थांबू इथेच? आधीच सांगते, पुढे मी जे काही केलं आणि जशी काही वागले ते पटणार नाही तुला. कुणालाच नाही पटणार.

-पण म्हणून सत्य थोडंच बदलतं?

जे झालं ते झालंच.

पण मला नाही लाज वाटत. पश्चातापही नाही कशाचा. मनाशी अपराधीपणाची ठुसठुस म्हणशील तर अजिबातच नाही.

त्या क्षणी मला जे मनापासून करावंसं वाटलं, ते मी केलं.

त्यात कसली लाज?

-कधी कधी मात्र राग येतो स्वत:चा! वाटतं, इतकी का मी दशा करून घेतली स्वत:ची? बाकी कुणी नाही दिला मान मला, नाही केला माझा विचार; पण निदान मी स्वत: तरी..?

सुजाताअक्का सदतीस वर्षांची. गेल्या सतरा वर्षांपासून मी तिला ओळखत होते. म्हणजे तिच्या लग्नाला एकोणीस वर्षं तरी झालीच. एवढ्या वर्षांत तिला फक्त एकच मूल झालं. सगळ्यांनाच या गोष्टीचं आश्चर्य वाटे. तसं मलाही वाटे. वाटे, असं कसं?

-एके दिवशी मला कारण कळलं.

त्या दिवशी अचानक जाणवलं, सुजाताअक्काची नजर काहीतरी वेगळंच सांगतेय. मला एकदम वेल्लोरच्या दोघी मिस्सींची आठवण झाली.. तसंच काहीतरी.. तेच.. वळवळताना दिसत होतं सुजाताअक्काच्या डोळ्यांत!

रोज संध्याकाळी सुजाताअक्का आणि मी- आम्ही दोघी मिळून टी.व्ही. बघायचो. छपरावर लटकणारा डिश ॲन्टेना, त्या टी.व्ही.त एकूण सात चॅनल्स दाखवायचा. सिनेमाचं थेटरच वाटायचं ते मला.

चेट्टीयारच्या हवेलीत टी.व्ही. येऊन बरीच वर्षं झाली होती. पण पहिल्यांदा तो खालच्या दिवाणखान्यात ठेवलेला असे. आठवड्यातून फक्त तीनदा टी.व्ही. लावायची परवानगी होती. रविवारचा सिनेमा, शुक्रवारी रात्री चित्रहार आणि बुधवारी एक मालिका.

पण चेट्टीयार अम्मा मेल्यावर घर चालवण्याचे अधिकार रीतसर सुजाताअक्काकडे आले आणि तिने सगळे जुनाट नियम मोडून टाकायला सुरुवात केली. तिनं घरातलं जुनं, अवजड फर्निचर विकून नवं आणलं. सगळ्या खिडक्यांवर फुलाफुलांचे देखणे पडदे टांगले आणि जुन्या टी.व्ही.चा खोका विकून नवा टी.व्ही. आणला. शिवाय तो खालच्याऐवजी वरच्या दिवाणखान्यात ठेवला. ती मनात येईल तेव्हा टी.व्ही.समोर बसू लागली.. ती... आणि तिच्याबरोबर मी.

काही दिवसांनी मी दोनाच्या ऐवजी रात्री एकच गोळी घ्यायला सुरुवात केली. आता दिवसभर गोळीच्या गुंगीत राहायची गरज काय?- त्याऐवजी टी.व्ही. होताच! दिवसभर टी.व्ही. बघायचा, रात्री गोळी घेऊन सुन्न झोप! हळूहळू माझं वजन वाढलं. डोळ्याभोवतीची काळी वर्तुळं दिसेनाशी झाली. बाकीचे नोकर माझ्यावर जळत, खार खाऊन असत. पण मी त्यांना भीकच घालत नसे. माझा त्यांच्याशी संबंधही नव्हताच फारसा. माझा अख्खा दिवस फक्त सुजाताअक्काच्या भोवती विणलेला असे.

दुपारी दोन वाजत आले की, सुजाताअक्काचे डोळे पेंगुळल्यासारखे होत. ती झोपेला आली की, माझं काम ठरलेलं असे- वर तिच्या खोलीत जायचं, सगळे पडते ओढून घेऊन गुडूप अंधार करायचा, पंखा सुरू करून तिचं अंथरूण घालायचं. सुजाताअक्का वर आली की, पाच मिनिटांत गुरगुटून झोपून जाई. तिचा डोळा लागला की, मी टी.व्ही.चा आवाज बारीक करून दुपारभर सिनेमा पाहात बसे. चार वाजून गेले की, सुजाताअक्काला उठवायचं आणि तिच्या अंघोळीची तयारी करायची. अंघोळ करून आली की सुजाताअक्का प्रसन्न, टवटवीत दिसे. लग्नानंतरचा तिचा देखणेपणा ओसरला असला तरी जातिवंत सौंदर्य होतं, ते होतंच अजूनही!

एकदा दुपारी मी सुजाताअक्काचा बिछाना तयार करत होते तर खोलीत येऊन ती म्हणाली,

"इथे खाली चटई टाक तुझ्यासाठी. आज जरा गप्पा मारू आपण.."

-सुजाताअक्का एकाकी पडली होती. तिची घुसमट मी पाहातच होते रोज. श्रीधरअण्णा सतत फिरतीवर आणि प्रभू-पापा उटीच्या बोर्डिंग स्कूलमध्ये. साधे दोन प्रेमाचे शब्द बोलावे म्हटलं तरी सुजाताअक्कासाठी कुणी उरलं नव्हतं. घरातल्या कामाच्या बायकांशी बोलायला गेली, तर त्या विनाकारण तिच्या डोक्यावर चढून बसल्या असत्या. तिच्यासाठी संपूर्ण विश्वासातली अशी फक्त एकच व्यक्ती होती– मी! अशा परिस्थितीत तिने माझ्याकडून आधाराची, मैत्रीची अपेक्षा केली तर काय चूक होतं?- सुजाताअक्काला समजून घेणं, तिला मदत करणं, ती म्हणेल तेव्हा तिच्याशी गप्पा मारणं हा माझ्या कामाचाही भाग होताच.

एका दुपारी सुजाताअक्काच्या खोलीत ती पलंगावर झोपली होती, मी खाली चटईवर. अचानक माझ्या बाजूला कुशीवर वळून ती म्हणाली,

"वेल्लोरच्या त्या मिस्सीबद्दल सांग ना पुन्हा! त्या दोघी एकमेकींबरोबर..? सांग ना, काय बघितलंस तू?"

मी जराशी दचकलेच.

एकदम हा विषय कुठे?

पण मग मी सुजाताअक्काला सगळं सांगितलं. त्या दोघी कसं एकमेकींवर प्रेम करत.. एकाच बिछान्यात कशा नागड्या होऊन एकमेकींचे लाड करत... आणि किती खूष असत.. सुखाने कशा विव्हळत!

-सगळं सांगितलं.

त्या दोघी बायका होत्या, पण त्यांना कशी पुरुषांची गरजच नव्हती, हेही!

-सुजाताअक्का काही बोललीच नाही.

छतावर फिरणाऱ्या पंख्याकडे पाहात थोड्या वेळाने सुजाताअक्काने विचारलं, "पुरुषाबरोबर एका बिछान्यात झोपण्याबद्दल तुला कधी औत्सुक्य वाटलं नाही का गं?"

"काय संबंध? मी कधीच कुठल्या पुरुषाबरोबर नव्हते सुजाताअक्का, म्हणून तर मी इथे आहे आणि माझं पोर तिकडे, माझ्या अम्माच्या घरी.."

"तसं नाही गं, रागावू नकोस!" सुजाताअक्काचा स्वर हळुवार झाला होता. दुखावल्यासारखा. "सिनेमातल्या हिरॉईन्स प्रेमाबद्दल किती बोलतात सारख्या.. गाणी काय म्हणतात, नाचतात काय.. लग्न जुनं झाल्यावर काय होतं हे त्यांना ठाऊक असतं तर अशा कुदल्या नसत्या त्या पुरुषांभोवती."

"काय होतं? लग्न जुनं झाल्यावर?"

मी सुजाताअक्काच्या दिशेने कुशीवर वळले.

"कंटाळा येतो, शिसारी येते सगळ्याची. नवऱ्याला इच्छा झाली की, रात्री तो जवळ येतो; तर अंगावर पाल चढल्यासारखं वाटतं मला. डोळे घट्ट मिटून घ्यायचे आणि पुढे जे होईल ते सोसायचं. तो दुसऱ्या बाईकडे जातो हे मला ठाऊक आहे. पण बिछान्यात त्याला 'नाही' म्हटलं तर तो त्या सटवीला माझ्या बोडक्यावरच बसवेल आणून.. नाहीतरी त्याच्या बापानं तेच केलं होतं. तो घरी असतो तेव्हा रोज रात्री, मी उघडी होऊन त्याच्यापुढे प्रेतासारखी थंड पडते. त्याचं सगळं आटोपलं की मग झोपायचं"- सुजाताअक्काचे डोळे भरून आले होते. रडवेल्या आवाजात ती म्हणाली,

"मारीकोलान्थू, कधी कधी भीती वाटते, मला वेड तर नसेल लागलं? माझ्या सासूसारखी झाली माझी अवस्था तर? नवऱ्याचा तिटकारा यायला लागला, म्हणूनच तर तिला वेड नसेल लागलं? या घराण्याला शापच असेल का गं?"

"सुजाताअक्का.." मी उठून तिच्या शेजारी बिछान्यावर बसत म्हणाले, "तुला काही नाही झालेलं. उगीच कशाला नको ती काळजी करतेस?"

तिच्या उघड्या पोटावर हलकेच हात ठेवत मी म्हटलं, "हे बघ, आता वाटतंय का तुला पाल अंगावर चढल्यासारखं?"

"नाही मारीकोलान्थू, पण.."

-सुजाताअक्का माझ्याकडेच पाहात होती.

तिच्या नजरेतली भूक मला स्पष्ट दिसली.. अस्वस्थ डोळ्यांमधली वखवख.. प्रेमाच्या स्पर्शासाठी आसुसलेलं तिचं शरीर.. आणि तडफडणारं एकाकी मन.. मिस्सी व्हीचा पाठलाग करणारी मिस्सी केची नजरही अशीच दिसे, भुकावलेली. सुजाताअक्कालाही तेच हवं असणार.. जे मिस्सी केला तिच्या मैत्रिणीकडून मिळत होतं! पण सुजाताअक्का काय करेल? तिला कुठून मिळणार मिस्सी व्ही सारखी मैत्रीण?

त्यानंतर प्रत्येक दुपारी तोच विषय निघे. आम्ही दोघी तेच बोलत असू. हळूहळू माझ्या लक्षात आलं, सुजाताअक्काला स्पर्शाचा तिटकारा नाही वाटत, तिला शिसारी आलीय ती पुरुषाच्या स्पर्शाची.. म्हणजे ती आणि मी, सारख्याच? मलाही शिसारीच येते का? स्पर्शाची?

-मला नव्हतं कळत.

काय होतं नक्की?

-कोण जाणे!

खरं सांगायचं तर कुठल्याही स्पर्शानं काही वेगळं जाणवण्याची माझी इंद्रियंच निकामी झाली होती. फक्त एक अपवाद- माझ्या केसातून कुणी हात फिरवला तर

गोड... हवीहवीशी शिरशिरी उठे.

एका संध्याकाळी सहज म्हणून सुजाताअक्काने माझ्या केसातून हात फिरवायला सुरुवात केली.. अचानक काय झालं कोण जाणे!

मी काय करतेय, हे माझं मला कळत नव्हतं. नकळत माझ्या हातांना स्पर्शाची पालवी फुटली. एकाकी, तडफडणाऱ्या सुजाताअक्काचं दु:ख पुसून टाकण्यासाठी उसासलेले माझे हात तिची छाती कुरवाळू लागले. सुजाताअक्काने स्वत:हून बटणं सोडली. एका हाताने तिची छाती कुस्करत दुसऱ्या हाताने मी हलकेच तिला पालथी केली. उघड्या पाठीवर टचटचून दिसणाऱ्या कण्यावर हलका जोर देत माझे हात खाली खाली निघाले.

''तुझ्या बोटात जादू आहे मारीकोलान्थू..''- सुजाताअक्का डोळे मिटून उसासत होती.

हलके हलके मी बोटांचा दाब वाढवला आणि सुखाने विव्हळणारी सुजाताअक्का चित्कारू लागली.

''खूप छान वाटतंय मारीकोलान्थू.. खूप छान वाटतंय! अजून... अजून कर..''

सुजाताअक्का मला येऊन बिलगलीच.

बाईला सुख देणं किती सोपं असतं! तिच्यावर प्रेम करावं, तिच्या शरीरावर स्पर्शाचा वर्षाव व्हावा, एवढंच तर मागणं असतं तिचं.

माझ्या बोटांनी, डोळ्यांनी, हातांनी, जिभेनी सुजाता अक्कावर सुखाचा पाऊस पाडायला सुरुवात केली. कोरड्याठाक पडलेल्या तिच्या सुरकुतल्या, शुष्क शरीरात माझी जीभ अपार सुखाचं चिंब ओलं कारंजं फुलवू शकते, याचा शोध लागला आणि मी धुंदावलेच. वाळवंटातल्या तहानलेल्या माणसासारखी, सुखाचा एकेक थेंब पिऊन घेण्यासाठी बिछान्यात तळमळणारी सुजाताअक्का पुन्हापुन्हा मला बिलगत राहिली.

मी तिला कुरवाळत, कुस्करत होते. चाटत, चोखत होते... तिचे ओलेचिंब स्तन रसरसून आले, मोहरले. काळ्या रानातून जिभा चरत होत्या.. गालाला गाल घासत होते. एकमेकींत गुंतलेले दोघींचे केस उघड्या शरीरांवर पसरत होते. भिडलेल्या नजरा... विळख्यातली शरीरं.. चढलेले श्वास...

ऐन भरात असली की सुजाताअक्का कधीतरी माझ्या तळहातावरून नख फिरवी.. पण तेवढंच! तिच्यासाठी सुखाचा कल्लोळ उभा करीत ते माझे हात. ती मोहोरली, उसासली की मला सुख वाटे. माझ्या शरीराने स्वत:साठी कधीच काही मागितलं नाही. संधी होती तरी ओरबाडून घेतलं नाही. गेली कित्येक वर्षं सुजाताअक्कावर मी मनापासून प्रेम करत आले होतेच, आता तिला शरीराच्या प्रेमाची गरज होती; एवढंच! माझी करपलेली स्वप्नं आणि अपुऱ्या इच्छांसह मी तिला कवेत घेतलं.

-एक मात्र होतं,

बिछान्यात जे घडायचं त्याबद्दल आम्ही कधीच एकमेकींशी बोलत नसू. पण प्रत्येक दुपारी सुजाताअक्काला सुख देण्याचे नवे नवे मार्ग मी शोधत राहिले. अनावर होऊन ती 'पुरे पुरे' म्हणेपर्यंत मी तिच्या शरीराला लुचत राहिले.

-एरवी आम्हा दोघींचं नातं पूर्वीसारखंच होतं. त्यात काही बदल होण्याची शक्यताही नव्हती फारशी. सुजाताअक्का सुखात होती. मलाही त्याहून अधिक काही नको होतं. जीव उधळून, सर्वस्व देऊन प्रेम करण्याची माझी भावनिक गरज भागवायला सुजाताअक्काच्या रूपानं एक हक्काचं माणूस मिळालं, एवढ्यावर मी खूष होते.

सुजाताअक्का सुखात राहावी, तिला कसला त्रास होऊ नये, घरातल्या तिच्या स्थानाला धक्का लागू नये म्हणून मी श्रीधरअण्णाला माझ्या खोलीत.. आणि शरीरात.. येऊ दिलं.

तो आला,

घुसलाच.

त्याच्या शरीराची भूक भागवायला माझं शरीर आहे, तोवर तो दुसऱ्या बाईकडे उकिरडे फुंकायला जाणार नाही एवढं मला कळत होतं. मी आहे तोवर तो सुजाताअक्काला त्रास देणार नाही, आणि त्या बदल्यात मीही त्याच्याकडून काही मागणार नाही- हे उघड होतं. मी फक्त सुजाताअक्काची सावली.. तिला पर्याय.. तिची पडछाया म्हणून श्रीधरअण्णाला बिछान्यात घेत होते.

-सिस्टर टु द रिअल थिंग!

दुसरं काय?

आपल्या बिछान्यात एखाद्या पुरुषाला ओढून आणणं, हे बाईसाठी सोपंच असतं नेहमी!

-अवघड असतं ते त्याला तृप्त करणं. सुख देणं.

श्रीधरअण्णाशी बिछान्यात नेमकं कसं वागावं, हे सुरुवातीला मला समजत नसे.

घरंदाज बाईसारखं.. की धंदेवाल्या वेश्येसारखं?

-मी आलटून पालटून दोन्ही रूपात त्याला भेटे आणि श्रीधरअण्णा माझ्यासाठी वेडा होई.

एक मात्र कबूल करायलाच हवं.

-माझ्या शरीरातून तो त्याचं सुख लुटून, ओरबाडून घेई, तेव्हा माझ्यासाठीही सुखाचे चार थेंब चोरायला मी शिकले होते. आधी अपेक्षा नव्हती फारशी, पण अचानक त्या सुखाचा शोध लागला आणि मग चटक.

कधी कधी विचार केला तर मला या सगळ्याचंच फार नवल वाटे. दिवसा मी सुजाताअक्काच्या शरीराचे लाड पुरवत होते आणि रात्रीच्या अंधारात श्रीधरअण्णाच्या भुका भागवत होते.

-त्या दोघांपैकी एकाचंही माझ्यावर प्रेम नव्हतं.

पण हे खरं की, त्यांना माझी गरज होती.

ज्यांच्या आयुष्यात 'प्रेम' नसतं, त्यांना शेवटी गरजेपोटीच सगळे व्यवहार करावे लागतात. गरज असते म्हणून ती भागवणारी माणसं आणि मार्ग शोधावे लागतात.

'प्रेम' म्हणजे तरी शेवटी काय?

-छुपी गरजच!

अचानक अम्मा गेली आणि माझ्या जगण्याचे सगळे संदर्भच बदलले. माझ्या दोन्ही भावांना यापुढे मुथ्थुची जबाबदारी नको होती. त्यांनी सरळ सांगितलं, ''अक्का, आता तू त्याला घेऊन जा. अम्मा जिवंत होती तोवर तिच्या जीवावर तू सुटी राहिलीस. यापुढे त्याची जबाबदारी घेणं आम्हाला शक्य नाही. चांगली धडधाकट आहेस, बरे पैसे कमावतेस, आता सांभाळ आपलं पोर!''

मी शांतपणे ऐकून घेतलं. त्या दोघांचा सुखाचा, प्रतिष्ठेचा संसार होता. शेण खाल्लं होतं ते मीच! त्यांच्या 'प्रतिष्ठित' घरात आता मला जागा उरली नव्हती आणि अधिकारही!

''थोडे दिवस त्याला राहू दे तुमच्याजवळ''- मी विनंती केली, ''त्याची व्यवस्था लावावी लागेल मला. सुजाताअक्काला विचारायला हवं.'

-या मुलाचं मी काय करणार?

सुजाताअक्का मदत करील? तिच्या घरी त्याला ठेवून घेईल? गेल्या काही महिन्यांपासून ती माझ्यावर जास्तच अधिकार गाजवायला लागली होती. मी दुसऱ्या कुणाशी बोललेलं तिला चालत नसे. एकटी टी.व्ही. बघत बसले तरी तिला राग येई. तिच्या तावडीतून माझ्यासाठी मोकळी असे ती फक्त रात्र. श्रीधरअण्णा त्याचा कार्यभाग उरकल्यावर मात्र रात्री झोपायचा सुजाताअक्काच्या खोलीत. तिच्या बिछान्यात.

अम्माचे दिवस-कार्य संपवून मी चेट्टीयार कोट्टाईमध्ये परत आले, तर तिथली हवा पार फिरली होती. या नव्या वादळात नव्यानं माझं आयुष्य हेलपाटणार आहे, हे आधी माझ्या लक्षातच आलं नाही. लक्षणं काही ठीक दिसत नव्हती.

सुजाताअक्का एका शब्दाने माझ्याशी बोलली नाही. घुश्श्यातच होती.

दुपारी मी नेहमीप्रमाणे माडीवर गेले, तर तिच्या खोलीचं दार आतून बंद!

-इतके दिवस भेटले नाही, म्हणून रागावली तर नसेल?

-काय करणार?- माझा काही इलाज नव्हता.

कधी कधी सुजाताअक्का जरा अतीच करायची. आता तिला कसं मनवावं, कसा तिचा रुसवा घालवावा याचा विचार करायला हवा होता. एकदा का राग गेला की, सुजाताअक्का पुन्हा मला बिलगणार हे उघडच होतं.

मी माझ्या खोलीत येऊन शांत बसले. वाटलं होतं, सुजाताअक्का नक्की मला शोधत येईल.

संध्याकाळी खरंच ती आली, पण रागाने थरथरत.

"तुझं बोचकं आवर आणि आत्ताच्या आत्ता माझ्या घरातून चालती हो."

-ती एकदम कडाडलीच.

"काय बोलतेयस तू सुजाताअक्का?"- तिचा तो अवतार पाहून इतकी धडकी भरली की, क्षणभर काय बोलावं काही सुचेचना.

"चांडाळणी, माझ्या पाठीत खंजीर खुपसताना थोडीही शरम नाही वाटली तुला?" सुजाताअक्का माझ्यावर जणू तुटूनच पडली होती. माझा नवरा हिरावून घेतलास.. तुला काय वाटलं, माझ्या लक्षात नाही येणार? मला कळणार नाही? माझ्या नजरेआड चालू राहतील तुझे धंदे? काल मी या खोलीत आले नसते, तर कळलंही नसतं मला. मी एक मूर्ख बाई, तुझ्यावर विश्वास टाकला आणि तू हे धंदे करतेस? काल सहजच वर आले होते. म्हटलं, खूप दिवस बंदच आहे ही खोली, मारीकोलान्थूसाठी जरा झाडून पुसून घेऊ, तर इथे?– माझ्या नवऱ्याचे कपडे! तेव्हा माझ्या डोक्यात प्रकाश पडला. गेले काही महिने माझ्या अंगाला झटत नसे तो, म्हणून थोडा सुस्कारा टाकला होता मी. काल खरं काय ते कळलं. तू आहेस ना त्याला लागू.. कशाला येईल तो कुत्रा माझ्याकडे? माझ्या घरात.. मी जिवंत असताना.. तुला थोडीही शरम नाही वाटली? इतकं केलं मी तुझ्यासाठी, त्याची ही अशी परतफेड केलीस?"

-त्या भडिमाराने माझे शब्दच हिरावून घेतले होते. मी धीर जमवून कशीबशी म्हणाले,

"पण सुजाताअक्का, मी हे सगळं तुझ्यासाठीच केलं. तुला त्याची किती शिसारी येते हे ठाऊक होतं मला. श्रीधरअण्णा दुसऱ्या बाईकडे जाऊ नये म्हणून.."

"तूच ती 'दुसरी बाई' चांडाळणी!"- सुजाताअक्का किंचाळली.

'फरक आहे सुजाताअक्का. तू सुखात राहावीस, यापलीकडे माझी कसलीच इच्छा नव्हती. मी कधी कसली अपेक्षा नाही धरली.." मी तिच्या खांद्यावर हात ठेवला. तो झिडकारत ती म्हणाली,

"मीच मूर्ख. मलाच अक्कल नव्हती. तू कसल्या लायकीची मुलगी आहेस हे आधीच कळायला हवं होतं मला. तू कसली बाई? कलंक आहेस बाईच्या जातीला. पोटच्या पोराला झिडकारलंस. त्याला कधी आपलं म्हटलं नाहीस. म्हाताऱ्या आईची सेवा करायची सोडून एका वेड्या बाईबरोबर राहिलीस. दिवसा माझ्याशी मैत्रीचं.. प्रेमाचं नाटक केलंस आणि रात्री माझ्या नवऱ्याचा बिछाना गरम केलास... चांगली मैत्री निभावलीस! उत्तम!!"

"सुजाताअक्का.." आता मलाही राग आला होता. "तुझ्या नवऱ्याखेरीज आपल्या दोघींत काय आहे, हे विसरू नकोस. मला घरातून हाकलून दिलंस तर काय करशील तू? मी नसेल तर कोण येणारेय इथे तुझे लाड पुरवायला आणि अंग दाबायला?"

"थोबाड बंद कर आधी" सुजाताअक्का किंचाळली, "चेटकीण आहेस तू! मला माहितीय... काहीतरी जादूटोणा करून तू मला नादाला लावलंस. जगातली कुठलीही सभ्य बाई करणार नाही, अशा घाणेरड्या गोष्टी करायला मला भाग पाडलंस. पण आता बास! आता नाही तुझ्या कचाट्यात फसणार मी. आत्ताच्या आत्ता चालती हो या घरातून, नाहीतर लाथा घालून हाकलून देईन मी तुला!"

-त्या क्षणी चेट्टीयार कोट्टाई सोडून नेसत्या वस्त्रांनिशी मी बाहेर पडले. पगाराचे पैसे घ्यायलाही सुजाताअक्काकडे गेले नाही. मी मनापासून केलेल्या प्रेमाला झिडकारणाऱ्या, माझ्यावर भलता-सलता संशय घेणाऱ्या त्या बाईचं तोंड पाहायचीही माझी इच्छा नव्हती.

घरी येऊन मी भावांच्या हातापाया पडले.

"मला आणखी थोडा वेळ द्या" म्हणून विनवण्या केल्या. "सुजाताअक्का 'त्याला' कांचीपूरमच्या शाळेत पाठवायची व्यवस्था करणारेय"- असं खोटंच सांगितलं. दुसरा इलाज तरी काय होता? काय करावं, काही कळत नव्हतं.

"रक्ताच्या बहिणीसाठी एवढंसुद्धा करणार नाही का तुम्ही?"- मी अजिजी केली. दोघे भाऊ नाइलाजापोटी कसेबसे तयार झाले.

त्या रात्री अंथरुणावर पाठ टेकली आणि परत एकदा पोटात कळ उठली. श्रीधरअण्णा बरोबर झोपायला लागल्यापासून एक भीती वाटत होती.- पुन्हा दिवस गेले तर? पण श्रीधरअण्णा म्हणाला, "घाबरू नको. तसं काही होणार नाही. मी काळजी घेतोच आहे." पण का कोण जाणे, हळूहळू माझी पाळी लांबतच गेली. दरवेळी मी वेदनांनी हैराण होत असे. त्या रात्री तर इतका त्रास झाला की, सकाळी उठून डॉक्टरकडे जाण्याशिवाय पर्याय नव्हता.

डॉक्टर म्हणाले, माझ्या गर्भाशयात बऱ्याच बारीक बारीक गाठी झाल्यायत आणि त्या वाढतायत. गर्भाशय काढून टाकण्याशिवाय दुसरा पर्याय नाही.

आता काय करायचं?

एवढं मोठं ऑपरेशन करायला पैसा कुठून आणणार?

माझ्याजवळ फक्त चारशे रुपये होते. आपल्या मिळकतीतून चार पैसे बाजूला शिलकी टाकावे, हे आयुष्यात कधी सुचलंच नाही. मी माझा सगळा पगार अम्माच्या ताब्यात देऊन मोकळी होत असे. श्रीधरअण्णाकडे मागितले पैसे तर?- त्याने नक्की दिले असते. पण मग मी आणि धंदा उघडून बसलेली वेश्या यांत फरक काय उरला असता?... शरीर भोगायला दिलं, त्या बदल्यात पैसे वसूल केले. उरली एकच व्यक्ती- सुजाताअक्का! पण तिच्या आठवणीनेसुद्धा माझ्या डोक्यात तिडीक गेली. तिच्या मालकीच्या काडीलासुद्धा हात लावायची माझी इच्छा नव्हती. ती, तिचा नवरा आणि तिच्या नवऱ्याचा पैसा, सारं तिचं तिलाच लखलाभ असो!

-बसमधून गावाकडे परत येतानाच मी मनातल्या मनात निश्चय केला.

'तो'.. मुथ्थु!

माझ्या हातातलं एकमेव 'शस्त्र' वापरण्याची वेळ अखेर आली होती.

'त्या' मुलाला घेतलं आणि मी थेट कांचीपूरमला गेले. तिथे मुरुगसानच्या मालकीचे मोठे हातमाग आहेत, हे मला ठाऊक होतं. मुरुगसान तिथे नव्हताच. पैसेवाला झाला होता. सारखा म्हणे देशा-परदेशांत फिरत असे. त्याच्या हातमागांवर विणल्या जाणाऱ्या रेशमी साड्यांना कुठल्या कुठल्या दूरच्या देशांतून मागणी येई. नाहीतरी मला मुरुगसानला भेटायची इच्छा नव्हतीच. त्याच्या मॅनेजरनंच माझं काम केलं. मला कशाची गरज आहे, हे त्याला बरोबर माहीत होतं. त्याच्यासाठी रोजचंच होतं ते. हातमागावर बारीक धाग्यांची कामं करायला कोवळ्या बोटांची शेकडो मुलं लागत. मी त्या मॅनेजरकडून पाच हजार रुपये घेतले आणि त्या बदल्यात 'त्या' पोराला त्याच्या ताब्यात दिलं. दहा रुपये रोज या हिशेबाने, त्या पोराने दोन वर्षं फुकट काम करून पैसे फेडायचे होते. महिन्याचे तीनशे, म्हणजे वर्षाचे छत्तीसशे रुपये. दोन वर्षांच्या त्याच्या कष्टांची किंमत सात हजारांहून जास्त होत होती. पैकी पाच हजाराची परतफेड आणि उरलेले पैसे त्याचं राहाणं-जेवणं- कपडालत्याच्या खर्चापोटी!

मला एक विचित्र आसुरी आनंद झाल्याचं जाणवत होतं. मुरुगसानच्या नकळत मी त्याचाच मुलगा, त्यालाच विकला होता. नऊ महिने माझ्या शरीरात त्या मुलाला पोसल्याबद्दलचं भाडं चोख वाजवून वसूल केलं होतं. त्या मुलाच्या रक्तातून, घामातून उभ्या राहणाऱ्या पैशातूनच, मी त्या मुलाला जन्म देणारं माझं गर्भाशय कापून फेकून देणार होते.

"सुजाताअक्का मला पाठवणार होती ती शाळा कुठेय? इथे तर काहीच नाही

दिसत शाळेसारखं.'' त्या मुलानं विचारलं. आठ वर्षांचाच होता, पण त्याला कळत असे सगळं.

त्याच्याशी खोटं बोलून चाललं नसतं. मी म्हटलं, ''हे पाहा, इथे गावातल्यासारखी शाळा नाही. याला हातमाग म्हणतात. यावर साड्या कशा तयार करायच्या, ते तुला इथे शिकवतील. इथे हेच शिकवतात, अभ्यास नसतो या शाळेत.''

तो काहीच बोलला नाही.

त्याच्या कपड्यांची पिशवी पुढे करीत मी म्हटलं, ''हे घे, मला परत जायला हवं आता.''

''तू पुन्हा कधी येशील? मला घरी कधी नेशील परत?''- तो आता रडवेला झाला होता.

''आता घरबिर विसरायचं सगळं. ते संपलं. पण मी येईन अशीच कधीतरी.'

-मी तडक निघाले.

ऑपरेशन झाल्यावर पोटात दुखणं थांबलं. पण सारखं काहीतरी जड जड वाटे. फर्लांगभर चालणंही माझ्याच्याने होत नसे. शेवटी मी कांचीपूरममध्येच राहायचं ठरवलं. गावाला परत जाऊन तरी काय करणार होते मी? चेट्टीयार कोट्टाई.. आमराई... तिथल्या जीवघेण्या आठवणींनी माझा पिच्छा सोडला नसताच. कांचीपूरममध्ये एका घरी मला स्वयंपाकाचं काम मिळालं. पण तिथे मी फार टिकले नाही. बरीच कामं बदलली. थोडे दिवस गेले की, प्रत्येक घरच्या वासाने मला मळमळायलाच लागे. तसं झालं की मी सरळ निघून जाई. माझं चित्त थाऱ्यावर नव्हतं.

***

वर्षभरानंतर मुरुगसान मेल्याची बातमी आली. ज्या घरात काम करत होते, तिथे येणाऱ्या एका तमिळ वर्तमानपत्रात मुरुगसानच्या फोटोसह मोठ्या अक्षरात छापलं होतं. तो म्हणे सिंगापूरला काही कामासाठी गेला होता. हृदयविकाराचा झटका आला आणि तिथल्या तिथे खलास! त्याचा मृतदेह भारतात, कांचीपूरमला आणायला तीन-चार दिवस लागतील, असंही त्या बातमीत लिहिलं होतं.

मी काम करत होते तिथून दोन रस्ते ओलांडले की स्मशानभूमी! मी वाट पाहात राहिले. अंत्ययात्रेचा आवाज कानावर आला, त्या क्षणी धावत घराच्या छपरावर गेले. तिथून मुरुगसानची अंत्ययात्रा स्पष्ट दिसत होती. मेल्यानंतर चौथ्या दिवशी अंत्ययात्रा. स्वच्छ पांढरे कपडे घातलेला मुरुगसानचा मृतदेह तिरडीवर बांधला होता. तो इथेच मेला असता तर गावातल्या प्रथेप्रमाणे त्याला खुर्चीवर बसवून स्मशानात नेलं असतं. पण औषधं टोचून तशाच ठेवलेल्या त्याच्या प्रेताचं चार दिवसांत लाकूड झालं असणार! ते शरीर खुर्चीवर कसं बसवता येणार?

वाद्यांचे आवाज येत होते.

त्याचे मुलगे-औरस मुलगे-मडकं घेऊन प्रेतापुढे चालताना दिसत होते. सगळीकडून त्याच्या प्रेतावर फुलं उधळली जात होती. गुलाबाच्या पाकळ्या, झेंडूची फुलं आणि पांढऱ्या लीलीचा वास.. उदबत्त्यांचा धूर! गावातली पोरं प्रेतापुढे नाचत होती. त्या घोळक्यात मला ओळखीचा चेहरा दिसला-

'तोच.'

स्वत:च्या बापाच्या अंत्ययात्रेत इतर पोरांबरोबर बेभान होऊन नाचत होता.

मनात म्हटलं, 'नाच! आणखी जोरात नाच!! तुझ्या बापाच्या आत्म्याला होऊ दे जरा दु:ख!!'

उतरत्या संध्याकाळी अख्खी स्मशानभूमी पाण्याने धुऊन काढली गेली. जानेवारीचा महिना. दिवस लवकर मावळेल म्हणून घाई चालली होती. योगायोगाचीही गंमतच होती. त्या नराधमाने माझ्या आयुष्याला चूड लावली ती जानेवारीतच आणि त्याला स्वत:ला मरण आलं तेही जानेवारीतच!

झाडांच्या आडोशाला उभी राहून मी पाहात होते.

मुरुगसानसाठी लाकडाची मोठ्ठी चिता रचली गेली. त्या लाकडांबरोबर जळून त्याची राख होणार होती. मी वाटच पाहात होते मनातून. सारे निघून गेले की, मी त्या स्मशानात आनंदाने थयाथया नाचणार होते आणि मुरुगसानच्या राखेवर पचकन् थुंकणार होते.

मुरुगसानच्या औरस मुलाने चितेला अग्नी दिला. 'तो' शेजारीच गर्दीत उभा होता. कशाला गेला असेल तो तिथे, मला नवलच वाटलं.

चिता धडाडून पेटली...

पण ज्वाळा लगेचच मंदावल्या.

सगळे काळजीत पडले.

'जळत का नाही? जळत का नाही?'- जो तो एकमेकाला विचारत होता. प्रेत कुजू नये म्हणून इतकी औषधं टोचली. कसं जळेल ते?- या निष्कर्षावर शेवटी सगळे आले. कुठे कुठे मांसाचे पुंजके जळले होते, बऱ्याच ठिकाणची कातडी जळून लोंबताना दिसत होती. या अवस्थेतलं प्रेत घरच्यांच्या नजरेला पडणं इष्ट नव्हतं. शेवटी कुणातरी एकाला मागे थांबायला सांगून, स्मशानातल्या राखण्यांवरच सारी जबाबदारी द्यावी, असं ठरलं.

"चला रे चला.. झालं सगळं.." कालवा सुरू झाला.

"ए पोराऽऽ तूऽऽ तूच.. ये इकडे. मुरुगसानच्या मागावर कामाला असतोस ना? थांब इथे, आणि प्रेत पूर्ण जळेपर्यंत हलू नकोस इथून. नीट लक्ष ठेव."

-कुणीतरी मार्ग काढला.

आपल्या बापाच्या मोक्षाचा मार्ग खुला करून देण्याची जबाबदारी शेवटी त्या कोवळ्या पोरावरच पडली होती. एकेक करून सगळे निघून गेले. उरलो फक्त तिघे. स्मशानातला रखवालदार, 'तो'.. आणि मी!

अर्धवट विझलेल्या चितेत नवी लाकडं सारून, थंडावणाऱ्या ज्वाळा परत पेटवण्यासाठी 'त्याची' अखंड धडपड चालली होती. रात्रीच्या अंधारात मला सारं दिसत होतं. आजूबाजूला पडलेली लाकडं, वाळक्या फांद्या, सुकलेली पानं.. काय काय जमवून तो एकेक करून चितेत सारत होता. त्याच्या ओढलेल्या चेहेऱ्यावरचं दुःख मला जाणवल्यावाचून राहिलं नाही.

-नक्की काय वाटत असेल त्याला?

दुःख?.... की कीव?

जवळ जाऊन पाहिलं, तर अजूनही प्रेत पूर्ण जळलेलं नव्हतं. मुरूगसानच्या देहाला त्या अवस्थेत बघण्याची कल्पनासुद्धा सहन न झालेले त्याचे नातेवाईक, मित्र केव्हाच घरी निघून गेले होते.

...तरी अखंड धडपडणारा 'तो' काय म्हणून अर्ध्या रात्री स्मशानात थांबला असेल?

-मला त्याची कीव आली.

काय बिचाऱ्यावर वेळ आणली मी! माझ्यामुळे आज त्याची ही दुर्दशा झाली होती. -स्मशानातल्या चिता पेटत्या ठेवणारा चांडाळ! या वयात? त्याचा काय गुन्हा? त्याने काय असं पाप केलंय?

मुरूगसानची चिता पुन्हा एकदा धडधडून पेटली. त्या ज्वाळांच्या भडक्यात कसा कोण जाणे, पण माझ्या मनातला कडुझार तिरस्कार जळून गेला. आता त्या मुलाचा राग करून काय साधणार होते मी? मुरूगसानची तर आता फक्त राख शिल्लक होती. मागे उरला होता 'तो'.. निष्पाप मुलगा.

''मुथ्थु''..- माझ्याही नकळत हलक्या आवाजात मी त्याला हाक मारली.

तो माझ्या दिशेने वळला.

मुरूगसानच्या चितेच्या प्रकाशात आनंदाने उजळलेला मुथ्थुचा चेहरा मला स्पष्ट दिसत होता. मला वाटलं होतं तो रागावेल, चिडेल.. मला झिडकारून टाकील.

...पण त्याच्या चेहऱ्यावर होता फक्त निखळ, निष्पाप आनंद!

आयुष्यात पहिल्यांदाच मला स्वतःची लाज वाटली. जन्माला आल्यावर मी मुथ्थुला दूर लोटलं, म्हणून नव्हे! तसं घडणं आमच्या दोघांच्या नशिबातच लिहिलेलं होतं.

मला लाज वाटली, ती मी त्याला वापरून घेतलं त्याची! आयुष्यभर ज्याने–

त्याने स्वत:च्या फायद्यासाठी माझा वापर केला आणि गरज संपल्यावर मला लाथ मारून हाकललं.. त्या सगळ्यांपेक्षा मी तरी कुठे वेगळी वागले? मुथ्थुच्या बाबतीत मी तेच तर केलं. आता तरी चूक सुधारायला हवी. मुथ्थुचा हक्क त्याला परत मिळवून द्यायला हवा होता. त्यानं जे गमावलं, त्याची जमेल तेवढी भरपाई करायला हवी होती.

-पण ते सोपं नव्हतं.

त्याला त्या हातमागाच्या कचाट्यातून सोडवून आणायचं, तर मी वसूल केलेली त्याची किंमत पुन्हा चुकती करायला हवी होती. एवढे पैसे कुठून आणणार?

एकाच व्यक्तीचा भरवसा वाटत होता.

-मिस्सी के.

ती नक्की मदत करील. जिथे असेल त्या गावात एखादी नोकरीही शोधून देईल.

-पुन्हा एकदा माझ्या पोटात नव्याने मोहोर फुटला होता.

माझ्या मुलाचा जन्म.. पुन्हा एकदा होऊ घातला होता...

माझ्या आयुष्यात जे काही घडलं त्याला ना कसली संगती, ना कसले नियम, ना बऱ्या-वाईटाचा पेचपाच.. सुरुवातीलाच म्हटलं होतं मी तुला... आठवतं? जे घडलं, ते घडत गेलं. कशावरच माझा काही ताबा नव्हता. मला काय हवंय हे ठरवण्याची, तसं करण्याची संधीच मला माझ्या आयुष्याने दिली नाही. ना मला युद्धं जिंकण्याची महत्त्वाकांक्षा होती, ना कुणावर राज्य करायचं होतं. मला फक्त माझ्यापुरतं थोडंसं सुख हवं होतं. माझ्या वाटचा आनंद हवा होता. मला 'पत्नी' म्हणून जगायचं होतं, माझा संसार मांडायचा होता. 'मुथ्थुची अम्मा' म्हणून वावरायचं होतं.

यातलं काहीच झालं नाही.

आयुष्यभर माझ्या वाट्याला आल्या त्या फक्त उष्ट्या पत्रावळी.

'सिस्टर टु द रिअल थिंग'- एवढीच लायकी मला मिळाली आयुष्यात.

उष्टा संसार.. उष्टं आईपण.. प्रेमही उष्टंच!

-पण आता पुरे.

किती दिवस हे असं जगायचं?

आता तरी मला माझ्यासाठी.. माझं-माझं जगावंसं वाटतंय.

...माझ्यासाठी!

❀❀❀

११

समुद्राच्या किनारी एका लाकडी बाकावर अखिला बसली आहे. संध्याकाळी उशिरा रस्त्यावरल्या दिव्यांच्या चांदण्या हलू लागेतो ती इथे बसेल... आणि मग तिच्याही नकळत हॉटेलच्या दिशेने चालू लागेल...हे तिनं आधीच ठरवून टाकलंय मनाशी. जेमतेम काही फुटांवर तिच्या आणि समुद्राच्या मध्ये वाळूत उभ्या केलेल्या मोटरसायकलला रेलून एक तरुण मुलगा कधीचा उभा आहे. समुद्राकडे पाठ फिरवून सिगारेट पेटवायचा प्रयत्न करतोय. भणाण खाऱ्या वाऱ्याने त्याचे केस विस्कटलेत. घट्ट जीन्स आणि गडद रंगाच्या टी-शर्टमधल्या त्याच्या पीळदार शरीरावरून कुणाचीही नजर हटणं तसं मुश्कीलच! ओंजळीच्या आडोशाने पेटलेल्या सिगरेटचा खोल झुरका घेत तो किनाऱ्याच्या दिशेने पाहतो... तर समोर अखिला. अक्षरश: क्षणभरात एकमेकांमध्ये खोल उतरणाऱ्या दोन नजरा. सोसणं अवघड असा क्षण... नंतर वळलेली त्याची नजर. तो निघून जाताना अखिला पाहत राहिली. हे असलं पूर्वी कधी झालं नव्हतं. तिला हसूच फुटलं.

गेल्या दोन दिवसांपासून अखिला कन्याकुमारीच्या एका हॉटेलात राहते आहे. समुद्राच्या अगदी किनाऱ्यावरचंच हॉटेल. नाव–सी ब्रीझ. पोर्चला लागून एक छोटीशी लॉबी. एका बाजूला रंगीबेरंगी कापडाचा गुबगुबीत सोफा. समोरच्या भिंतीवर एक मोठ्ठं म्युरल. काळी पँट, पांढरा शर्ट घातलेली रिसेप्शनिस्ट तिच्याकडे पाहून हसते. तिला 'मॅडम' म्हणून आदराने हाक मारते.

हॉटेलमध्येच एक रेस्टॉरंट आहे. तिथं साधंसं शाकाहारी जेवण मिळतं. रोज तीन वेळा अखिला तिथे जाते आणि मोठ्ठ्या टेबलाशी एकटीच बसून, एकट्यानेच

जेवते. रोजच्या जेवणात नवीन पदार्थ मागवायचे असं तिनं मनाशी ठरवलंय. त्या रेस्टॉरंटमधल्या जवळपास प्रत्येक पदार्थाची चव एव्हाना चाखून झालीय.

या हॉटेलात कुटुंबं राहतात. वयस्क जोडपी, कुठून कुठून आलेले पर्यटक आणि यात्रेकरूसुद्धा. आपण यांपैकी कुठल्या प्रकारात बसतो, हे अखिलाला अजून ठरवता आलेलं नाही. पण त्याने काय फरक पडतो?

अखिलाची खोली समुद्राच्या बाजूलाच आहे. तिच्या बाल्कनीतून सूर्योदय दिसतो आणि सूर्यास्तही. खाली सर्वत्र चकाकतं पाणी. रोज सकाळी-संध्याकाळी अखिला एकटीच दूरवर फिरायला जाते. कधी कधी लोक नजरा वळवून पाहतात- ही बाई एकटीच कशी?- त्यांच्या नजरेतलं प्रश्नचिन्ह अखिलाला न पाहता वाचता येतं- परदेशातली गोरी मड्डम असेल तर ठीक, पण ही बाई भारतीय दिसते. तिच्या बरोबर कुणीच कसं नाही?- असल्या प्रश्नचिन्हांना बगल देऊन अखिला शांतपणे आपल्या गतीने, ठरवलेल्या दिशेने चालत राहते. कुठल्याही नजरांचा आता तिच्यावर कसलाही परिणामच होत नाही. तिला काही फरक पडत नाही.

पंचेचाळीस वर्षांच्या कुमारिकांची एक ठरलेली प्रतिमा असतेच सगळ्यांच्या मनात. त्यांचा अतिरेकी नीटनेटकेपणा...खवचट, टोकदार बोलणं...आयुष्यातला सगळा रस पिळून काढल्यासारखं शुष्क मन आणि चिपाडाच्या अवस्थेतलं वाळकं शरीर... स्वत:च्या कोऱ्या- करकरीत निष्कलंकपणाचा ताठा आणि प्रत्येक गोष्टीत काहीतरी खोड काढण्याचा भोचकपणा!

-अखिलाच्या बाबतीतही काय फारसं वेगळं होतं? वय झालेली कुमारिका. मोठी बहीण. कोणे एके काळची कुटुंबप्रमुख आणि सरकारी नोकरीतली दुभती गाय.

-पण 'आता यापुढे कुटुंबासाठी जगणं पुरे' असं अखिलानं मनाशी पक्कं ठरवलंय. घरात कुणी घातलेच कोलदांडे तर सरळ सांगायचं, हे पाहा, पुष्कळ केलं तुमच्यासाठी. बहिणीची कर्तव्यं निभावली. आता इतक्या वर्षांनी मला माझ्यातली 'स्त्री' सापडलीय. मला तिच्या सुखासाठी जगावंसं वाटतंय.

संध्याकाळी 'तो' अखिलाची वाटच पाहत होता. निळी घट्ट जीन्स, गडद हिरवा टी-शर्ट... आणि मोटारसायकल. ओल्या वाळूत तसाच रेलून उभा होता. त्याच्याकडे पाहूनही न पाहिल्यासारखं करत अखिला कालच्याच बाकड्यावर बसली. त्याने घसा खाकरला. अखिला त्याच्याकडे पाहून हसली. म्हणाली,

"हॅलो..."

त्याच्या चेहऱ्यावर उमटलेली आश्चर्याची, गोंधळलेली रेघ तिच्या नजरेतून

सुटली नाही. एखाद्या अनोळखी पुरुषाला स्वत:हून पहिली हाक मारणारी बाई त्याला आजवर भेटली नसावी बहुधा.

"तुमचं नाव काय?"- अखिलानं विचारलं. पण लगेचच स्वत:ला सुधारून घेत ती घाईघाईने म्हणाली, "खरं तर नाही सांगितलं तरी चालेल म्हणा! तुमचं नाव समजून घेऊन मी तरी काय करणारेय?"

"विनोद. माझं नाव विनोद."- तो पटकन म्हणाला.

अखिलाने पहिल्यांदाच त्याच्याकडे नीट पाहिलं... पंचविशीचा असेल जेमतेम!... तिने मनातल्या मनात हिशेब केला.

-अखिला हॉटेलच्या दिशेने निघाली.

परतीच्या वाटेवर 'त्याची' नजर आपला पाठलाग करतेय, हे तिला माहीत होतं.

एकटीने राहायला आपल्याला आवडतं, याचा शोध अखिलाला आयुष्यात पहिल्यांदाच लागला. एकटीनं कसं जाणार आपलं आयुष्य?- हा प्रश्नच मावळून गेला मनातून. स्वत:च्या एकाकी भविष्याची भीतीही वाटेनाशी झाली. आयुष्याच्या चित्रात मनासारखे रंग भरायची वेळ निघून गेली हे खरं, पण जे आहे त्यात प्रयत्न करायला काय हरकत आहे? अशी उमेद वाटायला लागली होती. जुन्याच आयुष्याची नवी चव घेऊन पाहायला तिचं मन तयार होतं. उत्सुक होतं.

त्याच किनाऱ्यावर...तिथेच अखिला बसली आहे. 'तो' कसा आला नाही अजून?- आपण मनातून त्याची वाट पाहतोय हे जाणवून अखिला शहारलीच. त्या नव्या जाणिवेचे शहारे न सोसवून तिने डोळे मिटले.

तेवढ्यात समुद्राच्या वाऱ्यावर स्वार होऊन मोटारसायकलचा आवाज भणभणत आला आणि तिच्या मागे थांबला. घसा खाकरल्याचा संकेत ऐकून अखिलाने डोळे उघडले.

...तर समोर तो.

"हॅलो"- ती म्हणाली.

त्याची नजर लखलखल्याचं तिनं स्पष्ट पाहिलं.

"तुम्ही याल की नाही...खात्री नव्हती. मला वाटलं, तुम्ही नाहीच येणार बहुतेक. मला टाळाल."- तो चाचरतच होता.

"का? असं का वाटलं?"- तिनं विचारलं.

"माहीत नाही का ते...पण मी काल बोललो ना तुमच्याशी..." त्याने अस्वस्थपणे केसातून हात फिरवला.

"तुम्ही नाही. मी बोलले आधी."- तिने त्याची चूक सुधारली.

"कुठून आलात?"

अखिला हसली.

एवढा कोवळा तरुण... पुरुषाचा आव आणण्याकरता केवढी धडपड!

"मी कुठून आले, याचा तुमच्याशी मतलब?"- तिनं विचारलं.

त्याची नजर खर्रकन उतरली.

"बसणार इथे?"

बाकड्यावरची शेजारची रिकामी जागा दाखवत अखिलानं त्याला आमंत्रण दिलं. भांबावलेल्या अवस्थेतच तो कसाबसा...घाईघाईने बसला.

उंदीर-मांजराच्या खेळातली मांजराची भूमिका पहिल्यांदाच आपल्या वाट्याला आलीय, हे जाणवून अखिला स्वत:शीच हसली.

***

चित्रविचित्र स्वप्नात भरकटत गेलेली अखिला मध्यरात्री दचकून उठली. तोंडाची चव गेलेली. सगळं कडुझार.

'असं का? काय करायचंय हे मला नीट ठाऊक असताना, ही असली स्वप्नं माझी वाट का अडवतात?'- अखिलाने स्वत:लाच प्रश्न केला.

सकाळीच तिनं पक्कं ठरवलं.-

या तरुणाला नादी लावायचं.

फशी पाडायचं.

...निर्णय अंमलात आणायचा तर कृतीला घाबरून चालणार नाही. कधी ना कधी पहिलं पाऊल उचलावं लागणारच.

मन...

मनाचं काय?

शरीरामागोमाग ते आपोआप येईलच फरफटत.

पण आता पाऊल उचलायला हवं. तरच 'त्या' अनोळखी जगाची चव चाखता येईल.

वाटेत ठेचा लागल्या, तर लागू दे.

चढ आला, तर जाऊ चढून.

उपाशी शरीरात उठलेलं वासनांचं छुपं तुफान अखिलाला पुढे ढकलत होतं.... 'जा...जा...उचल पाऊल!'

अखिलाने स्वत:शी एक स्ट्रॅटेजी ठरवली.

'त्याने' पुढाकार घेतला, तर आपण माघार घ्यायची. त्याला झिडकारून द्यायचं.

चार बायका हुंगून आलेल्या पुरुषापुढे आपण नागवं व्हायचं नाही. चवीत बदल म्हणून 'त्याला' आपला घास घेऊ द्यायचा नाही.

-ती किनाऱ्यावर गेली. तो वाटच पाहात होता.

अखिलाला हसू फुटलं... ते ओठाआड दाबत ती त्याच्यासमोर उभी राहिली.

"हॅलो"- त्याने पहिली हाक मारली, "आज उशीर झाला तुम्हाला?"

-ती तिच्या नेहमीच्या बाकावर बसली. तो तसाच अवघडून उभा राहिला... ती कधी शेजारी बसायला बोलावते, याची वाट पाहत असल्यासारखा...

उंदीर-मांजराच्या या खेळात अखिलाला मजा वाटायला लागली.

खूप वेळ काहीच न बोलता ती समोर समुद्राकडे पाहात राहिली. मग म्हणाली,

"आज बसणार नाही?"

"तुम्ही कुठून आलात?"- त्याने कालचाच प्रश्न पुन्हा विचारला.

ती हसून मान हलवत म्हणाली,

"मला प्रश्न विचारलेले नाही आवडत."

'स्वत:विषयी इतकी साधी माहिती का नाही सांगत आपण?'- अखिलाने स्वत:लाच प्रश्न केला.

हे सगळं इथल्यापुरतंच आहे.

इथेच संपवून जायचंय.

हे इथेच संपलं पाहिजे.

-तिला तिचं उत्तर सापडलं.

आता इथे थांबावं की नाही?- त्याला काहीच कळत नव्हतं. तिच्या मनाचा अंदाज लागत नव्हता, पण तिच्यासमोरून पायही हलत नव्हता, हे खरं!

कुणीच काही बोलेना.

ती शांतता फारच अंगावर यायला लागल्यावर त्याने स्वत:बद्दलच सांगायला सुरुवात केली.

त्याचे शब्द अखिलाच्या कानावर पडत होते. पण तिला काही ऐकू येत नव्हतं. आजूबाजूचे लोक आपल्याकडे संशयाने पाहतायत, हे अचानक तिच्या लक्षात आलं.

एक मध्यमवयीन बाई आणि एक तरुण मुलगा...समुद्रकिनाऱ्यावर...एकटेच!

हे दृश्य दिसायला कसं दिसत असेल?

लोक काय म्हणतील?

-काही का म्हणेनात?- आपल्याला काय फरक पडतो?

-अखिलाला एकदम मोकळं मोकळं...स्वच्छ वाटायला लागलं.

तिने 'त्याच्या'कडे पाहिलं.

तो बोलतच होता.

आजचा खेळ उद्या परत एकदा खेळू आणि काय करायचं ते ठरवू- तिने मनाशी पक्की गाठ बांधली.

आता उद्याचाच दिवस.

परवा घरी निघायचं परत...

सकाळी वर्तमानपत्र चाळताना एका ठळक बातमीकडे अखिलाचं सहज लक्ष गेलं आणि मनातून ती धसकलीच.

केरळमधल्या कुठल्याशा खेड्यात एका कुटुंबाने, एकाच वेळी स्वत:ला संपवून घेतल्याची बातमी होती ती. कुटुंबप्रमुख पुरुषाने आधी स्वत:च्या बायकोला विष पाजलं, मग चारही मुलांना...आणि नंतर छताला लटकणाऱ्या पंख्यावर फास टाकून त्यात स्वत:ची मान अडकवली. मागे ठेवलेल्या चिठ्ठीत त्यानं लिहिलं होतं–

'जगण्याची आशा संपली,

म्हणून स्वखुशीने मी माझं आणि माझ्या कुटुंबाचं आयुष्य संपवीत आहे.'

त्या माणसाला एड्स झाला होता. समाजात बदनामी होईल आणि आपल्यामागे बायको-मुलांना अपमान सोसून, मान खाली घालून जगावं लागेल या भीतीने त्याने सगळंच संपवण्याचा निर्णय घेतला होता.

त्याच्या बायकोचं काय? तिला खरंच संपवावंसं वाटलं असेल का आपलं आयुष्य?

आणि त्याची निष्पाप मुलं?

-अखिलाच्या मनात उलटसुलट विचारांचं वादळ उठलं.

बायको-मुलांनी जगावं की मरावं, याचा निर्णय हा माणूस स्वत:च्या मर्जीने कसा घेऊ शकतो?

-अखिलाने वैतागून पान उलटलं.

पंधरा दिवसांपूर्वी हीच बातमी तिने कोरड्या निर्विकारपणे वाचली असती. त्या माणसाच्या बायकोचा, मुलांचा विचारही आला नसता तिच्या मनात.

अचानक अखिलाला सारसामामीची आठवण आली आणि पहिल्यांदाच तिच्याविषयी कौतुक वाटलं.

असं का झालं असेल?

सारसामामीला जे योग्य वाटलं ते तिनं स्वत:च्या हिमतीवर केलं. स्वत:च्या मनासारखं आयुष्य जगण्याचं धैर्य दाखवलं. आपल्याला तेही जमलं नाही... हे अखिलाला जाणवलं होतं.

तिच्या आयुष्याच्या उंबरठ्यावर उभ्या ठाकलेल्या 'त्या'च्याकडे अखिला एकटक पाहात होती. पुन्हा पुन्हा अंदाज घेत होती.

तो आपणहून आला आहे.

विश्वास टाकावा असा दिसतो.

आपल्यापुढे उभं राहायलाही चाचरतो.

तो पहिल्यांदा पुढाकार घेणार नाही, हे नक्की.

-आपण जो खेळ आरंभलाय या तरुण पोराशी, त्यात जिंकलो का आपण? की जिंकूनही हरलो?

-अखिलाला नीट ठरवता आलं नाही.

'आता नको पळून जाऊस. पाय पुढे टाकलायस, आता नको मागे फिरूस.'- तिनं स्वत:लाच बजावलं.

तुला हे हवंय अखिला, तुला खरंच खूप गरज आहे त्याची... मनात आणलं तर मिळवू शकशील. सहज शक्य आहे तुला...

कसं कोण जाणे?

अखिलाने अचानक त्याचा हात हातात घेतला आणि न राहवून म्हणाली,

"मी सी ब्रीझ हॉटेलमध्ये आहे. रुम नंबर थ्रीझिरोटू. आज संध्याकाळी येणार?"

जेमतेम दोन तास उलटले असतील.

अखिलाच्या खोलीतला फोन वाजला.

पलीकडे रिसेप्शनिस्ट होती.

तिच्या आवाजातलं आश्चर्य आणि नाराजी अखिलाला स्पष्ट ऐकू आली.

"मिस्टर विनोद इज हिअर. ही सेज, ही इज युवर रिलेटिव. शॅल आय सेन्ड हिम अप टू युवर रूम?"

अखिला हसून म्हणाली, "येस, यू कॅन..."

तिनं खोलीचं दार उघडून ठेवलं आणि स्वत: बाल्कनीत जाऊन उभी राहिली.

काही मिनिटांतच तो आल्याचा, त्याने दार लावून घेतल्याचा आवाज तिला ऐकू आला.

आता तो दरवाजाचं लॅच लावेल.

...ती कान देऊन ऐकत राहिली.

त्यानं लॅच लावलं.

त्याला काय हवंय हे तिला माहीत होतं. तिलाही 'त्याचीच' तर तहान लागली होती.

तो बाल्कनीत आला आणि तिच्या मागे उभा राहिला.

"रात्रीचा समुद्र बघायला मला फार आवडतं."- अखिला म्हणाली.

तो आणखी जवळ आला. इतका की, त्याच्या हृदयाची धडधड ऐकू येत होती स्पष्ट... तो घाबरलाय? खरंच?... तिला हसूच आलं. किती गोंधळलाय... बावरलाय...! आता आपणच त्याला...

"तुझ्याजवळ कॉण्डोम आहे?"- अखिलानं विचारलं.

त्याच्या लक्षातही नसणार आलं. नक्कीच!

तो मागे वळून दरवाजाकडे निघाला.

अखिलाला क्षणभर वाटलं, संपलं सगळं!

पण नंतर तिच्या लक्षात आलं...

येईल... नक्की परत येईल.

तो परत आला.

त्या क्षणी अखिलानं स्वत:ला त्याच्या स्वाधीन केलं. बाल्कनीचं दार... त्या बाजूच्या खिडक्या उघड्या, लाईट चालू... उघड उजेडात त्यांचा प्रणय रंगला.

मध्येच थांबून लाईटचं बटण बंद करायला तो उठला... तर त्याला परत बिछान्यात ओढत अखिलानं विचारलं, "का? तुला लाज वाटते?"

-तो ऐन भरात होता.

वेडावल्यासारखा तिच्या शरीराशी झटत होता.

त्याला संभोगाची घाई झाली होती.

ती बिछान्यात उताणी पडून सुखाने उसासत होती. काही काही शोधत फिरणारे त्याचे नवखे, अननुभवी हात उचलून तिने आपल्या छातीवर ठेवले.

त्याला एकेक वाट दाखवत, त्या वाटेवरून त्याला सावकाश घेऊन जात अखिला हलकेच त्याच्या कानात म्हणाली,

"हळू...घाई नको करूस. मी कुठे पळून नाही चालले."

-पण आता तो थांबायला तयार नव्हता.

त्याने धसमुसळेपणा करून तिचे पाय फाकवले.

एक हवीहवीशी कळ अखिलाच्या कण्यातून सरसरत गेली. हरीबरोबर आपण झोपलो त्याला किती वर्षं लोटली... त्यानंतर आज!!

-शरीरात उठलेल्या वासनेच्या तुफानांनी आणि अनावर सुखाच्या लाटांनी ती थक्कच झाली होती.

वासनेचा विखार.

ती आग.

अजून भडकते आपल्या शरीरात.

राख असेल जमली, पण निखारे विझलेले नाहीत.

हीच खरी आयुष्याची आदिम ऊर्जा.

त्या ऊर्जेचं दुसरं नाव 'अखिला'.

अखिला म्हणजे शक्ती.

अखिलनंदेश्वरी... आणि तिचे दहा अवतार....

काली– दुर्जनांचा नाश करणारी.

तारा– अखिल विश्वाची जननी.

सोदासी– ऐन सोळाव्या वर्षातल्या तारुण्याने मुसमुसलेली. बहरलेली. वयाच्या पंचेचाळीशीतसुद्धा!

भुवनेश्वरी– भौतिक सुखसमृद्धीची देवता.

भैरवी– स्वत:च्या इच्छा-आकांक्षा पुऱ्या करण्याचं बळ शोधणारी.

चिन्नामस्ता– भौतिक जगातल्या संपत्तीकडून विलयाकडे नेणारी...उत्पत्ती-स्थिती आणि विनाशाचं निसर्गचक्र चालवणारी.

धुमथी– नखशिखांत दुर्दैवं. एका हातात झाडू घेऊन गाढवावर बसलेली आणि दुसऱ्या हातात कावळ्याची अशुभ ध्वजा मिरवणारी कुरूप चेटकीण.

बागला– करकोच्याच्या तोंडाची. पृथ्वीतलावरल्या सर्व सजीव- भावनांचा घाणेरडा अर्क एकवटलेली. द्वेष, मत्सर, क्रौर्य... या आणि अशा कित्येक दुर्गुणांनी बरबटलेली.

मातंगी– सर्वांवर वर्चस्व गाजवण्याची इच्छा बाळगणारी.

आणि कमला– सर्वांच्या कल्याणाची कामना करणारी. सदैव समर्पणाला तत्पर. तारणहार– अखिलाचं हे रूप घरात सगळ्यांच्या ओळखीचं. सवयीचं.

ही सगळी रूपं अखिलाचीच.

दशावतार.

म्हटलं तर एकमेकांत गुंतलेले. म्हटलं तर स्वतंत्र. वेगवेगळे. सुटे.

सुखाच्या झुल्यावर मागे-पुढे झुलणाऱ्या तृप्त शरीराचे हिंदोळे, अखिलाला तिची नवी ओळख करून देत राहिले. किती वर्षांपासून कोरडे पडलेले झरे पुन्हा खळखळून वाहू लागले होते. अखिलाच्या मनात भीतीचा लवलेशही उरला नाही. का घाबरायचं? मान खाली घालावी असं काय पाप केलंय आपण?

-तिने समाधानाने डोळे मिटले. नंतर खूप वेळ विजयाचे चित्कार उमटत राहिले.

तो परत निघाला.

दरवाजापाशी थांबला.

त्याने अचानक वळून विचारलं,

"उद्या येऊ मी?"

-अखिला हसली. त्यानं तिचं नावही नव्हतं विचारलं अजून. तिलाही तेच हवं होतं. प्रश्न नको आणि उत्तरांचा आग्रहही.

फक्त गरज.

ती भागली की झालं.

भूतकाळाचं सावट हवं कशाला? आणि संदर्भ तरी...?

एखादा चाळिशीचा पुरुष असता तर त्याने आधी चौकशा केल्या असत्या. नको त्यात नाक खुपसलं असतं. सगळंच स्वत:च्या हातात घ्यायचा, कब्जा करायचा डाव टाकला असता.

...पण नाही.

किती सोपं होऊन गेलं सगळं.

सोपं...सरळ...सुटसुटीत... आणि स्वच्छ!

अखिला हसली.

तिच्या आयुष्याची हातून निसटलेली नस इतक्या वर्षांनी पुन्हा गवसली होती.

सकाळी उठल्या उठल्या अखिलाला हरीची आठवण झाली.

एकदम हरी?

पुन्हा?

वेड तर नाही लागलं आपल्याला?

हरी स्वत:च्या आयुष्यात, संसारात रमला असेल... सुखात असेल... आणि प्रेमाच्या गुलाबी कादंबरीतल्या मूर्ख नायिकेसारख्या आपण इथे त्याच्या आठवणीने झुरतोय?... काय हे?

हरीनंतर दुसरा कुठला पुरुष आपल्या आयुष्यात येणार नाही...त्याच्यावर जसं जीव तोडून प्रेम केलं, सर्वस्व उधळलं तसं पुन्हा घडणं शक्यच नाही असा अखिलाचा पक्का समज होता.

...पण त्या सकाळी तिला वाटलं,

का नाही?

नक्की जमेल.

मनात आणलं तर जुन्या आठवणींना पूर्णविराम देऊन, पुन्हा नवी सुरुवात करणं वाटतं तेवढं कठीण नसतं, नसतंच.

आपण सहज करू शकू हे.

नक्की करू शकू.

हरीवर प्रेम होतं, तसं आयुष्यावरही होतंच की! होतं का?- अजूनही आहे.

आपल्या आयुष्यावर आपलं सर्वांत जास्त प्रेम आहे.

अखिलाने आपली पर्स पुढे ओढली. त्यातली डायरी शोधली. त्या डायरीत इतर अनेक नावांच्या गर्दीत हरीचंही नाव होतं लिहिलेलं आणि त्याचा फोन नंबरसुद्धा.

तिने फोन उचलला.

आणि ऑपरेटरला सांगून मद्रासला फोन 'बुक' केला.

पी. पी. कॉल.

पर्सन टू पर्सन.

तो असेल का घरी?

इतक्या वर्षांत काय काय झालं, ते समजून घेण्याची उत्सुकता असेल त्याच्या मनात? काय झालं नक्की? ती का त्याच्या आयुष्यातून दूर गेली? तिने का तो निर्णय घेतला? का?

तिला वाटलं, काय हा मूर्खपणा! किती वेडी आशा करतोय आपण?

हरीचं लग्न झालं असेल. तो कदाचित मद्रास सोडून गेला असेल.

पण तरी उगीचच अंधुक आशा होती.

...होतीच.

ती वाट पाहात राहिली.

फक्त शेवटचा तासभर शिल्लक होता. नंतर तिला स्टेशनवर जायला निघणं भाग होतं. तिच्या परतीच्या प्रवासाची वेळ होत आली होती. निघायला हवं होतं. मागे सोडलेले आयुष्याचे लगाम पुन्हा...

अखिला कितीतरी वेळ हातातल्या परतीच्या तिकिटाकडे पाहात राहिली.

***

पलंगाशेजारच्या छोट्या टेबलावरचा फोन खणखणला. अखिला धावली. मनाशी धडधडत होतं... कोण असेल? ....तो?

तिने आवाज ओळखला.

हरीच होता.

आवाजात थोडा संशय होता... बराच सावधपणा...आणि आश्चर्य!!!

"हॅलो"- ती हसून म्हणाली. "मी अखिला बोलतेय. अखिलनंदेश्वरी."

❀❀❀